பாரதியும் பாரதிதாசனும் பாடித் திரிந்த மண்
பாரதி வசந்தன் மண்
தமிழியல் - இதழியல் - அரசியல் எனப் பல்துறைகளில்
ஆற்றலர் பாரதி வசந்தன்
இலக்கியர் அல்ல - இலக்கியப் போராளி.

- உணர்ச்சிக் கவிஞர் காசி.ஆனந்தன்

பெரிய வாய்க்கா தெரு

(சிறுகதைத் தொகுப்பு)

பாரதி வசந்தன்

டிஸ்கவரி பப்ளிகேஷன்ஸ்
எண்: 9, பிளாட் எண்: 1080A, ரோஹிணி பிளாட்ஸ்
முனுசாமி சாலை, கே.கே.நகர் மேற்கு,
சென்னை - 600 078. பேச: 99404 46650

பெரிய வாய்க்கா தெரு (சிறுகதைகள்)
PERIYA VAAIKKAA THERU (SHORT STORIES)

ஆசிரியர்: பாரதி வசந்தன்©
Author: **BHARATHI VASANTHAN**©

Printed in India
First Edition: OCT - 2022
வெளியீட்டு எண்: 0144
ISBN: 978-93-95285-00-1
Pages: 336

Rs. 350

Publisher • Sales Rights

Discovery Publications	**Discovery Book Palace (P) Ltd**
No. 9, Plot,1080A, Rohini Flats, Munusamy Salai, K.K.Nagar West, Chennai - 78. Tamilnadu, India. Mobile: +91 99404 46650	No. 1055-B, Munusamy Salai, K.K.Nagar West, Chennai-600 078. Ph: (044) 4855 7525 Mobile: +91 87545 07070

discoverybookpalace@gmail.com
WWW.DISCOVERYBOOKPALACE.COM

இந்த நூலில் பிரசுரமாகியுள்ள எந்த ஒரு பகுதியையும் பதிப்பாளரின் எழுத்துபூர்வமான முன்அனுமதி பெறாமல் எடுத்தாள்வதோ, மறுபிரசுரம் செய்வதோ, மொழியாக்கம் செய்வதோ, அச்சு மற்றும் மின்னணு ஊடகங்களில் மறுபதிப்பு செய்வதோ, காப்புரிமைச் சட்டப்படி தடை செய்யப்பட்டுள்ளது. இந்த நூலிலிருந்து குறிப்பிட்ட பகுதிகளை மேற்கோள் காட்டி புத்தக விமர்சனம் செய்ய, ஊடகங்களுக்கு மட்டும் அனுமதி உண்டு.

உங்கள் மொபைல் போனிலிருந்து ஸ்கேன் செய்து டிஸ்கவரி புக் பேலஸின் மொபைல் ஆப்பை டவுன்லோடு செய்து, புத்தகங்களை வாங்குங்கள்.

சமர்ப்பணம்

என் துணைவியார்
அ.ஜோஸ்பின்
மூத்த மகள்
அ.தமிழ்மகள்
இளைய மகன்
அ.தமிழ்முதல்வன்
உள்ளிட்ட குடும்பத்தினருக்கு

முகப்பு அட்டைப்படம்:
பிரெஞ்சியர் காலத்தில் புதுச்சேரி நகரத்தை இரண்டாகப் பிரித்த பெரிய வாய்க்காலின் 1885ஆம் ஆண்டுத் தோற்றம்.

நூலாசிரியர் குறிப்பு

பாரதி வசந்தன்

பாரதி வசந்தன் என்கிற ப.அன்பழகன், புதுச்சேரி நெல்லித்தோப்பில் 1956ஆம் ஆண்டு பிறந்தவர். பெற்றோர் பெயர் இ.பழனி – புட்லாய் அம்மாள்.

70களில் எழுதத் தொடங்கி சிறுகதை, குறுநாவல், நாவல், கவிதை, கட்டுரை, மொழிபெயர்ப்பு, சிறுவர் மற்றும் தலித் இலக்கியங்களில் தொடர்ந்து தன் பங்களிப்பைச் செய்து வருபவர்.

க.நா.சு. முதல் காசி.ஆனந்தன் வரை இலக்கிய முன்னோடிகள் பலராலும், இலக்கிய அமைப்புகளாலும் பாராட்டப்பட்டவர். புதுவை மாநில இளம் எழுத்தாளர் சங்கப் பொதுச்செயலாளர், புதுவை மாவட்ட முற்போக்கு எழுத்தாளர் சங்கத்தின் துணைத் தலைவர் என்று பல்வேறு பொறுப்புகளை வகித்தவர்.

'குமுதம்' வார இதழின் லட்ச ரூபாய் சிறுகதைப் போட்டிப் பரிசு, குழந்தைக் கவிஞர் அழ. வள்ளியப்பா பாடல் போட்டிப் பரிசு, 'தேவி' வார இதழின் சின்னஞ் சிறு நாவல் போட்டிப் பரிசு, நெய்வேலி புத்தகக் கண்காட்சியின் சிறந்த எழுத்தாளர் விருது, திருப்பூர் தமிழ்ச் சங்க விருது, ராஜபாளையம் மணிமேகலை மன்ற விருது இவற்றுடன் புதுவை அரசின் கம்பன் புகழ்ப் பரிசை இரண்டு முறையும், 'மக்கள் எழுத்தாளர்', 'இலக்கியப் போராளி', 'பாரதி இலக்கியச்சுடர்' போன்ற சிறப்பு விருதுகளையும் பெற்றவர்.

அகில இந்திய வானொலியின் சார்பில் புதுச்சேரியிலிருந்து முதல்முதலாகத் தேர்ந்தெடுக்கப்பட்ட கவிஞரான இவரின் 'மழையற்ற ஒரு நாளின் மௌனம்' எனும் ஓசோன் படலம் பற்றிய விழிப்புணர்வுக் கவிதை, வாரணாசியில் நிகழ்ந்த தேசியக் கவி சம்மேளனத்தில் கௌரவிக்கப்பட்டதோடு, இந்தியாவின் அங்கீகரிக்கப்பட்ட 22 மொழிகளிலும் மொழிபெயர்க்கப்பட்டு, இந்திய வானொலிகள் அனைத்திலும் 2011 குடியரசு தினத்தன்று ஒலிபரப்பப்பட்டது.

மகாகவி பாரதியின் பத்தாண்டுக் காலப் புதுச்சேரி வாழ்வின் மறைக்கப்பட்ட ஒரு பகுதி வரலாற்றை மையமாக வைத்து தலித்திய நோக்கில் இவர் எழுதிய 'தம்பலா' எனும் புகழ்பெற்ற சிறுகதை தமிழ், ஆங்கிலம், பிரெஞ்சு ஆகிய 'மூன்று மொழிகளில் வெளிவந்த தமிழின் முதல் சிறுகதை' என்கிற பெருமையைப் பெற்றது. இதுபோன்ற 'பல முதல்' படைப்புகளை இலக்கியத்திற்குத் தந்திருக்கும் இவரின் சிறுகதைகள் ஆங்கிலம், பிரெஞ்சு, மலையாளம், தெலுங்கு, இந்தி ஆகிய மொழிகளிலும் மொழிபெயர்க்கப்பட்டிருக்கின்றன.

எழுத்தாளர் பிரபஞ்சனுடன் இணைந்து '20ஆம் நூற்றாண்டுப் புதுவைக் கதைகள்' எனும் 2 நூல்களைத் தொகுத்திருக்கும் இவர், 'வெளிச்சம்' உள்நாட்டு அஞ்சல் சிற்றிதழின் ஆசிரியர்.

சிறுகதைத் தொகுதிகள் 3, கவிதைத் தொகுதிகள் 8, நாவல் 1, கட்டுரைத் தொகுதிகள் 3 என 15 நூல்களை எழுதி வெளியிட்டிருக்கிறார்.

இவரின் 'தலை நிமிர்வு' – 30 ஆண்டுக் காலக் கவிதை வாழ்வின் வெள்ளை அறிக்கை' எனும் தமிழிய – தலித்தியக் கவிதை நூல் 'இக்காலத் தமிழகக் கவிதைகள்' என்ற தலைப்பில் சிங்கப்பூரில் உள்ள SIM பல்கலைக் கழகத்தின் B.A., தமிழ்ப் பாடத்திட்டத்தில் சேர்க்கப்பட்டிருக்கிறது.

அணிந்துரை

மூத்த எழுத்தாளர் அ.முத்துலிங்கம்

புதுச்சேரியின் வாழ்க்கை தரிசனம்

ஐம்பது வருடங்களுக்கு மேலாக எழுதுகிறார். நானும் எழுதுகிறேன். பிரபஞ்சனின் நண்பர். எனக்கும் பிரபஞ்சன் நண்பர். இருவரும் புதுச்சேரியைச் சேர்ந்தவர்கள். பிரபஞ்சனுடன் இணைந்து இரண்டு சிறுகதைத் தொகுப்புகளைக் கொண்டு வந்திருக்கிறார். நான் வசிப்பது கனடாவில். மின்னஞ்சல், முகநூல், இணையதளம் போன்ற வசதிகள் கிடைக்கும் இந்தக் காலத்தில் எனக்கு அவர் பற்றி ஒன்றுமே தெரியவில்லை. சமீபத்தில் அவருடைய எழுத்தைப் படித்தேன். அப்படியே பிரமிக்க வைத்தது. அவர் பெயர் பாரதி வசந்தன். அன்றிலிருந்து இன்றுவரை இலக்கியத்துக்காக உழைக்கும் தமிழ்ப் பற்றாளர். எப்படி இவரைப் படிக்காமல் விட்டேன். பெரும் குற்ற உணர்வுதான் எஞ்சியது.

எண்பதுகளிலிருந்து இவர் 'வெளிச்சம் – மக்கள் கலை இலக்கிய அமைப்பு' ஒன்றை நடத்தி வருகிறார். அந்த அமைப்பில் உள்ளவர்களை ஒருங்கிணைப்பதற்காக 'உள்நாட்டு அஞ்சலில் ஓர் இலக்கிய ஊர்வலம்' என்கிற பிரகடனத்தோடு 'வெளிச்சம்' இதழைத் தொடங்கினார். அதை மலிவாக மக்களிடம் எப்படிக் கொண்டு சேர்ப்பது என்பதில் பிரச்சினை. புதுவையில் வேறு ஒருவரும் செய்யாத ஒரு காரியத்தை இவர் செய்தார். கவிதைகளைக் கையினால் எழுதி, பின்னர் அவற்றை உள்நாட்டு அஞ்சலுறைகளில் அச்சிட்டு, ஒவ்வொன்றாக முகவரி எழுதி

பாரதி வசந்தன் | 9

வாசகர்களுக்கும், அதில் எழுதும் கவிஞர்களுக்கும், மற்றவர்க்கும் அனுப்பி வைத்தார். ஆயிரம் பேருக்கு இதழ் போகிறது. மொத்தச் செலவு ரூ. 5000 என்று சொல்கிறார். அதை அவருடைய குடும்பமே தாங்கிக்கொள்கிறது. எண்பதுகளில் தொடங்கி இடைவெளி விட்டு இன்றுவரை இதழை நடத்துகிறார். நினைக்கவே திகைப்பாக இருக்கிறது. இதை ஓர் இலக்கியச் சாதனை என்றுதான் சொல்லவேண்டும். 'மாதாமாதம் இதழைக் கொண்டு வருவீர்களா' என்று கேட்டேன். அவர் சிரித்தார், 'வெளிச்சம்தானே எப்போதும் வரும்; எப்போதாவதும் வரும்' என்றார்.

பாரதி வசந்தன் புதுச்சேரியைச் சேர்ந்த நெல்லித்தோப்பில் பிறந்தவர். 16 வயதிலேயே எழுதத் தொடங்கிவிட்டார். சிறுகதைகள், நாவல்கள், கவிதைகள், மொழிபெயர்ப்பு என பல தளங்களில் இயங்கி வருகிறார். தமிழின் அனைத்துப் பத்திரிகைகளிலும், சிற்றிதழ்களிலும் இடைவிடாது இவரது படைப்புகள் வெளியாகின்றன. இவர் தலித்திய நோக்கில் எழுதிய 'தம்பலா' எனும் புனைவு தமிழ், ஆங்கிலம், பிரெஞ்சு ஆகிய மூன்று மொழிகளிலும் வெளிவந்த முதல் சிறுகதை என்ற பெருமையைப் பெறுகிறது. இவர் பெற்ற பரிசுகளும் விருதுகளும் ஏராளம். 'குமுதம்' வார இதழில் லட்ச ரூபாய் சிறுகதைப் போட்டியில் பரிசு, புதுவை அரசு கம்பன் புகழ்ப் பரிசு, திருப்பூர் தமிழ்ச் சங்க விருது என்று சொல்லிக்கொண்டே போகலாம். புதுவை அரசின் 'பாரதி பட்டயம்', 'பாவேந்தர் பட்டயம்', 'காமராசர் நூற்றாண்டு நினைவுப் பரிசு' ஆகியவையும் முக்கியமானவை.

எழுத்தாளர் பிரபஞ்சனுடன் இணைந்து '20ஆம் நூற்றாண்டுப் புதுவைக் கதைகளை' இரண்டு தொகுதிகளாக வெளியிட்டிருக்கிறார். இதைப் பற்றி பிரபஞ்சன் இப்படி எழுதினார். 'புதுவைக் கம்பன் கலையரங்கத்தில் எழுத்தாளர் பாரதி வசந்தனை சந்தித்துப் பேசியபோது நாங்கள் இருவருமே இந்தத் தொகுப்புப் பணியைச் செய்வது என்று முடிவானது. உண்மையில் எழுத்தாளர் அனைவரிடமும் தொடர்புகொண்டு மீண்டும் மீண்டும் நினைவுபடுத்தி கதைகளைப் பெற்ற உழைப்பும், தொடர்ந்த ஈடுபாடும் பாரதி வசந்தன் அவர்களுக்கே சேரும். இந்தத் தொகுப்பு இப்போது சாத்தியப்படுவதற்கு திரு. பாரதி வசந்தன் அவர்களே காரணம்.'

நான் பல வருடங்களாக, பல்வேறு நாட்டுச் சிறுகதைகளைப் படித்து வருகிறேன். சிறுகதைகளில் இவரைப்போல நிலக்காட்சிகளை வர்ணித்தவர்கள் வெகு சிலரே. இவருடைய வர்ணனைகள் இயற்கை வளத்தை அப்படியே காட்சி ரூபமாக கண்முன்னே கொண்டுவரும். மோரிசான் தோட்டம் பற்றிய வர்ணனை மறக்கமுடியாதது. 'பிரெஞ்சியர் காலத்தில் புதுச்சேரியின் கவர்னராயிருந்த மிஸே லொரிஸ்தான், அவர் தங்கி இளைப்பாறுவதற்கும், ஓய்வெடுப்பதற்கும் ஒழுகரையை ஒட்டிய ரெட்டியார்பாளையம் பகுதியில் ஒரு தோட்டம் வைத்திருந்தார். தோட்டம் என்றால் சாதாரணமானது இல்லை. பெரிய விஸ்தீரணம் கொண்டது. பார்க்கும் இடம் யாவும் 'பச்சைப் பசேல்' என்று செடி கொடிகள், மணம் பரப்பும் பூ வகைகள். தென்னை மரங்களுக்கு இடை இடையே காய்த்துத் தொங்கும் மாமரங்கள், மாதுளம் செடிகள், கோலம் போட்டதுபோல தரையெங்கும் சிதறிக் கிடக்கும் மரமல்லிகைப் பூக்களின் அழகு, சீமைப் பூவரச மரங்களிலிருந்து வீசும் குளுமையான காற்று. அடர்ந்த இருட்டைப் போன்ற நிழல் விழும் ரம்மியமான அந்த இடத்தின் மையமாய் கவர்னருக்கே உரித்தான சகல வசதிகளும் கொண்ட பங்களா. எதிரே எப்போதும் தண்ணீர் தளும்பி நிற்கும் பெரிய குளம். இந்தப் பகுதி முழுவதும் கவர்னர் லொரிஸ்தானுக்கு உரியதாக இருந்ததால் அது அவர் பெயரிலேயே லொரிஸ்தான் தோட்டம் என்றழைக்கப்பட்டு ரொம்ப பிரபல்யமாக இருந்தது.'

இப்படி பலவிதமான காட்சிகள், தொகுப்பு முழுக்க வந்தபடியே இருக்கும். பூமியான்பேட்டை வர்ணனையும் மனதில் நிற்பது. 'வயல்வெளிகள் சூழ்ந்த இடம். பசுமை நிறைந்த அழகு. ஊருக்குள் நுழையும்போதே சதுரமான பாத்தி கட்டி பயிர் செய்கிறது போன்ற தோற்றத்தில் பாட்டில்காரர் கழனி. அதற்கு காவல் நிற்கிறது போல அடர்ந்த பனந்தோப்பு. எங்கு பார்த்தாலும் சப்பாத்திக் கள்ளிகள். நடுவே பெரிய ஆலமரம். நிழல்தரும் அந்த இடம் நெல் அடிக்கிற களமாக இருந்தது. பக்கத்தில் செங்கல் அறுக்கும் சூளை மேடு. அதைத் தாண்டி உள்ளே போனால் நடுவழியில் ஆனந்தாய் ஆயா வீட்டின் எதிரே 'நெடுநெடு' என வளர்ந்த தாலிப்பனைமரம். நரைத்த தலைமுடியை காற்றில் உலர்த்திக்கொண்டிருக்கும் வயசான கிழவியை நினைவுபடுத்துவதுபோல தாலிப்பனைமரம்

பயங்கரமாய் கிளை பரப்பி நிற்க, கீழே பெரிய பாம்புப் புற்று.' இந்தத் தாலிப்பனைமரம் உவமையை நான் சிரிக்காமல் கடந்ததில்லை.

வரலாறு பொதுமக்களிடம் போய்ச் சேர்வது வரலாற்று நூல்களால் அல்ல, புனைவுகள் மூலம்தான். தமிழ்நாட்டில் யாரிடமாவது ராஜராஜ சோழன் பற்றிக் கேட்டால் தயக்கமின்றி அந்த அரசனைப் பற்றிய சில தகவல்களை ஒருவரிடம் பெறமுடியும். அவர் வரலாறு படித்ததனால் அல்ல, அவர் கல்கியின் 'பொன்னியின் செல்வன்' படித்திருப்பார். ஒரு முறை நியூ யோர்க்கில் கிழக்கு நதி பகுதியில் ஜெனரல் சோக்கம் என்னும் கப்பல் தீப்பற்றி எரிந்தது. அந்தக் கப்பலில் பயணித்தவர்கள் தொகை 1358. டைட்டானிக் கப்பல் மூழ்குவதற்கு முன்னால் நேர்ந்த மிகப்பெரிய கப்பல் விபத்து என்று இதை குறிப்பிடுவார்கள். இது வரலாற்றில் மறக்கப்பட்டுவிட்டது. ஆனால் ஜேம்ஸ் ஜோய்ஸ் தன்னுடைய 'யூலிசிஸ்' நாவலில் ஜூன் 15, 1904ல் நடந்த இந்த விபத்தைப் பற்றிக் குறிப்பிடுகிறார். ஆகவே அந்தச் சம்பவம் சரித்திரத்தில் இடம்பெற்று விட்டது.

பல சரித்திர சம்பவங்கள் தொகுப்பிலே போகிற போக்கில் சொல்லப்பட்டிருக்கின்றன. அவை உண்டாக்கும் வியப்புக்கு அளவே இல்லை. சிறுகதையின் ஓட்டத்தில் சம்பவங்கள் சொல்லப்படுவதால் அவை தனியாக நிற்பதில்லை. கௌஸ் என்ற முஸ்லிம் அன்பர் கட்டியதுதான் ஸ்ரீ கௌசிக பாலசுப்பிரமணிய சுவாமிகள் கோயில் என்ற விவரம் ஆச்சரியமாக இருக்கிறது. பிரெஞ்சுக்காரர், டச்சுக்காரரை ஒலந்தீஸ் என்று அழைப்பார்கள். அதுவே உழந்தை கீரைப்பாளயம் ஆனது. அந்த ஊரில் ஏரி வந்ததால் உழந்தை ஏரி என்று அழைக்கப்பட்டது. நாளடைவில் அது 'ஒயிண்டேரி' என மாறிவிட்டது என்பது தகவல். துரான் துப்ராய் என்ற பிரெஞ்சு கவர்னர் ஆறு வருடங்கள் புதுச்சேரியை ஆண்டார். ஒரு கிராமத்து மக்கள் என்ன பிரியமோ அவர் பெயரை தங்கள் ஊருக்கு 'துப்ராயப்பேட்டை' என்று சூட்டினார்கள். அதுவே பின்னர் திப்ராயப்பேட்டை என மாறிவிட்டது. இப்படி பல சுவாரஸ்யமான தகவல்கள் சிறுகதைகளில் புதைந்து கிடக்கின்றன. ஒரு காலத்தில் வில்வமரக் காடாக இருந்த ஊர்தான் வில்லியனூர். 11ஆம் நூற்றாண்டுச் சோழமன்னன் தருமபாலன் இங்கே ஒரு

கோயிலை நிர்மாணித்தான். பிரெஞ்சு கவர்னர் துய்ப்ளெக்ஸ் காலத்தில் இந்தக் கோயிலின் கிழக்குக் கோபுரம் எதிரி ராணுவத்தை கண்காணிக்கும் நிலையமாக பயன்பட்டது. படிக்கப் படிக்க ஆச்சரியமான தகவல்கள்.

50 வருடங்களாக பாரதி வசந்தன் எழுதுகிறார். அவருடைய சொல்வளம் அளவில்லாதது. சில இடங்களில் பொறாமைப்பட வைக்கிறது. சிறுகதையின் கட்டுமானம் பற்றி நுட்பமாக அறிந்தவர். எப்படித் தொடங்குவது, என்ன சொல்வது, எந்த ஒழுங்கில் சொல்வது, எப்படி முடிப்பது என்பதெல்லாம் அவருக்குக் கைவந்த கலை. செயல் திறனான கட்டமைப்பு; நுட்பமான வாழ்க்கை தரிசனம். இதுவே அவருடைய பலம். முக்கியமாக என்னைக் கவர்ந்தது அவருடைய இயல்பான கதை ஓட்டம். உன்னதத்தைத் தேடும் நகர்வு. சிறுகதையில் ஒரு வசனம் நடுவிலே வந்து விழும். நிமிர்ந்து உட்கார வைக்கும். 'தலைமுடி தாடியெல்லாம் ஜரிகையை பொடிசெய்து ஜிகினாவாக்கி தடவியதுபோன்ற பளபளப்பு'. உடனேயே உங்களுக்கு ஒரு சித்திரம் கிடைக்கிறது.

ஒரு மொழி பற்றிய வர்ணனை மலைக்க வைக்கிறது. 'சொற்களைத் தேய்த்துத் தேய்த்து சன்னக் கம்பிகளாய் இழைத்து அருமையான நகாசு வேலை செய்யப்பட்ட மொழி பிரெஞ்சு'. பிரெஞ்சு மொழி பற்றி தெரியாதவர்களுக்கும் ஒரு புரிதல் கிடைத்ததுபோல இருக்கும். 'ஆகாசத் தாமரை இலைகளின் மீது வெயில்பட்டு, வெள்ளியை உருக்கி வார்த்தது போல 'பள பள' என்று மின்னும்'. 'அவகூட சகவாசம் வச்சுகிட்ட ஆம்பள நீயும் தேவடியான்தான.' இப்படி திடுக்கிடவைக்கும் கேள்வியை ஒரு குரல் கேட்கிறது. தொகுப்பு முழுக்க வாசகரைச் சிந்திக்கவைக்கும் கேள்விகள் எழுந்தபடியே இருக்கும். வாழ்வின் இலக்கை தீவிர பரிசீலனை செய்ய வைக்கும் கேள்விகள். இந்நூலின் இன்னொரு சிறப்பு இது என்று சொல்லலாம்.

பறவைகளைப் பற்றிய அபூர்வமான தகவல்கள் கிடைக்கின்றன. நீலவானத்தில் 'வெள்ளை வெளேர்' என்று பறவைகள் கூட்டம் கூட்டமாக பறந்து போய்க்கொண்டிருந்தன. ஒருத்தன் அவற்றை கொக்கு என்றான். இன்னொருவன் சொல்கிறான் 'அதுங்க கொக்குங்க இல்லை. கொக்கா இருந்தா அவ்வளவு உயரத்துக்கு பறக்காது. அதுங்க பங்காளா வாத்து.

பார்க்கிறதுக்கு அன்னம்போலவே இருக்கும். ஆனா பறக்கிற வாத்து இனத்த சேர்ந்தது. ஒரு சிறுகதையில் இந்தத் தகவல் இலவசமாகக் கிடைக்கிறது. இப்படி பல இடங்களைச் சொல்லலாம்.

சிரிப்பை வரவழைக்கும் இடங்களும் இருக்கின்றன. பத்திரிகாசிரியரை ஓர் எழுத்தாளர் சந்திக்கிறார். அவரே பாராட்டும்படி எழுத்தாளர் அவரை பக்குவமாகப் பார்த்து மரியாதை செய்து பஸ்சில் ஏற்றி விடுகிறார். பத்திரிகாசிரியர் ஒரு பேச்சுக்கு 'பத்திரிகைக்கு சிறுகதை எழுதி அனுப்புங்கள்' என்று சொல்கிறார். எழுத்தாளருக்கு மகிழ்ச்சி தாளவில்லை. 'ஆயிரம் வார்த்தைகளுக்குள் சிறுகதை அமையவேண்டும்' என்று பத்திரிகாசிரியர் நிபந்தனை வேறு போடுகிறார். எழுத்தாளர் திகைத்துவிட்டார். கற்பனைக்கு எப்படி வரம்பு வைக்கலாம். தண்ணீர் பைப்பைப்போல திறந்துவிட்டால் கற்பனை ஓடும்; பூட்டிவிட்டால் நிற்குமா. எங்கே கதை முடியவேண்டுமோ அங்கே கற்பனை தானாகவே நிற்கும். இது என்ன கட்டளைக் கலித்துறைப் பாடலா, எழுத்துக்களை எண்ணி எண்ணி எழுதுவதற்கு என்று எரிச்சலடைகிறார் எழுத்தாளர். அவருக்கு பத்திரிகாசிரியர் சொன்னது புரியவே இல்லை. அவருடைய திண்டாட்டம் சிரிப்பை வரவழைக்கிறது.

'ரோபோ மரங்கள்' என்னும் சிறுகதை விஞ்ஞானத்தையும், சூழலியலையும் பற்றி பேசுகிறது. கிருத யுகம், திரேதா யுகம் போல வைரஸ் யுகம் நடந்துகொண்டிருக்கிறது. வெய்யில் கொடுமையினால் மனிதர்கள் சுருண்டு சுருண்டு விழுகிறார்கள். மூக்கில் குழாயுடனும், முதுகில் ஆக்ஸிஜன் சிலிண்டருடனும் அவர்கள் உயிர்வாழப் பழகிவிட்டார்கள். அப்பொழுதுதான் புதிதாக ரோபோ மரங்களை உருவாக்கினார்கள். ஒரு ரோபோ மரம் 1000 இயற்கை மரங்களுக்கு சமானம். கார்பன் டை ஆக்ஸைட் கலந்த அசுத்தக் காற்றை உறிஞ்சி நல்ல காற்றை சுவாசிக்க அனுமதிக்கும். உலகம் முழுக்க உற்பத்தியாகும் அசுத்தக் காற்றை உறிஞ்சி எடுக்க இரண்டரை லட்சம் ரோபோ மரங்கள் போதும் என்றார் விஞ்ஞானி. 'அவை மழையை உண்டாக்குமா' என்ற கேள்விக்கு 'இல்லை' என்று பதில் வருகிறது. மழை தராத ரோபோ மரத்தினால் என்ன பிரயோசனம் என்று கதை முடிவுக்கு வரும். சுற்றுச்சூழலைப் பற்றி துல்லியமாகப் பேசும் இந்தச் சிறுகதை, இந்தத் தொகுப்பில் முக்கியமானது.

ஓர் எழுத்தாளர் சிறுகதை ஒன்று எழுதி அதை ஆசிரியரிடம் எடுத்துச் சென்றார். 'எத்தனை பக்கம்' என்றார் ஆசிரியர். 'பன்னிரெண்டு பக்கம்' என்றார் எழுத்தாளர். 'சரி, சிறுகதையை சுருக்கிக் கூறுங்கள்' என்றார் ஆசிரியர். எழுத்தாளர் திகைத்துவிட்டார். சிறுகதையை எப்படிச் சுருக்குவது. நாவலைச் சுருக்கலாம். திரைப்படக் கதையைச் சுருக்கலாம் ஆனால் சிறுகதையைச் சுருக்க முடியாது. ஒரு வரியில் 'பெரிய வாய்க்கா தெரு' கதையை இப்படிச் சொல்லலாம். 'ஓர் இளம் பெண் கையிலே கிடைத்த பிரான்ஸ் நாட்டின் பிராங் நோட்டை இந்திய ரூபாவாக மாற்ற முயற்சிக்கிறாள்'. இதுதான் கதை. இதை வைத்து என்ன செய்வது. அந்தக் கதையில் உள்ள நுட்பங்களைக் கூறமுடியுமா. வாழ்க்கை பற்றிய ஆழமான பார்வை வரும் இடங்களைச் சொல்ல முடியுமா. கதை மாந்தர்களின் உணர்வு நிலைச் சித்திரங்கள் சிறுகதை சுருக்கத்தில் வெளிப்படுமா. சிறுகதையின் கட்டுமானம், நிலச்சித்திரம், சொற்சிக்கனம், தரிசனம் இவற்றை எல்லாம் எப்படி உணர்த்துவது.

சாதியை எதிர்த்தவர்கள் பிரெஞ்சுக்காரர்கள். ஆனால் அவர்கள் கட்டியதுதான் பெரிய வாய்க்கா. பிரெஞ்சுக்காரர் பகுதிக்குள் இந்தியர்கள் நுழையக்கூடாது. இந்தியர்கள் பக்கத்தில் பிரெஞ்சுக்காரர்கள் நிலம் வாங்கக்கூடாது என்பது சட்டம். இப்பொழுது பெரிய வாய்க்கா சிதிலமடைந்து, சிறிய வாய்க்காவாக மாறிப்போனது. இளம் பெண் பிராங் நோட்டை, இந்திய ரூபாவாக மாற்ற வேண்டும். பிராங்க் நோட்டு செல்லுபடியாகாது; அதன் இடத்தில் யூரோ வந்துவிட்டது. அவள் நம்பிக்கையுடன் காத்திருக்கிறாள். எப்படி பிராங் நோட்டை மாற்ற முடியும். அது முடியாத காரியம். பெரிய வாய்க்காவை ஒரு பக்கமிருந்து மறுபக்கத்துக்குக் கடப்பது போலத்தான்.

எல்லாச் சிறுகதைகளும் ஏதோ ஒரு வகையில் நம்மை ஈர்ப்பவை; உயர்ந்து நிற்பவை. உன்னதத்தைத் தேடுபவை. அவை எல்லாவற்றையும் இங்கே குறிப்பிட முடியாது. எனக்கு பிடித்த ஒரு சிறுகதை, தொகுப்பில் கடைசியாக உள்ளது. அதைப் படித்தபோது ஏற்பட்ட திகைப்பை வர்ணிக்கமுடியாது. கதையின் தலைப்பு 'அலிபாபாவும் 30 திருடர்களும்'.

பிரான்சில் உழைத்து அந்தப் பணத்தை புதுச்சேரியில் வீடாக முதலீடு செய்து வாழ்கிறவர்கள் பலபேர். அதில் ஒருவர்

தேவநாதன். அவர் இல்லாத சமயம் அவருடைய வீட்டுக்குள் புகுந்து வீட்டை ஆக்கிரமித்ததுடன் பொய்ப் பத்திரம் தயாரித்து அதை சொந்தமாக்கிக் கொண்டார்கள் புதுவகையான திருடர்கள். தேவநாதன் போலீஸ் ஸ்டேசனுக்குப் போய் முறைப்பாடு செய்தார். அங்கேதான் அவருக்கு ஆகக்கூடிய அதிர்ச்சி கிடைத்தது. போலீஸ் அதிகாரி சொன்னார், 'சொல்தா தானய்யா நீ. எக்கச் சக்கமாக பணம் வச்சிருக்கிற. பனாதி பயல்போல வந்து வீட்ட திருடிக்கிட்டாங்கன்னு கம்ப்ளய்ண்ட் பண்றியே. ஒரு வீடு போனா உன்குடியா முழுகிப் போய்விடும்.' வீடு திருட்டுப் போனதிலும் பார்க்க இந்த வார்த்தைகள் மனதைக் கீறி வேதனையைக் கிளப்புகின்றன. பிரெஞ்சுக்காரர்கள் நேர்த்தியாக ஆண்ட புதுச்சேரியில் இப்படியான கும்பல் கொடூரமான திருட்டு வேலையில் இறங்கியிருப்பதை அறியும்போது மனம் திடுக்கிடுகிறது.

தொகுப்பைப் படித்து இறுதிக்கு வரும்போது புறநானூற்றுப் பாடல் ஒன்று நினைவுக்கு வரும்.

'நாடா கொன்றோ; காடா கொன்றோ
அவலா கொன்றோ; மிசையா கொன்றோ
எவ்வழி நல்லவர் ஆடவர்
அவ்வழி நல்லை; வாழிய நிலனே'

நாடோ, காடோ, மேடோ, பள்ளமோ மக்கள் எப்படி நல்லவர்களோ அப்படியே நல்லது உலகம். புதுச்சேரி மக்களுடைய குணாதிசயம் இந்தச் சிறுகதைகளில் வெளிப்படுகிறது.

பாரதி வசந்தனின் குணாதிசயம் கூடத்தான். கணவன், மனைவி, மகள் மூவரும் உட்கார்ந்து கடித உறைகளில் முகவரி எழுதும் காட்சி என் கண்முன்னே வருகிறது. நாற்பது வருடங்களாக அவர் தொடங்கிய 'வெளிச்சம்' அஞ்சல் பத்திரிகை இப்போது தொடர்ந்து வருகிறது. எதற்காக இதைச் செய்கிறார். புகழுக்காகவா இல்லை வருமானத்துக்காகவா இல்லை. தன் சொந்தக் காசு ஐயாயிரம் ரூபாவை 'வெளிச்சம்' இதழுக்காகச் செலவழிக்கிறார். அர்ப்பணிப்போடு இந்த வேலையைச் செய்கிறார். காரணம் அஞ்சலோடு ஒரு துளி அன்பும் வாசகருக்கு போய்ச் சேருகிறதே என்பதுதான். அவருடைய படைப்பூக்கத்துக்கு இன்னொரு பெயர் பிரபஞ்ச நேயம்.

புதுமைகளைச் செய்வதில் நாட்டமுள்ளவர் பாரதி வசந்தன். 'வெளிச்சம்' அஞ்சல் இதழ், '20ம் நூற்றாண்டுப் புதுவைக் கதைகள்' தொகுப்பு, இப்பொழுது புதுவைப் பின்னணியில் அவர் எழுதிய 25 சிறுகதைகள் நூலாக வருகிறது.

'வெளிச்சம் இதழ் எப்போதும் வரும், எப்போதாவதும் வரும்' என்று வர்ணிப்பார். பாரதி வசந்தனின் புதுவை எழுத்து, புதுமையான எழுத்தாக எப்போதும் வரவேண்டும் என வாழ்த்துகிறேன்.

- அ.முத்துலிங்கம்

கனடா
4 சனவரி, 2022

கால சாட்சியம்

எழுதுவது ஒரு தவம் என்கிறார்கள். எனில் எனக்கது வாய்த்தது தவமில்லை. வரம். நாம் கேளாமலேயே அமைந்து விடுகிற இன்ப, துன்பம் போன்றதுதான் எழுத்தும். அதை வரமாகப் பெறுவதற்கு ஒருவன் ஆசீர்வதிக்கப்பட்டிருக்க வேண்டும் என்கிற அவசியம் கிடையாது. ஆனால் சபிக்கப்பட்டவனாய் இருத்தல் ஒன்றே அதன் அடிப்படைத் தகுதி எனும் எழுத்தினால் எழுதப்படாத நியதியின் படியே எழுத்தியல் தொடர்ந்துகொண்டிருக்கிறது. ஒருவகையில் பார்த்தால் எழுதுவது உன்னதம்தான். என்றாலும் அது உயிரை வதைக்கும் வாதை. சதா காலமும் உணர்வுக் கடலில் சிக்கித் தவித்து அலைமோதுகிற காகிதப் படகின் நிலையை ஒத்தது. எப்போது வேண்டுமானாலும் அடித்துப் போய்விடக் கூடிய, எதற்கும் உதவாத அந்தக் கற்பனா ஜீவிதத்தை நம்பித்தான் ஒரு படைப்பாளியினுடைய கலைப் பயணம் அமைந்துவிடுகிறது.

அத்தகைய வெற்றுப் புகழினால் மட்டுமே ஓர் எழுத்தாளனுடைய வாழ்வு முழுமை பெற்று விடுவதில்லை. மாறாக உள்ளும், புறமும் ஒரே நிலையிலிருந்து, ஒத்த நினைவுகளில் சஞ்சரித்தபடி ஒன்றை உருவாக்குகிற போது ஒரு மொழியின் ஆன்மாவான இலக்கியம் பூரணத்துவம் அடைந்து அங்கே புது வெளிச்சம் பரவுகிறது. மயக்கும் அந்த மாயத் தன்மையானது மின்மினியின் கண்சிமிட்டலா அல்லது கதிரவனின் ஒளிக் கீற்றா என்பதைக் காலம்தான் தீர்மானிக்க வேண்டும்.

இந்தப் பிரபஞ்ச இயங்கியல் தத்துவத்திற்கேற்ப காலம் எவருடைய கட்டளைக்கும் கட்டுப்பட்டு நடப்பது என்றைக்கும் இயலாதது. மாறாக காலத்தோடு காலமாகிவிடும் காலப் பிழைகளான மனிதர்களைக் காலமே வழிநடத்துகிறது. நாம் அதன் கால சாட்சியங்களாக இருக்கக் கூடியவர்கள். நிதர்சனத்துக்கு அப்பாற்பட்ட இத்தகைய கனவு மனம் ஒன்றுதான் அவற்றின் ஆதார சுருதியாக அமைந்திருக்கிறது. எழுத்தும், படைப்பும், இன்ன பிற வகையான கலை வடிவங்களும் கானல் நீர் வேட்கையின் தீராத தேடுதலின் மீதே கட்டமைக்கப்படுகின்றன. பொய்மை கலந்த இருண்மை நிலையிலிருந்து வெளிப்படுவது மெய் போலும் தோன்றுகிற பொய்யான புற உலகம். பொய்யும், மெய்யும் இரவும், பகலும் போன்று இரண்டற இணைந்தே இருக்கிறது. இவற்றில் எது பொய், எது மெய் என்பதை எவரும் அறிந்திருப்பதில்லை. அறிந்தவர்கள் எவரிடத்திலும் அதைச் சொல்லிக்கொண்டிருப்பதில்லை.

கலை, இலக்கியங்கள் எனப்படுபவை ஒரு மொழியின், அந்த மொழி பேசுகிற இனத்தின் தாத்பரியம் மிக்க அதன் தலைசிறந்த கண்ணிகள் அறுபடாமல் அடுத்தத் தலைமுறைக்கும் அப்படியே தந்து விடுவதோடு, நாமே தொலைத்துவிட்ட அக மன உலகைத் தேடிக் கண்டுபிடித்து, அதை நமக்கே அடையாளப்படுத்துகின்றன. தன் கலைப் படைப்புகளின் மூலமாகக் கலைஞர்கள், எழுத்தாளர்கள் இன்னும் பிற வகையான சிருஷ்டி கர்த்தாக்கள் இவற்றைத்தான் காலக் கண்ணாடி என்று கௌரவப்படுத்தி வைத்திருக்கின்றனர்.

இது சமயம் பிறிதொன்றையும் சொல்லவேண்டும்.

இந்த எழுத்ததிகார மௌன வாசிப்பின் மத்தியில் எழுதுவதற்காக வாழ்கிறேன் என்பதும், எழுத்தே வாழ்வாக இருக்கிறது எனச் சொல்வதும் எப்படி உண்மை இல்லையோ அப்படியே எழுதுவதும், வாழ்வதும், வாழ்வே எழுத்தாக இருக்கிறது என்பதும் உண்மை இல்லைதான். ஆனாலும் எனக்குத் தெரிந்த வகையில், எனக்கு வாய்த்த மொழிநடையில், என் வாழ்வின் அனுபவங்களிலிருந்தே எழுதிக்கொண்டிருக்கிறேன். அதன் நிரூபணம்தான் 'பெரிய வாய்க்கா தெரு' எனும் தலைப்பிட்ட 25 சிறுகதைகள் கொண்ட இந்தத் தொகுப்பு.

'ஈழம் தந்த இலக்கியக் கொடை' என்று பலராலும் பாராட்டப்படும் மூத்த எழுத்தாளர், நான் பெரிதும் மதிக்கும் திரு. அ.முத்துலிங்கம் அவர்கள் ஆகச் சிறந்த அணிந்துரை ஒன்றைத் தந்திருக்கிறார். மிகுந்த உடல்நலக் குறைவிலும், வேலைப் பளுவிலும் எனக்கதை அவர் செய்தது என்றும் மறக்க முடியாதது. அவரிடத்தில் தொடர்புகொள்ள இயலாத நிலையில், தாமே முன்வந்து உதவிய எழுத்தாள நண்பர் திரு. தமிழ்மகனுக்கும், அர்ப்பணிப்போடு வெளியிட்ட 'டிஸ்கவரி பப்ளிகேஷன்ஸ்' சகோதரர் திரு. மு.வேடியப்பனுக்கும், அழகியல் தன்மை மேலோங்க வடிவமைத்திருக்கும் பதிப்பகத்தின் பொறுப்பாசிரியர் திரு. பொன்ஸீ அவர்களுக்கும், சிறுகதைகளைப் பிரசுரித்த அனைத்துப் பத்திரிகைகளுக்கும் மற்றுமுள்ள யாவருக்கும் நன்றி சொல்வது சம்பிரதாயமன்று, என் அன்பின் வெளிப்பாடு.

சிறுகதைகள் ஒவ்வொன்றும் ஒரு தன்மை உடையவை. எழுதுபவனைப் பொறுத்து அதன் தரம் மாறுபடுகிறது. இல்லையேல் மறுக்கப்படுகிறது. நான் எழுதியிருக்கும் இந்தத் தொகுப்பில் உள்ள சிறுகதைகள் மக்களால் கொண்டாடப்பட வேண்டும் என்பது முக்கியமில்லை; மறக்கப்படாமல் இருந்தால் அதுவே போதும்.

மலர்க மானுடம்
அன்புடன்
பாரதி வசந்தன்

நாள்: 12.01.2022
இரவு 8.44 மணி

23, மாதா கோயில் வீதி
நெல்லித்தோப்பு
புதுச்சேரி–605 005
கைபேசி: 94433 38608
pbharathivasanthan1956@gmail.com

தெருவை அளக்கும் திசைகள்

1. மோரிசான் தோட்டம் 23
2. வீடு பேறு 32
3. ழூான்தார்க் 47
4. சங்கர மயக்கம் 58
5. பெரிய வாய்க்கா தெரு 72
6. பிழைப்பு 87
7. இன்ஷா அல்லாஹ் 102
8. எலி வேட்டை 111
9. மன்னிப்பு 120
10. ரோபோ மரங்கள் 128
11. ஆண்மை 143
12. ஒயிண்டேரி 158
13. அந்தி சாயும் சூரியன்கள் 172
14. காந்த்தா 184
15. ஒருவன் எழுதும் சிறுகதைக் குறிப்புகள் 198
16. வானத்துக்கு வேலி இல்லை 208
17. முடத் தெங்கு 219
18. எங்கன யாகிலும் ஜீவிக்கணும் 233
19. மொழி 247
20. டிசம்பர் காற்று 261
21. சொற்களின் மூடுதிரை 273
22. மழை வெயில் 293
23. ஆதலினால் காதல் செய்வீர் 304
24. அவரவர் பாடு 313
25. அலிபாபாவும் 30 திருடர்களும் 325

மோரிசான் தோட்டம்

அந்தக் காலத்தில் ரெட்டியார்பாளையத்தில் இருந்துதான் சைகோனுக்கு வேலை பார்க்கப் போனார்கள். அதனால் அந்த ஊருக்கு சின்ன சைகோன் என்று பெயர். அப்புறம் பிரான்ஸுக்கும் போனார்கள். ரெட்டியார்பாளையம் முழுக்க பிரெஞ்சு சொல்தாக்கள். இப்போது அது சின்ன சைகோனாகவும் இல்லை. பிரெஞ்சு பாதிப்போடும் இல்லை. எல்லாம் தலைகீழாக மாறிப் போயிருந்தது.

புதுச்சேரி முழுக்க இதே நிலைமைதான். அழகான வீதிகளுக்கும், அமைதியான வீடுகளுக்கும் பேர்போன ஊரில் அலங்கோலமான வாழ்க்கை முறை எப்படி வந்தது என்றே தெரியவில்லை.

சாதாரணமாக ரோட்டில் ஆள் நடமாட்டம் என்பதே இருக்காது. எப்போதாவது மாட்டு வண்டிகள் போகும். இல்லையென்றால் சைக்கிளில் யாராவது போவார்கள். சைக்கிளில் நாடாவினால் எண்ணெய்த் திரி ஏற்றிய ஒரு சின்ன விளக்கு ஹாண்டல்பாரின் முன்னே இருக்கும். ராத்திரியானால் சைக்கிளில் லைட் இல்லையென்று போலீஸ்காரர்கள் பிடித்துவிடக் கூடாது என்பதற்காக இந்த ஏற்பாடு. அப்புறம் டபுள்ஸ் போகக் கூடாது. ரோட்டின் இரண்டு பக்கங்களிலும் வரிசையாக பெரிய பெரிய பூவரச மரங்கள். எங்காவது சில இடங்களில் ஒதியமரங்கள். நிறைய தூங்குமூஞ்சு மரங்கள் அடர்ந்திருக்கும் ரோட்டில் நடனராணி பஸ் வருவதைப்

பார்ப்பதே பெரும் அதிசயமாக இருக்கும். இருட்டத் தொடங்கி ஏழு அல்லது எட்டு மணியானால் போதும். இருக்கிறதை சாப்பிட்டுவிட்டு விளக்கையும் அணைத்துவிட்டு 'கப் சிப்' என்று எல்லோரும் படுத்துவிடுவார்கள். அப்படிப்பட்ட அருமையான ஊர் இப்படியா ஆகிப் போக வேண்டும் என்பதை நினைக்க நினைக்க லெயாந்தருக்கு கோபம் கோபமாய் வந்தது.

லெயாந்தர், பிரான்ஸுக்குப் போய் பத்து வருடங்கள் கழித்து இரண்டு முறை தன் சொந்த ஊருக்கு வந்திருந்தான். ரெட்டியார்பாளையத்தின் மோரிசான் தோட்டத்தில்தான் அவன் வீடு இருந்தது. போன முறை வந்திருந்த போது லெயாந்தரின் பாட்டி பரிபூரணத்தம்மாள் நல்ல ஆரோக்கியத்துடன் இருந்தாள். அதனால் அவள் பேச்சும் ஒரு மாதிரியாகவே இருந்தது. லெயாந்தர் ரொம்பவும் அமைதியாகக் கேட்டான்.

"ஏன் ஆயா நம்மகிட்ட பணம் இல்லேன்னா இந்தக் காரியம் செஞ்சுருக்கிறீங்க"

"சும்மா கிடக்குதேன்னு திண்ணைய இடிச்சிட்டு ஒரு ஷெட்டர் இறக்கி கடை கட்டியிருக்கேன் லெயாந்தர். இது தப்பா"

"தப்புதான் ஆயா. திண்ணை ஒண்ணும் சும்மா கிடக்கல. நான் சின்னப் புள்ளையா இருக்கறப்போ அதுலதான் ஏறி விளையாடியிருக்கேன். நீங்ககூட இந்தத் திண்ணையில உட்கார்ந்துதான் எனக்குப் பழைய கதைங்க எல்லாம் சொல்லி யிருக்கீங்க"

"ஆமாம்பா, அது அப்போ. இப்போ நீ ஊர்ல இல்ல. பிரான்ஸுக்குப் போயிட்ட. அதனாலதான் இந்த ஏற்பாடு."

"நம்ம பிச்சேரியில எல்லாருமே இப்படித்தான் செய்றாங்க. திண்ணைன்னா அவங்களுக்குத் தேவையில்லாத இடமா போயிட்டுது"

"அதுக்காக எதுக்கும் பயனில்லாம வீணா கிடக்கிறத வச்சுகிட்டு சாமி கும்பிடச் சொல்றியா"

பரிபூரணத்தம்மாள் குரலை உயர்த்தி கொஞ்சம் கோபமாய்க் கேட்டதும் லெயாந்தர் அதிர்ந்து போனான்.

"என்ன ஆயா நீங்க நெனைக்கிறது. ஒவ்வொரு நாளும் சாயந்திரமானா பெரியவங்கள்லாம் இதுல உட்கார்ந்து ஊர்க் கதைங்க பேசுறதும், அவங்க அவங்க குடும்பப் பிரச்னைகளை கொட்டித் தீர்க்கறதுமா மன பாரங்கள இறக்கி வைக்கிறதுக்குன்னே

இருக்கிற சிம்மாசனம் ஆச்சே அது. அந்தத் திண்ணைய போயா பயனில்லாததுன்னும், வீணா கிடக்குதுன்னும் சொல்றீங்க”

“உனக்கு ஒண்ணும் தெரியாது லெயாந்தர். வீட்டுக்குள்ள நான் இருக்கிறப்போ ரோட்ல போறவங்க, வர்றவங்க எல்லாம் உட்கார்ந்து அசிங்கப்படுத்துறாங்கன்னு திண்ணை மேல தண்ணிய ஊத்திப் பார்த்தேன். அப்புறமா கருங்கல் ஜல்லிய கூர்கூரா புதைச்சும் பார்த்தேன். எதுவும் சரிப்பட்டு வரல. அப்புறமாத்தான் கடைய கட்டி வாடகைக்கு விடணும்கிற இந்த முடிவுக்கே நான் வந்தேன்”

‘அடக் கொடுமையே. நம்ம ஆயாவுக்கு இப்படியா புத்தி கெட்டுப் போகணும்’ என்று சலித்துக்கொண்ட லெயாந்தர் ‘சரி எதற்கும் கொஞ்சம் விட்டுப் பிடித்துத்தான் பார்ப்போமே’ என்று சமாதானப்பட்டுக்கொண்டவனைப் போல் கேட்டான்.

“இதனால நமக்கு எவ்வளவு பணம் கிடைக்கும்”

“மாசம் ரெண்டாயிரத்துக்கும் மேல”

“ஏன் ஆயா, இந்தப் பணம் வந்துதானா நாம வாழணும்கிற நிலைமையில இருக்கிறோம். பிரான்ஸ்ல நான் கை நியை சம்பாதிக்கிறேன். தனியா இருக்கிற உங்களுக்கும் அப்போவோட ரெத்ரேத் பணம் வருது. நானும் மாசா மாசம் உங்க கைச் செலவுக்குன்னு பணம் அனுப்பறேன். அப்புறம் எதுக்கு இந்த வாடகை எல்லாம்”

“பணத்தோட அருமை தெரியாம உன் அப்பனைப் போல என்னையும் ஊதாரியா இருக்கச் சொல்றீயா. பொண்டாட்டி புள்ளைன்னு ஒரு குடும்பமா ஆயிட்டு முத்தியால்பேட்டையில இருக்கிற உன் மாமியார் வீட்டோட நீ பாட்டுக்கு தனியா போயிட்ட. எப்பவாவது இப்படி பிரான்ஸ்ல இருந்து வந்து பார்த்துட்டா போதுமா. கடைசிக் காலத்தில என்னை யார் காப்பாத்தறது”

எடுத்தெறிந்து பேசிய பரிபூரணத்தம்மாளின் இந்தத் துடுக்குத்தனமான பேச்சு லெயாந்தரை அவமானப்படுத்தியது போல் இருந்தது. அவன் எச்சிலைக்கூட்டி விழுங்கியபடி ஒன்றும் பேசாது தலையைக் குனிந்துகொண்டான். இத்தனைக்கும் பரிபூரணத்தம்மாள் ஒன்றும் வேற்று மனுஷி இல்லை. அவள் லெயாந்தரின் சொந்த அப்பாவைப் பெற்றெடுத்த தாய். அவளே இப்படிப் பேசியதுதான் லெயாந்தருக்குத் தாங்கிக்கொள்ள முடியாத வருத்தமாக இருந்தது.

பிரெஞ்சியர் காலத்தில் புதுச்சேரியின் கவர்னராயிருந்த மிஸே லொரிஸ்தான், தான் தங்கி இளைப்பாறுவதற்கும், ஓய்வெடுப்பதற்கும் ஒழுகரையை ஒட்டிய ரெட்டியார்பாளையம் பகுதியில் ஒரு தோட்டம் வைத்திருந்தார். தோட்டம் என்றால் சாதாரணமானது இல்லை. பெரிய விஸ்தீரணம் கொண்டது.

பார்க்கும் இடம் யாவும் 'பச்சைப் பசேல்' என்று செடி, கொடிகள். மணம் பரப்பும் பூ வகைகள். தென்னை மரங்களுக்கு இடை இடையே காய்த்துத் தொங்கும் மாமரங்கள். மாதுளம் செடிகள். கோலம் போட்டது போல தரையெங்கும் சிதறிக் கிடக்கும் மரமல்லிகைப் பூக்களின் அழகு. சீமைப் பூவரச மரங்களிலிருந்து வீசும் குளுமையான காற்று. அடர்ந்த இருட்டுப் போன்ற நிழல் விழும் ரம்மியமான அந்த இடத்தின் மையமாய் கவர்னருக்கே உரித்தான சகல வசதிகளும் கொண்ட பங்களா. எதிரே எப்போதும் தண்ணீர் தளும்பி நிற்கும் பெரிய குளம். இந்தப் பகுதி முழுதும் கவர்னர் லொரிஸ்தானுக்கு உரியதாக இருந்ததால் அது அவர் பெயரிலேயே லொரிஸ்தான் தோட்டம் என்றழைக்கப்பட்டு ரொம்ப பிரபல்யமாய் இருந்தது.

அந்நாளில் புதுச்சேரி நகரத்தை ஒட்டி பிரெஞ்சுக்காரர் செங்கிலி என்பவருக்கு சொந்தமாக இருந்த இடம் செங்கிலி தோட்டம் என்றாகி இப்போது பொட்டானிகல் கார்டன் ஆகிப் போனது போல, கவர்னர் லொரிஸ்தான் தோட்டம் நாளடைவில் மோரிசான் தோட்டம் என்று மாறிப்போன கதை இப்போதிருக்கிற பல பேருக்குத் தெரியாது. இந்த லொரிஸ்தான் தோட்டம் அவர் காலத்துக்குப் பிறகு பிரான்ஸில் ஜட்ஜாக இருந்த லூயி என்பவருக்குச் சொந்தமாக, அதன்பிறகு கைமாறி, கைமாறி பல தலைமுறைகளைத் தாண்டி இன்றைக்கு அங்கே புதிது புதிதாக, யார் யாரோ எப்படியோ வந்து சேர்ந்துவிட்டார்கள். ஒற்றையடிப் பாதை போன்ற தெருக்கள். நெருக்கடியான வீடுகள். பழைய லொரிஸ்தான் தோட்டத்தின் அடையாளம் எதுவும் இல்லை. அப்போதைய குளம் மாத்திரம் தூர்ந்து போய் அவரவர் ஆக்கிரமிப்புகளுக்குப் பிறகும் சின்னக் குட்டை போல் கவனிப்பாரற்றுக் கிடக்கிறது.

லெயாந்தருடைய அப்பா ரொம்பவும் பிரயாசைப்பட்டு இந்த இடத்தைத் தேடிக் கண்டுபிடித்து பெரும் பகுதியை மொத்தமாக விலைக்கு வாங்கி அங்கே அழகான ஒரு வீட்டைக் கட்டியிருந்தார். மீதியான இடம் முழுக்க தோட்டம். அவர் பிரான்ஸுக்குப் போய் வேலை பார்த்துவிட்டு வந்தவர்.

அதனாலும், கவர்னர் லொரிஸ்தான் இருந்த இடம் என்பதாலும் தன் வீட்டையும், தோட்டத்தையும் பழம்பெருமை மாறாமல் மிகக் கவனமாகப் பார்த்துக்கொண்டார். அந்த அளவுக்கு பிரெஞ்சுக் கலாச்சாரத்தில் ஊறியவர் என்றாலும் பரோபகாரி. தான் சம்பாதித்த பணத்தையெல்லாம் அக்கம் பக்கத்தில் இருந்த ஏழை, பாழைகளுக்கெல்லாம் கொடுத்துக் கொடுத்தே அழிந்து போனவர் என்பது லெயாந்தருக்குத் தெரியும்.

'அப்படிப்பட்ட தன் அப்பாவுக்கு எதைப் பற்றியும் கவலைப்படாமல், எப்போதும் பணத்தின் மீது மட்டுமே ஆசை வைக்கிற இப்படியும் ஓர் அம்மா இருக்கிறாளே' என்று லெயாந்தர் பரிபூரணத்தம்மாளை நினைத்து சில சமயம் ஆச்சரியமும், சில சமயம் வேதனையும் அடைந்திருக்கிறான். இத்தகைய மன நிலை ஒரு புறம் இருந்தாலும்கூட அவன் எப்போது பிரான்ஸிலிருந்து கிளம்பினாலும், தன் ஊருக்குப் போகிறோமே என்றுதான் சந்தோஷமாக வருவான். ஆனால், இப்போது அவன் மகிழ்ச்சியெல்லாம் எங்கோ காணாமல் போய் விட்டிருந்தது.

புதுச்சேரியைச் சுற்றிலும் பசுமை மாறாது முப்போகம் விளைந்துகொண்டிருந்த கழனிகள். எல்லாம் கான்கிரீட் காடுகளாக மாறியிருந்தன. தோப்பும், தொரவுமாக இருந்த இடம் யாவும் வத்திப் பெட்டிகளை அடுக்கி வைத்தது மாதிரி மனிதப் புறாக்கள் வந்தடையும் கூண்டுகளாய்க் காட்சியளித்தன. மோரிசான் தோட்டத்தின் இந்தப் பக்கமாய் ஒழுகரை, மூலக்குளம், அந்தப் பக்கமாய் பூமியான்பேட்டையைத் தாண்டி உழந்தை ஏரிக்கும் மிக அருகில் ஜான்சிநகர், ராகவேந்திரா நகரெங்கும் அடுக்கடுக்காய் கட்டடங்கள். ஏரிக்கரையில் வானத்தை சந்தித்து கைகுலுக்க போவது போல உயர உயரமாய் நிற்கும் பனை மரங்களோடு போட்டி போட்டுக்கொண்டு நிற்கும் குடியிருப்புகள்.

கிழக்கே தூரத்தில் மடுவுபேட், 'காவி வளர் தடங்களிலே கழனிகள் சூழ் புதுவை' என்று பாரதி பாடியது. அங்கேயிருந்த மடுவில் பாரதி, தன் சகாக்களோடு குளித்துக் கும்மாளம் அடித்த இடங்களெல்லாம் இன்றைக்குக் கிருஷ்ணாநகர் என்றாகி அதைச் சுற்றிய பகுதிகளில் இருந்த மரங்கள் யாவற்றையும் வெட்டிவிட்டு சிமெண்ட் மரங்கள் தாறுமாறாக முளைத்துக் கிடக்கின்றன. ஏரிகள், குளங்கள், இருந்த குட்டைகள் ஒன்றுவிடாமல் மண் நிரப்பப்பட்டு வீடுகளாகிவிட்டன. மழைக் காலங்களிலும், தண்ணீர் இருக்கும் பிற பருவங்களிலும் அங்கு வந்து

இளைப்பாறிய வித விதமான பறவைகள் என்ன ஆகியிருக்கும். மீன்கள் எப்படி துடிதுடித்துச் செத்துப் போயிருக்கும். கடற்கரையை ஒட்டிய மீனவப் பகுதிகளைக் கூட யாரும் விட்டு வைக்கவில்லை. குருசுகுப்பம், சோலை தாண்டவன் குப்பம், வம்பா கீரப்பாளையம் எல்லாம் பெரிய பெரிய கட்டடங்கள். ஓர் இடம்கூட பாக்கியில்லை. காலியாய்க் கிடக்கும் எந்த மனை கண்ணில் பட்டாலும் உடனே அதைப் பேரம் பேசி வாங்கி ராத்திரி பகல் என்று பாராமல் அவசர அவசரமாய் குடியிருப்புகள் கட்டி அநியாய விலைக்கு விற்று ஒன்றுக்குப் பத்தாய், நூறாய், லட்சங்களாய் சம்பாதித்துவிடுகிறார்கள்.

இவற்றையெல்லாம் கேள்விப்பட்டதோடு, நேரிலும் பார்த்து வெறுத்துப் போயிருந்த லெயாந்தருக்கு சொல்ல முடியாத கோபம். 'ஏண்டா இந்தப் புதுச்சேரிக்கு வந்தோம்' என்றிருந்தது. அந்த எரிச்சலோடுதான் மோரிசான் தோட்டத்தில் இருந்த பரிபூரணத்தமாளைப் பார்க்க வந்திருந்தான். இந்தமுறை அவள் மிகவும் தளர்ந்து போயிருந்தாள். முகத்திலும், கை, கால்களிலும் கூட சுருக்கங்கள். ஆனால், அவள் பேச்சில் மட்டும் அதே வன்மம் அப்படியேதான் இருந்தது.

முத்தியால்பேட்டையிலிருந்த தன் மாமியார் வீட்டிலிருந்து நேராக வந்திருந்தான் லெயாந்தர். தன் வீட்டுத் தோட்டத்தின் முகப்பில் இருந்த தென்னை மரங்களுக்கிடையே போர்டு ஒன்று நடப்பட்டிருக்க, அதில் அடுக்கு மாடி வீடுகளின் மாதிரி வரைபடத்தோடு அபார்ட்மெண்ட்ஸ் புக்கிங் செய்வதற்கான விளம்பரம். லெயாந்தருக்குக் கோபம் தலைக்கேறியது. வீட்டுக்குள் நுழைந்ததும் நுழையாததுமாக பரிபூரணத்தம்மாளிடம் கத்தினான்.

எதையோ சாதித்துவிட்ட பெருமை தன் முகத்தில் வெளிப்படும் படியாக அலட்சியமாகப் பேசினாள் பரிபூரணத் தம்மாள்.

"லெயாந்தர் நீ நம்ம ஊருக்கு வந்திருக்கேன்னு தெரிஞ்சு தான் இந்த முடிவ எடுத்திருக்கேன்"

"அதுக்கு என்கிட்டயும் நீங்க ஒரு வார்த்தை கேட்கணும் இல்ல"

"நான் உங்கப்பனைப் பெத்த பாட்டி இல்லையா. எனக்கும் உரிமை இருக்கு"

"இருக்குதான் ஆயா. இப்ப எதுக்கு நம்ம இடத்தில அபார்ட்மெண்ட் கட்டணும்"

“வீட்டுக்கு முன்னாடி வீணா கிடக்கிற கொஞ்ச இடத்திலதானப்பா அதைக் கட்டப் போறோம்”

லெயாந்தருக்கு ‘சுருக்’ என்று எங்கோ வலித்தது. ‘முன்பொருமுறை வீட்டுத் திண்ணையை கடையாக மாற்ற இடித்த போதும் வீணாகத்தானே கிடக்கிறது என்றாள். இப்போதும் அழகான தோட்டத்தின் ஒரு பகுதியை வீணாகக் கிடக்கிறது என்கிறாளே. இவளுக்கும் வயசாகி வீணாகத்தான் கிடக்கிறாள். இவளை எங்காவது கொண்டு போய்த் தூக்கிப் போட்டுவிட்டால் என்ன’ என்று கேட்க நினைத்தான். அவனால் முடியவில்லை. என்ன இருந்தாலும் பரிபூரணத்தம்மாள் அவனின் ஆயா.

“இங்க பாருங்க ஆயா. பிரான்ஸுக்குப் போய் சம்பாதிக்கிறத பிச்சேரியில இருக்கிற நம்ம ஜனங்க ரொம்பப் பெருமையா நெனைக்கிறாங்க. அதுக்காக நாங்க படற கஷ்டமெல்லாம் அவங்களுக்குத் தெரியாது. நகக் கண்ல ஊசியால குத்தறது போல அங்க கொட்ற பனியில விடியற்காலை நாலு, அஞ்சு மணிக்கெல்லாம் எழுந்து கோட்டு சூட்டெல்லாம் மாட்டிக்கிட்டு, குளிர் தெரியாம இருக்க கம்பளிய மேல சுத்திகிட்டு, கால்ல சப்பாத்த இறுக்கமா போட்டுகிட்டு, ட்ரெயின் ஏறிப் போனா வேலையெல்லாம் முடிச்சுட்டு வர அன்னைய ராத்திரி பத்துப் பதினோரு மணி ஆயிடும். பொண்டாட்டி, புள்ளைங்க முகத்த கூட சரியாப் பார்க்காம ரொட்டியில சீஷ தடவி சாப்பிட்டுட்டு படுத்தா அடுத்த நாள் அதிகாலையில அதே மாதிரி ஓடணும். இப்படி நாயா, பேயா அலைஞ்சு சம்பாதிச்ச பணத்த எடுத்துகிட்டு இங்க வந்து நம்ம ஊர்ல நிம்மதியா வாழலாம்னா அதுக்கும் கேடு வந்துட்டது. அமைதி சுத்தமா போயிட்டுது. பிரான்ஸ்ல இருக்கிற அபார்ட்மெண்ட் வாழ்க்கை பிடிக்காமதான் இங்க வர்றோம். இங்கேயும் அதே மாதிரின்னா அதுக்குப் பிரான்ஸுக்கே திரும்பப் போயிடலாம்”

“இல்ல லெயாந்தர் உனக்கு இது பிடிக்கலேன்னா வேணாம்”

பரிபூரணத்தம்மாள் ‘சடார்’ என்று மனம் மாறியவளைப் போலப் பேசியதும் இதில் ஏதோ சூட்சமம் இருக்கிறது என்று லெயாந்தர் புரிந்து கொணடான்.

“கொஞ்சம் யோசித்துப் பாருங்க ஆயா. இந்த மோரிசான் தோட்டம் எப்பேர்ப்பட்ட இடம். இங்க வீடு கட்டியிருக்கிற நம்ம தோட்டத்தில எவ்வளவு அழகான மரங்கள்லாம் இருக்கு. நமக்குப் பணம் வேணும்கிறதுக்காக அந்த மரங்களையெல்லாம் வெட்டிச் சாய்ச்சிட்டு அதுமேல அபார்டமெண்ட் கட்டணுமா.

நீங்களே பார்க்கிறீங்களே இங்க இருக்கிற மரங்கள நம்பி எத்தனை குருவிங்க, காக்கைங்க, பெயர் தெரியாத பறவைங்க தங்களோட கூடுகளக் கட்டி சந்தோஷமா வாழ்ந்துகிட்டிருக்கு. மனுஷர்களுக்கு வீடு வேணும்கிறதுக்காக அந்தக் கூடுகள நாம கலைக்கணுமா. அது பாவம் இல்லையா. அந்தப் பாவத்த நீங்க செய்றத பார்க்கவா நான் பிரான்ஸிலிருந்து வந்தேன்"

"அப்ப மனுஷர்கள் வீடு இல்லாம கஷ்டப்படணுமா"

"நீங்க மனுஷர்களுக்காக பேசல ஆயா இந்த மண்ணை வித்தா கிடைக்கப் போற பணத்துக்காகத்தான் பேசுறீங்க. அந்தப் பணத்த வச்சுகிட்டு நீங்க எத்தனை நாளைக்கு சந்தோஷமா இருக்க முடியும். இன்னைக்கோ, நாளைக்கோ அப்புறம் அவ்வளவுதான்"

பரிபூரணத்தம்மாள் லெயாந்தர் பேசட்டும் என்று இருந்தாள். அப்போதுதானே அவள் நினைத்தபடி அந்த இடத்தை விற்றுப் பணமாக்க முடியும்.

"பொறந்து வளர்ந்த சொந்த ஊரான பிச்சேரி இப்படியா மாறிப்போகணும். கேவலம் வெறும் பணத்துக்காகவா அது மனுஷ வாழ்க்கையை அடகு வைக்கணும். அபார்ட்மெண்ட்களா கட்டி கட்டி அந்த இடத்த அழகாக்கிட்டவங்க தங்களோட ஆன்மாவ அதுக்குக் கீழயே புதைச்சுட்டாங்க. எல்லாம் கட்டடங்களா முளைச்ச கல்லறைகள். இருக்கிற மரங்களையும், இடங்களையும் இல்லாம செய்ற இந்தப் பணப் பிசாசுங்க கூட வாழுறத விடவும் பொழப்பு தேடிப் போன பிரான்ஸ் எவ்வளவோ மேல். நான் அங்கேயே போயிடுறேன் ஆயா. நீங்க உங்க விருப்பப்படி எதை வேணும்னாலும் செஞ்சுக்கிங்க"

லெயாந்தர் சொல்லிவிட்டு பரிபூரணத்தம்மாளையும், தன் வீட்டையும் அங்கிருந்த தோட்டத்தையும் கடைசியாக ஒரு முறை பார்ப்பது போல பார்த்துவிட்டு கிளம்பினான்.

அன்றைய நாள் முழுதும் பரிபூரணத்தம்மாளுக்கு லெயாந்தர் பேசியதே நினைவுக்கு வந்துகொண்டிருந்தது. வாழ்வின் கடைசி காலத்தில் இருந்தவளுக்கு முதல் முறையாக லெயாந்தர் சொல்வதிலும் கொஞ்சம் நியாயம் இருப்பது போல தெரிந்த போது அவள் வீட்டின் எதிரே நின்றபடி இரண்டு பேர் பேசுவது கேட்டது.

"என்னப்பா பரிபூரணத்தம்மாளோட பேரன் பிரான்ஸ்ல இருந்து இப்பதான் லீவுல வந்தான். அந்தக் கிழவிகிட்ட சண்டை

போட்டுகிட்டு அங்கேயே போயிடுவான் போலத் தெரியுது. இனி இந்த மோரிசான் தோட்டத்துக்கு வர்றது கஷ்டம்தான்"

"அதுதானே நமக்கும் வேணும். அவன் இங்க இல்லாம போனாத்தானே கிழவிய ஏமாத்தி அடிச்சு புடிச்சு இடத்த வாங்கி நாம அபார்ட்மெண்ட் கட்ட முடியும். எப்படியோ பரிபூரணத்தம்மாவால நமக்குப் பணம் காய்க்கிற வனமாயிட்டுது இந்த மோரிசான் தோட்டம்"

"அப்ப லாட்டரி சீட்ல கோடி கோடியா பணம் விழுந்துட்ட துன்னு சொல்லு"

"யாரப்பா நீ விவரம் தெரியாம பேசிகிட்டு. லாட்டரி சீட்டெல்லாம் நிறுத்தி எத்தனை வருஷமாகுது. இப்ப நமக்கு புதையல் இல்ல கிடைச்சிருக்கு"

அவர்கள் பலமாகக் கைத்தட்டி வஞ்சமாக சிரித்த சத்தத்தைக் கேட்டு பயந்து போனதைப் போல பரிபூரணத்தம்மாள் வீட்டு வாசலையொட்டி நின்றிருந்த கொடுக்காப்புளி மரத்திலிருந்து காக்கைகளும், மைனாக்களும் நாலா புறமும் சிதறி ஓடி அமர்வதற்கு வேறு இடம் கிடைக்காமல் தத்தளித்துக்கொண்டிருந்தன.

- கல்கி, 18.09.2011.

*

வீடு பேறு

கம்பன் நகர் ஏரியாவில் வீடு பார்த்தால் நல்லதென்று தோன்றியது மெலானிக்கு. அதற்காக இரண்டு நாட்களாய் தொந்தரவு கொடுத்துக்கொண்டிருந்தாள்.

“எதுக்கு அங்கதான் போகணும்னு கேட்கிற”

எரிச்சலோடு மெலானியை முறைத்துப் பார்த்தான் செல்வம்.

“பின்ன, எப்பப் பாரு ஒரே அழுக்கா, சாக்கடையும், குப்பையுமா இருக்கிற பூமியான்பேட்டைக்கா போவாங்க”

மெலானி எங்கு வருகிறாள் என்பது செல்வத்துக்குப் புரிந்து போயிற்று. சட்டென்று கோபம் வந்தது. அடக்கிக்கொண்டு நிதானமாகப் பேசினான்.

“நான் கம்பன் நகருக்கு எதுக்குப் போகணும்னுதான் கேட்டேன். நீ தேவையில்லாம பேசுற”

“ம் நீங்க வேலை செய்ற கம்பெனிக்கு கிட்ட இருக்குது”

“பூமியான்பேட்டை மட்டும் என்ன சிங்கப்பூர்லயா இருக்குது. அதுவும் கிட்டதான”

“அது உங்களுக்கு எனக்கில்ல”

“ஏன் மெலானி இப்படிச் சொல்ற. எல்லா இடமும் ஒரே இடம்தான். பசிச்ச வேளைக்குச் சாப்பிட்டு, தூக்கம் வந்தா தூங்கறதுக்கு ஒரு வீடு வேணும். அது கம்பன் நகரா இருந்தா என்ன பூமியான்பேட்டையா இருந்தா என்ன”

“புரியாம பேசாதீங்க. கம்பன் நகர் பக்கமா போனா வீடுங்க எல்லாம் அமைதியா இருக்கும். சண்டை சச்சரவுங்க இருக்காது. மனுஷங்க வர்றது போறது தெரியாது. போதுமா”

அதற்கு மேல் செல்வம் மெலானியை ஒன்றும் கேட்கவில்லை.

“சரி போகலாம் கிளம்பு” என்று சொன்னபடியே தன்னுடைய கைனடிக் ஸிங் வண்டியை எடுத்தான். பின் பக்கமாய் ஏறி மெலானி உட்கார்ந்ததும் செல்வம் பட்டனை அழுத்த வண்டி மெல்ல கம்பன் நகரை நோக்கிப் போகத் தொடங்கியது.

செல்வம் தனியார் கம்பெனி ஒன்றில் வேலை செய்கிறவன். பார்க்க லட்சணமாக இருப்பான். அதுதான் அவனுக்கே வினையாகிப் போனது. கம்பெனி விட்டு அவன் வரும் போதும், போகும் போதும் மெலானி வீட்டுப் பக்கம்தான் வந்தாக வேண்டும். அவள் வீடு பவழக்காரன்சாவடி அருகே புதிதாய் உருவான குடியிருப்பில் இருந்தது. மெலானி வசதியான சொல்தா குடும்பத்தைச் சேர்ந்தவள். சிவந்த நிறம். களையான முகம். உதட்டில் லிப்ஸ்டிக் பூசி குதிகால் சப்பாத்து அணிந்து அவள் தெருவில் நடந்து வந்தால் நிச்சயம் சொல்தா பஃமிதான் என்று எல்லோருமே சொல்வார்கள். மெலானிக்கு அந்தக் கம்பீரம் ரத்தத்தோடுக் கலந்துபோயிருந்தது. செல்வம் அப்படி இல்லை. நடுத்தர வர்க்கம். தனக்கு வசதியான பெண் கிடைத்தால் எப்படியாவது வாழ்க்கையை வளமாக்கிக் கொள்ளலாம் என்று நினைத்திருந்தவன் கண்ணில் மெலானி பட்டாளா இல்லை, அழகாய் ஒரு புருஷன் தனக்குக் கிடைத்தால் போதும் என்று மெலானி நினைத்து செல்வத்தைப் பிடித்தாளா என்பது நமக்குத் தெரியாது. எப்படியோ இரண்டு பேரும் ஒருவரை ஒருவர் விரும்ப, யாருக்கும் தெரியாமல் அவர்கள் மரியாழ் செய்துகொண்டு இரண்டு வருடத்துக்கும் மேலாகிறது.

செல்வம் கம்பன் நகரின் உள்ளே நுழைந்துகொண்டிருந்தான். சுத்தமான தெருக்கள். பார்க்க அழகழகான வீடுகள். ஆள் நடமாட்டம் அதிகம் இல்லாத அமைதியான சூழல். வீடுகளைச் சுற்றிலும் பசுமையான மரம், செடி, கொடிகள். ‘குளு குளு’ என்று காற்று வீசிக்கொண்டிருந்தது.

மரியாள் நகரை நோக்கிப் போகிற நீளமான தெருவில் செல்வம் வந்த போது மெலானி கேட்டாள்.

“இந்த இடத்துக்கு ஏன் கம்பன் நகர்னு பேரு வச்சாங்க”

“இப்ப உனக்கு முக்கியமா அந்தக் கேள்வி”

“இல்ல, கம்பர் சோழர் காலத்தில வாழ்ந்த புலவர்னு நீங்க அடிக்கடி சொல்லுவீங்க. இந்தப் புதுச்சேரிக்கும் அவருக்கும் என்ன சம்பந்தம்”

“தோ பாரு மெலானி. நம்ம ஊரு ஒதியஞ்சாலை மைதானத்த இப்ப அண்ணா திடல்னு சொல்றாங்க. அந்தக் காலத்தில அங்க நடந்த பொதுக்கூட்டங்கள்ல நம்ம நேரு, காந்தி, ராஜாஜி, சுப்பையான்னு நெறைய தலைவர்ங்க வந்து பேசியிருக்காங்க, போயிருக்காங்க. அண்ணாதுரைக்கும் அந்த இடத்துக்கும் எந்த சம்பந்தமும் இல்லை. ஆனாலும் அண்ணா திடல்னு சொல்லலியா”

“நான் ஒண்ணு கேட்டா நீங்க ஒண்ணு சொல்றீங்க”

“பின்ன இங்க எல்லாம் சம்பந்தம் சம்பந்தமாத்தான் நடக்குதா. இத போயி கேட்க வந்துட்ட”

“தெரிஞ்சா சொல்ல வேண்டியதுதானே, இதுக்கு எதுக்கு மொறைக்கணும்”

“மொறைக்கல மெலானி. வெங்கடசுப்பா ரெட்டியாரு நம்ம ஊருக்கு முதலமைச்சரா இருந்தாரு இல்ல. அவருக்கு கம்பன் பேர்ல உசுரு. புதுச்சேரியில கம்பன் கழகம் உருவானதுக்கு அவரும் காரணம்னு சொல்லுவாங்க. அவரு முயற்சியில இந்த இடத்த பிளாட்டா பிரிச்சப்போ கம்பன் நகருன்னு பேரு வச்சுட்டாங்க”

மெலானி, செல்வத்திடம் குதர்க்கமான கேள்வியைக் கேட்டு அவன் பதில் சொல்லிக்கொண்டு வந்தாலும் அவள் கவனமெல்லாம் வீடு பார்ப்பதிலேயே இருந்தது. ஒரு வீட்டு மாடியில் ‘வீடு வாடகைக்கு விடப்படும்’ என்ற போர்டை பார்த்ததும் “வண்டிய நிறுத்துங்க, நிறுத்துங்க” என்று கத்தினாள். செல்வம் வண்டியின் வேகத்தைக் குறைத்து அந்த வீட்டின் ஓரமாய்க்கொண்டு போய் நிறுத்தினான்.

வீடு ரம்யமாய் இருந்தது. வாசலில் பெரிய இரும்பு கிரீல் கேட் போட்டுப் பூட்டியிருந்தது. உள்ளே போகும் வழியின் இரண்டு புறமும் பூச்சாடிகள். வலது புற ஓரத்தில் சிவப்பு நிறப் பூக்களுடன் கொத்துக் கொத்தாய் சிரித்துக்கொண்டிருந்தது

இட்லி பூச் செடி. அதற்கு ஏன் அந்தப் பெயர் வந்தது என்று யாருக்கும் தெரியாது. ஒரு வேளை பார்ப்பதற்கு இட்லியைப் போன்ற தோற்றத்தில் இருந்ததால் இட்லி பூ என்று சொல்லி விட்டார்களா என்றும் தெரியாது. எப்போதும் எதையாவது தின்னுகிற புத்தி உள்ள மனுஷர்களுக்கு அழகும், மென்மையும் கொண்ட பூக்களைப் பார்த்தால்கூட தின்னுகிற ஞாபகம்தான் வரும் போல் தெரிகிறது.

வாசலில் நின்றிருந்த செல்வத்திடம் 'ம் கூப்பிடுங்க' என்று அவசரப்படுத்தினாள் மெலானி. செல்வம் அக்கம் பக்கம் பார்த்து விட்டு வெளியே காம்பவுண்டில் வைத்திருந்த காலிங் பெல்லை அழுத்தினான்.

உள்ளேயிருந்து வயசான ஓர் அம்மா வந்தாள்.

"என்ன வேணும் உங்களுக்கு"

"வீடு வாடகைக்கு"

செல்வம் வார்த்தையை முடிக்கவில்லை. அந்த அம்மா உடனே குறுக்கிட்டாள்.

"வீடு மாடியிலதான் இருக்குது. ஒரு குடும்பம் தாராளமா இருக்கலாம். மாசம் வாடகை ரெண்டாயிரம் ரூபா"

செல்வம் கேட்டான்.

"வீட்டைப் பார்க்கலாமா"

"அதுக்கு முன்னாடி ஒரு விஷயம். வீட்ல கறி, மீன் ஆக்கக் கூடாது. சுத்த சைவமா இருக்கணும்"

செல்வத்துக்கும், மெலானிக்கும் தூக்கிவாரிப் போட்டது. ஒருவரை ஒருவர் 'திரு திரு' என்று விழித்துப் பார்த்துக் கொண்டார்கள்.

செல்வம் மறுபடியும் கேட்டான்.

"எதுக்கும் நாங்க வீட்ட ஒரு தடவ பார்க்கணும். கொஞ்சம் கேட்ட திறக்கறீங்களா"

"நீங்க சைவமா, அசைவமான்னு சொல்லலையே"

"அதுக்கும், கேட்ட திறக்கிறதுக்கும் என்னங்க சம்பந்தம்"

"கறி, மீன் சாப்பிடறவங்களா இருந்தா நாங்க வீடு வாடகை விடறதில்ல"

செல்வம் கோபமாய் அந்த வீட்டு ஓனரை பார்த்துவிட்டு அதே கோபம் கொஞ்சமும் குறையாதவனாய் மெலானியை கடுமையாக முறைத்தான். சட்டென்று ஒன்றும் சொல்லாமல் தன் வண்டியை ஸ்டார்ட் செய்து அந்தத் தெருவை விட்டுக் கடந்து போனான்.

மெலானிதான் ஆரம்பித்தாள்.

"என்ன இது கொஞ்சம் கூட மரியாதை தெரியாம"

"அது அவங்க வீடு. அப்படித்தான் செய்வாங்க, சொல்லுவாங்க"

"அதுக்கு கேட்ட கூடவா திறந்து விடக் கூடாது"

"அவங்க சுபாவம் அப்படி. பணத் திமிரு"

"சரி அத விடுங்க. கறி, மீனு ஆக்கக் கூடாதாமே"

"அதுதான் மெலானி எனக்கும் புரியல. வீடுதான் அவங்களுடையது. அதுக்கு நாம வாடகை கொடுத்துடறோம். சாப்பிடறது நம்ம உரிமை இல்லையா. எதைச் சாப்பிடணும், சாப்பிடக் கூடாதுன்னு முடிவு செய்றது நாமதானே"

"அதானே. இந்த வீடு இல்லாட்டி நமக்கு வேற வீடு"

மெலானி அப்படி சொன்னதற்குப் பின்னணியில் காரணம் இருந்தது. அவளால் ஒரு நாள் கூட கறி, மீன் தின்னாமல் இருக்க முடியாது. சின்ன வயதிலிருந்தே அப்படி சாப்பிட்டுப் பழகியவள். அவள் இப்போது இத்தனை கொழுமையாக இருப்பதற்கு அந்த மாதிரியான உணவும் ஒரு காரணம். பிச்சேரியில் எந்த சொல்தா வீட்டில்தான் சைவ உணவு சாப்பிடுகிறார்கள். எல்லாம் கறி, மீன், முட்டை, எறா, நண்டு என்று ஒஸ்தியான அயிட்டங்கள்தான். தப்பித் தவறி எந்த சொல்தாவாவது காய்கறி சல்லாது சாப்பிடுகிறார் என்றால் அவருக்கு சர்க்கரை அல்லது பிளட் பிரஷர் இவற்றில் ஏதாவது ஒன்று நிச்சயமாக இருக்கிறது என்றுதான் அர்த்தம்.

செல்வம், மெலானியை அழைத்துக்கொண்டு வீட்டுக்கு வந்து சேர்ந்தான்.

திருமணம் ஆகி வந்ததிலிருந்து மெலானிக்கு வீடு பிரச்சனை பெரும் பிரச்சனையாக இருந்தது. அவள் தன் அம்மாவோடு சின்னக்கடை வீட்டில் இருந்த போது அவளுக்கு ஒரு குறையும் இல்லை. வாங்குகிற சொல்தா பணத்துக்கு ஏற்ப வசதியான வீடு. குசினி வேலை செய்ய வேலைக்காரர்கள். வெளியே போக வர என்று எல்லா சௌகரியமும் அந்த வீட்டில் இருந்தது. டவுனை ஒட்டி வீடு இருந்தும் கூட அவளுடைய அம்மாவுக்கு அது பிடிக்கவில்லை.

ஜன நடமாட்டம் இல்லாத இடமாகப் பார்த்து வேறொரு புது வீடு வாங்கி அங்கு போய் அமைதியாய் காலம் தள்ள வேண்டும் என்று ஆசையாக இருந்தது. வீடு புரோக்கர்கள் மூலமாக சின்னக் கடை வீட்டை விற்றுவிட்டு அந்தப் பணத்தில் இப்போதிருக்கிற வீட்டை வாங்கி வந்து விட்டார்கள்.

செல்வத்தோடு, மெலானி வந்துவிட்ட பிறகு எல்லாம் தலைகீழாக மாறி விட்டிருந்தது. எந்த வசதியும் இல்லை. ஆயிரத்து ஐந்நூறு ரூபாய் வாடகையில் சாதாரண வீடு. ஒரு ஹால், கிச்சன், பெட்ரூம், பாத்ரூம் என்று வீடு ரொம்பவும் சின்னதாய் இருந்தது.

செல்வத்தின் வருமானத்துக்கு அந்த வீடே ஜாஸ்தி என்பது போல தோன்றியது. இதை விடவும் குறைவாய் ஓர் ஆயிரம் ரூபாய்க்கு வீடு வாடகைக்கு கிடைத்தால் மாசம் ஐந்நூறு ரூபாயாவது மிச்சமாகுமே என்று செல்வம் கணக்குப் போடாத நாளில்லை. ஆனால் மெலானிக்கு இதை விடவும் வசதியான வீடு வேண்டும் என்பதுதான் லட்சியமாக இருந்தது.

“மரியாள் நகர் பக்கமா நல்ல வீடுங்க இருக்கும். அங்க போயி பார்க்கலாங்களா”

மெலானி சமயம் பார்த்து செல்வத்திடம் நைஸாக கேட்டதும் அவன், அவளை ஏற இறங்கப் பார்த்தான்.

“எதுக்கு எப்பப் பாரு இந்த மாதிரி ஹை சொஸைட்டிங்க இருக்கிற இடமா பார்த்துக் கேட்கிற”

“நம்ம மதிப்பு மரியாதைக்கு அதுதான் சரியானது”

“மெலானி மதிப்பு மரியாதைங்கிறது வீட்ல இல்ல. நாம வாழறதுலதான் இருக்கு”

“அதுக்காக நீங்க பார்த்திருக்கீங்களே வீடு, இந்த குண்டு சட்டிக்குள்ளதான் நான் குதிரை ஓட்டிகிட்டு இருக்கணுமா”

“அப்படி இல்ல. நம்ம வருமானத்துக்கு தக்க மாதிரிதான் நாம வாழணும்னு சொல்றேன்”

“நல்லா வாழ்ந்தேன். சொல்தா பொண்ணு நான். என்னை மாதிரி வசதியான பிரெஞ்சு நேஷனாலிட்டி உள்ளவங்கள கட்டிகிட்டு பிரான்ஸுக்குப் போயி சீரும் சிறப்புமா வாழாம நீங்கதான் வேணும்னு வந்தேன் பாரு. என் புத்திய சொல்லணும்”

செல்வத்துக்கு நெஞ்சில் முள் குத்தியது போன்று ‘சுருக்’ என்று வலித்தது. வார்த்தைகளினால் ஒரு மனுஷனைக் காயப்படுத்துவது போல கொடுமை வேறெதுவும் இருப்பதாகத் தெரியவில்லை. அதற்குப் பதிலாக அடித்து விடலாம். அந்த வலி உடனே மறைந்துவிடும். ஆனால் வார்த்தை காயங்கள் எத்தனை வருஷமானாலும் மாறாத வடுவாக அப்படியே மனதுக்குள் இருந்துகொண்டே இருக்கும்.

இந்த வேதனை ஒரு புறம் இருந்தாலும் அதைக் காட்டிக் கொள்ளாதவனாய் செல்வம், மெலானி சொல்வதிலும் நியாயம் இருக்கிறது என்பதை உணர்ந்தவனைப் போல் அவளைப் பார்த்தான்.

“சரி மெலானி. இப்ப எதுக்கு நடந்து போனத பத்தி பேசிகிட்டு இருக்கிற”

“பின்ன என்னங்க. எனக்கு ஒரு நல்ல வீடு பார்த்துத் தர மாட்டேங்கறீங்க. சொந்தமா வீடும் கட்டித் தர மாட்டேங்கிறீங்க”

“நானா கட்டித் தர மாட்டேன்னு சொல்றேன். பேங்க்ல லோன் வாங்கி பூமியான்பேட்டையில இருக்கிற நம்ம இடத்தில வீடு கட்டலாம்னா அதுக்கும் வேண்டாங்கிற. நல்ல பணக்காரங்களா இருக்கிற இடமா பார்த்துத்தான் வீடு கட்டணும்னா பணத்துக்கு நான் எங்க போவேன்”

“ஏன் உங்க பூமியான்பேட்டை மண்ணை வித்துட்டு அந்தப் பணத்தில நாம வேறு எங்கயாவது வீடு கட்றது”

செல்வம், மெலானியை ஆழமாய் ஏற இறங்க ஊடுருவிப் பார்த்தான். அவள் மனதில் இன்னமும் ‘நான் சொல்தா பஃமி. எனக்கு வசதியான இடமும், வீடும்தான் வேண்டும்.

பூமியான்பேட்டை மாதிரி ஏழை, பாழைங்க வசிக்கிற பகுதியில் வீடு வேண்டாம் என்பது இருந்துகொண்டிருக்கிறது. இந்த நினைப்பு உள்ளவரை அவளை நாம் நம் வழிக்குக் கொண்டுவர முடியாது' என்பது நன்றாகப் புரிந்து போய் விட்டிருந்தது.

செல்வமும், மெலானியும் அந்த வீட்டின் ஓனரிடத்தில் பேசிக்கொண்டிருந்தார்கள். அவன் கரிக்கட்டைக்கு பேண்ட், சட்டை போட்டது போல் இருந்தான். பார்த்தால் கொஞ்சம் அரைக் கிறுக்கு போலவும் தெரிந்தது. ரோடியர் மில்லில் வேலை செய்துவிட்டு அந்தப் பணத்தில் கட்டிய வீடு என்று சொன்னான். வீடு வரிசையாய்ப் பல போர்ஷன்களோடு பார்ப்பதற்கு ஒரு லாட்ஜ் போல் இருந்தது.

“நீங்க எங்க வேலை பார்க்கிறீங்க”

“தனியார் கம்பெனியில”

“வீடு வாடகை மாசம் ஆயிரத்து எழுநூறு ரூபா”

எடுத்த எடுப்பில் அவன் அப்படி சொன்னதும் செல்வத்துக்கு ஒன்றும் புரியவில்லை. இப்போது இருக்கிற வீட்டின் வாடகை ஆயிரத்து ஐந்நூறு ரூபாய்க்கே அல்லாட வேண்டியிருக்கிறது. இதில் கூடுதலாக மாசம் இருநூறு ரூபாய் தேவைப்படுமே என்று நினைத்த போது மெலானி ‘இந்த வீட்டுக்கு எதுக்கு என்னை அழைச்சுகிட்டு வந்த' என்பது போல முறைத்துப் பார்த்தாள். செல்வம் அவளிடமிருந்து பார்வையை விலக்கிக்கொண்டு ஓனரை பார்த்தான்.

“நீங்க மொத்தம் எத்தனை பேரு”

“ரெண்டு பேருதான்”

“அப்படியானா சரிதான். உங்கள மாதிரி குழந்தைங்க இல்லாதவங்களா இருந்தாதான் எனக்கு நல்லது”

செல்வமும், மெலானியும் ஒன்றும் புரியாமல் பார்த்துக் கொண்டார்கள்.

“குழந்தைங்க இருந்தா வீடெல்லாம் பென்சிலாலும். கிரெய கட்டிங்களாலும் கிறுக்கி வச்சிடுமில்ல. சரி உங்களுக்கு வீடு கொடுக்கணும்னா நிறைய கண்டிஷன்கள் இருக்கு”

“சொல்லுங்க”

“முதல்ல நீங்க நாய், பூனை இதுங்கள வளர்க்கக் கூடாது”

“ஏன்”

“அதுங்களால அக்கம் பக்கத்துல சண்டைங்க வரும்”

“சரிங்க நாய், பூனைங்களால சண்டை வரும்னு சொல்றீங்க. அந்தச் சண்டை மனுஷங்களால வராதா”

அந்த ஓனர் செல்வத்தை ஒரு மாதிரியாகப் பார்த்து விட்டு வீட்டின் உள்ளே போய் நோட்புக் மாதிரி ஒன்றை எடுத்து வந்தான். அச்சடிக்கப்பட்ட விண்ணப்பப் படிவங்கள். அதில் வாடகைக்கு வருபவரின் பெயர், முகவரி, எங்கு வேலை செய்கிறார், குடும்பத்தில் மொத்தம் எத்தனை பேர் என்பதோடு இன்னும் என்னென்னவோ சமாச்சாரங்கள் இருந்தன.

அதை அவன் கையில் வைத்துக்கொண்டு ஒவ்வொரு கேள்வியாக செல்வத்தைப் பார்த்துக் கேட்கத் தொடங்கிய போது செல்வத்துக்கு ‘வீடு தேடப் போய் சரியான பைத்தியக்காரன் கிட்ட வந்து மாட்டிக்கிட்டோமோ’ என்று எரிச்சலாக இருந்தது.

“நீங்க என்ன ஜாதி”

அவன் கொஞ்சம் கூட விவஸ்தையே இல்லாமல் இப்படி கேட்டதும் செல்வத்துக்கு கோபம் பொத்துக்கொண்டு வந்தது.

“நாங்க எந்த ஜாதியா இருந்தா உங்களுக்கென்ன. வீடு வாடகைக்கு வர்றவங்ககிட்ட இப்படியெல்லாமா கேள்விங்க கேட்பாங்க”

“நான் ஜாதிய பார்த்துத்தான் இதுவரைக்கும் வீடு விட்டிருக்கிறேன். அது மாதிரி எல்லா டீடேய்ல்ஸையும் இந்த அப்ளிகேஷன்ல பில்அப் பண்ணி நீங்க புருஷன், பொண்டாட்டி ரெண்டு பேரும் கையெழுத்துப் போட்டுக் கொடுக்கணும். இதுக்கு சம்மதிச்சா உங்களுக்கு வீடு தருவேன்”

“இல்லாட்டி”

“வீடு கெடையாது”

“சரிதான் போயா. நீயும் உன் வீடும். ஜாதிய பார்த்துதான் வீடு தருவேன்னு சொல்றியே. உனக்கே இது அசிங்கமா தெரியல. வாடகைக்கு வர்றவங்க நல்லவங்களா, கெட்டவங்களா, மாசா

மாசம் ஒழுங்கா வாடகை தருவாங்களான்னு பார்க்கல. பெருசா ஜாதிய பார்க்க வந்துட்டாரு. இனிமே நீ இந்த வீட்ட சும்மா கொடுத்தா கூட நாங்க வர மாட்டோம்யா"

செல்வம் அந்த ஆளைப் பார்த்து ஒருமையில் பேசிவிட்டு மெலானியைப் பார்த்தான். அவள் இதுதான் சரியான சமயம் என்று செல்வத்தை 'பிலு பிலு' என்று பிடித்துக்கொண்டாள்.

"நான் சொல்றத நீங்க எங்க கேட்கிறீங்க. பூமியான்பேட்ட மண்ணை வித்திருந்தா இந்நேரம் சொந்த வீடு கட்டியிருக்கலா மில்ல. அத விட்டுபுட்டு இப்படி வந்து நின்னா எல்லாம்தான் பேசுவாங்க"

அந்த ஆள் 'உங்களுக்கு வீடு கிடையாது' என்பது மாதிரி முறைத்துப் பார்த்துவிட்டு தனக்குத் தானே எதையோ முணகியவனாய் தன் வீட்டுக்குள் போய் புகுந்துகொண்டான்.

செல்வம் பூமியான்பேட்டை மண்ணை விற்று விடுவது என்கிற முடிவுக்கு வந்திருந்தான். மெலானியின் தொந்தரவு தாங்க முடியாமல் இருப்பது ஒருபுறமிருக்க வீடு வாடகைக்கு போகிற இடத்தில் நடத்துகிற விதம், பேசுகிற விதம் எல்லாம் அவனுக்கு அவமானமாய் இருந்தது. அதை அவன் மெலானியிடமும் சொன்னான்.

"அப்பாடா இப்பதான் உங்களுக்கு புத்தி வந்திருக்குது. அது மாறிடறதுக்குள்ள அந்தச் சனியன் புடிச்ச பூமியான்பேட்ட மண்ணை வித்துடுங்க"

"எப்பப் பாரு இதத்தான சொல்ற மெலானி. உன் பேச்ச கேட்டுகிட்டு இந்த மண்ணை வித்துட்டு வேற மண்ணு வாங்கிடலாம். சரி. அப்புறம் வீடு கட்டறதுக்குப் பணம்"

"நான் போய் எங்க அம்மாகிட்ட கேட்கிறேன்"

"எனக்கென்னமோ அவங்க தருவாங்கன்னு நம்பிக்கை இல்ல"

"எல்லாம் கேட்கிற விதத்தில கேட்டு வாங்கிக்குவேன். நான் ஒண்ணும் உங்கள மாதிரி இல்ல. முதல்ல அந்த இடத்த விற்கிற வழிய பாருங்க"

செல்வம் தனக்குத் தெரிந்த ரியல் எஸ்டேட் புரோக்கர்கள் எல்லோரிடமும் இதைப் பற்றிச் சொல்லி வைத்திருந்தான். அதில் ஒருவன் இடத்தை வாங்குகிற பார்ட்டியிடம் காட்ட வேண்டும். முடிந்தால் நீங்களும் நேரில் வந்தால் நல்லது என்று சொல்லவே செல்வம், மெலானியையும் அழைத்துக்கொண்டு பூமியான்பேட்டைக்கு வந்திருந்தான்.

பூமியான்பேட்டை ஒரு காலத்தில் ரொம்பவும் பிரபல்யமாய் இருந்த ஊர். இப்போதும் அப்படித்தான். சுற்றிலும் அச்சுக் கூடத்தார் கழனி, அடிக்காசுக்காரர் கழனி, ஷர்பாந்தியே கழனி என்று வயல்வெளிகள் சூழ்ந்த இடம். பசுமை நிறைந்த அழகு. ஊருக்குள் நுழையும் போதே சதுரமான பாத்தி கட்டி பயிர் செய்கிறது போன்ற தோற்றத்தில் பாட்டில்காரர் கழனி. அதற்கு காவல் நிற்கிறது போல அடர்ந்த பனந்தோப்பு. எங்கு பார்த்தாலும் சப்பாத்தி கள்ளிகள். நடுவே பெரிய ஆலமரம். நிழல் தரும் அந்த இடம் நெல் அடிக்கிற களமாக இருந்தது. பக்கத்தில் செங்கல் அறுக்கும் சூளை மேடு. அதைத் தாண்டி உள்ளே போனால் நடு வழியில் ஆனந்தாய் ஆயா வீட்டின் எதிரே 'நெடு நெடு' என வளர்ந்த தாலிப் பனை மரம்.

நரைத்த முடியை காற்றில் உலர்த்திக்கொண்டிருக்கும் வயசான கிழவியை நினைவுபடுத்துவது போல தாலிப் பனை மரம் பயங்கரமாய் கிளை பரப்பி நிற்க கீழே பெரிய பாம்புப் புற்று. அது நாகம்மா கோயில். கொஞ்ச தூரம் தள்ளி ஊரின் காவல் தெய்வமான முத்து மாரியம்மன். இவற்றின் இரண்டு புறமும் வரிசையாய் நிற்கிற ஐயனார் சாமி குதிரைகளைப் போல குடிசைகள். அப்படியே இடது பக்கம் திரும்பி கடைசியில் போனால் எந்நேரமும் பம்ப் செட் ஓடி குளம் போல தேங்கி நிற்கும் தண்ணீர். அதில் ஊரார் துணி துவைக்கும் சலவையாளர்கள். அவர்கள் தொடர்ந்து அங்கே தொழில் செய்ய அந்த இடம் வண்ணார மேடு என்று ஆகிப் போனது. அதன் பின்புறம் லாம்பேர் சரவணனின் பெரிய பங்களா. அதுவும் மேடான பகுதி. இவற்றுக்கு நடுவில் ஒரு தீவு போல சின்னஞ் சிறிய கிராமமாய் இருந்தது பூமியான்பேட்டை.

அந்தக் காலத்தில் அங்கே பூமியான் என்கிற பெரிய வஸ்தாது இருந்தார். ரொம்ப யோக்கியர். அந்த ஊர்க்காரங்களுக்கு மட்டுமின்றி அக்கம் பக்கத்தில் இருந்த

கல்றபேட், பாக்கமுடையான்பேட், ஒழுகரை பகுதி தாழ்த்தப்பட்ட ஜனங்களுக்கெல்லாம் ஒருஆபத்து என்றால், பிரச்சனை என்றால் பூமியான்தான் முதலில் போய் நிற்கிறவர். தன் பலத்தால் அவர்களுக்கு நீதி வாங்கித் தருகிறவர். அவருடைய அடி, உதைக்குப் பயந்துகொண்டு யாரும் தாழ்த்தப்பட்டவர்களுக்கு எந்த தீங்கும் செய்வதில்லை. அப்படியே அவர் புகழும், பெருமையும் கெடிகெடியாய்ப் பரவ பூமியான் இருந்த ஊர் பூமியான் சேரியாகி நாளா வட்டத்தில் பூமியான்பேட்டையாகி விட்டது.

செல்வத்துக்கு இந்தக் கதையெல்லாம் தெரியும். அவன் இப்போது பூமியான்பேட்டையில் வைத்திருக்கிற இடம் கூட ஊரின் முக்கிய பிரமுகர் ஒருத்தர் குத்தகைக்கு பயிர் செய்த கழனியாகத்தான் இருந்தது. அரசாங்கம் அதை பட்டா செய்ய வேண்டும் என்று கேட்டபோது அவருக்கு என்ன பிரச்சனையோ இடத்தைத் தர முடியாது என்று சொல்லிவிட்டார். பார்த்தார்கள் பூமியான்பேட்டை ஜனங்கள். அப்போதிருந்த தொழிற்சங்கத் தலைவர் தங்கராசு தலைமையில் மாடுகளை பிடித்துக்கொண்டு போய் கழனியையெல்லாம் மேய விட்டுவிட்டு பயிர் காலியானதும் காணிக்கல் நட்டு பிளாட் பிரித்துவிட்டார்கள். அப்படிப் பிரித்த அந்த இடமான புதுத் தெருவில்தான் செல்வத்தின் இடம் இருக்கிறது.

மெலானி, செல்வத்தோடு நின்றுகொண்டிருந்தாள். காலில் நரகலை மிதித்துக்கொண்டவளைப் போல அப்படியும் இப்படியுமாகத் தன் சப்பாத்து கால்களால் தரையை உதைத்துக் கொண்டு நிலை கொள்ளாமல் இருந்தாள். அவள் முகம் 'இந்த இடத்துக்கு வந்து விட்டோமே' என்று கடுகடுப்பாய் இருந்தது. அடிக்கொரு தரம் கையில் வைத்திருந்த முஷுவார் குட்டையால் தன் முகத்தைத் துடைப்பதும் அதே சமயம் மூக்கைப் பொத்துவதுமாக இருந்தாள். மெலானிக்கு பூமியான்பேட்டையின் அந்தச் சூழல் பிடிக்கவில்லை. தெருவிலேயே மாடுகள் கட்டியிருந்தார்கள். அங்கங்கே குப்பைகள். சாக்கடைத் தண்ணீர் தேங்கி ஒரு வித துர்நாற்றம். அதனோடு மாட்டு சாணியின் நாற்றமும் சேர்ந்து கொள்ள அதற்கும் மத்தியில் குறுக்கும் நெடுக்குமாய் நாய்கள் வேறு ஓடிக்கொண்டிருந்தன.

செல்வம் புரோக்கர் வருகிறாரா என்று பார்த்துக் கொண்டிருந்தான். எதிரே கொஞ்ச தூரம் தள்ளி வயதான பெண்கள் சிலபேர் சூழ்ந்துகொண்டு பரபரப்பாய்ப் பேசுவதும், மேற்கொண்டு என்ன செய்வதென்று புரியாத பயத்தில் அல்லாடுவதுமாய் இருந்ததை மெலானி பார்த்துவிட்டாள். என்னவாக இருக்கும் என்று அவள் யூகிப்பதற்குள் கூட்டத்திலிருந்து யாரோ அவசர அவசரமாய் சொன்னார்கள்.

"சீக்கிரமா போயி ஆட்டோவ கொண்டாங்கப்பா"

குரல் கேட்டதும் ஒரு சின்னப் பையன் ஜான்சி நகர் பக்கமாய் தலைதெறிக்க ஓடினான். அங்கேதான் நூறடி ரோட்டில் ஆட்டோக்கள் கிடைக்கும். அதற்குள் நிறைய பேர் கூடி விட்டார்கள். எல்லோர் முகத்திலும் பதற்றம். ஆளாளுக்கு எதெதுவோ பேச்சுகள். இருக்க இருக்க அந்த இடத்தின் சூழலே மாறிக்கொண்டிருந்தது.

ஆட்டோ அழைத்து வரப் போனவன் வந்து விட்டானா என்று அடிக்கொரு தரம் திரும்பிப் பார்ப்பதும், அவன் வராத ஏமாற்றத்தில் மனம் பதைப்பதுமாய் இருந்தார்கள். அப்போதுதான் அது நடந்தது.

அங்கேயிருந்த ஆண்களையெல்லாம் தூரப் போகச் சொல்லிவிட்டு பெண்கள் ஒன்று சேர்ந்து மறைப்புக்காக வைக்கும் தட்டி போல சுற்றி நின்றுகொண்டார்கள். கொஞ்சம் பெண்கள் புடவையை விரித்து ஒருவருக்கும் தெரியாமல் பிடித்துக் கொள்ள பெரும் அலறல் சத்தத்துக்கும் நடுவே புதிய உயிரின் வருகை. அழகான பெண்குழந்தை. அது வீறிட்டுக் கத்தும் அழுகை. எல்லோர் முகத்திலும் சந்தோஷம். அந்தப் புதுத் தெருவே புது மகிழ்ச்சியில் திளைத்தது போல் ஆகிப் போனது. எல்லோரும் ஒருவர் கையை ஒருவர் பிடித்துக்கொண்டு அன்பு ததும்ப பேசிக் கொணடார்கள்.

"யாரு செஞ்ச புண்ணியமோ. ஆஸ்பத்திரிக்குப் போயி அலங்கோலப் படாம இங்கயே சுகப் பிரசவமா ஆயிடுச்சு"

அங்கு நடந்த எல்லாவற்றையும் பார்த்துக்கொண்டிருந்த மெலானி அப்படியே அசந்து போய் நின்ற வண்ணம் இருந்தாள். அவளுக்கு இது புதுசு. இதுவரை இப்படிப்பட்ட நிகழ்வை அவள் பார்த்தது கிடையாது. சொல்தா ஃபமியை சேர்ந்தவள்

என்பதால் கேள்விப்பட்டது கூட கிடையாது. எல்லாம் அதிசயம் போல தெரிந்தது. கண்களை லேசாக தாழ்த்தியபடி மெலானி, செல்வத்தின் பக்கம் திரும்பிப் பார்க்க இவ்வளவு நேரமும் புரோக்கர் வராததால் அவன் வீட்டுக்குப் போகலாம் என்பது போல சைகை செய்தான்.

வீட்டில் செல்வமும், மெலானியும் இருந்தார்கள். என்ன நினைத்தாளோ மெலானி. செல்வத்திடம் ரொம்ப சாதாரணமாக சொன்னாள்.

"ஏங்க அந்த பூமியான்பேட்ட மண்ணிலேயே வீட்ட கட்டுங்க"

செல்வத்துக்கு ஆச்சரியமாய் இருந்தது. அவனால் மெலானி சொல்வதை நம்ப முடியவில்லை.

"என்னாச்சு மெலானி உனக்கு"

"எதுவும் ஆகல. பேசாம நான் சொல்ற மாதிரி செய்யுங்க"

"நீயா இப்படி பேசற மெலானி"

"ஆமாம்"

"இத்தனை நாளா அந்த இடம் வேணாம். வித்துடுங்கன்னு சொன்னியே"

"அது அப்ப"

"இப்ப மட்டும் என்ன திடீர்னு"

"திடீர்னும் கிடையாது. படீர்னும் கிடையாது. எல்லாம் நம்ம நன்மைக்காகத்தான்"

மெலானியின் இந்த மனமாற்றம் செல்வத்துக்கு ஒரு விதமான அதிர்ச்சியை ஏற்படுத்தியிருந்தது. எப்போது பார்த்தாலும் சொல்தா ஃபமி என்கிற பணத் திமிரோடு வீடு வேண்டும் என்று இருந்தவளா இவள் என்று அவனுக்கு குழப்பமாக இருந்தது. அதை அப்படியே கேட்கவும் செய்தான்.

"உன் முடிவ இப்படி மாத்திக்கவன்னு நான் கொஞ்சம் கூட எதிர்பார்க்கல மெலானி"

"ஏன் இதுக்குன்னு தனியா ஒரு தீர்மானம் போட்டுதான் மாத்திக்கணும்னு சொல்றீங்களா"

மெலானி கேட்டுவிட்டு இயல்பாக சிரித்தாள். அவள் அப்படி சிரித்தது செல்வத்துக்கு ஏதோ விஷயம் இருப்பது போல் தெரிந்தது. ஆனால் அதைக் கேட்டுத் தெரிந்துகொள்ள அவன் விரும்பவில்லை. அதே சமயம் வீடு கட்டுவதற்கு பணம் கேட்பதற்காக தன் அம்மா வீட்டுக்கு மெலானி போன போது 'பணமும் கிடையாது, ஒரு மசுரும் கிடையாது. ஊரு பேரு தெரியாத எவன் கூடவோ போயிட்ட ஓடுகாலி சிறுக்கி நீ இங்க எதுக்குடி வந்த. சப்பாத்து பிஞ்சிடும்'னு அவள் அம்மா வாய்க்கு வந்தபடி திட்டியதும், தான் ஐந்து மாதம் முழுகாமல் இருப்பது தெரிந்திருந்தும் கொஞ்சம் கூட பெற்ற மகள் என்கிற தாய்ப் பாசமே இல்லாமல் விரட்டியடித்ததும், அதை அந்தப் பகுதியில் குடியிருந்தவர்கள் பார்த்துவிட்டு அவர்கள் பாட்டுக்கு வீட்டுக்குள் போய் கதவை சாத்திக்கொண்டதும் மெலானியின் ஞாபகத்துக்கு வந்தது.

அவள் மேடு தட்டிப் போயிருந்த மினுமினுப்பான தன் வயிற்றை கைகளால் தடவியபடி கலங்கினாள். 'இதே மாதிரி என்றைக்காவது ஒரு நாள் தன் அம்மாவைப் பார்க்கப் போகும் போது அங்கே பிரசவ வலி வந்து அவஸ்தைப்பட்டால் யாரும் எந்த உதவியும் செய்யாமல் எப்போதும் போல கதவை சாத்திக் கொண்டு போய் விடுவார்கள். அது பணக்காரர்கள் சுபாவம். ஆனால் பூமியான்பேட்டையில் இருக்கிறவர்கள் ஏழைகள். தாழ்த்தப்பட்டவர்கள். ஒருவருக்கு ஓர் உபத்திரவம் என்றால் பார்த்துக்கொண்டு சும்மா இருக்க மாட்டார்கள். தனக்கே வந்தது போல எண்ணி தாங்கிப் பிடிப்பார்கள். அவர்கள் இருக்கும் இடம் சுத்தமில்லைதான். ஆனால் மனம் கோயில். அதைப் போய் அருவருக்கத் தக்கது என்றும், நம் அந்தஸ்துக்கு ஏற்ற இடமில்லை என்றும் இத்தனை காலம் நினைத்திருந்தது எவ்வளவு பெரிய தப்பு. தாயின் ஆதரவு இல்லாமல் தனித்து விடப்பட்ட நமக்கும், நம் புருஷனுக்கும், பிள்ளைக்கும் இனி பாதுகாப்பான இடம் பூமியான்பேட்டைதான்' என்று மெலானி எப்போதோ முடிவெடுத்தது எதுவும் செல்வத்துக்கு தெரியாது. அவன் இன்னமும் ஆச்சரியம் குறையாமல் மெலானியையே பார்த்துக்கொண்டிருந்தான்.

- கல்கி, 28.12.2008.

*

ழான்தார்க்

பிலவேந்திரனுக்குப் பசித்தது. லிஸே பிரான்ஸேவுக்கு பக்கத்தில் பழைய கமராது ஒருத்தனைப் பார்க்க வந்த இடத்தில் அவன் எங்கோ வெளியில் போயிருப்பதாகச் சொன்னார்கள். அதற்குள் ஏதாவது ஓர் ஒத்தேலில் சாப்பிட்டுவிடலாம் என்று நினைத்த போது எதிரே கடற்கரையை ஒட்டி லெ கஃபே இருப்பது தெரிந்தது.

பிலவேந்திரன் பிரெஞ்சு நேஷனாலித்தி பெற்றவன். ஒப்பிஸியம் செஞ்ச ஃபமி. இன்னமும் மரியாழ் செய்து கொள்ளாமலும், பிரான்ஸுக்கு போகாமலும் செக்யூர் வாங்கிக் கொண்டிருப்பவன்.

பிரெஞ்சு அரசாங்கம் இந்திய அரசாங்கம் போல் இல்லை. இங்குப் படித்துவிட்டு வேலை வெட்டி எதுவும் இல்லாமல் வாழ்க்கையோடு போராடிக்கொண்டிருக்கிற எண்ணற்ற இளைஞர்களைப் பற்றி யாருமே கவலைப்படுவது கிடையாது.

ஆனால் பிரான்ஸ் தேசம் ஒருவன் உழைத்துப் பிழைப்பதற்கு வேண்டிய வாய்ப்புகளை உருவாக்கித் தராததைத் தன் தவறு என்று கருதுகிறது. அதற்கு பிராயச்சித்தமாக அவனுக்கு அந்த நாட்டில் ஏதாவது ஒரு வேலை கொடுக்கும் வரையில் அவன் ஆயுளுக்கும் கூட உதவிப் பணத்தை செக்யூராக கொடுத்து வருகிறது. அந்த செக்யூர் பணம் மூவாயிரத்து சொச்ச ரூபாய் மாசா மாசம் பிலவேந்திரனுக்கு ஒரு குறிப்பிட்ட தேதியில் தவறாமல் கிடைத்துவிடும். அவன் போய் கடற்கரைக்கு எதிரே

இருக்கும் பிரெஞ்சு கோன்சுலாவில் கையெழுத்து போட்டு வாங்கி வந்துவிட வேண்டியதுதான்.

நாமெல்லாம் மாசம் முழுக்க லீவு எடுக்காமல் கஷ்டப்பட்டு வேலை செய்து வாங்குகிற பணத்தை எந்த ஒரு வேலையும் செய்யாமல் சும்மா இருந்துகொண்டே பிலவேந்திரன் வாங்குவது அவனுடைய உள்ளூர் கமராதுகளுக்கு வயிற்றெரிச்சலாக இருக்கும். 'லிபர்த்தே, ஈக்குவாலித்தே, பிரத்தர்னத்தேன்னு' அற்புதமான பாலிஸிய அந்த பிரான்ஸ் நாடு வச்சுருக்கலாம். அதுக்காக இப்படியா தெண்டத்துக்குப் பணத்தைக் கொட்டி அழுறது' இப்படிப் பேசினாலும் கூட நம்ம ஆட்களுக்கு அது மாதிரி யாராவது உட்கார வச்சு மாசா மாசம் படியளக்க மாட்டாங்களான்னு உள்ளூர ஒரு நப்பாசை இருக்கத்தான் செய்கிறது.

உழைக்காமல் பணம் கிடைக்கும் என்றால் அதைப் பெறுவதற்கு ஆசைப்படுகிற ஆட்கள் உலகத்திலேயே நம்மவர்களாகத்தான் இருப்பார்கள்.

பிலவேந்திரனுக்கு வயது முப்பத்தைந்துக்கு மேல் இருக்கும். முன் நெற்றியில் ஏறிய லேசான வழுக்கை. மீசையை மழுங்க சிரைத்துக்கொண்ட மழமழப்பான முகம். பீர் குடித்து குடித்து பிரான்ஸ் நாட்டின் பனிக் காலத்துப் பேரிக்காயைப் போல் 'பஃப்' என்று உப்பிய கன்னங்கள். சிவந்த நிறம். ஒரு கையில் வாட்சும், மறு கையில் வெள்ளி குருமாத்துமாக இளம் சொல்தாவுக்குரிய லட்சணங்களோடு இருந்தான்.

பிலவேந்திரன் லெ கஃபேவுக்குள் நுழைந்து உட்காருவதற்கு இடம் தேடிய போது சர்வர் ஒரு மேஜையை சுட்டிக் காட்டினார். அதை நோக்கிப் போன போதுதான் அந்தப் பெண் அவனைப் பார்த்துச் சிரிப்பது தெரிந்தது. சட்டென்று பிலவேந்திரனுக்கு ஒன்றும் புரியவில்லை. அவளை எங்கோ பார்த்தது போலத்தான் தெரிகிறது. ஆனால் எங்கே என்றுதான் சரியாகத் தெரியவில்லை. அவள் பலநாள் பழகியவள் போல சிநேக பாவத்துடன் இன்னும் அழகாகச் சிரித்தாள்.

"என்ன மிஸே அதுக்குள்ளவா என்னை மறந்துட்டீங்க"

கேட்டுக்கொண்டே எழுந்து நின்றவள் தன் பக்கத்தில் காலியாக இருந்த ஸ்டூலைக் காட்டி உட்காரச் சொன்னாள்.

அவள் அப்படிச் சொன்ன அழகே பிலவேந்திரனை அடித்து வீழ்த்துவதைப் போல இருந்தது. தடுமாறினான்.

“ரெண்டு மாசத்துக்கு முன்னாடி புஸ்ஸி வீதியில ஒரு வீட்டுக்கு வந்திருந்தேனே. ஞாபகம் இல்லீங்களா”

கண்களைச் சுழற்றியபடி ‘கல கல’ என்று சிரித்தாள். மத்தாப்பைக் கொளுத்தியது போல இருந்தது. பிலவேந்திரனுக்கு லேசாகப் புரிந்தது.

“உங்க கமராது அல்போன்சு அழைச்சுகிட்டு வந்தாரே”

அவள் சரியான திசையில் அடையாளம் காட்டியதும் பிலவேந்திரனும் கூட சேர்ந்துகொண்டு சிரித்தான்.

“நீ மூான்தார்க் இல்லே. எப்படி இருக்குது”

“என் பேர கரெக்டா ஞாபகம் வச்சிருக்கீங்களே. நீங்க நல்லா இருக்கீங்களா”

“எனக்கென்ன நான் நல்லாதான் இருக்கேன். ஆமாம் நீ எங்கே இங்க வந்தது”

“உட்காருங்க பேசிகிட்டே சாப்பிடலாம்”

அவள் உட்கார்ந்தாள். பிலவேந்திரனையும் தன் பக்கத்தில் உட்காரச் சொல்லி ஜாடை காட்டினாள். அவனுக்கு என்ன தோன்றியதோ அவள் அழைப்பை நிராகரித்தான்.

“மெர்ஸி. நான் அங்க போயி உட்கார்ந்துக்கிறேன்”

இரண்டு, மூன்று மேஜைகள் தாண்டி ஓர் இடத்தைக் காட்டினான். அவள் அதை ஆமோதிப்பது போல ‘சரி’ என்று தலையசைத்து அதற்கும் ஒரு சிரிப்பு சிரித்தாள்.

பிலவேந்திரன் போய் உட்கார்ந்துகொண்டான். சர்வர் வந்து கேட்ட போது பொங்கலுக்கும், பூரிக்கும் ஆர்டர் கொடுத்தவன் மேஜை மேலிருந்த டம்ளரில் இருந்த தண்ணீரை எடுத்துப் பருகிவிட்டு நீண்ட பெருமூச்சு விட்டபடி பழைய நினைவுகளுக்குள் மூழ்கிப் போனான்.

புஸ்ஸி வீதியில் சின்னக்கடை மணிக்கூண்டு அருகில்தான் பிலவேந்திரனின் வீடு இருக்கிறது. அவனுக்கு வயசான மம்மா மட்டும்தான். பப்பா செத்துப் போய் ரொம்பக் காலம் ஆகிறது.

பப்பா பிரான்ஸில் அர்மேயில் வேலை பார்த்துவிட்டு ரெத்ரேத் வாங்கிக்கொண்டு இங்கு வந்துவிட்டதால் அந்த ரெத்ரேத் பணம் அவருக்குப் பிறகு அவன் மம்மாவுக்கு கிடைத்து வருகிறது. அந்தப் பணமும், அவன் வாங்கும் செக்யூரும்தான் அவர்கள் சாப்பிட்டு வருவது.

பிலவேந்திரனுக்கு பொழுது விடிந்தால் ஒதியஞ்சாலை மைதானத்தின் ஓரமாய் உள்ள சர்க்கிள் ஸ்போர்திஃப் பொந்திச்சேரியனில் போய் பூல் குண்டு விளையாடுவதும், ராத்திரியானால் பாருக்குப் போய் பீர் குடிப்பதும்தான் வாழ்க்கை.

என்னதான் மனிதனுக்கு வேளா வேளைக்கு சோறு, தண்ணி கிடைத்தாலும் கூட உடம்பென்று ஒன்று இருக்கிறதே.

பிலவேந்திரனுக்கு சீமைப் பன்றிக் கறியும், பெரிய பெரிய மீன்களுமாக சாப்பிட்டுச் சாப்பிட்டு உடம்பில் கொழுப்பேறி கிடந்தது. அந்தத் திமிருக்கு அழகழகான இளம் பெண்கள் அடிக்கடி தேவைப்பட்டனர். அந்த மாதிரி சமயங்களில் அவன் கமராது அல்போன்சுதான் அதற்கெல்லாம் ஏற்பாடுகள் செய்வான்.

அல்போன்சு ரொம்பவும் நல்லவன். பிரான்ஸில் உள்ள பரிக்குப் போய் சிவிலில் கொஞ்ச காலம் வேலை பார்த்துவிட்டு ஆறு மாசம் லீவில் வந்திருக்கிறான். அவன்தான் ஒரு நாள் பிலவேந்திரனைத் தன் வீட்டுக்கு அழைத்துப் போய் இரண்டு பேருமாக பீர் சாப்பிட்டுவிட்டு எவளாவது ஒரு பெண் கிடைக்கமாட்டாளா என்று தேடிய போது மூான்தார்க்கை அழைத்து வந்தான். ஓர் இரவு முழுக்க அவர்கள் இரண்டு பேரோடும் அவள் இருப்பதற்கு ஆளுக்கு நூற்றைம்பது ரூபாய் தந்துவிட வேண்டும் என்று பேசித்தான் மூான்தார்க்கும் வந்திருந்தாள்.

மூான்தார்க் நிஜத்தில் பொந்திச்சேரி கப்ஸ் கோயிலுக்கு எதிரே நிற்கும் மூான்தார்க் சிலையைப் போலவே செதுக்கி எடுத்த சிற்பம் போன்று அற்புதமான அழகுடன் இருந்தாள். சிரித்த முகத்தோடு அமர்ந்திருந்த அவளைப் பார்க்கும் போதே வேன்ரூழ் சாப்பிட்டது போல இருந்தது பிலவேந்திரனுக்கு. அவனால் பொறுக்க முடியவில்லை. அல்போன்சிடம் சொல்லிவிட்டு அவளைத் தன்னோடு அவசர அவசரமாக இருட்டறைக்குள் இழுத்துப் போனான். உள்ளே போனதும் போகாததுமாக மூான்தார்க்கை கட்டியணைத்த போது அவள் சொன்னாள்.

“மிஸே பசிக்குது. ராத்திரிக்கு ஏதாவது டிபன் வாங்கிக் கொடுத்திட்டீங்கன்னா ஒரே வழியா சாப்பிட்டுட்டு அப்புறமா ஆரம்பிக்கலாம்”

பிலவேந்திரனுக்கு அதெல்லாம் காதில் விழவில்லை. காரியத்திலேயே கண்ணாயிருந்தான். மூான்தார்க் தன் மார்பின் மீது சில்மிஷம் செய்துகொண்டிருந்த அவன் கைகளைத் தள்ளிவிட்டாள்.

“நான் எதுவும் சாப்பிடாம வந்துட்டேன். ஏதாவது ஏற்பாடு பண்ணுங்க”

பிலவேந்திரனுக்கு எரிச்சலாக இருந்தது. பீர் சாப்பிட்டதின் போதை குறைவதற்குள் அவளை ஒரு முறை அனுபவித்து விட வேண்டும் என்பதுதான் அவன் நோக்கமாக இருந்தது.

“தோ பாரு மம்ஸேல். உனக்குப் பேசுனது நூத்தம்பது ரூபாதான். டிபன் எல்லாம் வாங்கித் தர்றதா நான் எப்ப சொன்னது”

“நீங்க சொல்லல. நானேதான் கேட்கிறேன். ஆமாம் இந்த டிபனுக்கு எவ்வோ செலவாயிடப் போவுது”

“அதெல்லாம் முடியாது. பேசுனது பேசுனதுதான். உனக்கு நூத்தம்பது ரூபாவுக்கு மேல ஒரு ரூபா கூட செலவு செய்ய முடியாது”

மூான்தார்க் எத்தனையோ சொல்தா குடும்பங்களில் இதுமாதிரி போய் வந்துருக்கிறாள். யாரும் இவ்வளவு மோசமாக நடத்தியதில்லை.

‘படுக்க வருகிற ஒரு பெண்ணுக்கு பசிக்கிறது என்று சொன்னால் அதற்குக் கணக்குப் பார்ப்பவனை எந்த ஜென்மத்தில் சேர்ப்பது’ என்று நினைத்த போது அவளுக்கு மனசு வலித்தது.

“சரி. என் பணத்தில ஒரு அம்பது ரூபாய குறைச்சுகிட்டு அதுல டிபன் வாங்கிக் கொடுங்க. மீதி நூறு ரூபாய மட்டும் நீங்க கொடுத்தா போதும்”

பிலவேந்திரன் ஐம்பது ரூபாயை எடுத்துக் கொடுத்தான். முட்டை தோசையும், பரோட்டாவும், வாழைப்பழமும் அல்போன்சு வாங்கிவந்து கொடுத்து அதை மூான்தார்க் சாப்பிட்டு முடித்த பிறகு அன்றைய இரவு முழுதும் அவளை இரண்டு பேருமாகச் சேர்ந்துகொண்டு நாசப்படுத்தினார்கள்.

விடிந்தது. அல்போன்சு பேசி அழைத்து வந்தபடி அவன் பங்குக்கு நூற்றைம்பது ரூபாய் கொடுத்தான். அவனுக்கு இப்படி வருகிற எந்தப் பெண்ணையும் நோகடிப்பது பிடிக்காது. பிலவேந்திரனிடத்தில் சொன்னான்.

“போனாப் போவுது பிலவேந்திரன். அதுகிட்ட நூத்தம்பது ரூபாய கொடுத்துடு”

விடாப்பிடியாக மறுத்தான் பிலவேந்திரன்.

“பணம் என்ன மரத்திலயா காய்ச்சு தொங்குது. அதெல்லாம் அதிகமா கொடுக்க முடியாது”

கறாராகப் பேசியவன் ஒரு புது நூறுரூபாய் நோட்டை எடுத்து மூான்தார்க்கிடம் கொடுத்தனுப்பிவிட்டு அல்போன்சை பார்த்துச் சொன்னான்.

“அல்போன்சு நம்ம ஊர்ல பொண்ணுங்க ரொம்ப ரொம்ப அழகாத்தான் இருக்குது. ஆனா நம்மள மாதிரி சொல்தா ஃபமின்னு தெரிஞ்சா போதும் பணத்தை ஏமாத்திப் பிடுங்குது”

அல்போன்சு சிரித்தான்.

“பிலவேந்திரன் இங்க உட்கார்ந்துகிட்டு தெண்டமா நாம வாங்கற சோல்துக்கு நம்ம கூட படுத்து எழுந்திருக்கிற பொண்ணுங்களுக்கு கொஞ்சம் கூடுதலா கொடுத்தா ஒண்ணும் குறைஞ்சிட மாட்டோம்”

“என்னம்மா பேசுது நீ. நமக்கு வர்ற வருமானந்தால இந்த பொந்திச்சேரிக்கே சகாயம் கிடைக்குது. அந்த அவிச்சாரிங்களால என்ன கிடைக்கப் போகுது”

பிலவேந்திரன் இப்படிப் பேசியதும் அல்போன்சு அதிர்ந்து போனான்.

“அப்படிப் பேசாத பிலவேந்திரன். அது கர்த்தருக்கு ஆகாத பேச்சு. ஒரு காலத்தில இந்த ஊருக்கே குடிக்க தண்ணி கொடுத்தது நீ அவிச்சாரியின்னு சொன்னியே அந்த மாதிரி ஒரு பொண்ணுதான். தெரியுமா உனக்கு”

“அது யாரும்மா அப்படிப்பட்ட பொண்ணு”

“அவள்தான் கமராது ஆயி”

சட்டென்று அமைதியான பிலவேந்திரன் 'யார் அந்த ஆயி' என்பது போல பார்த்தான்.

"பிலவேந்திரன் நீ நம்ம கவர்னர் மாளிகைக்கு எதிரே இருக்கும் பூங்காவில பிளாஸ் ஷார்ல் தெகோல்னு சொல்ற ஆயி மண்டபத்த பார்த்திருக்கிற இல்ல"

"ஆமாம் பார்த்திருக்குது"

"அதுல அப்படி என்னதான் விசேஷம்னு என்னைக்காவது நீ தெரிஞ்சுகிட்டது உண்டா"

அல்போன்சு இப்படி நேரடியாகக் கேட்டதும் பிலவேந்திரனுக்கு முகம் ஒரு மாதிரியாகப் போய்விட்டது. 'நாம எத்தனை தடவை அந்தப் பக்கமா கோயிருக்குது. ஒரு தடவை கூட அதுபத்தின உண்மையை உணராம போயிட்டோமே' என்பது போன்று இருந்தது அவன் பார்வை. 'திரு திரு' என்று விழித்தான்.

அல்போன்சுக்கு அவனைப் பார்க்கப் பரிதாபமாக இருந்திருக்க வேண்டும். தன் தொண்டையை செருமிக்கொண்டு கதை சொல்வது போல சொல்லத் தொடங்கினான்.

"கமராது நம்ம பொந்திச்சேரிய கிருஷ்ண தேவராயர் ராஜா ஆண்டுகிட்டிருந்த சமயம். அவர் ஒரு நாள் தன் பரிவாரங்களோட முத்தரைப்பாளையம் வழியா வந்துகிட்டிருக்கிறப்போ அங்க அழகான மாளிகை ஒண்ணு தெரிஞ்சது. தீபமெல்லாம் எரிஞ்சு கிட்டு சாம்பிராணிப் புகையும், ஊதுவத்தி வாசனையுமா இருந்தத பார்த்துட்டு ஏதோ சாமி கோயிலா இருக்கும்னு அதைக் கும்பிட்டாரு.

அப்போ அந்தப் பக்கமா போன ஒரு வழிப்போக்கன் 'ஐயா இது நீங்க நெனைக்கிற மாதிரி கோயில் இல்லைங்க. தாசி வீடு'ன்னதும் கிருஷ்ண தேவராயருக்கு கோபம் வந்துட்டது. உடனே அதுக்குக் காரணமான ஆயி எனும் தாசிய கைது பண்ணச் சொல்லி உத்தரவு போட்டுட்டு அவ இடத்தையும் இடிச்சு தரைமட்டமாக்கச் சொன்னாரு.

இத கொஞ்சமும் எதிர்பார்க்காத ஆயி, ராஜா கால்ல விழுந்து தன்னை மன்னிக்கச் சொல்லி அழுது, தன்னோட பாவத்துக்குப் பிராயச்சித்தமா அந்த இடத்தில பொதுமக்களுக்குப்

பயன்படுற மாதிரி ஒரு குளமும், கிணறும் வெட்ட அனுமதி கேட்டா. கோபம் குறைஞ்ச கிருஷ்ண தேவராயரும் அதுக்கு சம்மதிச்சாரு. பிற்பாடு அவ பேர்ல வெட்டின அந்த ஆயி குளத்தில இருந்துதான் பொந்திச்சேரி நகரம் முழுசுக்கும் தண்ணி கொண்டு வந்தாங்க நம்ம பிரெஞ்சுக்காரங்க. இந்த ஊரு ஜனங்க தாகத்தையெல்லாம் தீர்த்த நன்றிக்காகத்தான் ஆயி என்கிறவ ஒரு தாசியா இருந்தாலும் கூட அவளோட நல்ல மனச பாராட்டற விதமா ஆயி மண்டபத்தக் கட்டி அவளுக்குப் பெருமை சேர்த்திருக்காங்க அதே பிரெஞ்சுக்காரங்க நீ என்னடான்னா அப்படிப்பட்ட பிரான்ஸ் நாட்டோட பேரையெல்லாம் கெடுத்துடுவ போலிருக்கே”

அல்போன்சு சிரித்துக்கொண்டே விளையாட்டாகச் சொன்னது பிலவேந்திரனுக்கு எரிச்சலை மூட்டியது.

“உனக்கென்னம்மா அல்போன்சு இன்னும் கொஞ்ச நாள்ல நீ மறுபடியும் பரிக்கு போயி நிறைய சோல்து எடுப்ப. என்னைப் போல செக்யூர் வாங்கினாத்தானே கஷ்டம் தெரியும்”

“அதுக்கில்ல பிலவேந்திரன். விபச்சாரிங்க ஏதோ வயித்துப் பிழைப்புக்காகத்தான் நம்ம கூட வந்து படுக்கிறாங்க. நாம விரும்புற மாதிரியெல்லாம் சுகமும் கொடுக்கிறாங்க. அவங்கள நம்முடைய ஆசைக்காகப் பாழாக்கிறதே பாவம். அதுல அவங்களுக்கு உரியதை கொடுக்காம ஏமாத்தினா அது அதை விடவும் பெரும் பாவம் இல்லையா”

அல்போன்சு அப்படிக் கேட்டது ரயில்வே ஸ்டேஷன் எதிரே இருந்த திரு இருதய ஆண்டவர் கோயிலின் மணியோசை எங்கோ தூரத்தில் எதிரொலிப்பதைப் போல பிலவேந்திரனின் இதயத்தில் விட்டு விட்டு ஒலித்துக்கொண்டிருக்க, மெல்ல மெல்ல தன் உணர்வுக்குத் திரும்பிய பிலவேந்திரனை யாரோ சட்டென்று உலுக்கியது போல் இருந்தது. அந்த நினைவுகளில் இருந்து மீண்டவன் எதிரே பார்த்தான். சர்வர் நின்றுகொண்டிருந்தார்.

“மிஸே அடுத்து என்ன சாப்பிடுறீங்க”

“ஒரு கஃபே”

சொல்லிவிட்டு பிலவேந்திரன் தன் முகத்தில் வழிந்த வேர்வையை மூஷூவார்குட்டையால் துடைத்த போது மூன்தார்க் அவன் அருகில் வந்து நின்றாள்.

ஆளை மயக்குகிற அதே சிரிப்பு. ரெட்டை மல்லியும், கனகாம்பரமும் சேர்த்து வைத்துக் கட்டிய பூவைத் தலையில் வைத்திருந்தாள். ஒடிகொலான் போட்டிருந்ததை அவள் வந்து நின்றதுமே உணர்ந்து கொள்ள முடிந்தது.

மூான்தார்க்கின் நெருக்கமும், அவளிடமிருந்து வந்த வாசனையும் அல்போன்சு வீட்டில் அவளோடு படுத்ததை பிலவேந்திரனுக்கு நினைவுபடுத்தியது. அந்த நினைப்போடு அவளைப் பார்த்தவன் 'அன்னைக்கு டிபன் வேணும்னு மூான்தார்க் நம்மகிட்ட அடம் பண்ணிச்சு. அத போல இப்ப அது சாப்பிட்டதுக்கும் நம்மள பணம் கொடுக்க சொல்லிட்டா என்ன செய்றது' என்று யோசிக்கத் தொடங்கினான். அதற்காகத்தானே மூான்தார்க் தன் பக்கத்தில் உட்காரச் சொன்ன போது கூட பிலவேந்திரன் மறுத்துவிட்டு தனியே போய் உட்கார்ந்திருந்தது.

மூான்தார்க்குதான் பேசினாள்.

"அம்மாவ பெரிய ஒப்பித்தால்ல சேர்த்திருக்காங்க. பார்த்துட்டு வரலாம்னு போறேன்"

சொன்னவள் நிறுத்திவிட்டு அவனுக்கு மட்டும் புரியும் பாஷையில் சிரித்தாள்.

"எப்பவாவது நான் தேவைப்பட்டா உங்க கமராது அல்போன்சுகிட்ட சொல்லி அனுப்புங்க. வந்துட்டுப் போறேன். வரட்டுங்களா மிஸே'

மூான்தார்க் லெ கஃபேவில் இருந்து இறங்கிப் போனாள். 'அப்பாடா' என்றிருந்தது பிலவேந்திரனுக்கு. 'யாரோ ஒரு விபச்சாரிக்கு உபகாரம் செய்றதுக்கு இந்த பிளவேந்திரன் என்ன யேசு கிறிஸ்துவா' என்று தனக்குத் தானே பேசிக்கொண்டவன் சர்வர் பக்கம் திரும்பிக் கேட்டான்.

"எவ்ளோ ரூபா ஆனது"

"பதிமூணு ரூபா அம்பது காசு மிஸே"

முஷுவார்குட்டையால் வாயைத் துடைத்தபடி, தன் ஷெமிஸின் மேல் பாக்கெட்டில் கையை விட்ட பிலவேந்திரனுக்கு 'திக்' என்று இருந்தது. பாக்கெட்டில் பணம் இல்லை. வர்ற அவசரத்தில் வேற ஷெமிஸ் போட்டுக்கொண்டு வந்துவிட்டது இப்போதுதான் புரிந்தது. பிலவேந்திரனுக்கு முகம் வெளிறிப் போயிற்று.

‘பணம் எடுத்துவர மறந்துட்டுதுன்னு சொன்னா இதுங்கெல்லாம் நம்மள நம்பாது. பார்த்தா சொல்தா மாதிரி இருக்குது. இப்படி பண்றதுக்கு அசிங்கமா இல்லையான்னு கேட்டா எந்தப் பதிலைச் சொல்றது’. அவனுக்கு அவமானமாக இருந்தது. என்ன செய்வதென்று புரியவில்லை. தயங்கித் தயங்கி கேஷின் அருகில் வந்த போது அங்கிருந்தவர் சொன்னார்.

“மிஸே நீங்க சாப்பிட்டதுக்குரிய பணத்தை அந்த மம்ஸேல் கொடுத்துட்டாங்க”

பிலவேந்திரனுக்கு போன உயிர் திரும்பி வந்தது போல் இருந்தது.

‘எந்த மம்ஸேல் எனக்காக பணம் கொடுத்தது’ என்று கேட்க வாயெடுத்தவனுக்கு சந்தர்ப்பம் கொடுக்காமல் “உங்க கிட்ட பேசிட்டுப் போனாங்களே அந்த மம்ஸேல்தான்” என்று அவள் போன திசையைக் காட்டினார் கேஷில் இருந்தவர்.

பிலவேந்திரன் திரும்பிப் பார்த்தான். அங்கே மூான்தார்க் பெரிய ஒப்பித்தாலுக்குப் போகும் டெம்போவில் ஏறிக் கொண்டிருந்தாள். அவசர அவசரமாக அவளை நோக்கிப் போவதற்குள் டெம்போ புறப்பட்டுச் செல்வது தெரிந்தது. செய்வதறியாது பிலவேந்திரன் ரோட்டு ஓரத்தில் இருந்த சாக்கடையைத் தாண்டிய போது அவன் காலில் போட்டிருந்த சப்பாத்து கழற்றிக்கொண்டு போய் சாக்கடைக்குள் ‘பொத்’ என்று விழுந்தது. பிலவேந்திரன் அதை எடுக்கக் குனிந்தான். அந்த நேரம் தேங்கிக் கிடந்த சாக்கடை நீரின் துர்நாற்றத்தில் கலங்கலாகத் தெரிந்த அவன் முகத்தைப் பார்க்க அவனுக்கே வெட்கமாக இருந்தது.

- குமுதம், 17.09.2001

*.

குறிப்பு:

1. 'குமுதம்' வார இதழ் நடத்திய 'லட்ச ரூபாய் சிறுகதைப் போட்டி'யில் ஆறுதல் பரிசு பெற்றது.

2. தெலுங்கில் மொழி பெயர்க்கப்பட்டு ஜூலை 2003 தேதியிட்ட 'விபுல' எனும் பத்திரிகையில் பதிவானது.

3. ஜனவரி 2019 ஆம் ஆண்டில் வெளியான 'சாகித்ய அகாடமி'யின் 'இருபத்தோராம் நூற்றாண்டுப் புதுச்சேரி – காரைக்கால் தமிழ்ச் சிறுகதைகள்' தொகுப்பில் இடம் பெற்றது.

4. நவம்பர் 2020 தேதியிட்ட 'புதிய கோடங்கி' மாத இதழில் மறுபிரசுரம் ஆனது.

5. 2022ல் காவ்யா பதிப்பகத்தின் 'புதுச்சேரிக்காரர்கள்' நூலில் சிறப்புச் சிறுகதையாக வெளிவந்தது.

*

சங்கர மயக்கம்

'ஈஸ்வரா' கணேச குருக்களிடமிருந்து நீண்ட பெருமூச்சு வெளிப்பட்டது. கோயில் காரியங்களையெல்லாம் முடித்துவிட்டு அப்போதுதான் அவர் வந்திருந்தார்.

வயதான உடம்பு. தலையில் கட்டுக் குடுமி. நெற்றி நிறைய திருநீறு. மார்பில் தவழும் பூணூல். இரண்டு காதுகளிலும் சிகப்புக் கல் மின்னும் கடுக்கன் போட்டு, சதா காலமும் கடவுளே கதியென்று கிடக்கும் கனேச குருக்கள் என்றால் அவர் இருக்கும் அந்தக் காராமணிக்குப்பம் பகுதியில் ரொம்ப பிரசித்தம்.

பிச்சேரிக்கு மேற்கே நெல்லித்தோப்பில் திரும்பி மரப்பாலம் போகிற பிரசிதான் புவேன்கரே வீதிக்குள் நுழைந்து கொஞ்ச தூரம் போனால் காராமணிக்குப்பம். அங்கே ஜீவானந்தம் மேல்நிலைப் பள்ளி. அந்தப் பள்ளிக்குப் போகிற வழியின் முனையிலேயே அரவிந்தர் ஆசிரமத்து கசனா தோட்டத்தின் பெரிய மதில் சுவரைப் பார்த்தபடி சுப்பிரமணிய சுவாமி கோயில். ரொம்பவம் சின்னது. ஆனால் கீர்த்தி மிக்கது. சுற்று வட்டாரத்தில் அதற்கு நிகராக வேறொரு கோயில் இல்லை என்பதால் எப்போதும் அங்கே கூட்டம் அதிகமாக இருக்கும்.

கோயிலுக்கு எதிரே வழிப்போக்கர்கள் இளைப்பாறுவதற்காக பிரெஞ்சுக்காரன் காலத்தில் கட்டப்பட்ட சுமைதாங்கிக் கல். பக்கத்தில் காற்று, மழை, புயல் எதற்கும் அசைந்து கொடுக்காத பெரிய தூங்குமூஞ்சு மரம். அதற்கும் கீழே ராமச்சந்திரன் என்பவர் பங்க் கடை வைத்திருந்தார். காராமணிக்குப்பம் ரயில்வே கேட்டைத் தாண்டி சக்திவேல் பரமானந்த

குரு ஸ்வாமிகளின் ஜீவ சமாதிக்கும், வேம்படி அம்மன் கோயிலுக்கும் நடுவே நிஜமான கம்யூனிஸ்டாக நேர்மையுடன் வாழ்ந்த அவருடைய கடையில்தான் எல்லோரும் ‘தீக்கதிரும்’, ‘செம்மலரும்’ படிப்பார்கள். அப்படிப்பட்டவர் இறந்து போய் பல வருஷங்கள் ஆன பிறகு இப்போது பங்க் கடை இருந்த இடத்தில் டீக்கடையும், சலூனும், சைக்கிள் ஸ்டோரும் வந்து விட்டன.

சுப்பிரமணிய சுவாமி கோயிலின் உள்ளே பின் பக்கமாய் நவக்கிரஹங்கள் இருக்கும் இடத்தின் முன்பாக வளர்ந்து செழித்த வில்வ மரம். அதன் அருகிலேயே கிளை பரப்பி நிற்கும் மஞ்சள் சரக் கொன்றை. காற்று வீசுகிற போதெல்லாம் தன் மஞ்சள் நிறப் பூக்களினால் கோயிலை வசந்த ரூபமாக்கும் அழகுடைய அந்த மரத்தைச் சுற்றிலும் ரத்தச் சிவப்பில் அடுக்குச் செம்பருத்திப் பூக்கள். அடர்த்தியான பச்சை இலைகளுக்கு மத்தியில் ‘வெள்ளை வெளேர்’ என்று ஓரிதழ் நந்தியாவட்டம். கொத்துக் கொத்தாய் ரோஜாவைப் போல் அரளிப் பூக்கள். எங்கும் பூக்களின் வாசம் கமழ்ந்துகொண்டிருக்க அதனையொட்டி கோயில் தேவஸ்தானம் ஒதுக்கிய சிறிய வீட்டில் கணேச குருக்களும், அவர் மனைவி பங்கஜம்மாளும் நீண்ட காலமாக இருந்து வருகிறார்கள்.

பங்கஜம்மாள் சமையல் கட்டிலிருந்து முகத்தைத் துடைத்தபடி வெளியே வந்தாள். ஒன்பது கெஜ பழைய சின்னாளம்பட்டு சேலையை மடிசாராய் கட்டியிருந்தவள் நடையில் ஈஸிசேரில் படுத்திருந்த கனேச குருக்கள் அருகில் போய் உட்கார்ந்ததும் அவர் நிமிர்ந்து பார்த்தார்.

“ஏன்னா நேக்கு அஹம் பிரம்மாஸ்மி பத்தி ஓரளவுக்குத்தான் தெரியும். கொஞ்சம் விவரமா சொல்றேளா”

இவ்விதமாய் பங்கஜம்மாள் ஒரு குழந்தையைப் போல ஆர்வத்துடன் கேட்டாலும் கூட கணேச குருக்களின் முகத்தில் உற்சாகம் ஏற்படவில்லை. அது வார்த்தையில் வெளிப்பட்டது.

“இப்ப எதுக்கு பங்கஜம் அத கேட்கிறே”

“சும்மாதானே இருக்கேள். சொல்லப் படாதா”

“பங்கஜம் இப்ப நீ கேட்கிறது இருக்கே அது சாதாரண விஷயமில்லை. பெரியவாள் பலருக்குமே புரியாத சங்கதி. அத தெரிஞ்சுக்கத்தான் லோகத்தில நிறைய பேர் ஆத்ம விசாரணை செய்துண்டு இருக்கா”

“அப்பபடியான்னா”

“ஆமாம் பங்கஜம். அஹம் பிரம்மாஸ்மின்னா பிரம்மத்த பத்தி சொல்ற வேத வாக்கியங்களான மஹா வாக்கியங்கள்ல ஒண்ணு. அஹம், பிரம்மம், அஸ்மின்னு இத பிரிப்பாங்க”

“ஏன்னா இதுக்கு என்ன அர்த்தம்”

“அஹம்னா ஆன்மா. பிரம்மம்னா இறைவன். அஸ்மின்னா ஆகிறாய்னு பொருள் கொள்ளணும். அதாவது நீயே பிரம்மம் ஆகிறாய். இறைவன் ஆகிறாய் என்பது அதன் அர்த்தம். இது, ‘நானே பரப் பிரம்மம் பரப் பிரம்மமே நான்’ என்று முற்றிலும் முடிவான நிலை. இந்த நிலைக்கு ‘நிதித்யாஸம்’னு பேரு. இதையேதான் ‘ஸர் விகல்ப சமாதி’ன்னும் பெரியவாள் சொல்லுவா”

எந்தத் தடுமாற்றமும் இன்றி கணேச குருக்கள் சொன்னதைக் கேட்டதும் பங்கஜம்மாளுக்கு எப்போதோ இது பற்றித் தெரிந்து கொண்டது இப்போது புரிந்தது போலவும் இருந்தது. புரியாதது போலவும் இருந்தது. இன்னும் கொஞ்சம் விளக்கமாகச் சொன்னால் எதுவும் பிடிப்பட்டுப் போகும் என்பது போல அவள் பார்த்தது கணேச குருக்களுக்குப் புரிந்திருக்க வேண்டும். அவர் கதை சொல்வது போன்ற சுவாரஸ்யத்துடன் விட்ட இடத்திலிருந்து தொடர்ந்தார்.

“ஒரு நாள். நம்ம ஆதிசங்கரர் கங்கா ஸ்நானத்தை முடிச்சுண்டு தன் சிஷ்யர்களோடு திரும்பிகிட்டிருந்தார். அந்த நேரம் பார்த்து அவர் வந்த வழியில ஒரு புலையன் அதான் காட்டுல இருப்பானே வேடுவன், அவன் அவருக்கு எதிர்த்தாப்பல வந்து தொலைச்சுட்டான். அந்தப் புலையனைப் பார்க்கறச்சே மகா அருவருப்பு, அசிங்கம். ஸ்நானம் பண்ணாம, சுத்தமில்லாம மேலெல்லாம் ஒரே அழுக்கு. போதாதுக்கு கள்ளும் குடிச்சிருக்கான். அந்தத் துர் நாற்றம் ‘குப்புனு’ அடிக்கிறது. கையில நாலு நாய்கள வேற பிடிச்சிருக்கான். ‘சுவானம்’ என்கிற நாய்களின் அண்மை ஆகாதென்பது ஆச்சார சாஸ்திரம். இது தெரிஞ்ச சங்கரருக்கு எப்படி இருந்திருக்கும். அவாளுக்கு வந்த கோபத்தில அந்தப் புலையனைப் பார்த்து ‘எட்டிப் போ’ன்னு சொல்றார்.

அப்பதான் அந்த அதிசயம் நிகழறது. அந்தப் புலையன் ஆதிசங்கரரைப் பார்த்துக் கேட்டான்.

‘ஏன் சாமி எதை எட்டிப் போகச் சொல்றீங்க. இந்த உடம்பையா இல்ல அதனோட ஆன்மாவையா. சரி உடம்ப எட்டிப் போன்னு சொன்னதா வச்சுக்குவோம். நம்ம ரெண்டு பேர் உடம்புமே ரத்தமும், சதையுமான பிண்டங்கதானே. இதுல ஒண்ணால மற்றதுக்கு எப்படித் தீட்டு உண்டாகும். ரெண்டுமே குப்பைங்கதானே’

சங்கரர் முதல் முறையா வாயடைச்சுப் போய் நிற்கிறார்.

‘சரி அத விடுங்க. நீங்க ஆன்மாவ எட்டிப் போன்னு சொன்னதாகவே இருக்கட்டும். சூரியனோட பிரதி பிம்பம் கங்கை நதியிலும் விழுது சேரிச் சாக்கடையிலும் விழுது. அந்த ரெண்டு பிம்பங்கள்லேயும் ஏதாச்சும் வித்தியாசம் உண்டா. அதே மாதிரி காலியா இருக்கிற பொன் குடத்துக்குள்ள எந்த வெளி இருக்குதோ அதே வெளிதான காலியா இருக்கிற இன்னொரு மண் குடத்திலேயும் இருக்குது. அதப் போல நம்ம தேகத்தில மாறுபாடு இருந்தாலும் உள்ளே இருக்கிற வஸ்து ஒண்ணுதானுங்களே. அலை அடங்கிப் போய் எப்பவும் ஆனந்தமயமா இருக்கிற அந்த அறிவுக்கடல் நம்ம ரெண்டு பேரு உடம்புக்குள்ளேயும் ஒரே விதமாதான் இருக்குது. இதுல அந்தணன்னும், புலையன்னும் பெருசா பேத மயக்கம் எங்கிருந்து வந்தது சாமி. சொல்லுங்க’

புலையன் இப்படி கேட்டதும் சங்கரர் அப்படியே ஆடிப் போயிடுறார். சப்த நாடியும் ஒடுங்கிப் போயிடுறது. அவன் கேட்டது சாதாரண கேள்வியா அவாளுக்குத் தோணலை. சாட்சாத் தம்முடைய ஞான குருவே அவன்தான்னு அந்தப் புலையன் பாதத்தில் அப்படியே சாஷ்டாங்கமாய் விழுந்துடுறார். அந்தப் பாவனையே ‘மநீஷா பஞ்சகம்’னு ஆதிசங்கரர் அஞ்சு சுலோகங்களா எழுதுறார். அந்த ‘மநீஷா பஞ்சகத்தின்’ நாலு வேதங்களுடைய சுலோகங்களின் மஹா வாக்கியங்கள் எல்லாம் அஞ்சாவதான அஹம் பிரம்மாஸ்மிக்குள்ள அடங்கும். பங்கஜம் ‘ஞானத்தைக் கொண்டே மனுஷாளை மதிக்க வேணும். அவர்கள் ஜனித்த ஜாதியைக் கொண்டல்ல’ என்கிறதுதான் ஆதிசங்கரரின் முடிவு”

கணேச குருக்கள் ஒன்று விடாமல் எல்லாவற்றையும் உபன்யாசம் செய்வது போல சரளமாகச் சொல்லி முடித்ததும் பங்கஜம்மாள் அவரை கண்கள் பணிக்கப் பார்த்தாள். அதுவே அவருக்கு ‘லோகத்தில் இது மாதிரி விஷயங்கள நன்னா புரிஞ்சுண்டு மத்தவாளுக்கும் புரியறது மாதிரி எடுத்துச்

சொல்றதும், நாம சாதாரண கோயில் குருக்களாய் இருந்துண்டு இவ்வளவு பெரிய ஞானஸ்தனாய் இருக்கிறதும், ரொம்ப சிரேஷ்டம்' என்று பெருமையாக இருந்தது.

'டன் டன் டன் னாக்கு னாக்கு / டனக்கு டனக்கு னாக்கு னாக்கு / டன் டன் டன் னாக்கு னாக்கு / டனக்கு டனக்கு னாக்கு னாக்கு'. காதுகள் அதிரும் படியான பறை சத்தம் அந்தப் பகுதி முழுவதுமாக எதிரொலித்துக்கொண்டிருந்தது. அது மார்கழி மாதத்தின் அதிகாலை நேரம். எங்கும் மழைச்சாரலைப் போல பனிச்சாரல். வானத்திலிருந்து ஊசியைப் போல இறங்கி உடம்பைத் துளைத்தெடுக்கும் குளிர். தெருவெங்கும் வெண் புகையைப் பரப்பிவிட்டது மாதிரி ஒருவர் முகம் ஒருவருக்குத் தெரியாத படியான சூழல். குளிருக்கு இதமாக எல்லோரும் இழுத்துப் போர்த்தியபடி தூங்கிக்கொண்டிருந்தார்கள்.

ஆதி பிரணவத்தை அடையாளப்படுத்தும் வட்ட வடிவான பறை. அதன் ஒரு பக்க ஓரம் இடது மார்பில் அழுந்த, எதிர் பக்க ஓரம் இடது கை மணிக்கட்டின் உட்புறமாய் பதிய பறையடிக்கும் குச்சிகளில் பெரியதை வலது கையிலும், சிறியதை இடது கையிலும் பிடித்துக்கொண்டு பொறி பறக்கும் படியாக அடித்துக்கொண்டு வந்தான் கோவிந்தன். அவன் வாயில் ஏதோ ஒரு பழைய பீடி புகைந்துகொண்டிருந்தது.

மார்கழி மாதம் வந்துவிட்டால் போதும். அதிகாலையில் யார் எழுந்திருக்கிறார்களோ இல்லையோ கோவிந்தன்தான் முதல் ஆளாக வந்து அந்தப் பகுதி ஜனங்களை எழுப்பி விடுகிறவன். அவனுடைய பறை சத்தத்தைக் கேட்ட பிறகுதான் சுப்பிரமணிய சுவாமி கோயிலில் கூட மார்கழி மாதத்துக்கான 'திருவிளையாடல்' படப் பாடல்களையும், அதன் கதை வசனங்களையும் போடத் தொடங்குவார்கள். ரயில்வே கேட்டுக்குக் கொஞ்ச தூரம் தள்ளி உழந்தைக் கீரப்பாளையத்துக்குப் போகிற வழியில் இருக்கும் அனிதா நகரில்தான் கோவிந்தனின் வீடு. அந்த அனிதா நகர் முன்பு லாம்பேர் என்பவருக்கு சொந்தமான கழனியாக இருந்தது. அதை காவல் காத்துக்கொண்டு அங்கேயே இருந்த பம்ப் கொட்டகையில் குடும்பத்தோடு தங்கிவிட்டான் கோவிந்தன். அரசாங்கம் அந்த இடத்தை எடுத்து இலவச மனைப்பட்டா பிரித்த போது நீண்ட காலமாக கழனியை பராமரித்தவன் என்பதற்காக லாம்பேருடைய சிபாரிசின் பேரில் அவன் இருந்த இடத்தையே பட்டா போட்டுக் கொடுத்திருந்தார்கள்.

கோவிந்தனின் மகன் சுப்பு. அவனுக்கு கருத்த நிறம். முன் பல் இரண்டும் தூக்கிக்கொண்டு சப்பையான தடித்த மூக்கு. இருண்டு போனதைப் போல உள்ளே போயிருக்கும் கண்களோடு அவனுடைய அப்பா கோவிந்தனைப் போலவே ஒடிந்து விழுந்து விடுகிறது மாதிரியான உடல் வாகுடன் இருந்தான். அனிதா நகருக்கும் பக்கத்திலேயே உள்ள வண்ணாங் குளத்தில் எட்டாம் கிளாஸ் வரை படித்துவிட்டு மேற்கொண்டு படிக்க முடியாமல் தன் அப்பாவுக்கு உதவியாக சில சமயங்களில் அவனும் ஒரு பறையை எடுத்துத் தோளில் மாட்டிக்கொண்டு கிளம்பி விடுவான். அவர்கள் இரண்டு பேருமாகச் சேர்ந்துகொண்டு மார்கழி மாதத்தின் பீடை போவதற்காகப் பறையடிக்கத் தொடங்கினால் அந்தக் காலை வேளையிலும் காராமணிக்குப்பம் பகுதி முழுவதுமாக 'சுரீர்' என்று வெயில் அடித்தது போல இருக்கும்.

அன்று மார்கழி மாதத்தின் கிருத்திகை. அதுவும் செவ்வாய்க் கிழமை. முருகனுக்கு மிகவும் உகந்த நாள் என்பதால் சுப்பிரமணிய சுவாமி கோயிலில் வழக்கத்தை விடவும் கூட்டம் அதிகமாய் இருந்தது. காலை ஆறு மணிக்கான முதல் கால பூஜை. கோயில் தர்மகர்த்தாக்கள் இடுப்பில் துண்டைக் கட்டிக்கொண்டு இப்படியும் அப்படியுமாகப் போய்க்கொண்டிருந்தார்கள்.

'சஷ்டியை நோக்கச் சரவண பவனார்
சிஷ்டருக் குதவும் செங்கதிர் வேலோன்
பாதம் இரண்டில் பண்மணிச் சதங்கை
கீதம் பாடக் கிண்கிணி யாட'

என்று தொடங்கும் கந்த சஷ்டிக் கவசம் கோயிலின் வெளியே இருந்த ஒலிபெருக்கியின் வழியே சூலமங்கலம் சகோதரிகளின் குரலிசையில் எங்கும் பக்தி மணத்தைப் பரப்பிக்கொண்டிருந்தது. கோயில் படிக்கட்டைத் தாண்டி உள் பிரகாரத்துக்குள் நாதஸ்வரம் நாட்டக் குறிஞ்சி ராகத்தைக் குழைத்துக் கொடுக்க கோயில் முழுதும் இசையெனும் அமுதப் பிரவாகம் வழிந்தோடியது.

மூலஸ்தானத்தில் கணேச குருக்கள் முருகப் பெருமானை மலர்களால் அலங்கரித்தபடி பூஜைக்கு வேண்டிய ஏற்பாடுகளைத் தீவிரமாக செய்துகொண்டிருந்தார். கையில் அர்ச்சனைத் தட்டுடன் பெண்கள் ஒரு பக்கமும், ஆண்கள் ஒரு பக்கமுமாய் நின்றிருந்தனர். எதிரே கருங்கல்லில் செதுக்கப்பட்ட மயில்

வாகனம். கிழக்கு முகமாய் முருகப் பெருமானைப் பார்த்தபடி எண்ணெய்ப் பிசுபிசுப்போடு நின்றிருந்தது. அதன் மீது கோயிலுக்கு வருகிறவர்கள் கொட்டிக் கிடந்த திருநீறும், குங்குமமும் அப்பிக் கிடக்க அதற்கும் கொஞ்ச தூரமாய்த் தள்ளி ஒரு ஓரத்தில் இடது தோளில் மாட்டிய பறையோடு நின்றிருந்தான் சுப்பு.

மார்கழி மாதம் தொடங்கிவிட்டால் காலை நேரத்தில் முதல் கால பூஜைக்குப் பிறகு எப்போதும் கொடுக்கிற கைப் பிடியளவு சுண்டல் சுப்புவுக்குப் பிடித்தமான விஷயம். விடியற் காலை மூணு மணிக்கெல்லாம் எழுந்து தன் அப்பாவோடு விடிய விடிய பறை அடித்துவிட்டு அசதியில் இந்த சுண்டலை அவன் ஒருவருக்கும் தெரியாமல் கை மாற்றி கை மாற்றி வாங்கி பசியாற தின்றிருக்கிறான். அந்த நேரத்தில் சுப்புவுக்கு அதைத் தவிர வேறு எதுவும் தெரியாது. அவனுக்கு அவ்வளவு பசிக்கும். சாமி கும்பிடுவது ஒரு புறமிருக்க அந்தச் சுண்டலுக்கும் ஆசைப்பட்டுத்தான் அவன் அனிதா நகரில் இருக்கிற தன் வீட்டுக்குப் போகிற வழியில் உள்ள இந்த சுப்பிரமணிய சுவாமி கோயிலுக்கு அடிக்கடி வந்து விடுவான். இப்போதும் அப்படித்தான்.

கணேச குருக்கள் அபிஷேகம், பூஜையெல்லாம் முடித்து தீபார்த்தனையுடன் மூலஸ்தானத்தை விட்டு வெளியே வந்தார். எல்லோரும் ஆளாளுக்கு கைநீட்டி ஒளிரும் கற்பூர சுடரைத் தொட்டுக் கண்களில் ஒற்றிக்கொண்டார்கள். கணேச குருக்கள் வரிசையாக நின்றுகொண்டிருந்தவர்களின் கையில் திருநீறை வைத்தபடி மந்திரத்தை உச்சரித்துக்கொண்டே வந்தார். அவரிடமிருந்த தட்டில் சில்லறைக் காசுகள் தாராளமாய் வந்து விழுந்தன. அவற்றை வாங்கிய படியே இன்னும் கொஞ்சம் வெளியே வந்து பிரகாரத்துக்கு அருகே நின்று கொண்டிருந்தவர்கள் பக்கமாகப் போய் தீபார்த்தனையை காட்டவும் அங்கே ஒதுங்கி நின்றிருந்த சுப்பு அதைத் தொட்டுக் கும்பிட்டு விட வேண்டும் என்கிற ஆர்வத்தில் பக்தியோடு கணேச குருக்கள் பக்கம் கையை நீட்டவும் சரியாக இருந்தது. அவன் கை தவறுதலாக அவர் மீது பட்டுவிட்டது. அவ்வளவுதான். கணேச குருக்கள் நெருப்பைத் தொட்டுவிட்டது போல பதறிப் போனார். தன்னுடைய தளர்ந்த உடம்பை உதறிக்கொண்டு அருவருப்புடன் பின் வாங்கியவர் சுப்புவை எரித்து விடுவது போல பார்த்தார்.

கணப் பொழுதில் அவருக்குக் கோபம் பொத்துக்கொண்டு வந்தது. கோயில் என்றும் பாராமல் சீற்றத்தோடு கத்தினார்.

"அபச்சாரம், அபச்சாரம். ஏண்டா நோக்கு அறிவில்லே. கடவுள் சந்நிதானத்தில் இருக்கறச்சே என்னை தொடுறியே. தீட்டாயிட்டா என்ன பண்றது. தூரப் போடா"

ஓர் ஈனப் பிறவியை விரட்டுவது போல சுப்புவை விரட்டிக் கொண்டிருந்தார் கணேச குருக்கள். அங்கேயிருந்த ஒட்டு மொத்த கூட்டத்தின் கேவலமான பார்வை அனைத்தும் அவன் மீது வந்து விழுந்தது. அதனை உடனே உணர்ந்துகொண்டவன் கணேச குருக்கள் தம்மைத் தப்பாக எடுத்துக்கொண்டாரே என்று பயந்து போய் பதற்றம் நிறைந்தவனாய் அதே சமயம் பணிவோடு பேசினான்.

"சாமி தெரியாம கை பட்டிடுச்சு. நான் வேணும்னே இப்படி பண்ணல"

"ஏண்டா செய்றதையும் செய்துட்டு வியாக்கியானமா பேசறே. போடா அந்தண்டை"

கணேச குருக்களுக்குக் கோபம் இன்னும் அடங்கவில்லை. கொதிப்போடு இருந்தார்.

அப்போதுதான் அது நடந்தது. எல்லோரும் அங்கு நிகழ்ந்தவற்றை வேடிக்கைப் பார்த்துக்கொண்டிருந்தார்கள். தன் மகன் சுப்பு கோயிலுக்குப் போனானே என்ன செய்கிறான் என்பதைப் பார்ப்பதற்காக வந்திருந்த கோவிந்தன் கண் இமைக்கும் நேரத்திற்குள் யாவற்றையும் புரிந்துகொண்டவனாய் ஒருவரும் எதிர்பார்க்காத நிலையில் சுப்புவின் கன்னத்தில் 'பளார்' என்று ஓங்கி ஓர் அறை அறைந்தான். காது சவ்வு அறுந்து விடுவதைப் போல விழுந்த அடியில் சுப்பு நிலைகுலைந்து போய் அப்படியே கன்னத்தைப் பிடித்துக்கொண்டான். அவன் கண்கள் கலங்கின.

கோவிந்தன் இடது தோளில் தொங்கிக்கொண்டிருந்த பறையைத் தன் இடுப்பின் பக்கவாட்டில் அணைத்து வைத்துக் கொண்டு தன் இரண்டு கைகளையும் முன் பக்கமாய்க் கட்டியபடி கணேச குருக்களைப் பார்த்துக் கையெடுத்து கும்பிட்டான்.

"சாமி பையன் ஏதோ தவறிட்டான். பெரிய மனசு பண்ணி அவனை மன்னிச்சுடுங்க"

கணேச குருக்கள் சமாதானம் அடையவில்லை என்பது அவர் முகத்திலிருந்தே தெரிந்தது. சுப்பு, தான் அழுததை யாருக்கும் தெரியாமல் துடைத்தபடி தன் அப்பாவையும், கணேச குருக்களையும் பார்த்தான். குருக்கள் தன்னை அவமானப்படுத்தித் திட்டியது கூட அவனுக்கு வேதனையாகப் படவில்லை. தன்னுடைய அப்பா அத்தனை பேர் மத்தியிலும் கூனிக் குறுகி மன்னிப்புக் கேட்டதுதான் அவனால் தாங்கிக் கொள்ள முடியாததாக இருந்தது.

சுப்புவுக்கு வாங்கிய அறையில் கன்னம் வலித்தது மறந்து போய் இப்போது மனசு வலித்தது.

அனிதா நகர். ரயில்வே லைனை ஒட்டி வளர்ந்து கிடந்த வேலிகாத்தான் முள் மரங்கள். அதில் கட்டியிருக்கும் எருமை மாடுகள் கத்துகிற சத்தம். அந்த மாடுகளின் மேல் உட்கார்ந்து முதுகில் இருக்கும் காயங்களை அலகினால் கொத்துகிற காக்கைகள். குப்பை மேட்டின் சாம்பலில் சுகமாய் படுத்துத் தூங்கிக்கொண்டிருந்த நாய்கள் திடீரென்று எதையோ நினைத்துக்கொண்டதைப் போல எழுந்து பரபரப்பாய் ஓடுகிற காட்சி. குறுக்கும் நெடுக்குமாய் நடக்கிற சின்னப் பசங்களின் ஓயாத இரைச்சல். எல்லாம் அந்த இடத்தை உயிர்ப்போடு வைத்திருந்தது.

கோவிந்தன் தன் குடிசையின் வெளியே இருந்த ஒட்டுத் திண்ணையில் சுருண்டபடி படுத்துக் கிடந்தான். அவன் உடம்பு 'கண கண' என்று கொதித்துப் போய் ஒரே அனலாயிருந்தது. அழுக்கு வேட்டியைத் தன்னுடைய காலின் நுனியிலிருந்து மார்பு வரை இழுத்துப் போர்த்தியிருந்தான். ரெண்டு நாளாக சரியான ஜுரம். கூடவே வறட்டு இருமலும் சேர்ந்துகொண்டது. அவனுக்கு காலைப் பனி ஒத்துக் கொள்ளவில்லை.

குடிசையின் உள்ளே இருந்த சுப்பு சவுக்குச் செத்தையைப் போட்டுக் கொளுத்தி பறையை இப்படியும் அப்படியுமாகக் காட்டியவன் சத்தம் நன்றாக வருகிறதா என்று 'டன் டன் டன்' என்று தட்டிப் பார்த்துக்கொண்டிருந்தான்.

வாசலில் யாரோ வந்து நிற்பது தெரிந்தது. கோவிந்தன் அந்த ஜுரத்திலும் மரியாதை தரும் விதமாக தட்டுத் தருமாறி எழுந்து உட்கார்ந்தான்.

"வாங்கம்மா"

எதிரே கணேச குருக்களின் மனைவி பங்கஜம்மாள் எதையோ பறிகொடுத்தவளைப் போல இருந்தாள்.

“நீங்க எதுக்குமா வரணும். யாருகிட்டயாவது சொல்லி அனுப்பியிருக்கக் கூடாதா”

மறுபடியும் கோவிந்தனே பேசினான். அவன் ஈனஸ்வரத்தில் பேசியதை பார்க்கப் பாவமாயிருந்தது. அதே சமயம் பங்கஜம்மாள் அதை எப்படி சொல்வது என்பது போல கோவிந்தனையே பார்த்துக்கொண்டிருந்தாள். பிறகு வேறு வழியில்லை என்கிற விதமாகப் பேசத் தொடங்கினாள்.

“கோவிந்தன் எங்க ஆத்துக்காரருக்கு ஒரு வாரமா கழுத்த சுளுக்கிட்டு வலிக்கிறது. ஆஸ்பத்திரிக்குப் போய் கரண்ட் ஷாக்கெல்லாம் வச்சுப் பார்த்தா. நானும் நேக்குத் தெரிஞ்ச கை வைத்தியமெல்லாம் செஞ்சு பார்த்துட்டேன். ஒண்ணும் சரியாகலை. கழுத்தை இந்தண்டை அந்தண்டை திருப்ப முடியாம பாவம் மனுஷன் கிடந்து தவிக்கிறார். யாரோ சொன்னா நீ கழுத்து சுளுக்கெல்லாம் நன்னா எடுத்து விடுவேன்னு”

“நீங்க சொல்றது வாஸ்தவந்தாம்மா. ரொம்ப நாளைக்கு முன்னாடி இங்க இருந்த பாய் வூட்டு ஐயாதான் எனக்கு இந்தத் தொழில கத்துக் கொடுத்தாரு. இப்ப அவரு நம்ம ஊர விட்டுப் போயிட்டதால சுத்துப்பட்டுல இருக்கிற மனுஷங்களுக்கு ஏதாச்சம் சுளுக்கு, கழுத்து இசுவுன்னு வந்துட்டா எங் கிட்டதான் வருவாங்க. நானும் அந்தப் பெரியாண்டவன் துணையால என்னால முடிஞ்சத அவங்களுக்கு செஞ்சு விடுவேன்”

“அதான் நானும் அவரண்ட சொன்னேன். ஆனா மனுஷன் அதெல்லாம் முடியாதுன்னு ஒரே பிடிவாதமா மறுத்துட்டார். அப்புறம் நான்தான் ஆபத்துக்கு தோஷமில்லேன்னு சமாதானப்படுத்தி உன்னை அழைச்சுண்டு போகலாம்னு வந்திருக்கேன்”

“என்னால இப்ப முடியாது தாயி. ரொம்பவும் உடம்பு சரியில்லாம இருக்கேன். வேணும்னா எம் பையன் சுப்புவ அனுப்பறேன். அவனுக்கும் இந்த வித்தைய நான் சொல்லிக் கொடுத்திருக்கேன். அவன் என்னை விடவும் ரொம்ப நல்லா செய்வான்”

கோவிந்தன் இதைச் சொல்லும் போதே அவனுக்கு மேலும் கீழுமாய் மூச்சிறைத்தது. பொறுமையாக நிதானப்படுத்திக்

கொண்டு உள்ளேயிருந்த சுப்புவை பேர் சொல்லிக் கூப்பிட்டான். சுப்பு பறையைச் சரி பார்ப்பதை விட்டுவிட்டு குடிசையிலிருந்து வெளியே வந்தான்.

அங்கே பங்கஜம்மாள் அவனை எதிர்பார்ப்பது போல நின்றுகொண்டிருந்தாள்.

சுப்புவுக்கு எரிச்சலாய் இருந்தது. பங்கஜம்மாளும், தன்னுடைய அப்பாவும் பேசிக்கொண்டதை அவன் உள்ளே இருந்த போது கேட்டு விட்டிருந்தான். 'இவளுடைய புருஷனுக்கா முன்ன ஒரு தடவ நம்மள அவமானப்படுத்தி பேசினாரே கோயில் குருக்கள். அந்த ஆளுக்கா போய் நாம உதவி செய்யணும். முடியாது' என்பது போல முகத்தை இறுக்கமாக வைத்துக்கொண்டு பங்கஜம்மாளை முறைத்துப் பார்த்தான்.

நிலைமையை அவள் ஒருவாறு யூகித்திருக்க வேண்டும். சுப்புவை பார்த்துக் கெஞ்சுவது போல் பேசினாள்.

"அம்பி அவர் கழுத்து வலியால ரொம்பவும் அவஸ்தைப் படுறார். கொஞ்சம் வந்தேன்னா நோக்கு புண்ணியமா இருக்கும்டா"

எத்தனைதான் பழிவாங்கும் உணர்ச்சி இருந்தாலும் கூட ஒருத்தர் பாதிக்கப்பட்டு நொந்து போய் வந்து உதவி என்று கேட்டால் நல்ல மனசு உள்ளவர்களால் அதை உதாசீனப்படுத்த முடிவதில்லை. சுப்புவுக்கும் கண நேரத்தில் மனம் மாறத்தான் செய்தது. 'பங்கஜம்மாள் எவ்வளவு பெரிய மனுஷி கேவலம் ஒரு சின்னப் பையனான நம்ம கிட்ட வந்து கெஞ்சுறாங்களே பாவம்' என்று அவன் நினைத்த போதே கோவிந்தனிடம் இருந்து அதட்டுகிற விதமாக வார்த்தை வந்தது.

"ஏண்டா பெரியவங்க வீடு தேடி வந்து கேட்கிறாங்க இல்ல. போடா போயி நம்ம சாமிக்கு வேண்டிய ஒத்தாசய செஞ்சுட்டு வா"

சுப்பு, பங்கஜம்மாளோடு கிளம்பினான். சுப்பிரமணிய சுவாமி கோயிலின் ஒரு கதவு திறந்தே இருந்தது. பிரகாரத்தில் எப்போதும் நாதஸ்வரம் வாசிக்கிற இடத்திலேயே அவனை நிற்கச் சொல்லிவிட்டு பங்கஜம்மாள் 'விடு விடு' என்று உள்ளே போனாள்.

கொஞ்ச நேரம் போயிருக்கும். கணேச குருக்கள் மட்டும் தன் கழுத்தை ஒரு பக்கமாகச் சாய்த்துக்கொண்டு மேல் கண்ணால்

சுப்புவையே பார்த்தபடி வலியால் முணகியவாறு தயங்கித் தயங்கி நடந்து வந்தார். அந்த நிலையில் அவரைக் கண்டதும் 'சாதாரண ஒரு விஷயத்துக்காக நம்மள காயப்படுத்தின குருக்கள் அந்தக் கணமே செத்துப் போயிட்டார். இவரு வேற புது மனுஷர்' என்பது போலத்தான் சுப்புவுக்கு தோன்றியது.

அருகில் வந்த கணேச குருக்கள் அவனிடத்தில் எதுவும் பேசப் பிடிக்காதவரைப் போல மௌனமாய்த் தரையில் உட்கார்ந்தார். சுப்பு அமைதியாக அவர் கொண்டு வந்த கிண்ணத்தில் இருந்த எண்ணெயை எடுத்து அவருடைய கழுத்தில் தொட்டுத் தடவி ரொம்ப நேரமாக உருவி விட்டுக் கொண்டிருந்தான். கணேச குருக்களுக்கு சொல்ல முடியாத வலியிலும் அவன் பிடித்துவிட்டது ஒரு தனி சுகமாய்த் தெரிந்தது. அவர் கண்களை மூடி அதை அனுபவித்துக்கொண்டிருக்கும் போதே சுப்பு அவரின் கழுத்தை இப்படியும் அப்படியுமாக மாற்றி மாற்றி அசைத்து 'மளக்' என்று நெட்டி முறித்தான். 'மட மட' என்று சுளுக்கு விழுந்தது. கணேச குருக்களுக்கு இது வரையிலும் இருந்த வலியெல்லாம் எங்கோ பறந்து போய் ஒரு புதிய உணர்ச்சி வந்தது போல தெரிந்தது. அந்த உற்சாகத்தில் கழுத்தை மேலும், கீழும், பக்கவாட்டிலும் அசைத்துப் பார்த்த போது அது இயல்பான பழைய நிலைக்கு மாறிவிட்டதை அவரால் உணர்ந்து கொள்ள முடிந்தது. முகத்தில் சந்தோஷம் பரவ நீண்ட பெருமூச்சு விட்ட அவர் 'ஈஸ்வரா' என்று அடித் தொண்டையால் அழைத்தபடி திருப்தியோடு கையைத் தரையில் ஊன்றி எழுந்தார்.

சுப்பு, அவரை நேருக்கு நேராக பார்த்தான். அதற்காகவே காத்திருந்தவனைப் போல அவன் முகம் மாறிப் போயிருந்தது. கொஞ்சம் கூட தயக்கமின்றி அவனிடமிருந்து வார்த்தைகள் வந்து விழுந்தன.

"சாமி முன்ன ஒரு தடவை கோயில்ல என் கை தவறி உங்க மேல பட்டதுக்கு அபச்சாரம்னு தூரப் போகச் சொல்லிட்டு எங்க அப்பா கையால அடி வாங்க வச்சீங்க. ஆனா இப்ப நான்தான் உங்களுக்குக் கழுத்துச் சுளுக்க எடுத்து விடுறேன். தெரியாம கை பட்டதுக்கே அபச்சாரம்னு சொன்ன நீங்க தெரிஞ்சே உங்களோட உடம்ப தொட்டு, தடவி, நோவ சரியாக்கி இருக்கேனே. இது ஒண்ணும் அபச்சாரமா தோணலியா"

கணேச குருக்கள் சட்டென்று நிமிர்ந்தார். சுப்பு கேட்டது அவரைச் சங்கடத்தில் ஆழ்த்தியிருக்க வேண்டும். நெற்றியைச் சுருக்கியபடி அவனைக் கூர்ந்து கவனித்தார்.

“நோக்கு ரொம்ப சின்ன வயசுடா அம்பி. அதான் நல்லது கெட்டது தெரியாம பேசுறே”

“சின்ன வயசா இருந்தா என்ன சாமி, நம்ம ஔவையாருக்கு புத்தி புகட்டணும்னு வந்த முருகன் கூட சின்னப் பையன்தானே”

“அதெல்லாம் ஈஸ்வரனோட விளையாட்டு. அத மனுஷாள் கடைபிடிக்கப் படாது. அன்னைக்கு நான் குளிச்சிட்டு சுத்தமா இருந்தேன். அதுவும் மூலஸ்தானத்திலே இருந்து வந்தேன். நீ தொட்டதும் தீட்டாயிடுத்து. இன்னைக்கு நான் குளிக்காம இருக்கேன். நீ என்னைத் தொடலாம்”

“நீங்க சொல்றத பார்த்தா குளிச்சுட்டா எந்தத் தோஷமும் நீங்கிடும். அப்படித்தானே சாமி”

“ஜலத்துக்கு அப்படி ஒரு மகிமை இருக்கு. நோக்கு அது தெரியாதுடா”

“உங்க நெனப்பு அப்படின்னா என்னால இப்ப குளிக்கப் போற நீங்க அதே மாதிரி அப்பவும் போனாப் போகுதுன்னு விட்டுட்டு குளிச்சு சுத்தமாகி இருக்கலாமில்ல”

கணேச குருக்களுக்கு என்ன பேசுவதென்று புரியவில்லை. அதிர்ச்சியில் திக்பிரமை பிடித்தவரைப் போல நின்றிருந்தார். வாய் பேச நினைத்தும் முடியாத ஊமையைப் போல அவர் நிலைமை இருந்தது.

“**சா**மி நான் தாழ்ந்த ஜாதிக்காரன். அதனால தொட்டது தோஷம்னுதானே நீங்க அப்படி நடந்துகிட்டீங்க. இப்ப உங்கள கேட்கிறேன். தோ மூலஸ்தானத்தில முருகன் இருக்கானே அவன் பக்கத்தில இருக்கிற வள்ளி, தெய்வானையில வள்ளி குறத்தி இல்லையா. உங்க கணக்குப்படி பார்த்தா அவளும் ஒரு கீழ் ஜாதிக்காரிதானே. நீங்க தினம் தினம் அபிஷேகம் பண்றப்போ அவள தொடுவீங்க இல்ல. அதுக்காக என்ன பரிகாரம் செய்றீங்க. கேட்டா அது சாமி, நீ வெறும் மனுஷன்டா அதுலயும் மத்தவாள விடவும் தீண்டத்தகாத மனுஷன்டான்னு திமிரா பேசுவீங்க. சாமி உடம்பில தீட்டுப்பட்டா குளிச்சா சரியாப் போயிடும்னு சொல்றீங்களே. மனசுல தீட்டுப்பட்டா எங்க போயி குளிப்பீங்க. சொல்லுங்க”

சுப்புவுக்கு தன்னுடைய கோபத்தையும், நியாயத்தையும் வெளிப்படுத்துகிற வயசும், அனுபவமும் இல்லாதிருந்தும் சர்வ சாதாரணமாய் இதை கேட்டுவிட்டு 'விறு விறு' என்று கோயில் படியிலிருந்து இறங்கி வெளியே போய்க்கொண்டிருந்தான்.

'சடார்' என்று ஆதிசங்கரர் குறித்தும், அஹம் பிரம்மாஸ்மி பற்றியும் தன் மனைவி பங்கஜம்மாளிடம் சொல்லி, தாம் கர்வப்பட்டுக்கொண்டது காட்சிகளாய் நினைவுக்கு வர, சுப்பு போவதையே வெறித்துப் பார்த்துக்கொண்டிருந்த கணேச குருக்கள் வெளிறிப் போன முகத்துடன் தன் மேல் வழிந்த வேர்வையைத் துடைத்தபடித் திரும்பி மூலஸ்தானத்தை உற்று நோக்கினார். அங்கே முருகன் கையில் வேலோடு சலனமற்று நின்றிருந்தான். அவனுடன் இணைந்திருந்த தெய்வானை நடந்தது எதுவும் புரியாமல் அமைதியாய் காட்சியளிக்க இன்னாரு புறம் இருந்த வள்ளி மாத்திரம் கணேச குருக்களைப் பார்த்து ஏளனமாய் சிரித்துக்கொண்டிருந்தாள்.

- தினமலர் வாரமலர், அக்டோபர் 26, 2014.
(டி.வி.ஆர். நினைவுச் சிறுகதைப் போட்டியில் ஆறுதல் பரிசு பெற்றது.)

*

பெரிய வாய்க்கா தெரு

மதிய நேரம். பாதரசத்தினால் பூசி மெழுகியது போன்று வெயில் பளபளத்துக்கொண்டிருந்தது. சத்யா வீட்டிலிருந்து கிளம்பி வரும் வழியில் தேவகியைப் பார்த்து விட்டான். அப்போதுதான் அவள் குளித்து முடித்துவிட்டு வந்திருக்க வேண்டும். பாவாடை, சட்டையில் 'பளிச்'என்று அழகாக இருந்தாள். அந்த அழகுக்கு அழகு சேர்ப்பது போல இருந்தது அவளின் பேச்சு.

"கடைக்குப் போகலாம்னு இந்த பக்கமா வந்தேன். உங்கள பார்த்ததும் நின்னுட்டேன்"

"அப்படியா" என்று இயல்பாகக் கேட்டுவிட்டு சத்யா சிரித்தான்.

"அப்பா எப்படி இருக்கிறாரு"

"நல்லா இருக்காரு. நீங்கதான் முன்ன போல வீட்டுக்கு வர மாட்டேங்கிறீங்க"

"எங்க தேவகி முடியுது. நேரம் கிடைச்சா வர்றேன்"

"கண்டிப்பா வரணும்"

"ஏதாவது முக்கியமான விஷயமா"

"ஆமாங்க"

தேவகி இதை தயக்கத்தோடு சொன்ன போது சத்யா உண்மையான மனதுடன் திருப்பிக் கேட்டான். அதில் அன்பு நிறைந்திருந்தது.

“நான் என்ன செய்யணும்”

“என்கிட்ட கொஞ்சம் வெளிநாட்டு பணம் இருக்கு”

”ரூபா நோட்டா, காய்ன்ஸா”

“ரூபா நோட்டுதான்”

“எந்த நாட்டோடது”

“பிரான்ஸுதுன்னு அத கொடுத்த அந்த ஐயா சொன்னாரு”

சத்யாவுக்கு புரிந்துவிட்டது. தேவகி ஒரு பிரெஞ்சு சொல்தா வீட்டில் வேலை செய்கிறாள். அவர்தான் கொடுத்திருக்க வேண்டும். கேட்டான். தேவகி ‘ஆமாம்’ என்றாள்.

“சரி தேவகி. அந்த ரூபா நோட்டுகள நான் மாத்தித் தரணும் அவ்வளவுதான”

“அதேதான்”

“நாளைக்கு நீ இந்த கடைக்கு வருவ இல்ல”

“முடியாதுங்க. நிறைய வேலை இருக்கு. ரெண்டு நாள் சென்னுதான் வருவேன்”

“நானும் அப்ப வர்றேன். மறக்காம அத எடுத்துகிட்டு வா பார்க்கலாம்”

சத்யா அப்படி சொல்லிவிட்டு வந்ததை இப்போது நினைத்துக்கொண்டான். தேவகி அந்த பிரான்ஸ் ரூபாய் நோட்டுகளை அவனிடத்தில் கொடுத்து ஒரு வாரத்துக்கும் மேலாகப் போகிறது. அதை எடுத்துப் போய் அவன் இன்னும் நம்ம ஊர் ரூபாய் நோட்டுகளாக மாற்றித் தரவில்லை.

சத்யாவுக்கு தேவகியை நன்றாகத் தெரியும். அவளுடைய அப்பாவோடு நல்ல பழக்கம் இருந்தது. அவர் வேலை செய்யும் கட்டடங்களுக்கு அவ்வப்போது பெயிண்ட் அடிக்கப் போனதில் ஏற்பட்ட நட்பு. அதை வைத்து சாயந்திரமானால் தேவகியுடைய அப்பாவை பார்க்கப் போய் விடுவான்.

அவருடைய குடிசைக்கு வெளியே பாய் போட்டு இரண்டு பேரும் பேசிக்கொண்டிருப்பார்கள். அவர்களுக்கு நடுவே ஒரு டிரான்ஸிஸ்டர் ரேடியோ. அதுபாட்டுக்கு எதாவது கத்திக்கொண்டிருக்கும். குடிசைக்குள் தேவகி பெரும்பாலும்

சமையல் வேலையில் ஈடுபட்டிருப்பாள். அவளுடைய அம்மா செத்துப் போய் இரண்டு வருஷம் ஆகிவிட்டது. அவர் இருக்கும் வரையில் பள்ளிக்கூடம் போன தேவகி அவருக்குப் பிறகு தன் அப்பாவுக்கு வேண்டிய உதவிகள் செய்ய படிப்பை பாதியிலேயே நிறுத்திவிட்டாள். அவளை எட்டாவது வரைக்குமாவது படிக்க வைத்து விடவேண்டும் என்று தேவகியுடைய அப்பா எவ்வளவோ முயற்சி செய்தார். வறுமையில் அது முடியவில்லை.

இன்றைக்கோ நாளைக்கோ பெரிய மனுஷி ஆகிவிடும் நிலைமையில் இருக்கிற தேவகி தன் அப்பாவுக்கு வேண்டியதை எல்லாம் செய்துவிட்டு சொல்தா வீட்டில் கைவேலை செய்யப் போய் விடுவாள். அந்தச் சொற்ப வருமானம் அவர்களின் தேவைக்கு போதுமானதாக இல்லாவிட்டாலும் ஏதோ வாய்க்கும், வயிற்றுக்கும் ஏற்ப இருந்தது.

கொசப்பாளையத்துக்கு போகும் வழியில் மணிமேகலை பள்ளிக் கூடத்துக்கும் எதிரே ஒரு வீடு. இப்போதுதான் கட்டிக் கொண்டிருக்கிறார்கள். தேவகியின் அப்பாவுக்கு அதில் வேலை. அதல்லாமல் கட்டடத்தை இரவு பகல் எந்நேரமும் பார்த்துக் கொள்ள வேண்டும். வாட்ச்மேன் உத்தியோகம். அதற்காக வீட்டு ஓனர் அங்கேயே குடிசை போட்டுக் கொடுத்திருக்கிறார். வீடு ஏறக்குறைய முடிவடையும் நிலையில் இருந்தது. இந்த வீட்டு வேலை முடிந்தவுடன் இதே மாதிரி வேறொரு வீடு தேடிப் போய் அங்கே தங்கிவிட வேண்டும். இப்படித்தான் தேவகிக்கும், அவளுடைய அப்பாவுக்கும் வாழ்க்கை அமைந்து விட்டது.

சத்யா, கஸ்தூரிபாய் நகரில் இருக்கிறான், அவனும் குடிசைவாசிதான். வயதான தன் அம்மாவோடு அவன் வசிக்கும் பகுதி முழுக்க குடிசைகள். அந்த இடம் ஒரு காலத்தில் தோப்பும் தொரவுமாக இருந்தது. அங்கே மல்லாட்ட கிராமணி என்று ஒருத்தர் இருந்தார். நல்ல தடிமனான உடம்பு. நரைத்துப் போன மீசையை முறுக்கி வைத்துக்கொண்டு பார்க்கிறவர்களை பயம் கொள்ளச் செய்யும்படியான தோற்றம். அதற்கேற்ப அவர் குஸ்தி சண்டைகள் சொல்லிக் கொடுக்கிற வாத்தியாராக இருந்தார். சிலம்பாட்டத்திலும் பெரிய கெட்டிக்காரர். தன்னுடைய தோப்பில் அவர் மகனுக்கே சிலம்பம் சொல்லித் தருவார். காலை, மாலை இரண்டு வேளையும் அந்தப் பயிற்சி நடக்கும். சத்யா அப்போது ஐந்தாவதோ, ஆறாவதோ படித்துக்கொண்டிருந்தான்.

மல்லாட்ட கிராமணிக்கு தெரியாமல் புதரில் மறைந்துகொண்டு அவரை ரசித்துப் பார்ப்பான். அவ்வளவு அழகாக இருக்கும் அவர் சிலம்பம் சுற்றுவது. சத்தியாவுக்கும் அவரிடம் அதை கற்றுக்கொள்ள ஆசையாக இருக்கும். சின்னப் பையன் என்று திட்டிவிடுவாரோ என்கிற பயத்தில் அப்படியே விட்டுவிட்டான்.

மல்லாட்ட கிராமணி ரொம்ப கண்டிப்பானவர். அவருடைய தோப்பில் பெரிய புளியமரம் இருந்தது. ஒரு சமயம் சத்யா புளியம்பழத்தைக் கல்லால் அடிக்கப் போய் அவர் கையில் வகையாக மாட்டிக்கொண்டான். மல்லாட்ட கிராமணி அடிப்பது போல கையை ஓங்கி அப்படியே நிறுத்திவிட்டு அவனைப் பார்த்துச் சிரித்தார்.

"புளியம்பழம் வேணும்னா கீழ விழுந்து கிடக்கிறத பொறுக்கிக்க. கல்லால அடிச்சா யார் மேலயாவது போய் விழுமில்ல" என்று சொல்லியவர் அவனைப் பற்றி விசாரித்துவிட்டு அனுப்பிவிட்டார். அப்டிப்பட்டவர் இருந்த தோப்பு அவர் பெயரிலேயே மல்லாட்ட கிராமணி தோப்பு என்று ஆகிவிட்டது. அந்த தோப்பைத்தான் அரசாங்கம் கையகப்படுத்தி கஸ்தூரிபாய் நகர் என்று பெயர் வைத்து ஜனங்களுக்கு பட்டா செய்து கொடுத்து விட்டார்கள்.

சத்யாவின் கையில் தேவகி கொடுத்திருந்த பிரான்ஸ் ரூபாய் நோட்டுகள் இருந்தன. அவற்றை உற்றுப் பார்த்தான். செவ்வக வடிவில் வெளிர் நிற ஊதா நிறத்தில் தனி அழகாக இருந்தது.

பிரான்ஸ் தேசத்தைச் சேர்ந்த ஒருத்தன் தலைநிறைய முடியோடும், குறுந்தாடியோடும் அதில் இருந்தான். யாரென்று தெரியவில்லை. பின்பக்கம் அதே மனிதன் ஒரு பூங்காவை பார்ப்பது போன்ற தோற்றம். சத்யா அந்த ரூபாய் நோட்டுகளில் ஒன்றை திருப்பித் திருப்பிப் பார்த்தான். 'மொடமொட' என்று சத்தம். புது நோட்டு. தேவகியிடம் இருந்து இதனை வாங்கி வந்த போது பிரெஞ்சு மொழி தெரிந்த ஒருத்தரிடம் காட்டி இந்த ரூபாய் நோட்டுகளில் என்ன எழுதியிருக்கிறது என்று கேட்டான்.

அவர் வாங்கிப் பார்த்துவிட்டு அதில் அச்சடித்திருப்பதை ஒன்று விடாமல் படித்துச் சொன்னார். இடது மூலையில்

'பாங்க் தெ பிரான்ஸ்' என்று இருக்கிறது. அதன் கீழ் வேன் ஃபிரான் அதாவது 20 ஃபிரான் என்றும், ரூபாய் நோட்டின் நடுவே நம்நாட்டு ரிசர்வ் வங்கி கவர்னரின் கையெழுத்துப் போல முக்கியமான மூன்று பேர்களின் கையெழுத்தும் இருக்கிறது. பின்பக்கம் ஒரு வெள்ளை சதுரத்தின் கீழ் பொடி எழுத்தில் 'இந்தப் பண அளிப்பு வாக்குறுதிச் சீட்டைத் தவறாகப் பயன்படுத்துவதும், மோசடி செய்வதும், புழக்கத்தில் இருக்கும் போது அதனை ஏமாற்றும் நோக்கத்தில் மாற்றங்கள் செய்வதும் குற்றம். அது உறுதி செய்யப்பட்டால் 30 லட்சம் ஃபிரான் அபராதமும், 30 வருட சிறைத் தண்டனையும் அளிக்கப்படும்' என்று பிரெஞ்சில் இருப்பதை அவர் படித்துவிட்டு சொன்ன போது சத்யாவுக்கு பிரான்ஸ் நாட்டின் மீது நல்ல அபிப்ராயம் ஏற்பட்டது.

நம்நாட்டு ரூபாய் நோட்டுகளில் இப்படி அச்சடிப்பதில்லை. அப்படி செய்தால் யாருக்காவது கள்ள நோட்டுகளை அடிக்க தைரியம் வருமா. 30 லட்சம் ஃபிரான் மதிப்புள்ள இந்திய ரூபாய் எவ்வளவு என்று கணக்கிட்டு அபராதம் என்று சொல்லிப் பாருங்கள். ஒரு பயல் அந்தக் காரியத்தைச் செய்ய முன்வர மாட்டான். அதையும் மீறி அபராதம்தானே கட்டி விடுவோம் என்று நினைக்கிறவனிடத்தில் போய் அதோடு சேர்த்து 30 வருஷம் சிறைத் தண்டனையும் அனுபவிக்க வேண்டும் என்று பயமுறுத்திப் பாருங்கள், அப்புறம் அவன் நல்ல நோட்டுகளை தொடுவதற்குக் கூட நடுங்குவான்.

ஒரு நாட்டின் ரூபாய்நோட்டு என்பது வெறும் தாள்களினால் அச்சடிக்கப்படுவதல்ல. அது அந்த நாட்டின் இறையாண்மைக்கான அடையாளம். அதை நம்மவர்களைப் போல கொச்சைப் படுத்துகிறவர்கள் வேறு யாரும் இருக்க முடியாது. ரூபாய் நோட்டில் காதலியின் பெயர், மனைவியின் பெயர் மற்ற என்னென்னவோ கண்றாவிகள் எல்லாம் எழுதி ஐம்பது பைசா போஸ்ட் கார்டு போல அவரவர்கள் கையில் கொடுத்து கொடுத்து மாற்றுகிறது இருக்கிறதே அது பெரிய குற்றம். ஒரு நாட்டை அவமதிக்கிற செயல். இதற்கு என்ன தண்டனை என்று இதுவரை அறிவித்திருக்கிறார்களா. இல்லையே. அப்புறம் எப்படி நாடு உருப்படும்.

இன்னும் கொஞ்ச காலம் போனால் ரூபாய் நோட்டுகளில் சிரித்துக்கொண்டிருக்கிற தேசப்பிதா காந்தியின் மொட்டைத்

தலையில் கொம்பு வரைவார்கள். பார்த்துக்கொண்டிருக்க வேண்டியதுதான்.

சத்யாவிடம் ஐந்து பிரான்ஸ் ரூபாய் நோட்டுகள் இருந்தன. ஒவ்வொன்றும் 20 ஃபிரான். மொத்தம் 100 ஃபிரான்கள். இந்திய ரூபாய் மதிப்பு எக்கச்சக்கமாக இருக்கும். இவற்றை எப்படியாவது மாற்றி தேவகியிடத்தில் தந்துவிட வேண்டும். சத்யா அப்படி நினைத்த போதே அவனுக்கு ஓர் இடம் உடனே நினைவுக்கு வந்தது. அங்குதான் வெளிநாட்டு ரூபாய் நோட்டுகளை எல்லாம் மாற்றுவார்கள். கொஞ்சமும் தாமதிக்காமல் கிளம்பினான்.

மேலண்டை புல்வார் வீதி, இப்போது போத்தீஸ் துணிக்கடை இருக்கிற இடத்தில் முன்பு ராமன் தியேட்டர் இருந்தது. ராமன் டிரான்ஸ்போர்ட் ஓனருக்கு சொந்தமானது. அதன் திறப்பு விழாவுக்கு முதல் முதலாக எம்.ஜி.ஆர். நடித்த 'குடியிருந்த கோயில்' திரைப் படத்தை திரையிட்டார்கள். தியேட்டர் வாசலில் இருந்த காம்பவுண்டை ஒட்டிய வேப்பமரத்துக்கும் பக்கத்தில் இரண்டு எம்.ஜி.ஆர்.கள் கட்–அவுட்டில் இருந்தார்கள். ஒருத்தர் கையில் ஊசி போடும் சிரஞ்சை தூக்கிப் பிடித்திருப்பார். இன்னொருத்தர் இடுப்பில் இரண்டு கைகளையும் வைத்து அழகாக சிரித்துக்கொண்டிருப்பார். கூட்டம் கட்டுக்கடங்காமல் வந்தது. நல்ல கலெக்ஷன்.

அந்த சந்தோஷம் யாவும் முடிந்து ரொம்ப காலத்துக்குப் பிறகு 'அன்னக்கிளி' வந்த சமயம். முதல் நாளும், மற்ற இரண்டு மூன்று நாட்களும் தியேட்டரில் கூட்டம் இல்லை. ஈயடித்துக்கொண்டிருந்தது. டைட்டில் போடும்போது வெடித்த தென்னம் பாளையில் ஒரு கிளி அமர்ந்திருப்பது போன்ற ஷாட்டில் இளையராஜா பெயரை காட்டுவார்கள். யாரும் கண்டு கொள்ளவில்லை. படத்தை தூக்கிவிடலாம் என்று நினைத்ததும் எப்படித்தான் ஜனங்கள் வந்தார்களோ தெரியாது. கொஞ்சம் கொஞ்சமாக படம் நன்றாக பிக்அப் ஆகிவிட்டது. தொடர்ந்து ஹவுஸ்ஃபுல் காட்சிகளாக அதிக நாட்கள் ஓடி பெரிய ரெக்கார்டு பிரேக் செய்த அந்தப் படத்தை சத்யா விரும்பிப் பார்த்திருக்கிறான்.

அந்த நினைவுகளோடு சத்யா எதிரேயிருந்த தெருவுக்குள் நுழைந்தான். அங்கு ஏற்கெனவே அசைவ ஓட்டல் இருந்தது, ஞாயிற்றுக் கிழமைகளில் மான்கறி கிடைக்கும் என்று மரப்பலகை

போர்டில் கிரெய கட்டியால் எழுதி வைத்திருப்பார்கள். நாம் நம்பவேண்டும் என்பதற்காக ஒரு மாமரத்தின் கீழே புள்ளிமான் ஒன்றையும் கட்டி வைத்திருப்பார்கள். அதுதான் அந்த வாரம் அறுக்கப்படப்போகிறது என்று அர்த்தம். அதை நம்பி எந்த வாரம் ஞாயிற்றுக்கிழமை போனாலும் சாப்பிட மான்கறி கிடைக்கும். ஆனால் கட்டிவைத்த அதே மான் மட்டும் ஒவவொரு வாரமும் அப்படியே நின்றபடி புல்லைத் தின்று கொண்டிருக்கும். ஆச்சரியப்படுவான். ஏமாற்றுவதற்கும் திறமை வேண்டும். அது அவர்களுக்கு இருந்தது.

அந்த ஓட்டலுக்கும் பக்கத்தில் ஒரு பங்க் கடை. சாப்பிட்டுவிட்டு வருகிறவர்களுக்கு தேவையான சிகரெட், வாழைப்பழம், பீடா, வாசனைப் பாக்கு என்று எல்லாம் கிடைக்கும். அங்குதான் எந்த நாட்டின் ரூபாய் நோட்டுகளாக இருந்தாலும் மாற்றித் தருவார்கள். சத்யா போய்ப் பார்த்தான். கடை இருந்தது. ஆனால் அப்படி மாற்றுவதற்கான எந்த அறிகுறியும் தென்படவில்லை. கடைக்காரரிடத்தில் கேட்டான். அவர் அவனை ஏற இறங்கப் பார்த்தார்.

“எங்க இருக்கிற நீ”

“ஏங்க”

“பின்ன என்ன. அதெல்லாம் அந்தக் காலத்தில நடந்தது. இப்ப வந்து கேட்கிற”

“அப்ப இங்க வெளிநாட்டு ரூபா நோட்டெல்லாம் மாத்தறது இல்லையா”

“தோ பார் தம்பி. முன்ன மாத்தனது என்னவோ உண்மைதான். இப்ப கிடையாது”

சத்யா அப்பாவியாக விழித்தான். அவனுக்குத் தெரிந்து இந்த ஓர் இடம் மட்டும்தான். மற்றது தெரியாது.

“வேற எங்க மாத்தித் தருவாங்க”

“இது இப்போ சந்து பொந்தெல்லாம் இருக்குது தம்பி. தோ ஓட்டலுக்கும் பக்கத்தில. அப்படியே கொஞ்ச தூரம் போனா காந்தி வீதியில. மிஷன் வீதியில. லப்போர்த் வீதியில”

“அப்புறம்”

"நெடுக்க மணி எக்ஸேஞ்சர்னு வேற இருக்குது. நீ எந்த பக்கமா போற"

"இல்லைங்க இதுக்காகத்தான் வந்தேன்"

"சரி. இப்படியே போனா நேரு வீதியில நிறைய திறந்திருக்கும். அத விட்டா காசுக்கடைதான் அங்க இருக்கிற சேட்டு இதுக்கு நியாயமான பணம் தருவாரு"

பங்க் கடைக்காரர் நல்லவராகத் தெரிந்தார். இல்லை என்றால் இத்தனை விவரங்களை இவ்வளவு பொறுமையாக சொல்வாரா. சத்யா அவரைப் பார்த்து சிரித்தபடி நன்றி சொல்லிவிட்டு எங்கு போய் ரூபாய் நோட்டுகளை மாற்றுவது என்று யோசித்தவனாக அங்கேயே சிறிது நேரம் நின்றான். அடுத்த நிமிஷமே எதுவாக இருந்தாலும் பிறகு பார்த்துக் கொள்ளலாம் என்று நினைத்து வீட்டுக்கு வந்துவிட்டான்.

மறுநாள். காலையிலேயே சத்யா கிளம்பினான். பாரதி வீதியின் காசுக்கடை பரபரப்பாக இருந்தது. வழியெல்லாம் நகைக்கடை. வாசலில் உட்கார்ந்து தங்க நகைகளுக்கு மெருகு போட்டுக்கொண்டிருந்தார்கள். அவர்கள் எதிரே நெல் உமி போட்ட நெருப்புடன் குமிட்டி அடுப்பு. புங்கங்காய் கொட்டையை கரைத்த சோப்பு நுரை போன்ற திரவம். ஒரு விதமான வாசனை அடிக்க சத்யா அதைத் தாண்டி குறுகிய சின்ன படிக்கட்டுகளின் வழியே மெத்தைக்கு போனான். பங்க் கடைக்காரர் சொன்ன சேட்டு உட்கார்ந்திருந்தார். என்ன என்பது போல பார்த்தார். சத்யா அங்கிருந்த பெஞ்சியில் உட்கார்ந்து தன்னிடமிருந்த பிரெஞ்சு ரூபாய் நோட்டுகளை எடுத்துக் காட்டினான். அவர் வாங்கிப் பார்த்துவிட்டுச் சிரித்தார்.

"என்னப்பா இது செல்லாத நோட்டுகளா எடுத்துகினு வந்திருக்கிற"

சத்யாவுக்கு அதிர்ச்சியாகி விட்டது.

"செல்லாத நோட்டுகளா"

"ஆமாம்பா. இந்த ஃபிரான் ரூபாய் நோட்டுகளை எல்லாம் மாத்தி ரொம்ப நாளாகுது"

"என்ன சொல்றீங்க சேட்டு"

பாரதி வசந்தன் | 79

"உனக்கு விஷயம் தெரியாதுன்னு நெனைக்கிறேன். உலக அளவில பிரான்ஸ் ரூபா நோட்டோட மதிப்பு குறைய ஆரம்பிச்சது. அத பயன்படுத்திகிட்டு அமெரிக்கா தன்னோட டாலர் மதிப்ப ஏத்தினதால ஐரோப்பா ஒன்றியத்த சேர்ந்த நாடுகள்லாம் கூட்டு சேர்ந்து ஃபிரானுக்கு பதிலா யூரோவ கொண்டு வந்துட்டாங்க"

"இது எப்ப நடந்ததுங்க"

"அது எத்தனையோ வருஷமாச்சு. இப்ப இந்த நோட்டெல்லாம் யாரும் வாங்க மாட்டாங்க"

"வேற வழியே இல்லையா"

"இல்லப்பா"

சேட்டு சொல்லிவிட்டு பக்கத்தில் இருந்தவரிடத்தில் பேசத் தொடங்கி விட்டார். சத்யாவுக்கு ஏமாற்றமாகி விட்டது. பணம் கிடைக்கும் என்கிற நம்பிக்கையில் வந்தான். அது நடக்கவில்லை. எதற்கும் பக்கத்தில் நேரு வீதியில் போய் விசாரிக்கலாம் என்று அங்கு போனால் கடை சாத்தியிருந்தது. பால்மாறாமல் மிஷன் வீதி போனான். அங்கிருந்தவன் சத்யாவை நிமிர்ந்து கூட பார்க்காமல் விரட்டி விட்டான். வீட்டுக்கு வரும் வழியில் சின்னக்கடை பக்கம் இருக்கும் மணி எக்ஸேஞ்சரிடத்தில் போனான். அவர் 'இனிமேல் பிரான்ஸ் ரூபாய் நோட்டுகளை மியூசியத்தில் வைத்துவிட வேண்டியதுதான்' என்று கேலி செய்தார். சத்யா சோர்ந்துபோய் எதுவும் செய்ய முடியாமல் வீட்டுக்கு வந்துவிட்டான். அவனுக்கு தேவகிக்கு உதவ முடியவில்லையே என்கிற வருத்தம் நிறைய இருந்தது.

ஒரு மாதம் போயிருக்கும். அன்று ஞாயிற்றுக்கிழமை. சத்யாவோட அம்மாவுக்கு கடுமையான காய்ச்சல். இருந்து இருந்து பார்த்த சத்யா தன் அம்மாவை டாக்டரிடம் அழைத்துப் போக முடிவெடுத்தான். கையில் அவ்வளவாக காசில்லை. இருக்கும் பணத்தை டாக்டர் பீஸுக்கு கொடுக்கலாம். மருந்து வாங்க முடியாது. என்ன செய்யலாம் என்று தவித்துக் கொண்டிருந்தவன் சரி பார்த்துக் கொள்ளலாம் என்று அம்மாவை ஆட்டோவில் ஏற்றி டாக்டரிடம் அழைத்துப் போனான். அங்கு ஏற்கெனவே நிறைய பேர் இருந்தார்கள். பொறுமையாக காத்திருந்து அவன் முறை வந்ததும் சத்யா

தன் அம்மாவுடன் டாக்டரின் அறைக்குள் நுழைந்தான். அவர் மருத்துவம் பார்க்கிறவரைப் போல இல்லாமல் அவரே ஒரு பேஷண்ட் போலத்தான் தெரிந்தார். தலையெழுத்து என்று நொந்துகொண்ட சத்யா அமைதியாக இருந்தான். டாக்டர் நாடி பிடித்துப் பார்த்துவிட்டு புரியாத கையெழுத்தில் ஒரு சீட்டு நிறைய மருந்து எழுதிக் கொடுத்துவிட்டார். சத்யா அதை வாங்கிக்கொண்டு வெளியே வந்தான். அவனுக்கு என்ன செய்வதென்று புரியாத நிலை. இப்போது மருந்து வாங்க வேண்டும். பணத்துக்கு எங்கே போவது.

வீட்டுக்கு வந்த சத்யா அம்மாவை படுக்க வைத்துவிட்டு யாரிடத்திலாவது கொஞ்சம் பணம் கைமாத்தாக வாங்க வேண்டும் என்று நினைத்து மறுபடியும் வெளியே போகத் தயாரானான் எதற்கோ உள் அறைக்குள் போனவன் அங்கே இருந்த மேஜையின் டிராயரை திறந்த போது அதில் தேவகி எப்போதோ கொடுத்து மாற்ற முடியாத 100 ஃபிரான் ரூபாய் நோட்டுகள் இருந்தன. சத்யா அப்படி ஒரு பணம் இருக்கிறது என்பதையே அடியோடு மறந்து போய் விட்டிருந்தான். இப்போது அதை பார்த்ததும் சட்டென்று ஒரு எண்ணம்.

இந்த நோடடுகளை மாற்றுவது குறித்து சத்யா பல பேரிடத்தில் தொடர்ந்து விசாரித்த போது யாரோ சொல்லியிருந்தார்கள் ஞாயிற்றுக் கிழமை சண்டே மார்க்கெட்டில் வாங்கிக் கொள்வார்கள் என்று. அந்த ஞாபகம் வந்ததும் சத்யா அவசர அவசரமாக வீட்டிலிருந்து கிளம்பி சண்டே மார்க்கெட் நடக்கும் இடத்திற்குப் போனான். சின்னக்கடை காந்தி வீதியின் முனையில் தொடங்கி அந்தத் தெரு முழுக்க அடைத்துக் கொண்டிருந்தன கடைகள். வித விதமான பொருட்கள்; மனிதர்கள். ஒரே இரைச்சலாக இருந்தது. எப்படியோ சத்யா பழைய ரூபாய் நோட்டுகள் விற்கிற கடையைக் கண்டு பிடித்துவிட்டான். அவனுக்கு ரொம்பவும் மகிழ்ச்சி.

கடைக்காரன் தரையில் பிளாஸ்டிக் தார்ப்பாயை போட்டு உட்கார்ந்திருந்தான். அவனுக்கு எதிரே கைப்பிடி அளவு தேய்ந்து போன செங்கல்லின் பொடி கற்களை குவித்து வைத்திருப்பதைப் போல பழைய நாணயங்கள். செப்பு, பித்தளை, அலுமினியம் கலந்த துத்தநாகம் என்று பல நிறத்தில் துருப்பிடித்த காசுகள். சத்யா தன்னிடமிருந்த ரூபாய் நோட்டுகளை காட்டி கேட்டான்.

“இத எடுத்துகிட்டு ஏதாவது பணம் தருவீங்களா”

“இங்க பல நாட்டோட நாணயங்கள விற்கிறேனே ஒழிய ரூபா எல்லாம் கிடையாது. ஏதாவது அந்தக் காலத்து காசா இருந்தாலும் பரவாயில்ல”

சத்யாவுக்கு என்ன செய்வதென்று தெரியவில்லை. மனம் கலங்கியது. மெதுவான குரலில் கெஞ்சுவது போல பேசினான்.

“இத நீங்க வாங்கிக்குவீங்கன்னு சொன்னாங்க அதான் வந்தேன்”

கடைக்காரனுக்கு சத்யாவை பார்க்க பாவமாக இருந்திருக்க வேண்டும். தவிப்புடன் இருந்த அவன் முகத்தை கவனித்தவன் சத்யாவுக்கு உதவ வேண்டும் என்று முடிவெடுத்தவனைப் போல சொன்னான்.

“பெரிய வாய்க்கா தெருவில ஒரு பாய் இருக்காரு. வெளிநாட்டுப் பணமெல்லாம் வாங்கறவரு. எதுக்கும் அவர போய்ப் பாரு”

சத்யாவுக்கு போன உயிர் திரும்ப வந்தது போல இருந்தது. சாகக் கிடக்கிறவனுக்கு அவன் வாயில் கொஞ்சம் பால் ஊற்றுகிற காரியம் இது. அவ்வளவு நெருக்கடியான நிலைமை. தன்னை பத்து மாதம் சுமந்து பெற்றெடுத்த தாய்க்கு செய்ய வேண்டிய கடமைக்கு அதுவும் கடுமையான ஜுரத்துக்கு மருந்து மாத்திரை வாங்க பணம் வேண்டும். கடவுள் கைவிடவில்லை. நல்லவர்களை அவர் ஒரு போதும் நிர்க்கதியாக விடமாட்டார். பழைய நாணயங்கள் விற்கிறவன் மூலமாக வழிகாட்டி விட்டார். அவன்தான் இப்போது கடவுள்.

நெகிழ்ந்துபோன சத்யா கடைக்காரனுக்கு நெஞ்சார நன்றி சொல்லிவிட்டு ஓட்டமும், நடையுமாக பெரிய வாய்க்கா தெரு பக்கமாக கிளம்பிப் போனான்.

பழங்காலப் புதுச்சேரியில் சின்ன வாய்க்கா தெரு மட்டும்தான் இருந்தது. இந்த ஊர் பிரெஞ்சுக்காரர்களின் ஆளுகைக்கு வந்த பின்பு உருவாக்கப்பட்டதுதான் பெரிய வாய்க்கா தெரு. மழைக் காலங்களிலும் மற்ற நேரத்திலும் அதிலிருந்து வரும் தண்ணீர் இப்போது ரெழி பக்கமாகப் போய் திப்ராயப்பேட்டை வழியாக வந்து கடலில் கலக்கிறது. ஆனால்

ஒரு காலத்தில் பெரிய வாய்க்கா தெரு பள்ளத்தாக்காக விரிந்து ரயில்வே ஸ்டேஷன் இருதய ஆண்டவர் கோயில் எதிரே வரை நெல் விளையும் கழனியாக நீண்டு கிடந்தது. அந்தச் சமயத்தில் புதுச்சேரி முழுமையும் பள்ளத்தூர் என்று அழைக்கப்பட அப்பெயர் வில்லியனூர் சிவன் கோயில் கல்வெட்டில் மட்டும் இப்போதும் இருக்கிறது.

பிரெஞ்சியர் ஆட்சி நடந்த போது டவுனை ஒட்டிய பகுதிகளிலும் பிற இடங்களிலும் தமிழர்களும், பிரெஞ் சுக்காரர்களும் எந்தப் பாகுபாடும் இன்றி ஒன்றாக வாழ்ந்தனர். உலகம் முழுக்க ஐரோப்பியர்களின் ஆதிக்கம் வந்த பின்பு இங்கும் அதன் பாதிப்புகள் வரத் தொடங்கின.

கடற்கரை அருகே இருந்த பெரிய வாய்க்கா தெருவிலிருந்து கிழக்கே அந்தப் பக்கம் முடிய 'வெள்ளையர் நகரம்' என்றும், அதற்கும் இந்தப் பக்கமான மேற்குப் பகுதி முழுவதும் 'கருப்பர் நகரம்' என்றும் பிரெஞ்சில் போர்டு எழுதி வைத்துப் பிரித்திருந்தார்கள்.

அப்போது 'பிரெஞ்சுக்காரர்கள் தமிழர்கள் வசிக்கும் இடங்களில் சொத்து வாங்கக் கூடாது, அவர்களுடன் சேர்ந்து வாழக் கூடாது' என்று சட்டமே இருந்தது. தமிழர்கள் குறிப்பிட்ட பகுதி தமிழ் மக்களை சாதியைக் காரணம் காட்டி தீண்டாமைக் கொடுமையினால் ஒதுக்கி வைத்திருக்கும் நிலையில் சமத்துவ எண்ணம் கொண்டிருந்த பிரெஞ்சுக்காரர்கள் ஒட்டு மொத்த தமிழர்களையும் அதே தீண்டாமையினால் தங்களிடமிருந்து தனியே பிரித்து வைத்து ஒதுக்கியது இன்றைய தலைமுறையினர் பல பேருக்குத் தெரியாது.

கடந்த காலத்தின் இத்தகைய நிகழ்வுகள் சத்யாவுக்குத் தெரிந்திருந்தும் அவன் அவற்றை மறந்து போயிருந்தான். ஆனால் நடந்த சமூகக் குற்றத்தின் நேரடி சாட்சியான பெரிய வாய்க்கா தெரு மட்டும் எதையும் மறக்காததைப் போல மண் புழுதிகளால் தூர்ந்து போய் செய்த பாவத்திற்கு பிராயச்சித்தம் தேடுகிறது மாதிரி சிறிய வாய்க்காலாகிக் குறுகிக் கிடக்கிறது. முன்பு போல அதில் தண்ணீர் பெருக்கெடுத்து ஓடாமல் ஊரிலுள்ள சாக்கடைகள் எல்லாம் கலக்கின்றன. ஒரே நாற்றம். அநீதிக்குத் துணை போனால் யாராயிருந்தாலும், எதுவாயிருந்தாலும் இந்தக் கதிதான் ஏற்படும் என்பது எத்தனை பெரிய உண்மை.

அதனை உறுதிப்படுத்தும் விதமாக கூடவே வரும் மிஷன் வீதியின் கையைப் பிடித்துக்கொண்டு சத்தம் போடாமல் நடந்து போகிற வயதான கிழவியைப் போன்று அமைதியாகக் காட்சியளித்தது பெரிய வாய்க்கா தெரு. ஜனநடமாட்டம் அவ்வளவாக இல்லை. வாய்க்கா ஓரத்தில் இருந்த பசுமையான பூவரச மரங்கள் போறை விழுந்து பட்டுப் போய் கிடந்தன. எங்கும் வெறுமை.

சத்யா எப்படியோ ரூபாய் நோட்டுகள் வாங்குகிற பாய் வீட்டை கண்டு பிடித்துவிட்டான். கதவில் இருந்த காலிங் பெல்லை அழுத்த யாரோ ஒரு பெண்மணி முக்காடு போட்டுக்கொண்டு வெளியே வந்து எட்டிப் பார்த்தாள்.

“என்ன வேணும்”

“பழைய ரூபா நோட்டுகள வாங்கற பாய் வீடு இதானுங்களே”

“ஆமாம்”

“அவர பார்க்கணும்”

ஒரு கணம் யோசித்த அந்தப் பெண்மணி பின்பக்கமாக திரும்பி ஏதோ சத்தமாக சொல்லி விட்டு சத்யாவை உள்ளே அழைத்தாள். அவன் தயக்கத்தோடு அவளை பின் தொடர்ந்து போனான். அறைக்குள் பாய் உட்கார்ந்திருந்தார். ‘வெள்ளை வெளேர்’ என்று தாடியுடன் லுங்கியை கட்டிக்கொண்டு வெறும் உடம்புடன் இருந்தவரைப் பார்த்து சத்யா கும்பிட்டான். பதிலுக்கு அவரும் அவ்விதம் செய்தார்.

“உட்காரு தம்பி”

சத்யா எஞ்சியிருக்கும் கடைசி நம்பிக்கையோடு அவர் எதிரே போய் அமர்ந்தான். மனக் கண்ணில் அம்மா ஜுரத்தின் வேதனையோடு இருப்பது தெரிந்தது. அவனுக்கு கண்ணீர் முட்டிக்கொண்டு வர எல்லா விஷயத்தையும் ஒன்று விடாமல் சொன்னான். தன் அம்மாவுக்காகத்தான் இத்தனையும் என்ற போது பாய் நெகிழ்ச்சியாகி விட்டார்.

“அடடா இந்த ரூபாய மாத்தறதுக்கு எவ்வளவு கஷ்டப்பட்டிருக்கிற. நான் வெளிநாட்டுப் பணத்தை குறைஞ்ச காசுக்கு வாங்கி அதிக விலைக்கு விற்கிறவன். அத வாங்கறதுக்கும் ஆளுங்க இருக்காங்க. இப்ப நீ எடுத்துகிட்டு வந்திருக்கிற

பிரான்ஸ் நாட்டோட ஃபிரான் எப்பவோ காலாவதி ஆயிட்டுது, புழக்கத்திலேயே இல்ல. எதுக்கும் பயன்படாத இத வச்சு நான் என்ன செய்யப் போறேன். இருந்தாலும் வாங்கிக்கிறேன். ஆனா அதிக பணம் தர முடியாது. முன்னன்னா இதோட மதிப்பு ஆயிரக் கணக்கில இருக்கும். இப்ப உனக்காக, உன் அவசரத்துக்காக ஒரு இருநூறு ரூபா தர்றேன். வாங்கிக்க"

பாய் மேற்கொண்டு எதுவும் பேசவில்லை. உடனே எழுந்து போய் ரூபாயோடு திரும்ப வந்தார். சத்யா தன்னிடமிருந்த 100 ஃபிரான் ரூபாய் நோட்டுகளையும் அப்படியே அவரிடம் தந்தவன் எதுவும் செய்ய முடியாத இக்கட்டான சூழ்நிலையில் ஏதோ இந்த அளவுக்காவது பணம் கொடுத்தாரே என்று பாயை உணர்ச்சி வசப்பட்டு வணங்கியவன் அவரிடம் இருந்து விடைபெற்றுக்கொண்டு வெளியே வந்தான். அவனுக்கு இப்போதுதான் மனம் அமைதியாக இருந்தது.

மருந்துக் கடையில் நின்றிருந்தான் சத்யா. ஒரே கூட்டம். கொஞ்ச நேரம் போனதும் அம்மாவுக்காக டாக்டர் எழுதிக் கொடுத்த மருந்துச் சீட்டை எடுத்து நீட்டினான். கடையில் இருந்தவர் "எல்லாத்தையும் கொடுத்திடலாமா" என்று கேட்டார்.

சத்யா தயக்கத்தோடு "இல்ல ஒரு வேளைக்கு வர்ற மாதிரி இருநூறு ரூபாய்க்குள்ள கொடுங்க" என்றதும் மருந்துக் கடைக்காரர் சீட்டில் இருந்ததைப் பார்த்து ஒவ்வொரு மாத்திரையாக எடுத்து சின்னதான காக்கி உறை கவருக்குள் போடும் சமயம். சத்யா தன் பாக்கெட்டுக்குள் இருந்த இருநூறு ரூபாயை எடுதது அவரிடத்தில் கொடுக்க கையை நீட்டினான்.

சட்டென்று தேவகியின் நினைப்பு வந்தது.

'கள்ளம் கபடம் இல்லாத பெண். எதிர் காலத்தைப் பற்றிய கனவுகளோடு இருக்கும் குழந்தை. அந்தப் பிஞ்சு உள்ளம் கொடுத்தது இந்தப் பணம். இது அவளுக்குத்தான் சொந்தம். என்றைக்கோ மாற்றித் தருவதாக வாங்கியது.

வீட்டு வேலை செய்யப் போன இடத்தில் பெரிய பணக்காரனான ஒரு சொல்தா அந்த ஏழைப் பெண்ணிடம் நிறைய வேலைகள் வாங்கிக்கொண்டு அவளிடத்தில் எதற்கும் உதவாமல் கிடந்த பிரான்ஸ் நாட்டின் பழைய ஃபிரான் நோட்டுகளை கொடுத்து ஏமாற்றி இருக்கிறான். இப்போது

இந்தப் பணத்தை அவளுக்குக் கொடுக்காமல் போனால் அந்தச் சொல்தாவைப் போல நானும் ஒரு ஏமாற்றுக்காரன்தான்.

இது தேவகியின் உழைப்புக்குக் கிடைத்தது. முழுக்க முழுக்க அவளுக்கே உரியது. இதை என் அம்மாவுக்குப் பயன்படுத்துவது அநியாயம். அதோடு பாவம்' என்று சத்யாவின் மனம் சொன்னதும் கடைக்காரரைப் பார்த்து "மருந்து வேணாம். சீட்ட கொடுங்க" என்று அதை திரும்ப வாங்கிக்கொண்டு வேக வேகமாகப் புறப்பட்டு வந்தான்.

கொசப்பாளையம் மணிமேகலை பள்ளிக்கூடம். அதன் எதிரே போய்ப் பார்த்த சத்யாவுக்கு பயங்கர அதிர்ச்சி. அங்கே கட்டிமுடிக்கப்படாத கட்டடம் இல்லை. அதற்குப் பதில் புதிய வீடு. யாரோ குடி வந்திருக்கிறார்கள். குடிசையும் இல்லை. தேவகியும் அவளுடைய அப்பாவும் காணோம். பதறிப் போன சத்யா அந்தப் பக்கமாகப் போன ஒருவரிடம் கேட்டான்.

"இந்த வீடு கட்றப்போ இங்க ரெண்டு பேரு இருந்தாங்களே"

"ஆமாம்"

"அவங்க கிட்ட முக்கியமான ஒரு விஷயம் பேசணும்"

"அது இப்ப முடியாது"

"ஏன்"

"அவங்க வேற கட்டடத்தில வேலை பார்க்கப் போயிட்டாங்க"

"எங்கன்னு தெரியுமா"

"தெரியாது"

சொல்லிவிட்டு அவர்பாட்டுக்குப் போய்க்கொண்டிருந்தார். துயரம் நிறைந்த மனதோடு தன் கையில் இருந்த இருநூறு ரூபாய் நோட்டுகளுடன் அங்கேயே நீண்ட நேரமாக நின்றிருந்தான் சத்யா.

- **தினமணி கதிர்**, 27.03.2022.

*

பிழைப்பு

"செர்ரிப் பழத்தை நீ பார்த்திருக்கிறியா தம்பி" என்று கேட்டார் அந்த மனுஷர். எதிரே நின்று அவரையே பார்த்துக் கொண்டிருந்த எனக்கு ஒன்றும் புரியவில்லை. வெள்ளையும், சள்ளையுமாக இஸ்திரி மடிப்பு கலையாத சட்டையுடன் தலையில் கதர் குல்லாவைப் போட்டிருந்தார். காந்தியவாதியாம். ராத்திரி, பகலாய் பிராந்தி கடைகளைத் திறந்து வைத்து, கள்ளத்தனமாய் சரக்குகளை விற்று, காசுபணம் சேர்த்துப் பேரும் புகழுமாய் இருக்கிற அவரைப் போய்ப் பார்த்தால் நம் பிரச்சனைக்குத் தீர்வு கிடைக்கும் என்று எனது நண்பர்களாக இருக்கிற தமிழன்பர்கள் சில பேர் சொன்னதால் அவர்களோடு அந்த மனுஷர் வீட்டுக்குப் போயிருந்தேன். அவர் அரசாங்கத்தில் செல்வாக்கு மிக்கவர். அதனால் எந்தக் காரியமும் எளிதாக நடக்கும் என்பதை நம்பி வந்த இடத்தில்தான் இப்படி கேட்டார்.

'என்ன இது இந்த ஆளு ஊர பத்தி கேட்டா பழத்தைப் பத்தி பேசுறான். சரியான மோடா முட்டியா இருப்பான் போல தெரியுதே' என்று எடுத்த எடுப்பிலேயே எனக்கு சந்தேகமாக இருந்தது. சரி அவசரப்படக் கூடாது என்று எதுவும் பேசாமல் அடுத்து அவர் என்ன சொல்லப் போகிறார் என்று காத்திருந்தேன்.

அதற்குள் அந்த மனுஷரே மீண்டும் பேசினார்.

"தம்பி செர்ரிப் பழம் எவ்வளவு இனிமையானதோ அவ்வளவு இனிமையானது நம்ம ஊர்"

எனக்குத் தலை சுற்றியது. என்னோடு வந்திருந்தவர்கள் ஒருத்தரை ஒருத்தர் பார்த்து நமட்டுச் சிரிப்பு சிரித்தார்கள்.

"அந்தச் செர்ரிப் பழம்தான் மாறி இனிமையான ஊர் ஆனதுக்கு அடையாளமா பாண்டியையும் சேர்த்து பாண்டிச்சேரின்னு கொஞ்சம் நீட்டி சொல்லிட்டாங்க. அந்த அழகான பேர வேணாம்னு நீங்க தகராறு செய்றீங்களே நியாயமா"

அந்த மனுஷர் இப்படி கேட்டதுதான் தாமதம்.

'அட கிறுக்குப் பயலே. உன்னையும் ஒரு மனுஷனா மதிச்சு வந்தேன் பாரு. என் புத்திய சொல்லணும்' என்று தலையில் அடித்துக்கொண்டே அழாத குறையாக அவர் வீட்டை விட்டு நண்பர்களோடு வெளியே வந்தேன்.

புதுச்சேரி என்கிற எங்கள் ஊரின் நல்ல தமிழ்ப் பெயரை பாண்டிச்சேரி என்று மாற்றி அழைக்க வேண்டும் என அரசாங்கம் உத்தரவிட்டிருந்தது. அதுவும் புதுவையின் நகரப் பகுதி மட்டும் பாண்டிச்சேரி ஆக இருக்கும் என்கிற அந்த அறிவிப்பை எதிர்த்து நடைமுறையில் இருந்ததைப் போல ஒட்டுமொத்த பகுதியும் புதுச்சேரியாகவே தொடர வேண்டும் என்பது கோரிக்கை. அதனை வலியுறுத்துவதற்காக வந்த இடத்தில் இப்படி ஓர் இலக்கிய ஆராய்ச்சி.

எப்போதுமே அதிகாரத்தில் நேரடி தொடர்பு வைத்துக் கொள்கிறவர்கள் ஆட்சியாளர்களின் ஊது குழலாகத்தான் இருப்பார்கள். அதனால் அரசாங்கத்தின் விருப்பத்தைப் பூர்த்தி செய்கிற விதமாக புதுச்சேரிக்குப் பதில் பாண்டிச்சேரிதான் இருக்க வேண்டும் என்று அந்த மனுஷர் நினைத்துக்கொண்ட அபத்தம் அவருக்கு வேண்டுமானால் சரியாக இருக்கலாம். அதைச் சொல்வதற்கு தனக்கு உரிமை இருக்கிறது என்று கூட அவர் வாதிடலாம். அதற்காக பாண்டிச்சேரி எனும் பெயருக்கு அவர் கொடுத்த விளக்கம் இருக்கிறதே மொழியியல் அறிஞர்கள் கூட இவ்வளவு அருமையாக சொல்ல மாட்டார்கள்.

'இவனெல்லாம் சமூகத்தில் உயர்ந்த அந்தஸ்தோடும், சகலத்தையும் தீர்மானிக்கிற வல்லமை பெற்றவனாகவும் வாழ்கிறான். இவனைப் போன்ற மூடர்கள்தான் இந்த சமூகம் முழுக்கவும் இருக்கிறார்கள். என்ன செய்வது. தமிழ்ச் சமூகத்தின்

தலைவிதி அப்படி. இனி யாரால் அதை மாற்ற முடியும்' என்று மனம் சலித்துக்கொண்ட கொஞ்சம் நாளிலேயே காசிநாதன் ரூபத்தில் வேறொரு சமாச்சாரம் என்னை நோக்கி வருமென்று எனக்குத் தெரியாது.

நெல்லித்தோப்பில் நான் படித்துக்கொண்டிருந்த காலத்தில் என்னோடு கூட படித்தவர் தனபால் என்கிற மூர்த்தி. நல்ல நண்பனுக்கு அடையாளமாக இருந்தவர். எனக்கு தூரத்து சொந்தம். மூர்த்தியின் ஒரே அக்காவைத்தான் காசிநாதன் திருமணம் செய்திருந்தார். அவர் எப்போதுமே பெருந்தன்மையானவர். கருப்பாய் இருந்தாலும் களையானவர். யாரையும் மரியாதையாகப் பேசக் கூடியவர். அந்தப் பகுதியில் நான் இருந்ததால் என்மீது நல்ல மதிப்பு வைத்திருந்தார். அதற்குக் காரணம் நான் பத்திரிகைகளில் எழுதுகிறேன் என்பதுதான்.

அப்போது ஊரில் இளைஞர் நற்பணி மன்றம் ஆரம்பித்தார்கள். செயிண்ட் ரோக் வீதியும், மடத்து வீதியும் சந்திக்கிற இடத்தில் தண்ணி கானுக்கு எதிரில் காலியாக இருந்த அலிஸ்செஸார் வீட்டு மனையில்தான் மன்றம். அதற்கு காசிநாதன் தலைவர். அவர்தான் நான் இளைஞர் நற்பணி மன்றத்தில் ஏதாவது ஒரு பொறுப்பில் இருக்க வேண்டும் என்று வற்புறுத்தி எனக்கு துணைத் தலைவர் பதவியோ இல்லை செயலாளர் பதவியோ ஏதோ ஒன்று வாங்கித் தந்தார். சரியாக ஞாபகம் இல்லை. என்னை பேச்சுக்குப் பேச்சு 'ஐயா, ஐயா' என்றுதான் அழைப்பார். அதில் நிஜமான அன்பு இருக்கும். தமிழ் படித்துவிட்டு சாதாரண ஓர் எழுத்தாளனாக இருப்பதால் இவர் எத்தனை மரியாதை செய்கிறார் என்று என் மீதல்ல அவர் மீதுதான் எனக்கு அதிக மதிப்பு வரும்.

அந்தக் காசிநாதன்தான் சைக்கிளில் நான் வீட்டுக்குப் போகும் போது என்னை கைத்தட்டி அழைத்தார்.

"ஐயா சேதி தெரியுமில்ல"

அவர் இப்படி கேட்டதும் சட்டென்று சைக்கிளை விட்டு இறங்கி அவரிடத்தில் நெருங்கிப் போனேன். இளைஞர் நற்பணி மன்றத்துக்கும் பக்கத்திலேயே அவர் வீடு. பிள்ளைத்தோட்டம் சாராயக்கடையில் கூலிக்கு சாராயம் விற்கிற வேலை செய்கிறவர்தான் இந்தக் காசிநாதன். இது எனக்குத் தெரியும்

என்பதால் அவரை எப்போதும் போல சகஜமாகப் பார்த்தேன். ராத்திரி முழுக்க சாராயக்கடையில் வேலை செய்ததின் அலுப்பு அவர் முகத்தில் தெரிந்தது. கண்கள் இரண்டும் கோவைப் பழம் போல் சிவந்திருந்தன. அவரைப் பார்க்கவே சங்கடமாக இருந்தது.

நான் அவரிடத்தில் மெதுவாகக் கேட்டேன்.

"என்ன விஷயம்"

"என்னது என்ன விஷயமா. நீங்க நேத்து சாயந்திரம் பேப்பர் பார்க்கலையா"

"இல்லையே"

"சரியாப் போச்சு போங்க. தமிழ் படிச்சா மாடு மேய்க்கத்தான் போகணும்னு பேசியிருக்காரு ஒருத்தரு"

"யாரு"

"அதான் அந்த ஆளு அரசியல்வாதி அம்பலவாணன்"

"அட அப்படியா பேசுனாரு"

நான் ஏதோ ஒரு ஞாபகத்தில் கொஞ்சம் இயல்பாகக் கேட்டுவிட காசிநாதனுக்கு உடனே கோபம் வந்து விட்டது.

"என்ன ஐயா இது நான் எவ்வளவோ பெரிய விஷயத்த சொல்றேன். நீங்க என்னடான்னா 'அட அப்படியான்னு' சாதாரணமா கேட்கிறீங்க"

எனக்கு தர்மசங்கடமாகி விட்டது. சமாளித்துக்கொண்டு "அந்த மனுஷன் அப்படி பேசுனதுக்கு நான் என்னங்க செய்ய முடியும்" என்று பரிதாபமாகக் கேட்டேன்.

காசிநாதன் என்னை முறைத்துப் பார்த்தார்.

"நீங்க தமிழ்ப் புலவராச்சே. நான் சொன்னது கேட்டு உங்களுக்குக் கோபம் வரல"

காசிநாதன் மட்டுமல்ல. அவரைப் போன்ற சராசரிகள் பலரும் ஏதோ கொஞ்சம் தமிழில் எழுதினால், பேசினால் உடனே அவர்கள் தமிழ்ப் புலவராக இருக்க வேண்டும் அல்லது தமிழாசிரியராக இருக்க வேண்டும் என்கிற அனுமானத்திற்கு

வந்து விடுகிறார்கள். தமிழ் தொடர்பான விஷயம் எல்லாம் இவர்கள்தான் கையில் எடுப்பார்கள். அதற்குரிய தகுதியும், பாத்தியதையும் இவர்களுக்குத்தான் இருக்கிறது வேறு யாருக்கும் இல்லை என்பதும் அவர்கள் நினைப்பாக இருக்கிறது. எழுத்தாளர்கள், கவிஞர்கள் என்று யாராய் இருந்தாலும் அவர்கள் எல்லோரும் 'தமிழ் ஐயா' என்கிற ஒரே கணக்கில், நேர்க்கோட்டில் அடங்கி விடுகிறார்கள்.

காசிநாதனும் அப்படிக் கருதித்தான் பேசியிருக்க வேண்டும். நான் மெல்ல சிரித்துக்கொண்டே மறுத்தேன்.

"தப்பு, தப்பு நான் புலவர் இல்ல. வெறும் எழுத்தாளர்தான்"

காசிநாதனிடம் இருந்து சலிப்போடு வார்த்தைகள் வந்தன.

"அது ஏதோ ஒண்ணு. தமிழ வச்சுதானே நீங்க பேரும், புகழும், பணமும் சம்பாதிக்கிறீங்க"

"ஆமாம்"

"அப்ப தமிழ் படிச்சா மாடு மேய்க்கத்தான் போகணும்னு தமிழ ஒருத்தர் கேவலமா பேசுறாரு. நீங்களும் அதைக் கேட்டுகிட்டு சும்மா இருக்கிறீங்க"

காசிநாதன் குரலில் லேசாய் கோபம் வெளிப்படுவது போல் தெரியவே எனக்கு பயமாகிவிட்டது. நான் ஏதாவது பதிலுக்குப் பேசி அவர் மனவேதனை அடையக் கூடாது என்பதில் கவனமாக இருந்தேன். பதிலுக்கு ஒரு அசட்டு சிரிப்பை சிரித்து சமாளித்த போது எதிர்பாராத வகையில் காசிநாதனின் மனைவி அதுதான் மூர்த்தியின் அக்கா வந்து அவரை அவசர அவசரமாக வீட்டுக்குள் அழைத்துப் போனார். அந்த அக்காவுக்கு நாங்கள் இருவரும் என்ன பேசிக்கொண்டோம் என்பதே தெரியாததால் நல்ல வேளை தப்பித்தோம் என்று நினைத்தேன்.

அதற்குள் காசிநாதன் என் பக்கமாகத் திரும்பி "ஐயா நீங்க வீட்டுக்குப் போங்க. தோ செத்த நேரத்தில நான் அங்க வர்றேன்" என்று சொல்லிவிட்டு தன் மனைவியோடு உள்ளே போக, நானும் என் வீட்டுக்குக் கிளம்பினேன்.

என் வீடு ஒன்றும் ரொம்ப தூரத்தில் இல்லை. காசிநாதன் வீட்டுத் தெருவிலேயே அதாவது மடத்து வீதியின் கடைசியில் இருந்தது. அதுவும் நெல்லித்தோப்பை சேர்ந்ததுதான்.

ஆனால் யாரும் அப்படி அழைப்பதில்லை. என்னுடைய அண்ணன் மகாலிங்கம் படிக்கிற காலத்தில் அந்த இடத்தை காராமணிக்குப்பத்தில் இருப்பதாக தன் நண்பர்களுக்குக் கடிதம் எழுதி நல்லாண்டு மேஸ்திரி வீதி என்று அனுப்புவார். அவர்களும் அதே முகவரிக்கு பதில் எழுத கொஞ்சம் காலம் என் வீடு காராமணிக்குப்பத்தில் இருப்பதாகத்தான் நானும் நினைத்துக்கொண்டிருந்தேன். அதற்கேற்ப எங்கள் வீடும் காராமணிக்குப்பத்தின் தொடக்கமாகவும், நெல்லித்தோப்பின் கடைக்கோடியிலும் இருந்தது.

நான் பெரியவனாகி பத்திரிகையில் எழுதத் தொடங்கியதும் செய்த முதல் காரியம் என் வீட்டின் முகவரியை மாற்றியதுதான். நான்தான் அந்த இடமும் நெல்லித்தோப்பை சேர்ந்தது என்பதை அங்கிருந்தவர்களுக்கும், மற்றவர்களுக்கும் உணர்த்துவதற்காக கடிதங்களில் தொடர்ந்து எழுதப் போய் அதன் பிற்பாடுதான் அதுவும் நெல்லித்தோப்பு என்பது நிரூபணமானது. அந்தச் சந்தர்ப்பங்களில் எப்போதாவது போஸ்ட்மேன் தூரத்தில் வரும் போதே என் வீட்டின் அருகே இருக்கும் பையன்கள் ‘அண்ணே உங்களுக்குத்தான் கடிதம் வருது. மடத்து வீதியில மாதா கோயில தாண்டி நம்ம ஊரு பக்கமாக போஸ்ட்மேன் வந்தா அது உங்களுக்குத்தாண்ணே. வேற யாருக்கு வரப் போகுது. எங்களுக்கு கருத்து தெரிஞ்சு நாம இருக்கிற இந்தப் பகுதியும் நெல்லித்தோப்புன்னு மத்தவங்களுக்கு தெரியுதுன்னா அதுக்குக் காரணம் நீங்கதான்’னு அடிக்கடி சந்தோஷப்பட்டு என் கிட்டேயே சொல்வார்கள்.

காலம் காலமாய் பிறரால் ஒதுக்கி வைக்கப்பட்டிருந்த அந்த ஊரில் பால்காரர் பழனி வீடு என்றால் அக்கம் பக்கம் தெரியாதவர்கள் யாரும் இருக்க முடியாது. பழனி என்னுடைய அப்பா. அவருக்கு வீடு வீடாக, ஊர் ஊராகப் போய் மாடுகளுக்கு பால் கறக்கிற வேலை. கூடவே நிறைய மாடுகளை வைத்து பால் கறந்து அதை விற்றும் வந்தார். அவர் ரொம்ப கஷ்டப்பட்டு, போராடி அந்த இடத்தில் ஒரு வீட்டை கட்டி வைத்திருந்தார். கருப்பஞ் சோலையால் கட்டிய மண் குடிசை. அந்த வீட்டில் வறுமையைத் தவிர வேறு எதனுடனும் நான் வாழ்ந்ததில்லை. அத்தனை கஷ்டமான ஜீவனம். நிலைமை அப்படி இருந்ததே ஒழிய வீடும், அந்தப் பகுதியும் மிக ரம்மியமாக காட்சியளிக்கும்.

என் வீட்டுக்கும் பக்கத்தில் பெருமாள் நாயக்கர் வீடு. அவர் வீட்டைச் சுற்றிலும் பச்சை ஓலைகளினால் பந்தல் போட்டது போல் நெருக்கமாய் நிற்கும் தென்னை மரங்கள். எதிரே வசந்தா அக்கா வீட்டு வாசலில் கொய்யாமரம். அதன்மீது படர்ந்திருக்கும் சம்பங்கி பூச்செடி. நடுவில் மையமாக ஒரு சின்னக் கிணறு. அதில் எந்நேரமும் ஊற்றெடுத்துப் பெருகி 'சல சல' என்று ஒழுகிக்கொண்டிருக்கும் தண்ணீர்.

கொஞ்ச தூரம் தள்ளி நிழல் தரும் புளிய மரம். அந்தப் புளியமரம் எங்களுக்கெல்லாம் அதிசயமான ஒன்று. அது கிறிஸ்தவர்களின் கல்லறையைப் பார்த்தபடி கிழக்குப் பக்கமாக நின்றிருந்ததால் சதாகாலமும் வெயில்பட்டு பட்டு அந்த சைடு புளியம்பழங்கள் எல்லாம் நல்ல வெல்லம் போல் வாயில் வைத்ததும் அப்படி தித்திக்கும் அதற்கு நேர் மாறாக மேற்குப் பகுதியில் பழுக்கும் பழங்கள் ஒரே புளிப்பு. எப்படி இந்தப் புளியமரம் மட்டும் இப்படி வினோதமாக இருக்கிறது என்று அந்தச் சின்ன வயசுலேயே எனக்கு ஆச்சரியமாக இருக்கும்.

என்னுடைய அப்பா பழனி அந்தப் புளிய மரத்தில்தான் எங்கள் மாடுகளைக் கட்டி வைப்பார். எல்லாம் உயர் ரக ஜாதி மாடுகள். அதில் ஒன்று சீமைப் பசு. உடம்பு முழுக்க வட்டை வட்டையாக காபிக்கொட்டை நிறத்தை வைத்துக்கொண்டு சாதுவாக இருக்கும். ஒரே ஒரு மாடு மட்டும் எருமைக் கண்ணுக்குட்டி. அதுவும் சாம்பல் நிறத்தை பூசியது போல எந்நேரமும் அசைபோட்டுக்கொண்டு 'சிவனே' என்று பேசாமல் நின்றுகொண்டிருக்கும். பெருமாள் நாயக்கர் புது ஆலையில் வேலை செய்ய முதல் முறைக்கு எழுந்து போனால் அதைப் பார்த்ததும் அவருக்குக் கோபம் வந்துவிடும். "என்னா பழனி. காலையில வேலைக்குப் போறப்போ எழுந்ததும் இது முகத்தில முழிக்க வேண்டியதாயிருக்கு" என்று எருமைக் கண்ணுக்குட்டியைக் காட்டி கத்துவார். அவருக்கு அது எமன் ஏறும் வாகனம் என்கிற நினைப்பு. என்னுடைய அப்பாவுக்குக் கோபம் வராது. அவருக்கு மாடுகள் என்றால் ரொம்பப் பிடிக்கும். அவருடைய இஷ்ட தெய்வங்கள் அவை. எனக்கும் அவர் போலவே மனம் அமைந்திருந்ததால் அந்த மாடுகளை நானும் வெகுவாக நேசித்தேன். ஜீவானந்தம் ஹை ஸ்கூலில் படிக்கிற காலத்தில் லீவு விட்டால் சாம்பல் நிற எருமைக் கண்ணுக் குட்டியை மட்டும் இழுத்துக்கொண்டு போய் மேய்ச்சலுக்கு விடுவதுதான் என் முதல் வேலையாக இருந்தது.

தோட்டக்கால் பக்கத்தில் அப்பேல் ரைட்டர் என்பவருக்குச் சொந்தமான பெரிய தோப்பு ஒன்று நிழல் மேகங்கள் சூழ்ந்திருப்பதைப் போன்று எப்போதும் அமைதியாய்க் காட்சியளிக்கும். மா மரங்களும், தென்னை மரங்களும் அடர்ந்து அங்கங்கே நார்த்தம் பழங்கள் காய்த்துக் குலுங்கும் அந்தத் தோப்பின் நடுவே அழகான ஒரு குளம், அந்தக் குளம் என்றைக்குமே வற்றியதில்லை. பாசி படர்ந்துபோய், பார்க்க மரகத பச்சை கோல மாவை குளம் முழுதும் தூவியது போல எங்கும் எழில் நிறைந்த தோற்றம். அதன் நடு நடுவே சின்னஞ் சிறிய அல்லி மலர்கள் இதழ் விரித்து நம்மைப் பார்த்து சிரிப்பது போன்று தண்ணீரில் அப்படியும் இப்படியுமாக காற்றுக்கு ஏற்றவாறு தலையசைத்துக்கொண்டிருக்கும். இயற்கை வனப்பு மிகுந்திருந்த அந்தச் சூழலில் மயங்கிப் போய் நான் எப்போது நேரம் கிடைத்தாலும் மாடு மேய்க்கப் போவதாகச் சொல்லி அங்குக் கிளம்பி விடுவேன்.

அப்படிப் போகும்போது கையில் ஏதாவது ஒரு புத்தகம் இருக்கும். சின்ன வயதில் என்னுடன் படித்த நண்பர் அண்ணாமலை. அவரைப் பள்ளிக்கூடத்தில் எல்லோருமே அணியாம்புள்ளை என்றுதான் அழைப்போம். அவர் இப்போது அனிதா நகரில் வீட்டோடு சைக்கிள் கடை வைத்திருக்கிறார். அந்த அண்ணாமலையின் வீடு அப்போது ராமகிருஷ்ணா மில்லுக்கும் பக்கத்தில் மல்லாட்ட கிராமணி தோப்புக்குப் பின்புறமாகப் போகும் ஒரு சந்தின் முனையில் இருந்தது. அவர் வீட்டைத் தாண்டித்தான் அப்பேல் ரைட்டர் தோப்புக்குப் போக வேண்டும். நான் மாட்டை ஓட்டிக்கொண்டு கையில் புத்தகங்கள் எடுத்துப் போவதைப் பார்த்து அண்ணாமலையின் தாயார் தனலட்சுமி அம்மா 'பழனி புள்ளைய பார்த்தியா, எந்நேரமும் கையில புஸ்தகத்த வச்சுகிட்டு படிப்பு படிப்புன்னு இருக்குது' என்பார். எனக்கது ரொம்ப பெருமையாக இருக்கும்.

அப்பேல் ரைட்டர் தோப்பில் எங்கள் மாடு மேய்ந்து கொண்டிருக்கும் சமயம் சாண்டில்யனின் 'கடல்புறா'வையும், 'யவனராணி'யையும் வைத்த கண் வாங்காமல் படித்துக் கொண்டிருப்பேன். 'ஆயிரத்தில் ஒருவன்' படத்தில் வந்த அதே அழகான எம்.ஜி.ஆர். மனத்திரையில் வந்து வந்து சிரித்துவிட்டுப் போவார். கண்கள் இரண்டும் மையம் பூத்துப் போக படிப்பதை நிறுத்திவிட்டு மாடு மேய்ந்துகொண்டிருக்கிறதா இல்லை எங்காவது போய் விட்டதா என்று திடுக்கிட்டு நிமிர்ந்து

பார்த்தால் உச்சி வெயிலில் ஒன்றும் தெரியாமல் கண்களில் பூச்சி பறப்பது போல நட்சத்திரங்களாக மின்னும். மீண்டும் மீண்டும் கண் இமைகளை இமைத்து கொஞ்ச நேரம் உற்றுப் பார்த்த பிறகே எதிரே இருக்கும் யாவும் மங்கலாகத் தெரியும்.

அப்படித்தான் சாண்டில்யனைத் தொடர்ந்து கல்கியின் 'சிவகாமியின் சபதம்', 'பொன்னியின் செல்வனை'யும், நா.பார்த்தசாரதியின் 'குறிஞ்சி மலரை'யும், அகிலனின் 'சிநேகிதி'யையும், அரு.ராமநாதனின் 'வீர பாண்டியன் மனைவி'யையும், விக்கிரமனின் 'நந்திபுரத்து நாயகி'யையும் விழுந்து விழுந்து படித்தேன். எல்லாம் கனவு உலகத்துக்கு என்னை அழைத்துப் போனவை. அதுவும் பொற்கனவுகள்.

அந்த இனிய நினைவு எனக்குள் பூக்களின் வாசம் போல மிதந்துகொண்டிருந்த சமயம். காசிநாதன் சொன்னது மாதிரியே என் வீட்டுக்கு வந்திருந்தார். இந்த முறை அவர் நல்ல மனநிலையில் இருப்பது போல் எனக்குத் தோன்றியது. அவரை அழைத்து என் வீட்டு மண் திண்ணையில் ஒரு பாயைப் போட்டு உட்கார வைத்தேன். அப்பா பழனி அவருக்கு டீ வாங்கி வர புவேன்கரே வீதி சுப்பிரமணியர் கோயிலுக்கும் எதிரே இருந்த தூங்குமூஞ்சு மரத்து டீ கடைக்கு சொம்போடு போனார்.

நான் காசிநாதனைப் பார்த்தேன். அவர் மேற்கொண்டு என்ன சொல்லப் போகிறார் என்கிற எதிர்பார்ப்பு எனக்குள் இருந்துகொண்டிருந்தது. காசிநாதன் சாராயக்கடையில் வேலை செய்தாலும் அவருக்கும் சமூக அக்கறை இருக்கிறது என்பது 'தமிழ் படிச்சா மாடு மேய்க்கத்தான் போகணும்னு' சொன்னதைக் கேட்டு அவர் கோபப்பட்ட போது எனக்குத் தெரிந்திருந்தது. அவர் கோபம் நியாயமானதுதான் என்பதைப் புரிந்துகொண்டவனாய் காசிநாதனைப் பார்த்துக் கேட்டேன்.

"ஆமாம் அந்த அம்பலவாணன் இந்த பிரச்சனையை எங்க பேசுனார்னு உங்களுக்குத் தெரியுமா"

"ஏன் தெரியாது. ஏதோ ஓர் இங்கிலீஷ் பள்ளிக்கூடத்தோட ஆண்டு விழாவுக்குப் போயிருக்காரு. அங்க போனதும் அவரோட மட்டமான அரசியல் புத்தி வேலை செய்ய ஆரம்பிச்சிட்டுது. உடனே அவங்கள குஷிப்படுத்துறதுக்காக நம்ம தமிழ மட்டப் படுத்தினவரு அதுக்கும் ஒரு படி மேல போய் தமிழ் படிக்காதீங்க, இங்கிலீஷ் படிங்கன்னு வேற சொல்லியிருக்காரு"

“அதானே இந்த மொழிதான் படிக்கணும்னு சொல்றதுக்கு அந்த அம்பலவாணன் யாரு. எந்த மொழி வேணும்கிறத தீர்மானிக்கிறவங்க அத படிக்கிறவங்க. அவர்கள இந்த மொழிதான் நீங்க படிக்கணும்னு கட்டாயப்படுத்தறது அநியாயம் மட்டுமில்ல அறிவு அராஜகமும் இல்லீங்களா”

நான் தர்க்க ரீதியாகப் பதில் தந்ததும் காசிநாதனுக்கு உற்சாகமாகிவிட்டது.

“சரியா சொன்னீங்க ஐயா. ஆனா அந்த மடையனுக்கு இது எங்க விளங்கப் போகுது”

“யாரையும் நாம உணர்ச்சிவசப்பட்டு தாக்க வேண்டாங்க. அம்பலவாணனோட கருத்து அதுவா இருக்கலாம். அது சரியில்லைன்னு நாம அவருக்கு உணர்த்தணும்”

“இங்க பாருங்க இது ஒண்ணும் என் பிரச்சனையோ உங்க பிரச்சனையோ இல்ல. தமிழ் மொழி பேசுற நம்ம எல்லோரோட பிரச்சனை”

காசிநாதன் சொல்லிக்கொண்டிருக்கும் போதே என்னுடைய அப்பா பழனி டீ வாங்கிக்கொண்டு வந்துவிட்டார். அதில் போதுமான அளவு டம்ளரில் ஊற்றி காசிநாதனுக்குக் கொடுத்துவிட்டு, நானும் ஒரு டம்ளர் டீயை வாயில் வைத்து மெல்ல உறிஞ்சினேன். நல்ல சூடாக இருந்தது. அதன் நறுமணத்தை, சுவையை ரசித்துக்கொண்டே காசிநாதனை ஜாடையாக கவனித்தேன். அவர், தான் பேசிய வேகத்திலிருந்து கொஞ்சம் கொஞ்சமாக நிதானத்திற்கு வருவது தெரிந்தது. அதற்கு நான் கொடுத்த டீயும் கூட ஒரு காரணமாக இருக்கலாம்.

இயல்பான நிலைமைக்கு வந்திருந்தார் காசிநாதன். அவரிடமிருந்து என்னை விடுவித்துக்கொண்டு திண்ணையில் இருந்தபடி எங்கள் வீட்டுத் தோட்டத்தைப் பார்த்தேன். அப்பா பழனி வித விதமான மரங்களை, செடிகளை வளர்த்து வைத்திருந்தார். வேலி அமைத்துக் கட்டிவைத்த ஒரு சின்னக் காடு போல் இருந்தது தோட்டம். அதன் உச்சியில் கையளவு பச்சை இலைகளை கிளைகளெங்கும் வைத்துக்கொண்டு சடைசடையாய் காய்ந்து போன சுடுகாய் கொட்டைகள் காற்றில் ஆட யாரோ மரத்தை தீ வைத்துக் கொளுத்தி விட்டது மாதிரி ‘செக்கச் செவேல்’ என்று சிவப்புப் பூக்களோடு தனியே நின்று

கொண்டிருந்தது கல்யாண முருங்கை மரம். சேவல் கொண்டை போல் இதழ்கள் வளைந்து மகரந்தங்களோடு 'திகு திகு' என்று எரியும் நெருப்பைப் போன்று இருந்த அதன் பூக்கள் ஏனோ என்னைப் பார்த்து சிரிப்பது போல் எனக்குத் தோன்றியது. சட்டென்று அந்தப் பூக்களின் மீதிருந்து என் பார்வையை விலக்கி சுடுகாய்க் கொட்டைகளைப் பார்த்தேன். மரத்திலிருந்து கீழே விழும் சுடுகாய்க் கொட்டைகளைப் பொறுக்கியெடுத்து சேர்த்து வைத்திருந்து நானும், என்னுடைய அக்கா ஜெயலட்சுமியும், எதிர்வீட்டு நடு பாப்பாவும் பல்லாங்குழி ஆடுவோம். அந்தச் சமயங்களில் நான்தான் சுடுகாய்க் கொட்டைகளை உட்கார்ந்திருக்கும் மனைப் பலகையில் பரக்க பரக்கத் தேய்த்து அக்காவுக்கும், நடு பாப்பாவுக்கும் சூடு வைத்து அவர்கள் அலறித் துடிப்பதைப் பார்த்து சந்தோஷப்படுவேன். ஒருதடவை நடு பாப்பாவுக்கு துணிச்சல் வந்து சுடுகாயினால் என் தொடையில் சூடு வைக்க நான் வலி தாங்காமல் கத்தியது ஞாபகத்துக் வர அப்போதுதான் காசிநாதன் என்னோடு இருக்கிறார் என்கிற நினைப்பே வந்தது.

மெல்ல எழுந்து அவர் டீ குடித்து வைத்திருந்த காலி டம்ளரையும், என்னுடையதையும் எடுத்துக்கொண்டு வீட்டுக்குள் போய் வைத்துவிட்டு வருவது போல் நுழைந்தேன். வீடு இருட்டாய் இருந்தது. எந்தப் பொருள் எங்கே இருக்கிறது என்பது தெரியவில்லை. அங்கிருந்த ஒரு கா விளக்கை எடுத்துக் கொளுத்தி நடைபோன்று இருந்த அந்தச் சின்ன இடத்தில் கீழே வைத்து விட்டு பக்கத்தில் இருந்த மற்றொரு அறைக்குப் போனேன். அது அறை என்றுதான் பெயர். எட்டுக்கு எட்டடி கூட கிடையாது. என் கூட பிறந்த தங்கச்சி கமலா பசுமாட்டு சாணியால் மொழுகி மொழுகி தரை காய்ந்து போய் வெயிலில் வெடிப்பு ஏற்பட்டு அங்கங்கே பேர்த்துக் கிடந்தது. கால் வைக்கிற இடத்தில் எல்லாம் அந்தக் காய்ந்த சாணி மண்ணோடு சேர்ந்து தூக்கிக்கொண்டு ஓட்டு சில்லு போல குத்தியது. கஷ்டப்பட்டு கையில் இருந்த கா விளக்கின் வெளிச்சத்தில் அறையை நன்றாக உற்றுப் பார்த்தேன். அங்கே ஒரு மூலையில் நான் எழுதுகிற மேஜை. ரோட்டில் யாரோ விற்றுக்கொண்டு போக என் அப்பா பிள்ளைகள் படிப்புக்கு உதவட்டுமே என்று வாங்கி வைத்தது. கேஸ் பலகையால் செய்த அந்த மேஜை மீது புத்தகங்கள்

இறைந்து கிடந்தன. எல்லாம் சேர்த்தால் ஐம்பது அறுபதுக்கு மேல் கூட தேறாது. இவற்றை வைத்துக்கொண்டுதான் ஏதோ என் மனப் போக்குக்கு ஏற்ப எழுதிக்கொண்டிருந்தேன். அந்தப் புத்தகங்களை எல்லாம் ஆசையோடு பார்த்தபடியே வீட்டுத் திண்ணையில் காசிநாதன் காத்திருப்பாரே என்று கா விளக்கை அவசர அவசரமாக ஊதி அணைத்துவிட்டு வெளியே வந்தேன்.

காசிநாதனோடு என் அப்பா பேசிக்கொண்டிருந்தார். பரஸ்பரம் அவர்கள் ஏதாவது விசாரித்துக் கொள்ளட்டும் என்று வாசல் பக்கமாக வந்து நின்றேன். காற்று நன்றாக வீசிக் கொண்டிருந்தது. அருகிலேயே இருந்த சாந்தா அக்கா வீட்டு மல்லிகைப் பந்தலில் இருந்து ஒலாந்த மல்லியின் வாசம் வீசியதை மனதுக்குள் ரசித்தபடி திரும்பி காசிநாதனைப் பார்த்தேன். அவரிடத்தில் இருந்து அப்பா எழுந்து போவது தெரிந்தது. நான் போய் காசிநாதன் பக்கத்தில் உட்கார்ந்ததும். இந்தமுறை அவர் நேராக விஷயத்திற்கு வந்தார்.

“நீங்க பத்திரிகையில எழுதுறீங்களேன்னுதான் ஐயா உங்ககிட்ட இந்த விவகாரத்த சொன்னேன்”

“என்னை மதிக்கிறதுக்கு ரொம்ப நன்றி. இதுல நான் என்ன செய்யணும்னு நீங்க எதிர்பார்க்கிறீங்க”

அப்பாவியாக முகத்தை வைத்துக்கொண்டு கேட்டதும் அவர் உடனடியாகக் குறுக்கிட்டார்.

“முதல்ல உங்கள மாதிரி படிச்சவங்கதான் ஜனங்க மத்தியில இத பத்தி எழுதணும்”

“நான் எழுதி என்ன ஆகப் போகுது”

சலிப்போடு என்னிடமிருந்து வார்த்தைகள் வந்ததுதான் தாமதம் காசிநாதனுக்கு முன்பை விடவும் கோபம் அதிகம் வெளிப்பட்டது. என் மீது அவர் வைத்திருந்த அன்பின் காரணமாகவோ என்னவோ அதனை கஷ்டப்பட்டு அடக்கிக் கொண்டவரைப் போல நிதானமாகப் பேசினார்.

“அப்படியே ஒவ்வொருத்தரும் சொன்னா அப்புறம் அந்த அம்பலவாணன் பேசுனது அத்தனையும் உண்மைன்னு ஆகிடும் இல்ல”

"ஆகும்தான். அதுக்கு என்ன செய்யலாம் சொல்லுங்க. இங்க இருக்கிறவங்க எல்லாருமே வாயை மூடிகிட்டு சும்மாதானே இருக்காங்க"

"நாம இருக்கக்கூடாது. அதுலயும் தமிழ்ல எழுதற உங்கள போன்றவங்க கண்டிப்பா இருக்கவே கூடாது"

"நீங்க சொல்றது வாஸ்தவமான பேச்சு. நானும் பார்த்துகிட்டேதான் இருக்கிறேன். அப்பப்ப எவனாவது ஒருத்தன் வந்து தண்ணி அடிச்சிட்டு வெறும் ஊறுகாய தொட்டுக்கிறது மாதிரி தமிழ வச்சு ஏதாவது பொழப்பு நடத்திட்டு அதுல லாபம் சம்பாதிச்சுகிட்டுப் போயிடுறானுங்க"

நான் இவ்விதமாகப் பேசுவேன் என்று கொஞ்சமும் எதிர்பார்க்கவில்லை காசிநாதன். அவர், தன் வாயில் இருந்த எச்சிலை கூட்டி விழுங்கிக்கொண்டு மீசையை முறுக்கியபடியே பேசினார்.

"தோ பாருங்க ஐயா. இங்க தமிழ வச்சு பொழப்பு நடத்தறாங்கன்னு நீங்க சொன்னதால சொல்றேன். உங்ககிட்ட இப்படிப் பேசுறேன்னு நீங்க தப்பா நெனைக்கக்கூடாது. பச்சையா சொல்லணும்னா நான் சாராயத்த வித்து பொழப்பு நடத்துறேன். ரவுடிங்க அரசியல்வாதிங்கள நம்பி பொழப்பு நடத்துறாங்க. அம்பலவாணன் மாதிரியான ஆளுங்க அந்த ரவுடிங்களையும், அரசியலையும் ஏமாத்தி பொழப்பு நடத்துறாங்க. உங்களைப் போல எழுதுறதா சொல்றவங்க ஏதோ எழுத்த வச்சு பொழப்பு நடத்துறீங்க. என்ன நான் சொல்றது சரிதான"

காசிநாதனை நான் உற்றுப் பார்த்தேன். பொதுவாகப் பேசுவது போல், குறை சொல்வது போல் என்னையும் அவர் திட்டுகிறார் என்பது புரிந்தது. அதை அவரிடத்தில் நேரிடையாகக் கேட்க எனக்குத் தைரியம் இல்லை. அவருக்கும், எனக்குமான நட்பில், தோழமையில் விரிசல் ஏற்பட்டு விடக்கூடாது என்பது ஒரு புறம் இருந்தாலும் 'தமிழ் படித்தால் மாடு மேய்க்கத்தான் போகணும்' என்று நக்கலடித்த அரசியல்வாதி அம்பலவாணனை நினைத்து மனம் நடுங்கியது. அந்த ஆள் அடி, தடிக்கு அஞ்சாதவன். ஊரில் உள்ள ரவுடிகள் எல்லாம் அவன் கையில் இருக்கிறார்கள். அதனால்தான் அம்பலவாணன் அப்படி பேசியதைக் கண்டித்து ஒருவரும் நேரடியாக அவருக்குப்

பதில் சொல்லவில்லை. இந்த விவரம் அனைத்தும் சின்னக் குழந்தைகளுக்குக் கூட தெரியும். அப்புறம் எனக்கு மட்டும் எப்படி தெரியாமல் போகும். ஒரு முறை என்னிடத்தில் பாண்டிச்சேரி என்ற பெயருக்கு செர்ரிப் பழத்தை உதாரணம் காட்டி உளறிக் கொட்டிய அதிமேதாவியான அந்தப் போலி தியாகியைக் கூட எதிர்கொள்ளலாம். ஆனால் அம்பலவாணனை முடியவே முடியாது.

இதுதான் நான் தப்பித்துக் கொள்ளும் விதமாக காசிநாதனிடத்தில் பிடி கொடுக்காமல் பேசுகிறேன் என்பது அவருக்கு நன்றாகத் தெரிந்துவிட்டது. என்மீது நம்பிக்கை வைத்து தாய் மொழியான தமிழைப் பழித்தவனுக்கு எதிராக ஏதாவது செய்யலாம் என்று வந்தவரை நான் ஏமாற்றிவிட்டேன். அந்த வருத்தம் காசிநாதனிடத்தில் இருந்து பகிரங்கமாக வெளிப்பட்டது.

“ஐயா நீங்க வேணும்னா பயந்துகிட்டு இருங்க. நான் அப்படி இல்ல. சாராயம் விற்கிறவன். என் சர்வீஸ்ல எத்தனை பொறுக்கிப் பசங்கள பார்த்திருப்பேன். நம்ம ஊர்ல எலெக்‌ஷன் வரப் போகுது இல்ல. அப்ப பாருங்க”

நான் ஆர்வம் தாங்காமல் அவசர அவசரமாகக் கேட்டேன்.

“என்ன செய்யப் போறீங்க”

“ம் அந்தச் சமயத்தில அதே அம்பலவாணன் வீடு வீடா வந்து ‘ஐயா சாமி எனக்கு ஓட்டு போடுங்க’ன்னு கையெடுத்து கும்பிடுவாரு இல்ல. அப்ப அந்த ஆள பார்த்து ‘ஏய்யா தமிழ் படிச்சா மாடு மேய்க்கத்தான் லாயக்கன்னு சொன்னியே. இப்ப எந்த மூஞ்சிய வச்சுகிணு எங்ககிட்ட வந்து தமிழ்ல பேசி ஓட்டு கேட்கற. போயி மாடுங்க கிட்டேயே ஓட்டு கேளுய்யா’ன்னு நாக்க புடுங்கிக்கிற மாதிரி நாலு வார்த்தை நறுக்குன்னு கேட்கலன்னா நான் எங்கப்பனுக்குப் பொறக்கல”

கோபமும், வைராக்கியமும் கண்களில் வெளிப்படும்படியாகப் பேசிவிட்டு ‘சடார்’ என்று என் வீட்டுத் திண்ணையில் இருந்து எழுந்து “வர்றேங்க ஐயா” என்று என்னைப் பார்த்து சர்வ சாதாரணமாகச் சொல்லிக்கொண்டே அங்கிருந்து போனார் காசிநாதன். எனக்கு என்ன பேசுவது, செய்வது என்றே தெரியவில்லை. உண்மையில் நான் அப்பேல் ரைட்டர் தோப்பில்

மாடு மேய்க்கப் போய்த்தான், அங்கே பிற எழுத்தாளர்களின் தமிழைப் படித்துத்தான் எழுத்தாளனாக ஆனேன். இப்போது அந்தத் தமிழுக்கே களங்கம் வருகிற போது எதுவும் செய்யமுடியாத கோழையாகி, வாய்மூடி மௌனியாக, எந்த எதிர்ப்பையும் தெரிவிக்காமல் அன்று நான் மேய்த்த மாட்டைப் போலவே சொரணையற்று இருக்கிறேன் என்பதை எப்படி காசிநாதனிடத்தில் சொல்ல முடியும்.

- கணையாழி, செப்டம்பர் 2012.

*

இன்ஷா அல்லாஹ்

புதுச்சேரி எங்கும் ஒரே பரபரப்பாக இருந்தது. அரசு மட்டத்திலும், அதிகாரிகள் மட்டத்திலும்தான் என்றில்லாமல் கடைநிலை ஊழியர்கள் வரைக்கும் கூட அந்தப் பேச்சுதான் அடிபட்டுக்கொண்டிருந்தது.

'அந்த ஆபிஸர் சிவசுப்ரமணியன் சங்கதி தெரியுங்களா மிஸே'

'ஏதோ லவ் மேட்டராம். பேசிகிட்டாங்க. மத்தபடி நமக்கென்னங்க தெரியும்'

'அட நீங்க ஒண்ணு. பெரிய இடத்து சமாச்சாரமின்னாலே இப்படித்தான்யா அசிங்கமா இருக்கும்'

'அது தெரிஞ்ச கதைதானே. இருந்தாலும் அந்த சிவசுப்ரமணியன் குடும்பத்தில இப்படி நடந்திருக்கக் கூடாது'

'அப்படி என்னதான்யா நடந்தது'

'நடேசன் நகர்ல இருக்கிற யாரோ ஒரு முஸ்லீம் பொண்ண அவர் பையன் கல்யாணம் செய்துகிட்டு அவ வீட்டோட மாப்பிள்ளையா போயிட்டானாம்'

'முதல்ல இத கேளுங்க மிஸே. புருஷன இழந்துட்ட விதவைப் பொண்ண போயில்ல அந்தப் பையன் மரியாழ் பண்ணிகிட்டான்'

'சரிதான். பிச்சேரியில பெரிய அந்தஸ்துல இருக்காரு அந்த ஆபிஸரு. அவர் இஷ்டத்துக்கு மாறா அவரோட பேச்ச

மீறி கல்யாணம் செய்துகிட்டதால மிஸேவுக்கு பொத்துக்கினு வந்துட்டுது கோபம்'

'சரியான முசுடுப்பா அந்த ஆளு. ஊரு உலகத்தில இல்லாததையா அவர் பையன் செய்துட்டான். அவன்தான் சின்னப் பையன். ஏதோ தெரியாம ரத்த ஓட்டத்தில இப்படி நடந்து கிட்டான்னா இந்த அளவுக்கா அந்த மனுஷன் கேவலமா போறது'

'அவன் பதவிய தூக்கிக் குப்பையில போடு. பாசம்தான்யா முக்கியம். அந்தப் பாசத்த இந்த ஆளு மாதிரி உலகத்தில வேற எவனுமே இப்படி கொச்சைப் படுத்தினது கிடையாது'

வெற்றிலைப் பாக்குப் போட்டுக் குதப்பி வழியெல்லாம் எச்சிலைத் துப்புவது போன்று எந்தப் பக்கம் திரும்பினாலும் சிவசுப்ரமணியன் குடும்ப விஷயம் குறித்தே ஆளாளுக்கு வாய்க்கு வந்தபடி பேசித் துப்பிக்கொண்டிருந்தார்கள்.

தென்னண்டை புல்வார் வீதி. ரயில்வே ஸ்டேஷனுக்கு மிக அருகில் கிறிஸ்தவர்களின் பிரசித்தி பெற்ற திரு இருதய ஆண்டவர் கோயில். பொட்டானிக்கல் கார்டனிலிருந்து கிழக்கு நோக்கிப் புல்லுக்கட்டு சந்து வழியே போனால் புதுவை நகராட்சியின் குபேர் திருமண மண்டபம். இரண்டுக்கும் நடுவில் சின்னதாய் ஆனால் சீரும் சிறப்புமாக ஸ்ரீ கௌசிக பாலசுப்ரமணிய சுவாமிகள் கோயில். கோயிலின் மேல் பிரகாரத்தில் வண்ணமிகு அழகில் வரிசையாய் நின்றபடி நிறைய சாமி சிலைகள். எதிரே புதிதாய் பெட்ரோல் பங்க்.

ரயில்வே ஸ்டேஷனின் பராமரிக்கப் படாத காம்பவுண்டு சுவரை ஒட்டி உட்புறமாக அடர்ந்த காடு போன்று தன் விருப்பத்துக்கு வளர்ந்து கிடக்கும் மரம், செடி, கொடி, புதர்கள்.

சிவசுப்ரமணியன் எப்போதாவதுதான் இந்த பாலசுப்ரமணிய சுவாமிகள் கோயிலுக்கு வருவது வழக்கம். அவர் வகிக்கிற பதவி அந்தஸ்துக்கு இப்படிப்பட்ட சிறிய கோயில்களுக்கெல்லாம் வரக்கூடாது என்றே நினைத்திருந்தார். அதனால் கூட்டம் நிரம்பி வழிந்தாலும் கூட மணக்குள விநாயகர் கோயிலுக்குத்தான் போய்வந்து கொண்டிருந்தார். அதுதான் ஊரில் உள்ள பெரிய மனிதர்களுக்கான கோயில் என்பது அவர் நினைப்பு. ஆனால் கடவுள் அப்படி நினைத்தாரா என்பது அவருக்கும் தெரியாது. அவரைப் போன்றவர்களுக்கும் தெரியாது.

இப்படிப்பட்ட குணாதிசயங்களோடுதான் சிவசுப்ரமணியன் இருந்து வந்தார். அவரைப் போலவே அரசாங்கத்தில் பெரிய உத்தியோகத்தில் இருக்கும் அவர் நண்பர் கிருஷ்ணகுமார்தான் சிவசுப்ரமணியனின் இந்தப் போக்குகளையெல்லாம் கொஞ்சம் கொஞ்சமாக மாற்றி இந்த பாலசுப்ரமணிய சுவாமிகள் கோயிலை அறிமுகப்படுத்தி வைத்தார்.

கிருஷ்ணகுமார், சிவசுப்ரமணியன் போன்று இல்லை. சதா காலமும் காந்தி வீதியில் இருக்கும் ஈஸ்வரன் கோயிலே கதியென்று கிடந்தாலும் கூட அவருக்கு கடவுள் விஷயத்தில் சங்கற்ப விகற்பங்கள் எதுவும் கிடையாது. அவருக்கு எல்லோரையும், எல்லாவற்றையும் சம நோக்குடன் பார்க்கக் கூடிய மனமும் அதே சமயம் பிற மதங்களையும், மார்க்கங்களையும் பற்றிய தெளிந்த அறிவும், ஞானமும் இருந்தது.

சிவசுப்ரமணியன் தளர்ந்து போன நடையோடு கோயிலின் உட்பிரகாரத்துக்குள் சுற்றி வந்துகொண்டிருந்தார். அவர் வாய் ஏதோ ஒரு மந்திரத்தை உச்சரித்துக்கொண்டிருந்தது. மேல் பார்வைக்கு அவர் நன்றாகத்தான் இருக்கிறார் என்பது போல் காணப்பட்டாலும் உள்ளுக்குள் அவர் மனம் உடைந்து போய்த்தான் தவிக்கிறார் என்பது அவரது முகத்தில் அப்பட்டமாக தெரிந்தது.

கோயிலில் கூட்டமே இல்லை. குருக்கள் மட்டும்தான் இருந்தார். அவர் காட்டிய கற்பூர தீபார்த்தனையை சிவசுப்ர மணியன் கண்களில் ஒற்றிக்கொண்டு 'முருகா' என்று முணு முணுத்தபடி மூலஸ்தானத்துக்கு எதிரே கொஞ்சம் தள்ளி தெற்கு திசையைப் பார்த்தவாறு உட்கார்ந்தார். எதிரே பதித்திருந்த கல்வெட்டில் 'கலையாத கல்வியும் குறையாத வயதும் ஓர் கபடு வாராத நட்பும்' எனத் தொடங்கும் அபிராமி அந்தாதிப் பாடல். அதைக் கண்ணை மூடிப் பாராயணம் செய்த போது மனம் லேசாக அடங்குவது போல் தோன்றியது. எங்கும் நிசப்தம். பெரும் அமைதி. எல்லாவற்றையும் கடந்து போகும் வெற்றுத் தனிமை. மனித வாழ்வில் சிக்கல்கள் வருகிற போதுதான் இத்தகைய தேடுதல் பயணம் தேவைப்படுகிறது. சிவசுப்ரமணியனுக்கு இப்போது அது அதிகமாய்த் தேவைப்பட்டது. எவ்வளவு நேரம் அப்படியே உட்கார்ந்திருந்தாரோ அவருக்கே தெரியாது. திடீரென்று கண்விழித்த போது அவருக்குப் பக்கத்தில் கிருஷ்ணகுமார் இருந்தார்.

நெற்றியில் பட்டை பட்டையாய் திருநீறு. நடுவில் சின்னதாய் குங்குமம். கையில் திருவிளையாடல் புராணம். தும்பைப்பூ போன்ற கதர் சட்டை, வேட்டி. கருத்த உருவம். ஆனால் வெளுத்த மனசு என்பது போல 'பளீர்' என்று சிரிப்பு. அந்தச் சிரிப்பு மாறாதவராய் காணப்பட்டார் கிருஷ்ணகுமார்.

"உங்கள பார்க்கணும்னு தோணுச்சு. வீட்டுக்குப் போனேன். கோயிலுக்குப் போயிருக்கிறதா சொன்னாங்க. அதான் வந்தேன்"

"நல்லதுங்க கிருஷ்ணகுமார். என்ன சமாச்சாரம்"

கிருஷ்ணகுமார் தயங்கித் தயங்கி எப்படி ஆரம்பிப்பது என்று தெரியாமல் தவித்தது நன்றாகத் தெரிந்தது.

"அது வந்துங்க சிவசுப்ரமணியன் கொஞ்சம் பெர்சனலான விஷயம். இங்க பேசலாமா இல்ல வெளியில வேற எங்கயாவது போய் பேசலாமான்னுதான் யோசிக்கிறேன்"

கிருஷ்ணகுமார் இப்படி சொன்னதும் சிவசுப்ரமணியனின் முகம் லேசாக மாறிப் போனது. 'நம்ம விவகாரமாகத்தான் இருக்கும்' என்பது நன்கு தெரிந்திருந்தும் அதை வெளிக்காட்டிக் கொள்ளாமல் சமாளித்தபடியே தொடர்ந்தார்.

"பரவாயில்லைங்க கிருஷ்ணகுமார் எதுவா இருந்தாலும் இங்கயே பகிர்ந்துக்கலாம். அந்தரங்கத்த வெளிப்படுத்த ஆண்டவன் சந்நிதானத்த விடவும் தகுதியான இடம் வேற இருக்குதா என்ன"

"நான் சொல்றேன்னு தப்பா எடுத்துக்கக் கூடாது. உங்க நண்பர் என்கிற உரிமையில பேசுறேன். நீங்க செய்த காரியம் ரொம்ப ரொம்ப தப்பு"

"எதைச் சொல்றீங்க"

"உங்க மகன் ஆனந்து பத்திதான்"

'ஆனந்து' என்ற பெயர் காதில் விழுந்ததுதான் தாமதம். சிவசுப்ரமணியனுக்கு எங்கிருந்துதான் அப்படி ஒரு கோபம் வந்ததோ தெரியவில்லை. கோயில் என்பதைக் கூட மறந்து மூச்சிரைக்க சத்தம் போட்டார்.

பாரதி வசந்தன் | 105

"இங்க பாருங்க கிருஷ்ணகுமார். அப்படி ஓர் ஆள எனக்குத் தெரியவே தெரியாது. தயவு செஞ்சு அத பத்தி மட்டும் கேட்காதீங்க"

"உங்கள தேடி வந்ததே அதுக்குத்தானே சிவசுப்ரமணியன்"

"அப்படியானா நான் புறப்படறேன். எனக்கு நேரமாச்சு"

சொல்லிவிட்டு கோபம் குறையாதவராய் சட்டென்று எழுந்தார் சிவசுப்ரமணியன். கிருஷ்ணகுமார் அவசரமாய் அவர் தோள் மீது கைவைத்து வேகமாய் அழுத்தி அந்த இடத்திலேயே உட்கார வைத்தார்.

"அமைதியா இருங்க சிவசுப்ரமணியன். எந்த விஷயமும் அவசரப் பட்டுட்டா மட்டும் ஒரு முடிவுக்கு வந்துடாது. ஆற அமர இருந்துதான் யோசிக்கணும்"

"அப்ப நான் அவசரப் பட்டுட்டேன்னு சொல்றீங்களா"

"அவசரம் மட்டுமல்ல ஆத்திரமும் பட்டுட்டீங்க. என்ன இருந்தாலும் ஆனந்து உங்க மகன் இல்லையா"

"தோ பாருங்க கிருஷ்ணகுமார். மறுபடியும் மறுபடியும் சொல்றேன். நீங்க சொல்ற அந்த ஆளு யாருன்னே எனக்குத் தெரியாது"

கிருஷ்ணகுமாருக்கு சிரிப்பு வந்தது. அடக்க முடியாமல் சிரித்தார். அதில் பெரிய அளவில் அலட்சியமும், கிண்டலும் ஒரு சேர வெளிப்பட்டன.

"நம்ம புதுச்சேரி அரசாங்கத்தோட அதிகாரப் பூர்வமான கெஸட்லேயே 'இன்னைய தேதியிலிருந்து ஆனந்து என்பவர் என் மகன் இல்ல. அவர் முஸ்லீம் மதத்துக்கு மாறிட்டதால அவருக்கும் எனக்கும் எந்த உறவு முறையும் இல்ல. சம்பந்தமும் இல்ல. என் சொத்துலேயும் அவருக்கு எந்த பாத்தியதையும் கிடையாது. இனிமே அவர் என் பெயரை எதுக்கும் பயன்படுத்தக் கூடாது. அதையும் மீறிப் பயன்படுத்தினா அது சட்ட விரோதம்'னு அறிவிச்சிருக்கீங்க இல்ல. பிறகெப்படி ஆனந்த எனக்குத் தெரியவே தெரியாதுன்னு ஒரே போடா போடுறீங்க சிவசுப்ரமணியன் உண்மையில நீங்க இப்படியெல்லாம் பேசுறதுதான் சட்ட விரோதம்'னு நான் நெனைக்கிறேன்"

கிருஷ்ணகுமார் சாதாரணமாகச் சொல்லிவிட்டு மறுபடியும் சிரித்தார். அந்தச் சிரிப்பில் இருந்த கேலியைக் கண்டு சிவசுப்ரமணியனுக்கு எரிச்சலாக இருந்தது. அது வார்த்தையிலும் வெளிப்பட்டது.

“கிருஷ்ணகுமார் எனக்குன்னு ஒரு கௌரவம் இருக்குது. அந்தஸ்து இருக்குது. அத முதல்ல நீங்க தெரிஞ்சுக்கணும்”

“நான் ஒத்துக்கறேன் சிவசுப்ரமணியன். ஆனா கௌரவம், அகௌரவம், அந்தஸ்து, மரியாதை இதெல்லாம் மனசுலதான் இருக்கு. நம்ம நெனப்புலதான் இருக்கு. வேற எங்கேயும் தனியா இருக்கிறதா எனக்குத் தெரியல”

“அதுக்காக அவன் செய்த காரியமெல்லாம் சரின்னு ஒத்துக்கச் சொல்றீங்களா”

“ஒத்துக்கக் கூட வேணாம். ஆனா ஒதுக்கி வைக்காம இருக்கலாமில்ல”

“அத பத்தி எனக்குக் கவலையில்ல”

“இருக்கு. உங்க மகன் ஒரு முஸ்லீம் பொண்ண கட்டி கிட்டான்னு தானே உங்களுக்கு இத்தனை கோபம்”

சிவசுப்ரமணியன் பதில் சொல்ல விரும்பாதவர் போல மௌனமாய் இருந்தார்.

“சரி. போகட்டும் விடுங்க. இப்ப நாம பேசிகிட்டிருக்கிறோமே இந்தக் கோயில். இத எப்பவுமே நம்ம ஊரு ஜனங்க கௌஸ் முருகன் கோயில்னுதான் சொல்லுவாங்க. அதாவது உங்களுக்குத் தெரியுமா”

‘தெரியாது’ என்பது போல பார்த்தார் சிவசுப்ரமணியன்.

“நாம இந்துக்கள் வந்து சாமி கும்பிடறதுக்காக இத்தனை சிறப்பா இந்தக் கோயில கட்டியிருக்கிறது வேற யாருமில்ல. கௌஸ்னு முஸ்லீம் சமூகத்த சேர்ந்த ஒரு சகோதரர். அவரு பேர்லதான் கௌஸிக பாலசுப்ரமணிய சுவாமிகள் கோயில்னு இப்பவும் இது இருக்கு. அந்த மனுஷர் ஓர் இஸ்லாமியரா இருந்தாலும் அவரே வந்து நம்ம சாமிய கும்பிட்டதோடு வருஷா வருஷம் இந்த பாலசுப்ரமணிய சுவாமிகள் திருக் கல்யாணத்தையும் ரொம்ப விமர்சையா நடத்துவாரு”

சிவசுப்ரமணியனுக்கு ஆச்சரியம் தாங்கவில்லை. தமது கண்களை அகல விரித்தவாறு கேட்டார்.

“அப்படிங்களா”

“நான் சொல்றது நம்ப முடியல இல்ல உங்களுக்கு. இது அத்தனையும் உண்மை. அது மட்டும் கிடையாது. கோயில்ல உற்சவம் நடக்கறப்போ நாம கல்யாணத்துக்கு பத்திரிகை அடிக்கிறது மாதிரியே மறக்காம சுவாமிகளுக்கும் கல்யாண பத்திரிகை அடிச்சு அதுல ‘தங்கள் வருகையை அன்புடன் எதிர்நோக்கும் கௌஸ்’னு போட்டு ஊரு முழுக்க அவரே போய் கொடுப்பாரு”

“ரொம்ப அதிசயமா இருக்குங்க கிருஷ்ணகுமார். கொஞ்ச நாளாதான் இந்தக் கோயிலுக்கு நான் வர்றேன். இது மாதிரியான விஷயமெல்லாம் எனக்கு தெரியவே தெரியாது”

“இப்ப சொல்லுங்க சிவசுப்ரமணியன். இந்துவான நீங்க ஒரு முஸ்லீம் கட்டி வச்ச இந்தக் கோயிலுக்கு வந்து வழிபடலாம். தப்பில்ல. ஆனா உங்கள போலவே இந்துவான உங்க மகன் மட்டும் ஒரு முஸ்லீம் பொண்ண கட்டிகிட்டு வாழக்கூடாது. அப்படித்தானே”

“அது வந்து” என்ன சொல்வதென்று தெரியாமல் வார்த்தைகள் இன்றி தடுமாறினார் சிவசுப்ரமணியன்.

“ஆனந்து எங்க ஆச்சாரத்த எல்லாம் கெடுத்துட்டான். அதனால அவன் எனக்கு மகன் இல்லைன்னு உங்க அதிகாரத்த, செல்வாக்க வச்சு என்னை மாதிரி ஆளுங்க வாயெல்லாம் மூடிட்டீங்க. ஆனா ஊரு வாயை மூட முடியாதுங்க சிவசுப்ரமணியன். ஏதோ மதம் விட்டு மதம் மாறி கல்யாணம் செய்துகிட்ட கோபத்தில எல்லாத்தையும் மறந்து அவன் என் மகன் இல்லேன்னு சொல்றீங்களே அவன் எனக்குப் பொறக்காதவன்தான்னு உங்களால சொல்ல முடியுமா”

“கிருஷ்ணகுமார் என்ன பேசுறீங்க”

“அப்படின்னு நான் கேட்கலைங்க சிவசுப்ரமணியன். நம்ம ஊரு ஜனங்க கேட்கிறாங்க”

அதிர்ச்சியில் உறைந்து போயிருந்தார் சிவசுப்ரமணியன். கிருஷ்ணகுமாரின் இந்த நேரடியான கேள்வியால் அவருக்குள்

என்னென்னவோ மாற்றங்கள் நிகழ்ந்துகொண்டிருந்தன. நீண்ட மௌனம் அவரைப் பற்றியிருந்தது.

“விதவைகளுக்காகவே அவங்க துயரம் கண்டு பொறுக்க மாட்டாம ‘கோரிக்கையற்றுக் கிடக்குதண்ணே இங்கு வேரில் பழுத்த பலா’ன்னு பாடினவரு நம்ம புரட்சிக் கவிஞர் பாரதிதாசன். விதவையான அன்னை கதீஜா பீவியைத்தான் நபிகள் நாயகம் ஸல்லல்லாஹு அலைஹி வஸல்லம் அவர்களும் நிக்காஹ் செய்துகிட்டாரு. அப்படிப்பட்ட உயர்ந்தவங்க வழியிலதான் உங்க மகன் ஆனந்தும் ஒரு விதவைப் பெண்ண விரும்பி கல்யாணம் செய்துகிட்டான். இதுல என்ன தப்பு இருக்குதுன்னு நீங்க இவ்வளவு தூரம் தரம் தாழ்ந்து போனீங்கன்னுதான் எனக்குத் தெரியல. இங்க பாருங்க சிவசுப்ரமணியன் என்ன ஜாதியோ, என்ன மதமோ, அது என்ன இழவோ ரெண்டு மனசுங்க ஒண்ணு சேர்றதுக்குப் பெயர்தான் திருமணம். மற்றதெல்லாம் வியாபாரம். இதுல உங்க மகன் செய்துகிட்டது உணர்வுப் பூர்வமான விவகாரம். நீங்க அத வியாபாரமா ஆக்கி லாபம் சம்பாதிக்கப் பார்த்தீங்க. நடக்கல. எதுவா இருந்தாலும் அது நம்மகிட்டயா இருக்கு. எல்லாம் அவன்கிட்டதான. இன்ஷா அல்லாஹ்”

கிருஷ்ணகுமார் தன் இரண்டு கைகளையும் சாவகாசமாய் மேலே உயர்த்திக் காட்டி சொன்னதுதான் தாமதம். கொஞ்சம் கூட தயங்காமல் ‘சடார்’ என்று எழுந்தார் சிவசுப்ரமணியன். பதிலேதும் பேசாமல் வேகமாக நடந்து வெளியே போனார். அவர் வந்திருந்த ஸ்கூட்டரை ஸ்டார்ட் செய்து எடுக்கப் போகும் சமயம். அவசர அவசரமாய் அவரை வழி மறிப்பது போல் போய் நின்றார் கிருஷ்ணகுமார்.

“கெஸட்ல அப்ப நான் அறிவிச்சது என் மகன் ஆனந்த இனிமே கட்டுப்படுத்தாது. அதெல்லாம் கேன்சல் ஆயிட்டுது’ன்னு மறுபடியும் அதே கெஸட்ல நீங்க அறிவிப்பு கொடுக்கணும். உங்களுக்கு சங்கடமா இருந்தா அதுக்கான அஃபிடாவிட் தயார் பண்ற அரசாங்க நொத்தேரியன்கிட்ட நான் போய் ஏற்பாடு செய்றேன். அதுல நீங்க ஒரு கையெழுத்துப் போட்டா மட்டும் போதும். உங்க மேல இருக்கிற நல்ல அபிப்ராயத்திலயும், உங்க குடும்பத்து நல்லது கெட்டதுல பங்கெடுக்கிறவன் என்கிற

முறையிலும்தான் நான் இதைக் கேட்கிறேன். என்ன சொல்றீங்க சிவசுப்ரமணியன்"

சிவசுப்ரமணியன் எதுவும் பேசவில்லை. கிருஷ்ணகுமாரையே வைத்த கண் வாங்காமல் பார்த்துக்கொண்டிருந்தார். அவர் இந்த ஏற்பாட்டுக்கு ஒத்துக்கொண்டாரா இல்லையா என்பது ஒன்றும் புரியாத நிலையில் முல்லா வீதி குத்பா பள்ளிவாசலில் இருந்து சூரியன் அஸ்தமிக்கும் மக்ரிபு தொழுகைக்கான பாங்கு சொல்லும் ஓசை அந்தத் தென்னண்டை புல்வார் பகுதி முழுவதுமாக எதிரொலிக்கத் தொடங்கியது.

- தினமணி கதிர், 30.12.2007.

*

எலி வேட்டை

கே.கே.ஷெர்வுட் பள்ளிக்கூடம். மூலக்குளம் குண்டு சாலையில் இருக்கிறது. யார் அந்தத் தெருவுக்கு குண்டுசாலை என்று பெயர் வைத்தார்களோ தெரியாது. எப்போது பார்த்தாலும் குண்டும், குழியுமாகத்தான் இருக்கும். மேட்டுப்பாளையம் தொழிற்பேட்டைக்கும், மேரி ஒழுகரைக்கும் போகிற வழியில் உள்ள அந்தப் பள்ளிக்கூடத்தில்தான் தமிழ்மகள் யு. கே. ஜி. படிக்கிறாள். எனக்கு ஒரே பிள்ளை. செல்லம் அதிகம்.

தமிழ்மகள் பள்ளிக்கூடம் விட்டு வீட்டுக்கு வந்தால் வீடு வீடாக இருக்காது. சர்க்கஸ் கூடாரம் போல் ஆகிவிடும். என் புத்தகங்களை எடுத்துப் படிப்பது போல 'பாவ்லா' காட்டிக்கொண்டு ஒவ்வொரு பக்கமாக கிழித்துப் போடுவது பென்சிலையும், கலர் கிரெய கட்டிகளையும் எடுத்து சுவரில் இஷ்டம் போல் கிறுக்குவதும் நாய், பூனை, பூதம் என்று வித விதமான படங்கள் வரைவதும் எல்லாம் தமிழ்மகளுக்குக் கைவந்த கலை.

இதோடு விட்டால் பரவாயில்லை. வண்டு போல குறுக்கும் நெடுக்குமாக ஓடிப் போய் ஷோபா மேல் ஏறி நின்று கீழே குதிப்பதும், என் செல்ஃபோனை எடுத்து எந்த எண்ணுக்காவது 'ரிங்' போட்டுவிட்டு நான் பார்க்கிறேன் என்று தெரிந்ததும் ஃபோனை தூக்கி அடித்துவிட்டு சிரிப்பதுமாக எல்லா குறும்புத் தனங்களையும் செய்வாள்.

எனக்குக் கோபம் வராது. சந்தோஷமாய் இருக்கும். குழந்தைகள் தெய்வத்தின் பிள்ளைகள். இந்த வயதில் அவர்கள் இப்படித்தான் இருப்பார்கள். 'துறு துறு' என்று இருந்தால்தான்

பாரதி வசந்தன் | 111

பிள்ளைகள். இல்லையென்றால் பெரியவர்கள். அவர்களின் இந்த சேட்டைகளை யாராய் இருந்தாலும் ரசிக்க வேண்டும்.

சாலைத் தெருவில் ஒரு வீட்டின் முதல் மாடியில் எங்கள் வீடு. நல்ல காற்றோட்டமான சூழல். வீட்டின் இரண்டு பக்கங்களிலும் காலிமனை. புதர்போல வளர்ந்து கிடக்கும் செடி, கொடிகள். எலந்தப்பழ, வேலிகாத்தான் முள்மரங்கள். எந்நேரமும் அங்கு வந்து விளையாடும் அணில்கள், ஓணான்கள். கொத்துக் கொத்தான உனிப் பூவில் அமர்ந்து தேனை உறிஞ்சும் தேன்சிட்டுகள். யாவும் சேர்ந்து தோட்டங்களுக்கு நடுவே வீடு இருப்பது போன்ற தோற்றம்.

அவற்றையெல்லாம் மீறி ஒரு விதமான பயமும் இருந்தது. காரணம் காலிமனை ஒன்றின் புதர்களுக்கு நடுவே இருந்த பெரிய பாம்புப் புற்று. அதிலிருந்து சில சமயம் 'வழ வழ' என்று ஏதோ ஒரு பாம்பு வந்துகொண்டும், போய்க்கொண்டும் இருப்பதை மாடியில் இருந்து பார்த்தால் பயமாய் இருக்கும்.

நான் தமிழ்மகளிடத்தில் எச்சரிக்கை செய்து வைத்திருந்தேன். 'அந்தப் பக்கம் எட்டிப் பார்க்கக் கூடாது. போகக்கூடாது' என்று. தமிழ்மகளும் 'சரிப்பா' என சொன்னதோடு அப்படியே இருப்பதாகவும் எனக்குத் தெரிந்தது. அதனால் நிம்மதியாக இருந்தேன்.

பள்ளிக்கூடத்தில் இருந்து வந்திருந்தாள் தமிழ்மகள். மிகவும் உற்சாகமாய் இருந்தாள். முகம் தாமரைப்பூ போல மலர்ந்திருந்தது.

"அப்பா இன்னைக்கு நம்ம ஸ்கூல்ல சங்கீதா மேடம், தனலட்சுமி டீச்சர், பொன்மனச் செல்வி டீச்சர் இவங்கள்லாம் சேர்ந்து எனக்கு ஒரு பாட்டு சொல்லிக் கொடுத்திருக்காங்கப்பா"

தமிழ்மகள் இப்படிச் சொன்னதும் எனக்கு சந்தோஷம் ஆகிவிட்டது. அவள் பள்ளிக்கூடம் விட்டு வந்ததும் ஏதாவது ஒரு பாட்டை பாடிக் காட்டுவாள். மழலை மாறாத குரலில் பாடுவதைக் கேட்க மிக இனிமையாக இருக்கும். ஒவ்வொரு வார்த்தையாக திக்கித் திணறி நிறுத்தி மெதுவாகப் பாடும்போது 'குழல்இனிது யாழ்இனிது என்பர்தம் மக்கள் மழலைச்சொல் கேளா தவர்' என்ற திருவள்ளுவரின் திருக்குறள்தான் ஞாபகத்துக்கு வரும். வள்ளுவர் எப்படி இந்தக் குறளை உணர்ந்து அனுபவித்து எழுதியிருக்கிறார் என்று ஆச்சரியமாக இருக்கும்.

எந்தக் குழந்தையும் பேசுகிற போது அல்லது பாடுகிற போது அது அமிழ்தின் இனிமையையும் மிஞ்சுவதாக ஆகிவிடுகிறது.

தமிழ்மகளை அன்பாகப் பார்த்தேன். அதில் என்னுடைய ஆசையும் கலந்திருந்தது. தமிழ்மகள் பாட வேண்டும். நான் இரண்டு கைகளையும் அவள் பக்கமாய் நீட்டி 'வாங்க தமிழம்மா' என்று வாஞ்சையோடு அழைத்ததும் தமிழ்மகள் ஒரு மான்குட்டி துள்ளி வருவதைப் போல வேக வேகமாக ஓடிவந்து என்னை இறுகக் கட்டிக்கொண்டாள்.

தமிழ்மகளின் இரண்டு கன்னத்திலும் மாறி மாறி முத்தமிட்டுக்கொண்டே கேட்டேன்.

"என்ன பாட்டு சொல்லிக் கொடுத்திருக்காங்க"
"எலியார் பாட்டு"
"எலியார் பாட்டா"
"ஆமாம்பா. எலிப் பாட்டு"
"ஓ எலிய பத்தின பாட்டா"
"ஆமாம்"
"எங்க பாடுங்க பார்ப்பம்"
"எலியாரே எலியாரே
எங்க போறீங்க

ஈசபெத்து ராணியத்தான்
பார்க்கப் போறேங்க

ஏழு கடல் தாண்டி நீங்க
எப்படி போவீங்க

ஏரோப்பிளேன்ல டிக்கெட் வாங்கி
பறந்து போவேங்க

போற வழியில பசி எடுத்தா
என்ன செய்வீங்க

வழக்கம் போல கடையிலதான்
வாங்கித் தின்பேங்க"

தமிழ்மகள் பாடி முடித்ததும் என்னையும் அறியாமல் 'சபாஷ்' என்று சத்தமாய் சொன்னேன். 'எலிசபெத் ராணியைத் தான் ஈசபெத் ராணி' என வாய் குழறி சொல்கிறாள். அந்த எலிப் பாட்டை எத்தனை அழகாகப் பாடுகிறாள் என் பிள்ளை தமிழ்மகள் என்று பெருமையாக இருந்தது. அதனை அவளுக்குப்

பொறுமையாகச் சொல்லிக் கொடுத்த டீச்சர்களை நினைத்து மனதுக்குள் நன்றி சொல்லிக்கொண்டேன்.

நானும், தமிழ்மகளும் எலிப் பாட்டில் மகிழ்ந்திருந்த போது என் மனைவி ஜோஸ்பின் எதிரே வந்து நின்றாள்.

"அப்பாவும், பிள்ளையும் என்ன பண்றீங்க"

தமிழ்மகள் பாடின எலிப் பாட்டைப் பற்றிச் சொன்னதோடு அதைப் பாடியும் காட்டினேன். அவளுக்குக் கோபம் வந்துவிட்டது.

"ஆமாம் இதுக்கு ஒண்ணும் குறைச்சல் இல்ல. வீட்ல ஒரே எலி தொல்லை. எப்பப் பாரு கண்டதையும் கடிச்சு வைக்குது. வீடெல்லாம் எலிப் புழுக்கை. நாத்தம் வேற குடலைப் பிடுங்குது. அந்த எலிங்கள ஒழிக்க வழிய பார்க்கல. எலிப் பாட்டு பாடுறீங்க"

"நீ சொல்றது எனக்கும் புரியது ஜோஸ்பின். என் புத்தகங்களதான எலிங்க அதிகமா பாழ்படுத்துது"

"ஆமாம், ஆமாம், நீங்க படிச்சு கிழிக்கிறீங்க. எலிங்க நீங்க படிச்சு போட்டத கடிச்சு குதறுதுங்க"

ஜோஸ்பின் இதைக் கிண்டலாகச் சொல்கிறாள். அதே சமயம் நான் எலிகளை ஒழிக்க வகையற்றுப் போய் கையாலாகதவனாய் இருக்கிறேன் என்பதையும் மறைமுகமாக சுட்டிக் காட்டுகிறாள். இதுமாதிரியான விஷயங்களில் மனைவியர்கள் ரொம்பவும் சாமார்த்தியசாலிகள். அவர்களை புருஷன்மார்களால் ஒன்றும் செய்ய முடியாது.

"சரி ஜோஸ்பின் எதுக்கு குத்திக் காட்டிப் பேசுற. எலிகள ஒழிக்க ஏற்பாடு செய்யணும். அவ்வளவுதான"

"ஆமாம்"

"இன்னைக்கே பெரிய கடைக்குப் போய் எலிப் பொறி வாங்கிட்டு வந்துடறேன். அத வச்சு எலிகள பிடிச்சுடலாம். போதுமா"

"ரொம்ப நாளா இதையேதான் சொல்லிகிட்டு இருக்கிறீங்க. எதையும் செஞ்ச பாட காணோம்"

"கோவிச்சுக்காத ஜோஸ்பின். கண்டிப்பா இப்ப எலிப் பொறி வாங்கிடறேன்"

என்னுடைய இந்த உறுதியான பதில் ஜோஸ்பினுக்கு திருப்தியைத் தந்திருக்க வேண்டும். அவள் சிரித்துக்கொண்டே போய் விட்டாள்.

புத்தகங்கள் அடுக்கி வைத்திருக்கும் உள் அறை. அங்கிருந்து ஏதோ சத்தம் வருவது போல் தெரிந்தது. கொஞ்ச நேரம் கேட்டுவிட்டு பிறகு அடங்கிவிட்டது மாதிரி அமைதி. மீண்டும் அந்தச் சத்தம் தொடர்ந்து கேட்கவே என்னவாக இருக்கும் என்று உள்ளே போய்ப் பார்த்தேன்.

ஜன்னலை ஒட்டிய புத்தக ரேக்கில் இருந்துதான் சத்தம் கேட்டது. சளித் தொல்லையால் அவதிப்படுகிறவர்கள் மூச்சு விட முடியாமல் கஷ்டப்படுவது போல 'கர் முர்' என்று சத்தம். ஏதோ ஒரு வகையான இரைப்பு. அவசர அவசரமாக ஜோஸ்பினை கூப்பிட்டேன். கூடவே தமிழ்மகளும் வந்து விட்டாள்.

"என்னங்க"

ஜோஸ்பினிடம் நான் மெதுவாக விஷயத்தை சொன்னேன். யாரும் சத்தம் போடக் கூடாது என்று கவனமாக புத்தக ரேக்கில் தேடினோம். அப்போதும் சத்தம் வந்துகொண்டிருந்தது. பாம்பாக இருக்குமோ இல்லை வேறு ஏதாவதாக இருக்குமோ என்று பயம். உற்று உற்றுப் பார்த்தோம். சத்தம் வந்ததே ஒழிய எதுவும் தென்படவில்லை.

அப்போதுதான் ஜோஸ்பின் கண்டுபிடித்து விட்ட உற்சாகத்தில் "அதோ அங்க இருக்கு பாருங்க" என்றாள்.

புத்தக ரேக்கின் கீழ்த்தட்டில் நிறைய புத்தகங்கள் ஒன்றோடு ஒன்றாகக் கலந்து இறைந்து கிடந்தன. அதன் சிறிய இடைவெளியில் கருப்பான சாம்பல் நிறத்தில் மெல்லிய வால் ஒன்று நீட்டிக்கொண்டிருந்தது. வாலில் லேசான முடி.

உடனே ஜோஸ்பின் ஓடிப் போய் தடிமனான கழி ஒன்றை எடுத்து வந்தாள். அதை வாங்கி லேசான நடுக்கத்தோடு அங்கே தெரிந்த வால் பகுதியை மெல்ல குத்தினேன்.

பெரும் சத்தத்தோடு அது வெளியே வந்து 'பொத்' என்று கீழே விழுந்தது. மூச்சிறைக்க வயிறு உப்பிய நிலையில் ஒரு பெருச்சாளி. அதனால் அப்படியும் இப்படியுமாக நகர முடியவில்லை.

நாங்கள் எல்லோரும் ஒரு கணம் பயந்து போனோம். தமிழ்மகள் அலறிக்கொண்டு ஜோஸ்பினை கட்டிக்கொண்டாள்.

எனக்கு என்ன செய்வதென்று புரியவில்லை. அந்தப் பெருச்சாளியை அடிக்கவும் மனம் வரவில்லை.

அது நம்மை ஏதாவது செய்து விடுவார்களோ என்று மிரண்டு போய் தலையைத் தூக்கி 'உர்' என்று சீறுவது போல பார்த்தது. ஜோஸ்பின் கத்தினாள்.

"அடிங்க அடிங்க"

நான் கழியை வைத்துக்கொண்டு அப்படியே நின்று கொண்டிருந்தேன். ஜோஸ்பினுக்கு கோபம் வந்துவிட்டது.

"அடிங்கன்னு சொல்றேன் இல்ல"

அவள் அதட்டுவது போல சொன்னதும் என்னையும் அறியாமல் ஒரே போடாக பெருச்சாளியின் தலையில் போட்டேன். அவ்வளவுதான். அது 'கிர்' என்று கத்திக்கொண்டு அப்படியே தரையில் கிடந்தது. அதைச் சுற்றிலும் பச்சை ரத்தம். பெருச்சாளி இழுப்பு வந்ததைப் போல கொஞ்ச நேரம் துடித்துவிட்டு அடங்கிப் போனது.

செய்வதறியாது இருந்த நான் தைரியத்தை வரவழைத்துக்கொண்டு அந்தப் பெருச்சாளியை எடுத்துப் போய் பக்கத்தில் இருந்த காலிமனைப் புதரில் வீசி எறிந்தேன். ஜோஸ்பினுக்கு சந்தோஷம் தாங்க முடியவில்லை.

"அப்பாடா இன்னைக்குத்தான் உருப்படியா ஒரு காரியம் செஞ்சீங்க"

அவள் அப்படிப் பேசியது எனக்கு ஒரு மாதிரியாக இருந்தது. அதனால் சொன்னேன்.

"இல்ல ஜோஸ்பின் அந்தப் பெருச்சாளி பாவம்"

"பாவம்தான். அதுக்காக வீட்டுக்குள்ள வந்தத அடிக்காம விடலாமா"

"வெளிய தொரத்தி இருக்கலாம்"

"நல்லவேளை நம்ம கண்ணுல பட்டது. இல்லைன்னா பிள்ளைய கடிச்சிட்டா என்ன பண்ணுவீங்க"

ஜோஸ்பின் சொல்வதிலும் நியாயம் இருப்பது போல் எனக்குத் தோன்றியது. பெருச்சாளி கடித்தால் விஷம் ஏறி அந்த எலியைப் போலவே கத்திச் சாவார்கள் என்று கேள்விப்பட்டிருக்கிறேன். அது பெரியவர்களான எங்களைக் கடித்தாலும் பரவாயில்லை. பிஞ்சுப் பூ. என் மகள் தமிழ்மகளைக் கடித்துவிட்டால் என்ன செய்வது. அதுதான் அடித்து விட்டேன்.

ஒரு வாரம் போயிருக்கும். நான் எழுதுகிற பேனா என் மேஜையில் இருந்து காணாமல் போய் விட்டிருந்தது. அப்புறம் பென்சில், ரப்பர் அதுவும் காணவில்லை. தேடித் தேடிப் பார்த்தும் கிடைக்காததால் ஜோஸ்பினை கூப்பிட்டேன்.

வந்தவள் 'என்ன' என்பது போல என்னைப் பார்த்தாள்.

"இங்க இருந்த என் பேனா, பென்சில், ரப்பர் எல்லாம் எங்க"

"நான் பார்க்கல"

"அப்ப எங்க போச்சு"

"உம் உங்க அரும மகள கேளுங்க"

எழுத வேண்டும் என்று நினைத்து உட்காருகிற நேரம் பார்த்து இப்படி ஆனது எனக்கு எரிச்சலாகவும், கோபமாகவும் இருந்தது. கத்தினேன்.

"எங்க தமிழ்மகள்"

"அப்பா கூப்பிட்டீங்களா"

மழலை மறாத குரலில் கேட்டுக்கொண்டே தமிழ்மகள் என்னிடத்தில் வந்ததும் என் கோபமெல்லாம் பறந்து போனது. அவளை கைநிறைய தூக்கி எடுத்துக்கொண்டே கேட்டேன்.

"எங்கம்மா அப்பாவோட பேனா, பெச்சில் எல்லாம்"

தமிழ்மகள் தெரியாது என்பது போல கொஞ்ச நேரம் பேசாமல் இருந்தாள்.

நான் மீண்டும் பரிதாபமான குரலில் கேட்டதும் ஞாபகத்துக்கு வந்துவிட்டவளைப் போல உற்சாகமாய் சொன்னாள்.

"வாங்கப்பா காட்டுறேன்"

எனக்கு ஆச்சரியம். அதை வெளிப்படுத்தாமல் தமிழ்மகளைத் தூக்கிக்கொண்டு புத்தக அறையில் இருந்து வெளியே வந்தேன். அவள் என்னை காலிமனை இருந்த பக்கமாக அழைத்துப் போனாள். எனக்கு இன்னும் ஆச்சரியம் ஆகி விட்டது. எதற்கு இங்கு தமிழ்மகள் அழைத்து வர வேண்டும் என்று நினைத்தேன். அருகில் போய் மாடியில் இருந்து நான் கீழே பார்ப்பதற்குள் சந்தோஷமாய் கூறினாள்.

"அப்பா அங்க பாருங்க"

அவள் தன் அல்லிமலர் விரலால் கீழே சுட்டிக் காட்டிய இடத்தில் புதர்களுக்கும் நடுவே பாம்புப் புற்று. எனக்கு தூக்கி வாரிப் போட்டது. புற்றைச் சுற்றிலும் செடி, கொடிகள் வளர்ந்து காடு போல் இருந்தது. அதன் இடைவெளிகளின் சந்துக்குள் உற்றுப் பார்த்தால் தமிழ்மகள் வைத்திருந்த விளையாட்டுப் பொம்மைகள், பந்துகள், சட்டிப் பானைகள் எல்லாம் சிதறிக் கிடந்தன. அதிர்ச்சியாக இருந்தது.

"என்னம்மா இதெல்லாம்"

கள்ளங் கபடமில்லாமல் கடவுள் பேசுவது போல பேசினாள்.

"எனக்கு விளையாட்டு சாமான் எல்லாம் அப்பா நீங்க வாங்கிக் கொடுக்கிறீங்க. பாவம்பா அந்தப் பாம்பு. அதுக்கு யார் இருக்கிறா. அதான் அது விளையாடறதுக்கு என் கிட்ட இருந்ததை எல்லாம் கொடுத்துட்டேன்"

எனக்கு என்ன சொல்வதென்று தெரியவில்லை. என் மகளுக்கு அதுவும் ஒரு சின்ன பிள்ளைக்கு எப்படிப்பட்ட இதயம் இருக்கிறது என்று நெக்குருகிப் போனேன்.

"அங்க பாருங்கப்பா உங்க பேனாவும், பென்சிலும்"

தமிழ்மகள் காட்டிய திசையில் கீழே பார்த்தேன். அங்கே விளையாட்டு சாமான்களுக்கும் பக்கத்தில் பேனாவும், பென்சிலும், ரப்பரும் தவிர கிழிந்த நோட் புக்கும் கிடந்தது.

ஆச்சரியப்பட்டுப் போய் "இது எதுக்கம்மா" என்றேன்.

"பாம்பு பள்ளிக்கூடம் போகாது இல்ல. அது படிக்கிறதுக்குத் தான் இதெல்லாம் போட்டேன்"

தமிழ்மகளின் இந்தக் கருணை உள்ளம் யாருக்கு வரும். இவள் என் பிள்ளை என்பதை விடவும் தெய்வத்தின் பிள்ளை என்பதுதான் சரி. கண்கள் கலங்கிப் போய் அப்படியே வாரி அணைத்து தமிழ்மகளை முத்தமிட்ட போது புத்தக அறையில் இருந்து 'டப்' என்று சத்தம் கேட்டது.

ஜோஸ்பின் அவசர அவசரமாக எங்களை நோக்கி ஓடி வந்தாள். அவள் கையில் எலிப் பொறி. அப்போதுதான் ஏதோ ஒரு எலி அகப்பட்டிருக்கவேண்டும். அந்தச் சந்தோஷம் அவளுக்கு.

நான் தமிழ்மகளை கீழே இறக்கிவிட்டு எலிப் பொறியை வாங்கிப் பார்த்தேன். உள்ளே குட்டியூண்டு சுண்டெலி ஒன்று மாட்டிக்கொண்டது தெரியாமல் அங்கும் இங்குமாக ஓடி விளையாடிக்கொண்டிருந்தது. நான் அதை தமிழ்மகளிடத்தில் காட்டினேன். அவளுக்கு உடனே முகம் வாடிப் போனது.

ஒரு தடவை பெருச்சாளியை அடிக்கப் போய் அந்த வேதனை தாங்காமல் இரண்டு மூன்று நாட்களாக அதே நினைப்பில் இருந்தவன் நான். அதற்கப்புறம் எலிப் பொறி வாங்கினால் அதில் மாட்டுகிற எலியை எப்படி அடிப்பது என்று தவித்துக்கொண்டிருந்தேன். என் மகள் தமிழ்மகள் கொடிய விஷமுள்ள பாம்புக்கே அன்பு செய்கிற போது அவள் தகப்பன் நான் என்ன செய்ய வேண்டும்.

மெல்ல எலிப் பொறியின் பின் பகுதியைத் திறந்து காலிமனையின் முட்புதருக்குள் சாய்த்தேன். சுண்டெலி உடனே வராமல் அதில் இருந்த கம்பிகளைப் பற்றிக்கொண்டு நம்மை அடித்துக் கொன்று விடுவார்களோ என்று பயப்படுவது தெரிந்தது. நான் பலமாக மேலும் கீழும் அசைத்த போது சுண்டேலி 'தப்பித்தோம் பிழைத்தோம்' என்று கீழே போய் விழுந்தது.

தமிழ்மகள் அந்தச் சுண்டெலிக்காகச் சந்தோஷம் தாங்காமல் 'ஹைய்யா' என்று பலமாகக் கைதட்டிச் சிரித்தாள். ஜோஸ்பினுக்கு ஒன்றும் புரியவில்லை. அவள் எங்கள் இருவரையும் மாறி மாறிப் பார்த்தபடி அமைதியாக நின்றுகொண்டிருந்தாள்.

- ராணி, 24.03.2013.

*

மன்னிப்பு

லூர்துவை யாரோ தொட்டு எழுப்புவது போல தோன்றியது. நாளெல்லாம் வேலை செய்த அலுப்பில் தன்னை மறந்து தூங்கிக் கொண்டிருந்தவளால் உடனடியாக எழுந்திருக்க முடியவில்லை. கை காலெல்லாம் அங்கங்கே வலி. முணகிக்கொண்டே புரண்டு படுத்தாள்.

"அம்மா எழுந்திருங்க. பொழுது விடிஞ்சிருச்சு"

லூர்துவின் ஐந்து வயது மகன் பக்கத்தில் உட்கார்ந்து கொண்டு அவள் தோளை உலுக்கினான். தன் பிள்ளையின் குரல் கேட்டதும் சட்டென்று அவளுக்கு விழிப்பு வந்தது.

எழுந்து பார்த்தாள். படுக்கையில் இரண்டு வயது செல்லமகள் மலர்ந்த ஒரு மல்லிகைப் பூவைப் போல தூங்கிக் கொண்டிருந்தாள். லூர்து அவளையே இமைக்காது பார்த்த போது அவளிடமிருந்து நீண்ட பெருமூச்சு வெளிப்பட்டது. 'குழந்தையாய் இருக்கும் போதுதான் எந்தப் பெண்ணும் நிம்மதியாய்த் தூங்க முடிகிறது. அதன்பிறகு அவள் பெரியவளாகி திருமணம் செய்துகொண்டால் அவ்வளவுதான். சாகிற வரைக்கும் தூக்கம் கிடையாது. புருஷனுக்கு உழைத்து, அவன் பிள்ளைகளுக்கு உழைத்து, அவர்கள் எதிர்காலத்திற்கென்று உழைத்து, உழைத்துத் தேய வேண்டியதுதான். தன் பிள்ளையாவது நம்மைப் போல நலிந்து சாகாமல் நல்லபடியாக வாழ வேண்டும்' என்று மனதுக்குள் வேண்டிக்கொண்டே எழுந்து படுத்திருந்த பாயைச் சுருட்டினாள். வழக்கம் போல அவள் கணவன் பீட்டர் எழுந்து டீ குடிப்பதற்கு வெளியே போய்விட்டிருந்தான்.

லூர்து வாசலில் தண்ணீர் தெளித்தபடியே அக்கம் பக்கம் பார்த்தாள். பொழுது 'பளீர்' என்று விடிந்து விட்டிருந்தது. தெருவில் சவானா மில்லுக்கு வேலைக்குப் போகிறவர்களின் நடமாட்டம் தெரிந்தது.

'ஐயோ மணி ஏழாகப் போகுது. வேலைக்குப் போகணுமே' என்று நினைத்த போதே லூர்துவுக்குப் 'பகீர்' என்றது.

தாவீது சொல்தா வீட்டுக்கு அவள் வீட்டு வேலை செய்ய காலை ஏழு மணிக்கெல்லாம் போயாக வேண்டும். தாவீது சொல்தா பிரான்ஸுக்குப் போய் வேலை பார்த்துவிட்டு ரெத்ரேத் வாங்கிக்கொண்டு இங்கே வந்து மனைவி, பிள்ளைகளோடு வசதியாக வாழ்ந்துகொண்டிருப்பவர். அவர் ரொம்பவும் கண்டிப்பானவர். வேலைக்கு கொஞ்சம் தாமதமாகப் போனாலும் போதும் வாசற்படியிலேயே நிற்க வைத்துவிடுவார்.

"மாசம் பொறந்தா சொளையா எழுநூறு ரூபா வாங்குது இல்ல. வேலைக்கு ஒழுங்கா வரத் தெரியாது. எங்க பிரான்ஸ் நாட்டுக் காசு என்ன தெருவிலயா கெடக்குது" என்று கோபமாய்க் கேட்டுவிட்டு அவர் பாட்டுக்குப் பிரெஞ்சிலேயே திட்ட ஆரம்பித்து விடுவார். லூர்துவுக்கு பள்ளிக்கூடத்தில் படிக்கிற காலத்தில் டீச்சர் முன்பு கைகட்டி நின்றது ஞாபகத்துக்கு வந்துவிடும். சட்டென்று சிரிப்பு வந்தாலும் அடக்கிக்கொண்டு மௌனமாக நிற்பாள். அதுவே அவளுக்கு அவமானமாக இருக்கும்.

இன்றைக்கும் அப்படி ஆகிவிடக் கூடாது என்று லூர்து அவசர அவசரமாக கிளம்பிக்கொண்டிருந்தாள். முகத்தை அலம்பிக்கொண்டிருந்த போதே பீட்டர் வந்தான். நேற்று ராத்திரி குடித்திருந்த பட்டை சாராயத்தின் நெடி இன்னமும் போகாத நிலையில் கையில் பீடியோடு வீட்டுக்குள் நுழைந்தவனை லூர்து இடைமறித்தாள்.

"இங்க பாருங்க. நீங்க இப்படி நடந்துக்கிறது நம்ம நெலமைக்கு அழகில்ல"

பீட்டர் அலட்சியமாக அவளைத் திரும்பிப் பார்த்தான்.

"இன்னைக்கு கொஞ்சம் அசந்து தூங்கிட்டேன். முன்னாடியே எழுப்பக் கூடாதா"

"ஏன் பீரோவுக்குப் போறது கெட்டுப் போயிடுச்சோ"

வார்த்தைகள் ஊசியைப் போல வந்து தைத்தன.

காலையிலேயே பிரச்சனை பண்ணுவதற்கு பீட்டர் தயாராய் இருப்பதுபோலத் தோன்றியது. லூர்து அவனை முறைத்தாள்.

"நான் ஒண்ணு கேட்டா நீங்க ஒண்ணு பேசுவீங்களே"

"பின்ன என்னடி. குசினி வேலைக்குப் போறவ பேசாம போக வேண்டியதுதானே. நான் உன்னை எழுப்பி விடணும்னு சட்டம் வேற பேசுற"

இவனிடத்தில் இதற்கு மேல் கேட்டால் வம்புதான் வரும். 'ஆம்பளையா இருந்துகிட்டு வேலை செய்யாம வீட்டிலேயே இருக்கீங்கன்னு குத்திக் காட்றீயா' என்று குதிப்பான்.

'சம்பாதிக்கிற திமிரு. அதான் அப்படி பண்ற' என்று வேலைக்குப் போற பொம்பளைங்க கஷ்டத்த உணராம வீண் சண்டைக்கு வருவான். இவனைக் கட்டிக்கிட்டதில இருந்து கட்டையில போற வரைக்கும் வேலை செஞ்சுதான் குடும்பத்தைக் காப்பாத்தணும்னு தெரிஞ்ச பிறகும் லூர்துவும் பதிலுக்கு ஏதாவது செய்ய அவளுக்கு என்ன பைத்தியமா பிடிச்சிருக்கு.

அன்றாடம் என்ன நடக்குமோ அதைத்தான் செய்தாள்.

"சரி விடுங்க. உங்களுக்குத் தட்டில பழையதும் தொட்டுக்க ஊறுகாயும் வச்சுருக்கேன். பையன் பசிக்குதுன்னு கேட்டா இட்லி வாங்கிக் கொடுங்க. பாப்பா எழுந்ததும் தாவீது சொல்தா வீட்டுக்கு எடுத்துகிட்டு வந்துடுங்க. நான் அங்கேயே பால் கொடுத்துக்கிறேன்"

எந்திரம் போல எல்லாவற்றையும் அடுக்கிச் சொல்லிக் கொண்டே போன லூர்து சேலையை எடுத்து அரக்கப் பரக்கச் சுற்றிக்கொண்டு ஓட்டமும், நடையுமாகப் புறப்பட்டாள்.

தாவீது சொல்தா வீட்டில் லூர்து குசினி வேலை மட்டும் பார்க்கவில்லை. வாசல் பெருக்குவது, வீடு கழுவுவது, துணி துவைப்பது, கடைக்குப் போய் கறி, மீன் வாங்குவது என்று எல்லா வேலைகளையும் அவள்தான் செய்ய வேண்டும்.

சொல்தா கொடுக்கும் எழுநூறு ரூபாய் சம்பளத்துக்காக காலையில் ஏழு மணிக்குப் போனால் மத்தியானம் சாப்பாட்டுக்கு ஒரு மணிக்குத்தான் வரமுடியும். அப்புறம் இரண்டு அல்லது இரண்டரை மணி அளவில் திரும்பவும் போனால் அவள் வீடு திரும்ப இரவு ஏழு மணி ஆகிவிடும். ஒரே ஒரு நாள் கூட உடம்புக்கு முடியவில்லை என்று லீவு எடுக்க முடியாது. சொல்தா கத்துவார். அவருக்கு எப்போதும் குடித்துக்கொண்டே

இருக்க வேண்டும். 'லூர்து' என்று கூப்பிட்ட குரலுக்குப் போய் அவர் கேட்ட படியெல்லாம் கறியும், மீனும் காரம் காரமாய் வறுத்துக் கொடுக்க வேண்டும் பிள்ளைகளைக் கவனிக்க முடியாமல், புருஷனுக்கும் பணிவிடைகள் செய்யாமல் இந்தப் பிசாசுக்கு உழைக்க வேண்டி இருக்கிறதே என்று லூர்துவுக்கு வருத்தமாக இருக்கும்.

அன்று ஞாயிற்றுக்கிழமை. லூர்து குசினியில் வேலையாக இருந்தாள். தாவீது சொல்தாவுக்கு ஞாயிற்றுக் கிழமையானால் கட்டாயம் ஏதாவது ஒரு கறி இருக்க வேண்டும். லூர்து வாத்து ஒன்றை அறுத்து வெந்நீரில் வைத்துச் சுத்தப்படுத்திக் கொண்டிருந்தாள். பொறுமையுடன் ஒவ்வொரு முடியாக நீக்கிவிட்டு வாத்தின் மீது மஞ்சளைத் தடவிய போது லூர்துவுக்குத் தன் ஐந்து வயது மகனின் நினைப்பு வந்தது.

"அம்மா, அம்மா எனக்கும் அப்பாவுக்கும் வாத்துக் கறி செஞ்சு தருவீங்களா"

லூர்து கேட்டாள்.

"வாத்துக்கு நான் எங்கேடா போவேன்"

"அதுதான் நம்ம அடிக்காசுக்காரர் வீட்ல நிறைய வளர்க்கிறாங்களே"

அப்பாவித்தனமாக அவன் மழலையில் பேசியதைக் கண்டு லூர்து வாய்விட்டுச் சிரித்தாள். ஊரில் ஏதாவது திருவிழா என்றாலும் கிறிஸ்துமஸ் சமயத்திலும் வாத்துகளைத்தான் எல்லோரும் வதம் செய்வார்கள். வாத்துக் கறி சாப்பிடுவதற்கென்றே நிறைய இடங்களில் அவை வளர்க்கப்பட்டன. ஆனால் அது அடிக்காசுக்காரர் வீட்டில்தான் விசேஷம். அதை பையன் குறிப்பிடவே லூர்துவுக்கு சிரிப்பு வந்துவிட்டது.

"ஐயோ நான் அதைச் சொல்லலேடா. இப்ப வாத்து வாங்கற அளவுக்கு அம்மாகிட்ட காசு இல்ல. இன்னொரு நாளைக்குக் கண்டிப்பா செஞ்சுத் தர்றேன்"

லூர்து அவனைச் சமாதானப்படுத்துவது போல சொன்னாலும் இதுவரைக்கும் வாத்துக் கறியை அவளால் சமைத்துக் கொடுக்க முடியவில்லை. அநேகமாய் இன்றைக்கு அது நிறைவேறும் போல் அவளுக்குத் தோன்றியது.

லூர்து இரவு வேலையை முடித்துவிட்டு வீட்டுக்கு வந்த போது அவளுக்கு ஆச்சரியமாக இருந்தது. பீட்டர் வீட்டில்

உட்கார்ந்துகொண்டு பெண் குழந்தையோடு விளையாடிக் கொண்டிருந்தான். அதுவும் நிதானமாக. லூர்து உள்ளே போனதும் முதல் வேலையாகத் தன் மகனைத் தேடினாள். அவன் வீட்டின் ஒரு மூலையில் சுருண்டு படுத்திருந்தான். நல்ல தூக்கம்.

“ஏங்க உங்களுக்கு எத்தனை தடவை சொல்லுவேன் நான் வர்ற வரைக்கும் தம்பிய தூங்க விடாம விளையாட்டு காட்டிகிட்டு இருங்கன்னு”

லூர்து சொன்னதும் பீட்டர் பதிலுக்குக் கேட்டான்.

“நீ வர்றதுக்கு ராத்திரி ரொம்பவும் லேட் ஆயிடுது. அதுக்குள்ள அவன் தூங்கிப் போயிடறான். நான் என்ன செய்ய முடியும்”

“இன்னைக்கு நம்ம சொல்தா வீட்ல இருந்து சாப்பிடறதுக்குக் கொஞ்சம் வாத்துக் கறியும், சாதமும் கொடுத்து அனுப்பியிருக்காங்க. அந்தக் கறின்னா நம்ம பிள்ளைக்குப் பிடிக்குமேன்னுதான் எடுத்துகிட்டு ஓடியாந்தேன்”

லூர்து சொல்லிக்கொண்டே அவனைப் படுக்கையில் இருந்து தட்டி எழுப்பியதும், எழுந்தவன் தன் அம்மாவின் முகத்தைப் பார்த்தவுடன் மீண்டும் அவளைக் கட்டிப்பிடித்துக் கொண்டு தூங்க ஆரம்பித்துவிட்டான். லூர்து எத்தனை முயற்சி செய்தும் அவன் ஒரு துண்டு கறி கூட சாப்பிடவில்லை. ‘அத்தனையும் இன்று பீட்டருக்குத்தான்’ என்று நினைத்தவள் எழுந்து அவனிடமிருந்து பெண் குழந்தையை வாங்கிக்கொண்டு வீட்டுக்குள் போனாள்.

அன்று பகல் நேரம். பீட்டர் அளவுக்கு அதிகமாகக் குடித்திருந்தான். சட்டைப் பையில் புதுப் பத்து ரூபாய் நோட்டுகள் எட்டிப் பார்த்துக்கொண்டிருந்தன. ‘இன்னைக்குக் குடிக்கிறதுக்கு இவருக்கு எங்கிருந்து பணம் வந்தது’ என்பது போல லூர்து, பீட்டரை நோட்டமிட்டாள்.

“என்ன லூர்து அப்படி பார்க்கிற”

“உங்க வேலைய மத்தியானத்திலயே ஆரம்பிச்சிட்டீங்களா. நீங்க குடிக்கறதுக்கு ஏது இவ்வளவு பணம்”

“அதுவா. நம்ம தாவீது சொல்தாதான் கொடுத்தாரு”

அவன் பொய் சொல்லுவது போல தோன்றியது லூர்துவுக்கு.

“கண்டிப்பா இருக்காது. அந்த மனுஷன் கிட்ட வேலை செய்யாம ஒரு ரூபா கூட வாங்க முடியாது. எனக்குத் தெரியாதா”

“உன் மேல சத்தியமா சொல்றேன் லூர்து. நான் நம்ம குழந்தைய தூக்கிகிட்டு உன்னைப் பார்க்க சொல்தா வீட்டுக்கு வந்தப்போ அவருதான் எனக்கு இந்த நூறு ரூபாய கொடுத்தாரு”

“என்னது நூறு ரூபாவா”

“ஆமாம்”

லூர்துவால் நம்ப முடியவில்லை. மாதக் கடைசியில் சம்பளத்தில் கொஞ்சம் முன்பணம் கொடுங்கள் என்று கேட்டாலே முகம் சுளிக்கிறவர் தாவீது சொல்தா. பண்டிகைக் காலங்களிலோ மற்ற நல்ல நாள்களிலோ கூட ஓர் ஐம்பது ரூபாய் இனாமாய்க் கொடுக்க ஆயிரம் தடவை யோசிக்கிறவர். இப்போது தன் புருஷனுக்கு சும்மாவே நூறு ரூபாய் கொடுத்திருக்கிறார் என்றால் அதெப்படி. லூர்துவுக்குக் குழப்பமாக இருந்தது.

தாவீது சொல்தா வீடு. லூர்து வழக்கம் போல அவர் வீட்டுக்குப் போய் சமையல் வேலையை முடித்துவிட்டு துணி துவைத்துக்கொண்டிருந்த போது பக்கத்தில் யாரோ வருவது போல் தெரிந்தது. நிமிர்ந்து பார்த்தாள். அங்கே தாவீது சொல்தா சிரித்துக்கொண்டிருந்தார்.

“லூர்து, பிள்ளைங்களோட மதாம் ஊருக்குப் போயிருக்குது. வர்றதுக்கு ஒரு வாரம் ஆகும்”

‘தெரியும்’ என்பது போல லூர்து பேசாமல் இருந்தாள்.

“இந்த வீட்ல எல்லா வேலையும் நீதான் செய்யுது. ரொம்ப ரொம்ப கஷ்டப்படுது. அதனால”

தாவீது சொல்தா வார்த்தையை முடிக்காமல் எதையோ சுற்றி வளைத்துப் பேசுகிறார் என்பது லூர்துவுக்கு உடனே புரிந்து போயிற்று.

கோபத்தோடு இடைமறித்தாள்.

“அதனால”

“பார்த்தியா பார்த்தியா. நீ ரொம்பக் கோபப்படுது” என்று சொல்லிக்கொண்டே குனிந்து கீழே உட்கார்ந்திருந்த லூர்துவின் கையைப் பிடித்து இழுத்தார் தாவீது சொல்தா. அவர் கை அனலாகக் கொதித்தது. நெருப்பைத் தொட்டது போல உணர்ந்த லூர்து ‘வெடுக்’ என்று கையை உதறிவிட்டு எழுந்து நின்றாள். அவள் நெஞ்சு ‘பட பட’ என்று அடித்துக்கொண்டது.

"மிஸே நீங்க இப்படிப் பண்றது கொஞ்சம் கூட சரியில்ல"

தீர்மானமாக சொன்ன லூர்து அவரிடமிருந்து எந்த விளக்கமும் கேட்க தயாரில்லை என்பது போல நின்றிருந்தாள்.

"தப்பா எடுத்துக்காத லூர்து. இதெல்லாம் ஒரு சந்தோஷத்துக்குத்தான்"

"எது. முறை தவறி நடக்கப் பார்க்கிறீங்களே அதுவா சந்தோஷம். நீங்க செய்றது எங்க வீட்டுக்காரருக்குத் தெரிஞ்சா என்ன நடக்கும் தெரியுமில்ல"

"பயப்படாத லூர்து ஒண்ணும் ஆகாது. பீட்டருக்கு நான் நேத்துதான் நூறு ரூபா கொடுத்தது"

"ஓஹோ அதுக்குத்தான் நூறு ரூபா கொடுத்தீங்களா"

"அது வந்து, அது வந்து"

தடுமாற்றத்தோடு சொன்ன தாவீது சொல்தா தோளைக் குலுக்கிக்கொண்டு கைகளை ஆட்டியபடி பேசினார்.

"பிரெஞ்ச் மோதுல இதெல்லாம் சகஜம்"

"எது அடுத்தவங்க மனைவிகிட்ட அத்துமீறி நடந்துக்கிறதா"

"நான் சொல்றது உனக்குப் புரிஞ்சுக்க முடியல லூர்து"

"எல்லாம் புரியுதுங்க மிஸே. பிரெஞ்சு நாடு நாகரிகத்திலயும், பண்பாட்டுலயும் ஒஸ்தியானதுன்னு சொல்லுவாங்க. அப்படிப்பட்ட நாட்டுக்குப் போயிட்டு வந்த நீங்களே இப்படி நடந்துகிட்டா, அசிங்கம் உங்களுக்கு மட்டுமில்ல அந்த நாட்டுக்கும்தான். சரி நான் உங்கள ஒண்ணு திருப்பிக் கேட்கிறேன். பதில் சொல்லுவீங்களா"

"என்னது"

"நீங்க என்னைக் கூப்பிடுறீங்களே அதே மாதிரி உங்க மதாம அதான் உங்க மனைவிய என் புருஷன் கூப்பிட்டா அனுப்பி வைப்பீங்களா"

தாவீது சொல்தாவுக்குக் கோபத்தில் சட்டென்று முகம் சிவந்தது நன்றாகத் தெரிந்தது. ஏற்கெனவே குடித்துக் குடித்துப் பழுத்துப் போன அந்த உடம்பை வைத்துக்கொண்டு லூர்துவை அவர் முறைத்துப் பார்த்தார்.

"உங்களுக்கு ஆத்திரம் வருது இல்ல. அப்படித்தானே எனக்கும் வரும். வரணும். ஏதோ வயித்துப் பொழப்புக்கு குடும்பத்த காப்பாத்தணுமேன்னு வேலை செய்ய வந்தா வந்த

இடத்தில வசதிய காட்டி அவங்க வாழ்க்கைய பாழாக்க ஆசைப்படுறது நியாயமா மிஸே. நான் நெனைச்சா இப்பவே இந்தப் பிரச்சனைய பெருசாக்கி உங்கள அவமானப்படுத்த முடியும். எனக்கு அதுல இஷ்டமில்ல. ஏன் தெரியுங்களா எல்லா மனுஷர்களுமே ஏதாவது ஒரு வகையில தவறு செய்றவங்கதான். ஆனா அந்தத் தவறு அடுத்தவங்க வாழ்க்கையையே பாதிக்கிற மாதிரி இருந்தா உடனே அதைத் திருத்திக்கணும். இதைப் புரிஞ்சுகிட்டு உங்களை மாத்திக்கிறதுதான் உங்களுக்கும் நல்லது. உங்க குடும்பத்துக்கும் ஏத்தது. எனக்குத் தலைக்கு மேல வேலை கிடக்குது. மறுபடியும் மத்தியானத்துக்கு வந்து செய்யணும். நான் வரட்டுங்களா மிஸே"

எந்தப் பதற்றமும் இன்றி மிக இயல்பாக அதே சமயம் தெளிவாகவும், தீர்க்கமாகவும் லூர்து இதைச் சொன்னதும் தாவீது சொல்தாவுக்கு ஒரு மாதிரியாகி விட்டது. 'வேணாம் லூர்து. ஊரிலிருந்து மதாம் வந்தா அவங்க கிட்ட சொல்லிடாதே' என்று கெஞ்சுவது போலவும், மன்னிப்பு கேட்பது போலவும் அவர் பார்த்துக்கொண்டிருக்கும் போதே சோப்புக் கறையோடு இருந்த தன் கைகளைக் கழுவிவிட்டு வீட்டிலிருந்து வெளியே இறங்கிப் போய்க்கொண்டிருந்தாள் லூர்து.

- ஆனந்த விகடன், 06.09.1998.

*

ரோபோ மரங்கள்

'திடும்' எனப் பிரபஞ்சமே இருண்டு விட்டதைப் போல் இருந்தது. எங்கும் அமைதி. சிறு சத்தம் கூட இல்லை. சூக்குமத்தில் பெரும் மௌனமாக ஒலிக்கும் ஒரு குரல் முற்றிலுமாக புதைந்து போய் வெற்றிடம். யாருமற்ற தனிமை. நினைவின் வெளியிலிருந்து யார் யாரோ வருவதும் போவதுமாக மங்கலான தோற்றம். ஒன்றின் மீது ஒன்று படிந்த நிழல்கள். பூர்வ ஜென்மத்தின் தொடர்ச்சி. எல்லாம் பிரமைகளுக்குள் அடங்கிக் கிடக்கின்றன என்பது அன்புவுக்கு தெரிந்திருந்தது. ஆனால் எப்போதென்று தெரியவில்லை. நேற்றிலிருந்தா, நேற்றைக்கு முன்தினத்தில் இருந்தா. அதெப்படி இத்தனை பெரிய சங்கிலியைப் போல் பிணைத்திருக்கும் தொடர்ச்சி ஒரு குறுகிய கால எல்லைக்குள் அடங்கியிருக்க முடியும். அப்படியானால் ஒரு யுகாந்திரத்தின் முன்வினையாக இருக்கக் கூடும். அன்பு நெற்றியைச் சுருக்கி யோசிக்க முயற்சித்தான். ஒன்றும் புரியவில்லை. ஏதோ புரிந்தது போலவும் இருந்தது. கண்ணாடியில் மங்கலாகப் படிந்திருந்ததை துடைத்து விட்டு முகம் பார்க்க எத்தனிக்கையில் மீண்டும் மீண்டும் மறைப்பு. விடாமல் முயற்சித்தான். தூரத்தில் மினுக்கும் நட்சத்திர ஒளிகளைப் போல இருட்டுக்குள்ளிலிருந்து வெளிச்சம். கருத்த மேகங்களின் பிடியிலிருந்து நழுவி, திமிறி எட்டிப் பார்க்கும் சூரியக் கீற்றின் வேகத்திலிருந்து விரிந்தது அந்தக் கனவு.

"டேய், டேய் அன்பு மானத்தில பாருடா"

கோட்டிப்புல் விளையாடிக்கொண்டிருந்த கமராதுகள் உற்சாகமாய்க் கத்தவும், அன்பு கையிலிருந்த கோட்டியை

கீழே போட்டுவிட்டு அண்ணாந்து பார்த்தான். நீலவானத்தில் 'வெள்ளை வெளேர்' என்று பறவைகள், கூட்டம் கூட்டமாக பறந்து போய்க்கொண்டிருந்தன.

ஒருத்தன் சொன்னான்.

"இந்தக் கொக்குங்க என்னா அழகா இருக்குடா"

எல்லோரும் அவன் சொன்னதைக் கேட்டு புரியாத பிரமிப்போடு இருந்தார்கள்.

அன்பு மட்டும் உடனடியாக அதை மறுத்தான்.

"இல்லடா. அதுங்க கொக்குங்க இல்ல. கொக்கா இருந்தா அவ்வளவு உயரத்துக்குப் பறக்காது. அதுங்க பங்காளா வாத்து. பார்க்கிறதுக்கு அன்னம் போலவே இருக்கும். ஆனா பறக்கிற வாத்து இனத்த சேர்ந்தது"

பையன்கள் அன்புவை ஆச்சரியமாக பார்த்தார்கள். இதெல்லாம் தனக்குத் தெரியும் என்கிற நினைப்போடு அன்பு சாதாரணமாக இருந்தான். கொஞ்ச நேரம்தான் போயிருக்கும். வானத்தில் மறுபடியும் வெள்ளைக் காகிதங்களை சுக்கல் சுக்கலாகக் கிழித்தெறிந்ததைப் போல புதிய சிறகசைப்புகள். யாரோ சொல்லிவைத்து எங்கோ வெகு தூரத்திற்கு போவது மாதிரி ஒரே நேர்க் கோட்டில், ஒரே திசையை நோக்கிய ஒழுங்குமுறை மாறாத பயணம். காற்றின் படபடப்பையும் தாண்டி ஒலித்த சங்கீதம் போன்ற கூச்சலிடும் ஓசை சின்னஞ்சிறு குழந்தைகள் மழலைக் குரலில் பிதற்றுவதைப் போல் இருந்தது. பார்க்கப் பார்க்க கண்கொள்ளா காட்சி. அது என்னவாக இருக்கும் என்று அறிந்து கொள்ள எல்லோருக்கும் ஆசை. அன்புதான் மீண்டும் சொன்னான்.

"இதுங்க வக்கா பறவைங்க"

சொல்லிவிட்டு அன்பு வேக வேகமாகத் தன் இரண்டு கைகளையும் இறுக மூடி விரல் நகங்களை ஒன்றோடு ஒன்று தேய்த்தபடி பாடத் தொடங்கினான்.

"வக்கா வக்கா பூப்போடு
வாழ மரத்தில கல்போடு
முக்கால் அணா காசு தர்றோம்
முருங்க மரத்தில பூப்போடு"

பையன்களும், அன்புவோடு சேர்ந்துகொண்டு ரொம்ப உற்சாகமாகப் பாடினார்கள்.

'வக்கா வக்கா பூப்போடு
வாழ மரத்தில கல்போடு'

ஆளாளுக்கு விரல் நகங்களைத் தேய்க்க நெருப்பின் உஷ்ணமாய் சூடு தெரியவும் பதறிப் போய், அவசர அவசரமாக விரல்களை விலக்கி நகங்களைப் பார்த்தார்கள். எல்லோரிடத்திலும் நகங்களின் மையமாய் வெள்ளை நிறத்தில் பூ மாதிரியான சிறு புள்ளிகள். சொல்ல முடியாத மகிழ்ச்சி. முகம் பிரகாசம் அடைய ஒருவர் கையை இன்னொருவரிடம் நீட்டி 'டேய் உனக்கு பூ இருக்காடா', 'எனக்கு இருக்குடா' என்று சொல்லி சிரித்து கும்மாளம் அடித்தார்கள்.

அன்புவுக்கு அந்தச் சந்தோஷமான சூழல் மிகவும் பிடித்திருந்தது.

பழனி நடந்து வந்துகொண்டிருந்தார். மேலே சட்டை போடாத உடம்பு. மெலிந்த தோற்றம். அழுக்கு லுங்கியைக் கட்டிக்கொண்டு கையில் ஒரு செடியை எடுத்தபடி வருவது தெரிந்தது. அன்பு வேக வேகமாய் ஓடிப் போய் அவரிடத்தில் இருந்த செடியை ஆசையாக வாங்கினான். பசுந்தளிராய் அப்போதுதான் முளைத்திருந்ததைப் போல செழுமையாக இருந்தது செடி.

"அப்பா இது என்னா செடி"

"சொரக்கா செடிப்பா, அப்பேல் ரைட்டர் தோப்புல இருந்து பிடுங்கிட்டு வர்றேன். இப்பதான் இது செடி. இதுவே வளர்ந்து பெருசாயிட்டா சொரக்கா கொடி"

பழனி சொன்னதும் அன்பு, தன் அப்பாவை பாசத்தோடு பார்த்தான். அப்பாவுக்கு எத்தனை பெரிய இளகிய மனசு. எந்த மரம், செடி, கொடியாக இருந்தாலும் அனைத்தையும் தன் பிள்ளைகள் போல் பாவித்து அவற்றை போஷித்து வளர்ப்பது என்றால் அவருக்கு ரொம்ப இஷ்டம். கிறிஸ்தவ கல்லறைக்கும் பக்கத்திலேயே இருந்த அவர் கூரை வீட்டைச் சுற்றிலும் தோப்பும் தொரவுமாக இருக்கும். கூரைமீது சொரக்காய் கொடியைப் படரவிட்டு தோட்டத்தில் கத்திரி, வெண்டை, வாழை என்று பயிரிட்டு வீட்டைச் சுற்றிலும் பசுமையாக வைத்திருப்பார்.

வாசலிலேயே முருங்கைமரம். எதிரே ரோட்டு ஓரத்தில் திருவாச்சி இலை, மரம் என்றும் இல்லாமல் செடி என்றும் இல்லாமல் ஓர் ஆள் மறைந்து உட்கார்ந்து இருப்பதைப் போன்ற வளர்த்தி. அதன் பக்கத்தில் வெற்றிலை போல் பெரிய பெரிய இலைகள் தெரிய ஏதோ ஒரு கொடி படர்ந்திருக்கும். கேட்டால் சுருள்வள்ளிக் கிழங்குக் கொடி என்பார். அதற்கேற்ப வெயில் சீசனில் கொடியெல்லாம் காய்ந்து வேரில் தோண்டினால் உருளைக் கிழங்கைப் போலவே அதைவிடவும் பெரிய சைசில் கிழங்குகள் கிடைக்கும். அவித்துத் தின்றால் அத்தனை ருசி.

இவையெல்லாம் போதாதென்று தோட்டம் முழுக்க பூவரச மரங்கள். வேலியில் கல்யாணமுருங்கை. வேப்பமரம். அவற்றின் கீழ் கொடிகள்ளி, உடம்பு வலிபோக்கும் தழுதாலி செடிப் புதர்கள் என்று இயற்கை அழகைப் பதியன் செய்து வைத்திருப்பதைப் பார்க்க ரம்மியமாக இருக்கும்.

அநேகமாய் புதுச்சேரி முழுக்க இதே மாதிரிதான். மாந்தோப்புகளும், தென்னந்தோப்புகளும், வழியெல்லாம் பூவரச மரங்களுமாக எங்கும் நிழல்கள். இவை இப்படியென்றால் பிரெஞ்சுக்காரன் காலத்திலிருந்தே வைக்கப்பட்ட பெரிய பெரிய தூங்குமூஞ்சு மரங்கள் நிழல் தருவதற்கென்றே மேலே ஜமக்காளத்தை விரித்து வைத்துக்கொண்டிருப்பதைப் போல பெருத்துப் போய் நின்றிருக்கும்.

நமக்கு நிழல் கொடுப்பதற்காக வெயிலில் நிற்கிற மரத்தைப் போய் சதாகாலமும் தூங்கிக்கொண்டிருக்கிற தூங்குமூஞ்சு மனிதர்கள், தூங்குமூஞ்சுமரம் என்று ஆக்கி விட்டார்களே என்று அன்பு அடிக்கடி நினைத்து வருத்தப்பட்டுக் கொள்வான்.

அன்புவுக்கு தூக்கத்திலிருந்து விழித்துக்கொண்டதைப் போல் இருந்தது. அரைகுறை தூக்கமா இல்லை ஆழ்ந்த தூக்கமா என்று எதுவும் புரியாத நிலை. ஒரு வேளை எத்தனையோ பிறவிகள் தூங்கி எழுந்து பின் மறுபடியுமாக தூங்கித் தூங்கி எழுந்து தூக்கமே வாழ்வெனத் தொலைந்து போனதின் மிச்சமா இது. புரியவில்லை. யாரிடத்திலாவது கேட்கலாம் என்று அவன் நினைத்த போதே தோட்டத்தில் மரங்களை வெட்டுகிற சத்தம் கேட்டது.

அன்பு ஓடிப் போய்ப் பார்த்தான். அப்பா பழனி அங்கே நின்றுகொண்டு மரத்தை வெட்டுகிறவர்களிடத்தில் சாந்தமாகச் சொல்லிக்கொண்டிருந்தார்.

"இங்க பாருங்க மரத்த மொட்டையா கழிச்சுடாதீங்க. நடு மரத்தில இருக்கிற தழைங்கள விட்டுட்டு மேல மட்டும் லேசா குறைச்சா போதும்"

அவருக்கு, தான் வளர்த்த எந்த மரத்தையும் வெட்டுவது பிடிக்காது. வருஷத்திற்கு ஒரு முறை அதுவும் கோடைக் காலத்தில் இப்படி எல்லா மரங்களின் தழைகளையும் கழித்து வயலுக்குக் கொண்டு போய் உரமாகப் போட்டுவிடுவார்கள்.

நீரில் ஊறி, புதைந்து மண்ணோடு மண்ணாகச் சேருகிற இந்தத் தழை உரத்தின் மீதுதான் உழுது பயிரிட்டு விவசாயம் செய்வார்கள். செயற்கை உரங்கள் என்று மனித ஆயுளைக் கொஞ்சம் கொஞ்சமாய் சாகடிக்கிற பணமே குறிக்கோளாகக் கொண்ட பஞ்சமா பாதகமான விவசாயக் கேடுகள் எல்லாம் அப்போது கிடையாது.

அன்பு கேட்டான்.

"ஏம்ப்பா ஆளுங்க வந்திருக்காங்க. இப்பவே நம்ம தோட்டத்தில வேலிக்கு இடைஞ்சலா இருக்கிற மரத்தையெல்லாம் வெட்டிடலாம் இல்ல"

பழனி, அன்புவின் பக்கமாகத் திரும்பி மெதுவாகச் சொன்னார்.

"இல்ல தம்பி. வேலிக்கு இடைஞ்சலா இருந்தாலும் இல்லாட்டியும் எந்த மரத்தையும் நாம வெட்டக் கூடாது"

அன்பு புரியாமல் பார்த்தான்.

"மரங்களும் நம்மள மாதிரி ஓர் உயிர்தான். தேவை இல்லாம காரணம் இல்லாம மரங்கள வெட்றது மனுஷங்கள வெட்றதுக்கு சமம்"

"அப்படியானா அவங்க மட்டும் ஏன் வெட்டணும்"

மரத்தின் மிது ஏறி வெட்டிக்கொண்டிருந்தவர்களைக் காட்டி அன்பு கேட்டான். பழனி இன்னும் கொஞ்சம் நெருங்கி வந்து அன்புவுக்குப் புரியும்படியாகச் சொன்னார்.

“மரங்களாலதான் நமக்கு மழை கிடைக்குது. அந்த மழையாலதான் பயிர் செழிக்குது. அந்தப் பயிர் விளைஞ்சுதான் நாம பசி, பஞ்சம், பட்டினி இல்லாம சந்தோஷமா இருக்கிறோம். அப்படிப்பட்ட பயிர் விளைச்சலுக்குத்தான் தழை வேணும்னு இவங்க வந்துருக்காங்க. நான் தழைங்கள கழிக்கத்தான் சொன்னேனே தவிர அந்தத் தழைங்க தர்ற மரத்த வெட்டச் சொல்லலப்பா. என் காலத்துக்குப் பிறகு நீயும் அப்படித்தான் இருக்கணும். ஏன்னா இந்த மரங்கள்லாம் மத்தவங்க நெனைக்கிற மாதிரி வெறும் மரங்கள் இல்ல. அதுங்க செத்துப் போன நம்ம முன்னோர்களோட ஆன்மா. நாம செய்ற நல்லது கெட்டதுகளையெல்லாம் சதா சர்வகாலமும் பார்த்துகிட்டிருக்கிற சாட்சி”

பழனி சொல்லச் சொல்ல அன்புவின் மனம் நெகிழத் தொடங்கியது. எழுதப் படிக்கத் தெரியாத சாதாரண கூலித் தொழிலாளியான தன் அப்பாவிடம் இத்தனை தத்துவ விசாரணையான பார்வை எப்படி வந்திருக்கக் கூடும் என்பது போல அவன் நினைக்கத் தொடங்கிய போதே மரத்திலிருந்து கழித்த சின்னஞ்சிறு கிளைகள் ‘மள மள’ என்று ஒன்றின் மீது ஒன்றாக வந்து விழுந்தன.

அன்பு பார்த்தான். மஞ்சள் நிறப் பூக்களோடு அகலமான இலைகளுடன் கூடிய பூவரச மரத்தின் தழைகள். மொட்டுகள் கா விளக்கின் சுடரைப் போல் குவிந்திருக்க காய்கள் இளம்பச்சை நிறத்தில் மெல்லிய காம்புகளோடு தெரிந்தன.

அன்புவுக்கு அதை பம்பரமாக செய்து விளையாடியது ஞாபகத்துக்கு வந்தது. ஓடிப் போய் அந்தக் காய்களில் ஒன்றை எடுத்துத் தன் உள்ளங் கையில் வைத்துப் பம்பரம் போல் சுழற்றிவிட்டு ஆசையாக பார்த்தான். காய் சுழலவில்லை. கவிழ்ந்து விழுந்தது. மறுபடியும் மறுபடியும் முயற்சிக்க அவன் உள்ளங் கைகளெல்லாம் தடித்துப் போய் மரத்துக் கிடந்தது. அன்பு அவசர அவசரமாக அந்த இடத்தைக் கிள்ளிப் பார்த்தான். எந்த உணர்ச்சியும் இல்லை. திடீரென்று அவன் அழ ஆரம்பித்தான். சின்ன வயதில் பம்பரம் விட்ட பூவரசங் காய் அவனைப் பார்த்து கேலியாகச் சிரிப்பதைப் போல் தெரியவே அன்புவுக்கு இன்னும் அழுகை அதிகமானது. அழுதான். ஆனால், அந்த மெல்லிய அழுகை சத்தம் கூட அவனுக்குக் கேட்கவில்லை.

அது எந்த நூற்றாண்டு என்று தெரியாத சமயம். சரித்திர ஆராய்ச்சியாளர்கள் ஆளாளுக்கு ஒரு யுகத்தின் பெயரைச் சொல்லிக்கொண்டிருந்தார்கள். இது உலகத்தின் கடைசிக் காலம். ஆகவே 'வைரஸ் யுகமாகத்தான்' இருக்கும் என்று வெள்ளைக் குதிரை போன்ற மின்னலின் தேரில் உட்கார்ந்திருந்த ஒருத்தன் வீடு வீடாக வந்து சொல்லிவிட்டுப் போனான்.

ஊர் முழுக்க கலவரம் போன்ற நிலை. வெளியே வெயில் தாக்கி ஆயிரக்கணக்கில் மக்கள் சுருண்டு விழுகிறார்கள் என்றும், சந்தைகளில் விற்பனைக்கு வைத்திருந்த எல்லா காய்கறிகளும், பழங்களும் வெயில் மிகுதியினால் அவிந்துவிட்டன என்றும், யாரும் வீட்டைவிட்டு வெளியே நடமாடக் கூடாது என்றும் கம்ப்யூட்டர் வழியே ஒவ்வொரு வீடுகளுக்கும் மின்னஞ்சல் வந்துகொண்டிருந்தது. எல்லோரும் அதைப் படித்துப் பார்த்து விட்டு பயந்து போய்க் கிடந்தார்கள். தெருவில் ராட்சஸ மிருகத்தின் சாயலில் ஒரு வாகனம். அதன் உள்ளே கவசம் அணிந்தபடி சிலர் மைக்கில் எச்சரித்தபடி காற்றில் மிதந்து கொண்டு போனார்கள்.

அன்பு கம்ப்யூட்டர் முன்பு உட்கார்ந்திருந்தான். அவனுக்கு சிரிப்பு வந்தது. எத்தனை நூற்றாண்டுகள் போனாலும் எது மாறினாலும் மைக் மட்டும் மாறாது போல் தெரிந்தது. ஏதோ ஒரு காலத்தில் தமிழ்நாடு, புதுச்சேரி என்று இருந்தது. அங்கே அரசியல்வியாதிகள் இந்த மைக்கை வைத்துத்தான் வியாபாரம் செய்தார்கள் என்றும், மக்கள் எல்லாம் மூளையே இல்லாத அதிசயப் பிறவிகளாக உயிர் வாழ்ந்தார்கள் என்றும் அவன் படித்தது லேசாகப் பொறி தட்டியது. இப்போதும் அந்த மைக் இருக்கிறது என்று சொன்னால் காலம் கடந்து காலத்துக்குள்ளேயும் ஒரு கருவியாக இருக்கிற அதுதான் கடவுளா இல்லை காலத்தையே திருடி ஏப்பம் விடுகிற அரசியல்வியாதிகள் எப்போதும் இருக்கிறார்களா என்று அன்புவுக்கு சந்தேகமாக இருந்தது.

மூக்கில் பொருத்தப்பட்ட குழாய்களுடன் முதுகில் கட்டிய ஆக்ஸிஜன் சிலிண்டரோடு எழுந்து நடந்து வந்தவன் தன் அறைக்குள் புத்தகங்கள் ஏதாவது இருக்கின்றனவா என்று பார்த்தான். அவற்றில் மைக் பற்றிய ஏதாவது குறிப்புகள் கிடைக்கக் கூடும் என்று எதிர்பார்த்தவனுக்குப் பெருத்த ஏமாற்றம்.

கம்ப்யூட்டருக்குள் நுழைந்து தேடினான். மைக்ரோசிப் இருக்கும் தெம்பில் இனி புத்தகங்கள் தேவையில்லை என்று தாள்களை தரும் மரங்களையெல்லாம் அடியோடு வெட்டிவிட்டார்கள் என்று குறிப்பு வந்தது.

அன்புவுக்கு லேசான அதிர்ச்சி. அப்படியானால் இனிமேல் நம் பெருமைகள் சொல்லும் சங்க இலக்கியங்கள், ராமாயணம், பாரதம், திருக்குறள் எல்லாம் புத்தகங்களில் படிக்க முடியாது. புத்தகங்களும் கிடைக்காது. ரொம்ப நல்லதாகப் போச்சு. அரசாங்கத்திற்கு செலவு மிச்சம். எதையாவது கிறுக்கி வைத்துவிட்டு நாட்டுடைமை ஆக்கச் சொல்லி நச்சரிக்க மாட்டார்கள்.

சட்டென்று அன்புவுக்கு மின்னிதழ்களின் நினைவு வந்தது. அதன் முகவரிகளுக்குள் போய் நிறைய பத்திரிகைகளைப் பார்த்தான். எதுவும் புரிகிற மொழியில் இல்லை. ஏதோ ஒரு புது பாஷை. நம்மைச் சுற்றி என்ன நடக்கிறது என்று அவன் அறிந்துகொள்ள வேண்டும். எப்படி முயற்சித்தும் முடியாத நிலை. ஒரு வேளை மன பிராந்தியாக இருக்குமோ என்று நினைத்த போதே முன் ஜென்மத்தின் ஏதோ ஒரு நாளில் 'ராவாக' தண்ணீர் கலக்காமல் அடித்த மெக்டோவல் பிராந்தியின் வாசனை 'சுர்' என்று அடித்தது.

அறையைச் சுற்றிலும் மட்டமான ஆல்கஹால் வாசனை. அன்புவுக்கு தலை சுற்றுவது போல் இருந்தது. நாம் எங்கே இருக்கிறோம். பழையபடி புதுச்சேரிக்கே வந்து விட்டோமோ என்று சந்தேகம் வர சிரமப்பட்டு வெளியே வந்து பார்த்தான். முன் எப்போதோ அவன் வீட்டுக்கும் பக்கத்தில் இருந்த கிறிஸ்தவ கல்லறை காணாமல் போயிருந்தது. சரிதான். இடம் மாறித்தான் வந்திருக்கிறோம் என்று அவன் சமாதானப்பட்டுக் கொண்ட போது 'பளிச்' என்று படம் பிடித்தது போல் ஒரு நினைவு. அவனுக்குள் இருந்ததும், இல்லாததுமான அறிவும் அதை ஆமோதித்தது. பழகின, வாழ்ந்த இடம்தான். எப்படி அது மறந்து போகும். ஆனால் கல்லறை இல்லையே. அந்த இடத்தில் அடுக்குமாடிக் குடியிருப்புகள். இருண்டு கிடந்த இடத்தில் பெரும் வெளிச்சம். உறங்கிக்கொண்டிருந்த மனிதர்கள் மீது உறங்கப் போகிற மனிதர்கள். பக்கத்தில் அப்பா பழனி ஆசை ஆசையாக வளர்த்து வைத்திருந்த தோட்டமும் இல்லை.

அங்கிருந்த வகை வகையான மரங்களும், செடிகளும் எங்கே போயின. இருந்ததன் சுவடே தெரியாமல் அங்கும் பெரிய பெரிய குடியிருப்பு வீடுகள். அன்பு ஆக்ஸிஜன் சிலிண்டரை சுமந்தபடி அலைமோதிக்கொண்டிருந்தான்.

அப்போதுதான் அந்தக் குரல் கேட்டது.

"தம்பி"

அன்பு மெல்ல திரும்பிப் பார்த்தான். யாரோ ஒருத்தர். வயதான தோற்றம். தலைமுடி, தாடியெல்லாம் ஜரிகையைப் பொடி செய்து ஜிகினாவாக்கி தடவியது போன்ற பளபளப்பு. வெளிச்சத்தையே போர்வையாகப் போர்த்திக்கொண்டிருப்பதைப் போல மின்னும் தேகம். கால்கள் தரையில் படாமல் காற்றில் அலைமோதியபடி இருந்ததைப் பார்க்க அன்புவுக்கு அச்சமாக இருந்தது. ஆனாலும் அவன் அவரிடத்தில் நெருங்கிப் போனான்.

"என்ன தம்பி அப்படிப் பார்க்கிற. நீ சந்தேகப்பட்டு நிற்கிற இந்த இடம் உன் வீடு இருந்த இடம்தான்"

அன்புவுக்கு தூக்கிவாரிப் போட்டது. இத்தனை பெரிய கால இடைவெளிகளில் இவ்வளவு மாற்றங்களா என்று அவனுக்குள் அதிர்ச்சி. அதை அவரிடத்தில் கேட்டான்.

"அப்படியானா இதெல்லாம் எப்படி மாறிச்சு"

"உங்கப்பா பழனி தலைமுறை வரைக்கும் இயற்கைய நேசிச்சாங்க. மனுஷங்கள நேசிச்சாங்க. இந்த மண்ணை நேசிச்சாங்க. ஆனா உன் தலைமுறையில இருந்து காசு பணத்த நேசிச்சிங்க. கம்ப்யூட்டர நேசிச்சிங்க. அதனோட விளைவுதான் இத்தனை மாற்றங்களும்"

"அப்ப மாற்றமே வரக் கூடாதா"

"வரலாம் தம்பி. மாற்றம் ஒண்ணுதான் மாறாத தத்துவம்னு எனக்கும் தெரியும்"

"தெரிஞ்சிருந்துமா இப்படிப் பேசுறீங்க"

அன்பு எகத்தாளமாகக் கேட்டான். அவனுக்குத் தெரியும். இந்த நிலைமைக்கு அவனும் ஒரு காரணம் என்று. ஆனாலும் அதை மறைத்துக்கொண்டு வேண்டுமென்றே கேட்டான்.

பெரியவர் அமைதியாகப் பேசினார்.

"நாம மழை, வெள்ளம், சூறாவளி, பூகம்பம், சுனாமின்னுதான் இதுவரை இயற்கைப் பேரழிவுகளைச் சந்திச்சிருக்கிறோம். இனிமே நமக்கு வரப்போகிற பெரிய ஆபத்து எது தெரியுமா"

அன்பு அவரையே பார்த்துக்கொண்டிருந்தான்.

"வெப்பம் மிகுதி ஆனதால வர்ற ஆபத்துதான் அது. பொதுவா நாம சுவாசிக்கிற காற்றில கார்பன் டை ஆக்ஸைடின் அளவு 330 பார்ட் பெர் மில்லியன்தான் இருக்கணும். ஆனா தமிழ்நாட்டில் 370 பார்ட் பெர் மில்லியன் அளவுக்கு கார்பன் டை ஆக்ஸைடோட அடர்த்தி நீடிக்குது. அது நம்ம புதுச்சேரிக்கும் வந்துடுமோன்னு சுற்றுச் சூழல்காரங்க பயப்படுறது உனக்குத் தெரியுமா தம்பி"

சொல்லிக்கொண்டே வந்த பெரியவர் நிறுத்தி விட்டு அன்புவைப் பார்த்துக் கேட்டார். அவன் பேசாமல் இருந்தான்.

"இந்த நிலைமை இப்படியே நீடிச்சா நம்மைச் சுற்றிலும் இருக்கிற காற்றில கார்பன் டை ஆக்ஸைடு, மீத்தேன், நைட்ரக்ஸ் ஆக்ஸைடுன்னு அசுத்த காற்றுகள்தான் அதிகமா இருக்கும். அதாவது தெரியுமா"

அன்பு அதற்கும் பேசவில்லை.

"இந்த அசுத்தக் காற்ற சுவாசிச்சோம்னா மூச்சுத் திணறல் உண்டாவறதோட நம்ம கண்ணோட கருவிழியெல்லாம் சிதைஞ்சு போயிடும். வாயைத் திறந்து ஊதினா நீராவி மாதிரி வெப்பக் காற்றுதான் வெளிய வரும். குணப்படுத்த முடியாத தோல் வியாதிங்க அதிகமா பரவிடும்"

பெரியவர் ஒவ்வொன்றாக அடுக்கியபடி சொல்லிக் கொண்டே வர அன்பு அவருக்குத் தெரியாமல் தடித்துப் போயிருந்த தன் உள்ளங் கைகளைத் திருப்பித் திருப்பிப் பார்த்துவிட்டு சட்டென்று முதுகில் இருந்த ஆக்ஸிஜன் சிலிண்டரை சரி செய்வது போல வேறு பக்கமாகத் திருப்பி வைத்துக்கொண்டான்.

பெரியவர் ரொம்பவும் பரிதாபமான குரலில் சொன்னார்.

"இதுக்கெல்லாம் என்ன காரணம்னு தெரியுமா தம்பி. நாம நம்மைச் சுற்றி இருக்கிற மரங்கள எல்லாம் ஒரேயடியா வெட்றதுதான்"

“அப்ப கொஞ்சம்கொஞ்சமா வெட்டணும்னு சொல்றீங்களா”

கேட்டுவிட்டு ஏதோ ஒரு கிரகத்தில் இருக்கிற மனிதர்களைப் போல் சிரித்தான் அன்பு. பெரியவருக்கு கோபம் வரவில்லை. அவனைப் பார்க்க பாவமாய் இருந்திருக்க வேண்டும்.

“நீ ஏன் சிரிக்கிறேன்னு எனக்குத் தெரியும் தம்பி. உங்கப்பா பழனி வச்ச தோட்டத்த அழிச்சுட்டு நீதான் முதல் முதலா இங்க கல்லு வீடு கட்டினவன். உனக்கப்புறமா வந்தவங்க அடுத்தடுத்த காலங்கள்ல கட்டடங்களா கட்டி இப்ப அது அடுக்குமாடி வரைக்கும் வந்துடுச்சு”

“எங்கப்பாவோட சேர்ந்து நானும்தான் மரம், செடி, கொடிகள வளர்த்தேன்”

“அது சின்ன வயசுல. அதுவும் எப்பவோ ஒரு ஜென்மத்தில. இப்ப நீ நிற்கிற இந்த இடத்தில இருந்த பூர்ச மரத்துக் காய்கள பறிச்சு பம்பரமெல்லாம் கூட விளையாடின. வானம் துடைச்சு வச்ச கண்ணாடி மாதிரி ‘பளிச்சினு’ இருக்கும். அதுல எந்நேரமும் போறதும் வர்றதுமா இருக்கிற பறவைங்கள வச்சு பாட்டுங்க பாடுவ. அவ்வளவு மகிழ்ச்சிக்கும் காரணம் மரங்கள் காடு மாதிரி அடர்த்தியா வளர்ந்திருந்ததுதான். ஆனா இப்ப என்ன நெலம. வானமே இல்ல. அது இருந்த இடத்தில வெறும் அந்தகாரம்”

இதுவரைக்கும் அலட்சியமாக ஏனோ தானோவென்று பேசிக்கொண்டு வந்த அன்புவுக்கு பெரும் அதிர்ச்சி. அவன் தடுமாறிப் போய் பெரியவரை அதிசயமாகப் பார்த்தான். ஏதோ ஒரு பிறவியில் நாம் பம்பரம் விட்டதும், வக்கா பாட்டு பாடினதும் இவருக்கு எப்படித் தெரியும் என்று ஆச்சரியமாக இருந்தது.

பெரியவர் அதைக் கண்டுகொள்ளவில்லை.

“உங்கப்பா பழனி மரங்கள வெட்டக் கூடாதுன்னு படிச்சு படிச்சு சொன்னத நீயும் கேட்கல. உனக்கப்புறம் வந்த தலைமுறைங்களும் கேட்கல. உங்கப்பாவ போலவே இருந்த நல்ல மனுஷங்களும் அதையேதான் திரும்பத் திரும்பச் சொன்னாங்க. யாரு கேட்டா. வீடு கட்றேன், ஓட்டல் கட்றேன், ஷாப்பிங் காம்ப்ளக்ஸ் கட்றேன்னு சொல்லி இருந்த மரத்தையெல்லாம் வெட்டிட்டு இப்ப நாம சுவாசிக்கிற காற்றில ஆக்ஸிஜனோட அளவு குறைஞ்சு போயிட்டுது”

பெரியவர் சொல்லி முடிக்கட்டும் என்று காத்திருந்தவனைப் போல் குறுக்கிட்டுப் பேசினான் அன்பு.

"அதுக்குத்தான் நாங்க இப்போ ரோபோ மரங்கள உருவாக்கி இருக்கிறோமே"

பெரியவர் திகைத்துப் போய் கேட்டார்.

"ரோபோ மரங்களா. அப்படின்னா"

"பெரியவரே நீ எந்தக் காலத்த சேர்ந்த மனுஷன்னு தெரியாது. ஆனா ரோபோ மரங்கள் வந்து பல நூற்றாண்டுகள் ஆயிட்டுது. இயற்கையா இருக்கிற மரங்கள் மாதிரிதான் இந்த ரோபோ மரங்களுக்கும் இலை, தண்டு, வேருன்னு அத்தனை அம்சங்களும் இருக்கும்"

"அதெப்படி"

"மரத்தைப் போலவே உயரமா பிளாஸ்டிக் குழாயை அமைச்சு அதன் உச்சியில இடைவெளிகள் கொண்ட 'சோலார் பிளேட்ஸ்' என்ற ஒளித்தகடுகளைப் பொருத்திடுவாங்க. ரோபோ மரத்தின் தண்டுப் பகுதியில நிறைய துளைகளும், குழாய்களும் இருக்கும். அதன் வழியா வெளியில இருக்கிற கார்பன் டை ஆக்ஸைடு கலந்த அசுத்தக் காற்று உறிஞ்சப்படும். அப்படி உறிஞ்சப்படுற காற்று தண்டுப் பகுதியில ஏற்கெனவே கரைச்சு வச்சிருக்கிற ஹைட்ராக்ஸைடு அமிலக் கரைசல்ல கரைஞ்சு போயிடும்"

"அப்படியா"

"ஆமாம் பெரியவரே, அதே சமயம் ரோபோ மர உச்சியில இருக்கும் சூரிய ஒளித் தகடுகள் மின்சாரத்தை உற்பத்தி செய்து தண்டுப் பகுதிக்கு அனுப்பி வைக்கும். அப்ப கால்சியம் ஹைட்ராக்ஸைடு அமிலமும், கார்பன் டை ஆக்ஸைடும் மின்னோட்டத்தின் மூலமா வேதியியல் வினை புரியும். இதுல ஆக்ஸிஜன், ஹைட்ரஜன், நீராவியெல்லாம் தனியா பிரிஞ்சு ஆவியா மாறி ரோபோ மரத்தில் இருந்து வெளியேறிடும்"

பெரியவர் அன்புவையே பார்த்தபடி இருந்தார். அவர் கண்கள் இமைக்காதிருந்தன.

"வேதியியல் வினை புரியற மூலக்கூறுகள் மூணும் ஆவியா வெளியேறிடும்னு சொன்னேன் இல்ல"

“ஆமாம்”

“அதுல மீதமாகிற கார்பன் தண்ணீரோட கலந்து கார்பானிக் அமிலமா பூமிக்குள்ள போய்ச் சேர்ந்துடும். இது இயற்கை உரத்துக்கு சமமானது. இப்படி இந்த ரோபோ மரத்தால ஒரே நேரத்தில நம்ம மண்ணையும், காற்றையும் காப்பாத்த முடியும்”

பெரியவர், அன்பு இன்னும் என்ன சொல்லப் போகிறான் என்பது போல காத்திருந்தார்.

“இந்த ரோபோ மரம் ஆயிரம் இயற்கை மரங்களுக்குச் சமமானது. அதாவது ஆயிரம் மரங்கள் செய்ய வேண்டிய வேலைய இந்த ஒரே ஒரு ரோபோ மரம் செய்துடும். சராசரியா வருஷத்துக்கு 90 ஆயிரம் டன் கார்பன் டை ஆக்ஸைடை சுத்தப்படுத்தி ஆக்ஸிஜனை அதிகப்படுத்தும்னா பார்த்துக் கங்களேன்”

“சரி அப்புறம்”

“உலகம் முழுதும் இருந்து வெளியாகிற கார்பன் டை ஆக்ஸைடை சுத்தப்படுத்த ரெண்டரை லட்சம் ரோபோ மரங்கள் இருந்தா போதும்”

“அப்படியா தம்பி”

“ஆமாம். உங்க காலத்தில ‘வீட்டுக்கு ஒரு மரம் வளர்ப்போம்’னு சொல்லிகிட்டு எங்களையெல்லாம் மரத்த வெட்டாம தடுத்தீங்க. இப்ப கம்ப்யூட்டரையெல்லாம் கடந்த எங்க யுகத்தில பார்த்தீங்களா மரங்கள வெட்டினாலும் ‘ஊருக்கு ஒரு ரோபோ மரம்’னு ஆயிடுச்சு”

“இதுவரைக்கும் பேசுனதெல்லாம் கேட்கறதுக்கு நல்லாதாம்பா இருக்குது. நீ சொன்னியே ரோபோ மரம் அதால நமக்கு வேண்டிய மழைய வரவழைக்க முடியுமா”

பெரியவரின் இந்தக் கேள்வி அன்புவை அடித்து வீழ்த்துவது போல் இருந்தது. அவன் கலங்கிப் போய் நின்றிருந்தான்.

“சொல்லு தம்பி. ரோபோ மரங்களால மழைய தர முடியுமா”

“ஒரே ஒரு சொட்டு மழைத் தண்ணியை கூட அதால உருவாக்க முடியாது பெரியவரே”

"அப்புறம் மழைய வரவழைக்காத, மழைய தராத அந்த மரங்கள்லாம் இருந்தா என்ன இல்லாம போனாதான் என்ன" பெரியவர் சலிப்போடு சொல்லிவிட்டு தொடர்ந்தார்.

"மழைதானப்பா நமக்கு வேணும். நாம வளர்க்கிற மரங்கள் அந்த மழைய தர்றதோடு நீ சொல்ற ரோபோ மரங்கள போல காற்றையும் இல்ல சுத்தப்படுத்துது. அதுக்கெதுக்கு லட்சக்கணக்கில பணம் செலவு பண்ணி செயற்கையா மரங்கள உருவாக்கணும். அப்படி ஏற்படுத்தற மரங்களால என்ன பின் விளைவுகள் உண்டாகும்னு யாருக்காவது தெரியுமா. இனிமே அத கண்டுபிடிச்சு அதுக்கு ஒரு மாற்று ஏற்பாடு செய்றப்போ மனுஷங்களுக்கெல்லாம் இன்னும் புதுசு புதுசா வியாதிங்க வந்துடும். அப்புறம் அத குணப்படுத்தறதுக்கு இன்னொரு ஆராய்ச்சின்னு போய்க்கிட்டே இருக்க வேண்டியதுதான். இப்ப நீங்கள்லாம் தீர்க்க முடியாத தோல் வியாதிங்க வந்து ஆக்ஸிஜன் சிலிண்டர மாட்டிகிட்டு உயிர் வாழ்ந்துகிட்டு இருக்கிறது போதாதா"

அன்புவுக்கு அடிமேல் அடிவிழுந்தது போன்ற நிலைமை. நம் காலத்தின் அறிவியல் முன்னேற்றங்கள் வரைக்கும் தெரிந்து கொண்டு அதற்கு வேறொரு கோணத்தில் முடிவும் தெரிந்து வைத்திருக்கிறாரே இவர் யாராக இருக்கும் என்று உற்றுப் பார்த்தான். கண்டுபிடிக்க முடியவில்லை.

பெரியவர் காற்றில் மிதந்தபடி பேசினார்.

"விஞ்ஞானத்தின் எந்தக் கண்டுபிடிப்பும் மனுஷ குலத்தை மேம்படுத்தணும். அதுக்கு ஒத்தாசையா இருக்கணும். நாசப்படுத்தக் கூடாது"

அன்பு நெருங்கிப் போய் உற்றுப் பார்த்தான். அவன் அளவில் இருந்த அந்தப் பெரியவரின் உருவம் கண் இமைக்கும் நேரத்தில் தென்னை மர அளவுக்கு உயர்ந்து பின் படிப்படியாக சம அளவுக்கு வந்த போது அன்புவுக்கு வேர்ப்பது போல் இருந்தது. கைகளால் தடவிப் பார்த்தான். முகத்தில் பொருத்தப்பட்டிருந்த குழாய்களுக்குள் வேர்வை தென்படவில்லை. ஏதோ சொல்ல வாயெடுத்தவனின் கபாலத்துக்குள் எதுவோ பிராண்டுவது போல் தெரிந்தது. வெளிச்சப் புள்ளிகள் ஒன்றின் மீது ஒன்று படிந்து ஒரு சிறுபொறி பறந்து வந்து அவன் நினைவை தட்டிப்

போனது. எத்தனை காலம் என்று தெரியாது. இதுவரைக்கும் இருட்டுக்குள் உட்கார்ந்து கம்ப்யூட்டரோடு வாழ்ந்து கொண்டிருந்தவன் பயத்தோடு பெரியவரிடம் இன்னும் கிட்ட நெருங்கிப் போய் அவரைத் தொட்டுப் பார்த்தான். தன் அப்பா பழனியாக இருக்குமோ என்று அவனுக்கு சந்தேகம். அந்தக் கணமே பெரியவர் மறைந்து அங்கே பழனி இருந்தார். 'அப்பா' என்று கூவி அவரை ஆரத் தழுவப் போகும் சமயம். தன் அப்பா படிக்காத கூலித் தொழிலாளி ஆயிற்றே எப்படி இத்தனை அறிவியலும், விஷயங்களும் அறிந்திருக்க முடியும் என்று ஒரு தயக்கம். பெரியவருக்கு புரிந்து போயிற்று.

"நீ என்ன நெனைக்கிறேன்னு எனக்குத் தெரியும். எங்கள போன்றவங்களுக்கு காலம், இடம், பரிமாணங்கள் இதெல்லாம் கடந்து எல்லாத்தையும் அறிந்து கொள்ற சக்தி இருக்கு. அந்த அமானுஷ்யம் எங்களுக்குள்ள அழியாம இருக்கிறதாலதான் எத்தனை யுகங்கள் போனாலும் இப்பவும் நாங்க இருந்துகிட்டு இருக்கிறோம்"

அன்புவுக்கு கதறி அழ வேண்டும் போல் இருந்தது. நடுங்கும் குரலில் கேட்டான்.

"நீ, நீ, நீங்க என் அப்பா பழனிதான"

"ஆனா நீ என் மகன் இல்ல"

பெரியவர் சொல்லிக்கொண்டிருக்கும்போதே அன்பு முதுகில் கனத்த ஆக்ஸிஜன் சிலிண்டரை தூக்க மாட்டாமல் தூக்கிக் கொண்டு மீண்டும் அவரைத் தொடுவதற்கு முயற்சித்தான். பெரியவரின் உருவம் 'சடார்' என்று கரைந்து காற்றில் கலந்து போனது. எங்கும் கற்பூர வாசனை வீச பயந்து போன அன்பு எதிரே பார்த்தான். தெருவில் நின்றுகொண்டிருந்த ரோபோ மரங்களை யெல்லாம் அவன் அப்பா வளர்த்திருந்த இயற்கை மரங்கள் வெட்டிச் சாய்ப்பது போலத் தெரிய 'சட சட' என்று மரங்கள் முறிந்து விழுகிறது கோணல் மாணலான நிழல்களாய் அந்தரத்தில் அலைமோதியது. அன்பு அந்தச் சூன்ய இருண்மைக்குள் ஞாபகத்தின் வெளி கடந்து எங்கோ போய்க் கொண்டிருந்தான்.

- புதிய பார்வை, பிப்ரவரி 1-15, 2018.

*

ஆண்மை

எல்லப்பிள்ளைச் சாவடி தண்ணி டேங்க். அதையொட்டிய மண் தரையில்தான் அவள் உட்கார்ந்திருந்தாள். கருப்பான தோற்றம். ஆனால் எவரும் சட்டென திரும்பிப் பார்க்கும் அழகு. அந்தக் காலத்தில் கிழவிகள் பொடிப்பொடியான ஈச்சம் பழங்களைக் கூடையில் கொண்டு வந்து மாகாணியால் அளந்து விற்பார்கள். கைநிறைய அள்ளி வாயில் போட்டால் கொஞ்சமான சதைப் பற்றுடன் 'மழ மழ' என்று அருமையான இனிப்பு. அதைச் சுவைப்பதற்குள் பெரிய அளவிலான ஈச்சங்கொட்டைகள் வாயில் தட்டுப்பட்டு பற்களை இம்சித்துவிடும். அந்த ஈச்சம்பழம் போலவே இருந்தாள் அவள்.

ரங்கநாதன், தான் வந்திருந்த சைக்கிளோடு திரும்பி அவளிடத்தில் போக முயற்சித்தான். முடியவில்லை. இந்தப் பக்கமும் அந்தப் பக்கமும் பஸ்ஸும், லாரியும், கார்களும், டூ வீலர்களுமாய் சகட்டு மேனிக்குப் போயின. ஒரே நெருக்கடி. வில்லியனூரிலிருந்து நெல்லித்தோப்பு இந்திராகாந்தி சிலை வரைக்கும் ஒவ்வொரு நாளும் இதே ரோதனைதான். யாராயிருந்தாலும் உயிரைக் கையில் பிடித்துக்கொண்டு போக வேண்டும். எப்படித்தான் இத்தனை கூட்டமும், வாகனங்களும் பெருகியதோ என்று ரங்கநாதனுக்கு எரிச்சலாக இருந்தது. ஒரு இருபது இருபத்தைந்து ஆண்டுகளுக்கும் முன்பு இந்த வில்லியனூர் ரோடும், இதே தண்ணி டேங்க்கும் இத்தனை பரபரப்பாக இல்லை. டேங்க்கின் எதிரில் பிரெஞ்சுக்காரன் காலத்திய மகமை இருந்தது. கீற்றுக் கொட்டகை கட்டி ஆட்களைப் போட்டு செக்போஸ்ட் அமைத்திருந்தார்கள். எந்நேரமும் ரோட்டு ஓரத்தில் சிகப்பு லைட் எரியும்.

பாரதி வசந்தன் | 143

மேற்கே புதுச்சேரி எல்லையான அரியூரைத் தாண்டி தமிழ்நாட்டின் கண்டமங்கலம், வளவனூர், விழுப்புரத்திலிருந்து அரிசி எடுத்து வருவதாக இருந்தாலும் கூட குறிப்பிட்ட அளவு மரக்காலுக்கு மேல் கொண்டு வரக் கூடாது என்று சட்டம் இருந்தது. இந்த மகமையில் அவற்றை செக் பண்ணி அதிகப்படியான அரிசி இருந்தால் பறிமுதல் செய்து விடுவார்கள். எந்தப் பொருட்களாக இருந்தாலும் வரி கட்டி மகமை சீட்டு வாங்க வேண்டும். அப்போது நெல்லித்தோப்பில் அடிக்காசுக்காரர் ஒருத்தர் இருந்தார். அவருக்கு வாத்து முட்டை வியாபாரம். வரி கட்டுவதற்குப் பயந்துகொண்டு அந்த அடிக்காசுக்காரர் வாத்து முட்டைகளை மாட்டு வண்டியில் ஏற்றி இந்தப் பக்கம் வராமல் வில்லியனூர் ஒதியம்பட்டு வழியாக முருங்கப் பாக்கத்திலிருந்து மரப்பாலம், உழந்தைக் கீரப்பாளையம் வந்து அங்கிருந்து ஊருக்குள் நுழைந்து விடுவார். சரியான ஏமாற்றுப் பேர்வழி. அப்படி வாத்து முட்டைகளை திருட்டுத்தனமாக எடுத்து வந்து வியாபாரம் செய்தே பெரிய பணக்காரர் ஆகிவிட்டவர். ரங்கநாதனுக்கு இந்த விஷயமெல்லாம் அவனுடைய அப்பா மூலமாகத் தெரியும்.

இவை எதையும் மறக்காத ரங்கநாதன் ஒரு வழியாக அவள் அருகில் வந்து விட்டிருந்தான். தரையில் சுத்தமான துணியை விரித்து அதில் கொய்யாப்பழங்களைக் கொட்டி வைத்திருந்தவள் பக்கத்தில் ஒரு கூடை நிறைய பழங்கள் இருந்தன.

கிளிப்பச்சை நிறத்தில் காய்கள். வளர்ந்த கோரைப்புல்லின் அடர்த்தியான வண்ணத்தில் கரட்டுக் காய்கள். பழுத்தும் பழுக்காததுமான நிலையில் செங்காய்கள். இலைகளோடும் ஒட்டிய காம்புகளோடும் நன்கு பழுத்த மஞ்சள் நிறத்தில் பழங்கள். குண்டு குண்டாக பார்க்க அழகாய்த் தெரிந்தாலும் கொய்யாப் பழங்களுக்குரிய வாசனை எதுவும் இல்லை.

ரங்கநாதன் குனிந்து ஒரு கொய்யாப்பழத்தை எடுத்தபடி விலை கேட்டான்.

“கிலோ முப்பது ரூபா”

சிரித்துக்கொண்டே சொன்னான் ரங்கநாதன்.

“ம் கொய்யாப்பழத்த கூட கிலோ கணக்கில காசு கொடுத்து வாங்கற காலம் வந்துட்டுது”

அவளும் அதே மாதிரி சிரித்தபடியே சொன்னாள்.

"என்ன செய்றது காலம் மாறிட்டுது. கூடவே விலைவாசியும் ஏறிட்டுது"

"அப்பல்லாம் இந்தக் கொய்யாப்பழத்த யாரும் சீண்ட மாட்டாங்க. இப்ப என்னடான்னா இது கெட்ட கேட்டுக்கு இவ்ளோ ரூபா ஆயிட்டுது"

"ஏங்க காலையில இருந்து இன்னும் போணி ஆகல. அதுக்குள்ள வந்ததும் வராததுமா வம்பு வளர்க்கிறீங்க"

ரங்கநாதன் அவளை உற்றுப் பார்த்தான். அவள் சொன்ன விதம் அழகாயிருந்தது.

"இல்லம்மா கொய்யாப் பழம்னாலே அது பாணாம்பட்டுதான்"

"தெரியும் சொல்லுங்க. விழுப்புரத்துக்குப் போற வழியில சவீதா தியேட்டருக்கு எதிர்ப்பக்கமா அந்த ஊரு இருக்குது. அங்க கூட என் சொந்தக்காரங்க கொய்யாப்பழ வியாபாரம் செய்றாங்க"

"ஆமாம்மா. மஞ்சக் கலர்ல ரவ ரவோண்டா அந்தப் பழம் கல்கண்டு மாதிரி தித்திக்கும். நாட்டுப்பழம். எட்டணா கொடுத்தா கை நிறைய அள்ளிக் கொடுப்பாங்க. சின்னதா மூங்கிலால செஞ்ச ஒரு கூடை பழத்தோட விலையே ரெண்டு ரூபாதான். வாசனை வேற சும்மா 'கும்முனு' அடிக்கும். அந்த மாதிரி கொய்யாப்பழங்க இப்ப எங்க கிடைக்குது"

அவள் ரங்கநாதனை ஒரு மாதிரியாகப் பார்த்துவிட்டு தன் முகத்தை ரோட்டுப் பக்கமாகத் திருப்பிக்கொண்டாள். உன்னிடத்தில் மேற்கொண்டு பேசுவதற்கு விருப்பமில்லை என்பது போல இருந்தது அது. ரோட்டில் தண்ணி டேங்க்கிலிருந்து திரும்புகிற முனையில் எல்லப்பிள்ளைச் சாவடியிலிருந்து வந்து கொண்டிருந்த வாகனங்களும் இந்தப் பக்கமிருந்து போகிற வண்டிகளுமாக இடித்துக்கொண்டு நின்றன. யார் முதலில் போவது அல்லது யார் விட்டுத் தருவது என்பது பெரும் பிரச்சனையாக இருந்தது. ஒருத்தரை ஒருத்தர் முறைத்துக் கொண்டு நின்றார்கள். அதற்குள் ரோடு முழுக்க டிராபிக் ஜாம் ஆகிவிட்டது. யாரும் யாருக்கும் விட்டுத் தருவதாக இல்லை. அவசரமான உலகம். அதைக் காட்டிலும் அவசரமான

மனிதர்கள். அவள் ஏதோ முணுமுணுத்துக்கொண்டே ரங்கநாதனைப் பார்த்துக் கேட்டாள்.

"கொய்யாப்பழம் வாங்கறீங்களா இல்லையா"

"வாங்கத்தானம்மா வந்திருக்கிறேன்"

ரங்கநாதன் சொன்னதும் 'பழம் வாங்கற மூஞ்சிய பாரு' என்று மனதுக்குள் திட்டியபடியே கொய்யாப்பழங்களை எடுக்கத் தொடங்கினாள்.

"நல்ல பழமா அரைகிலோ போடு"

"எல்லாம் நல்ல பழங்கதான்" என்று சொல்லியபடியே அவள் கொய்யாப்பழங்களைத் தேடியெடுத்துத் தன் தராசில் வைத்து நிறுத்திப் பார்த்து ஐவ்தாள் பையில் போட்டாள். கையில். வாங்கிய ரங்கநாதன் அவசரமாய் அதிலிருந்து ஒரு பழத்தை எடுத்து கடித்தான். வெளித் தோற்றத்திற்கு அழகாய்த் தெரிந்த பழம் 'பொத பொத' என்று பெரிதாக உப்பிப் போய் நீர் கோத்துக்கொண்டு சல்ப் அடித்தது. கொய்யாப்பழத்துக்குரிய எந்தத் தன்மையும் இல்லாமல் ஏதோ சாணியைத் தின்பது போல இருந்தது. ரங்கநாதன் எதுவும் சொல்லாமல் பணத்தை எடுத்து அவள் கையில் கொடுத்ததும் அதனை வாங்கிக்கொண்டவள் வேறொருவரிடத்தில் வியாபாரம் செய்யத் தொடங்கினாள்.

ஒரு வாரம் போயிருக்கும். தற்செயலாக எல்லப்பிள்ளைச் சாவடி வழியாக வந்த ரங்கநாதன் தண்ணி டேங்க் அருகே கவனித்த போது அங்கே கொய்யாப்பழக்காரி இல்லை. ரங்கநாதனுக்கு ஏனோ ஏமாற்றமாக இருந்தது. அவசரமாய் அவன் எல்லா பக்கமும் தேடினான். அவள் இருந்த இடத்தில் யாரோ பீங்கான் கடை போட்டிருந்தார்கள். உண்மையில் அவன் கொய்யாப்பழம் வாங்கவேண்டும் என நினைத்தாலும் அந்தச் சாக்கில் அவளிடத்தில் ஏதாவது பேச வேண்டும் என்று ஆசையாக இருந்தது. அதை மறைத்துக்கொண்டு ரங்கநாதன் நேரே டவுனை நோக்கி புறப்பட்டுப் போனான்.

பொழுது சாய்கிற நேரம், வாகனங்களின் நெருக்கடியால் இந்திராகாந்தி சதுக்கம் திணறிக்கொண்டிருந்தது. ரங்கநாதன் தன் வேலைகளை முடித்துவிட்டு வரும் வழியில் சிக்னலுக்காக நின்றிருந்தான். லேசாக இருட்டத் தொடங்கியிருந்த நிலையில் கிழக்கே வெகு தூரத்தில் இந்திராகாந்தி சிலையின் தலைக்கும்

மேல் வானம் பெரிதாக விரிந்து வில்லியனூரை ஒட்டிய பகுதியில் போய் விழுந்து விட்டதைப் போல் தெரிந்தது.

பள்ளிக்கூடத்துக்கு அழுதுகொண்டே போகும் பிள்ளைகள் மறுபடியும் நாளை காலையில் வரவேண்டுமே என்று வருத்தப்படுகிறது மாதிரி சூரியன் கொஞ்சம் கொஞ்சமாய் மறைந்துவிட்ட தோற்றம். அடிவானம் எங்கும் நெருப்பின் ஜுவாலை. மங்கிய ஆரஞ்சு வண்ணத்தின் ஒளிச் சிதறலை ரசித்தபடி அடுத்த சிக்னல் விழும் வரை காத்திருந்த ரங்கநாதன் தற்செயலாக இடது பக்கத்தில் திரும்பிப் பார்த்தான். எல்லோரும் நடந்து போகிற பிளாட்பார கட்டையில் வயதான கிழவிகள் கடை போட்டிருந்தார்கள்.

கூறு கட்டிய கலவைக் கீரை, கத்தை பிடித்து ஒன்றின் மீது ஒன்றாக அடுக்கப்பட்ட பொன்னாங்கன்னிக் கீரை, வாழைப் பூ, கத்தரிக்காய், வெண்டைக்காய், ஆவாரம்பூ, சுண்டைக்காய் என சிறு வியாபாரம். பக்கத்திலேயே அந்தப் பெண்ணின் கொய்யாப்பழக் கடை. அவர்களால் அந்த இடத்திற்கு ஒரு புதிய உயிர்ப்பு ஏற்பட்டிருந்தது. ரங்கநாதனுக்கு அவளைப் பார்த்துவிட்டதில் சொல்லமுடியாத மகிழ்ச்சி. எதைப் பற்றியும் யோசிக்காமல் ‘கட கட என்று சைக்கிளைத் திருப்பித் தள்ளிக் கொண்டே போய் கசனா தோட்டத்திற்குப் போகிற வழியாக ஸ்டாண்டர்டு ஐஸ் ஃபேக்டரி இருந்த இடத்தின் மீது ஏறி சைக்கிளை நிறுத்தினான்.

கொய்யாப்பழக்காரியின் இடத்தில் அப்படித்தான் போகவேண்டும். வேறு வழி இல்லை. ஒவ்வொரு கடையாகத் தாண்டி அவளிடத்தில் வரவும், அவன் நின்றிருந்த சிக்னல் விழவும் சரியாக இருந்தது. லாயத்திலிருந்து அவிழ்த்து விடப்பட்ட முரட்டுக் குதிரைகள் மாதிரி அங்கிருந்தவர்கள் அடித்துப் பிடித்துக்கொண்டு ஓடினார்கள்.

ரங்கநாதன் அவள் எதிரே போய் நின்றுகொண்டு ‘என்னைத் தெரிகிறதா’ என்பது போல பார்த்தான். அவளுக்குப் பல பேர்களோடு வியாபாரம். பல ஊர்களோடு தொடர்பு. வந்து வந்து போகிற வாழ்க்கைப் பயணத்தில் யாரை அவள் நினைவில் வைத்திருக்க முடியும். அவளும் ரங்கநாதனை இன்றுதான் பார்க்கிறது போல புதிதாகப் பார்த்தாள்.

இப்போது முழுதாக இருட்டியிருந்தது. சிக்னலைச் சுற்றிலும் நியான் விளக்குகளும், மெர்க்குரி விளக்குகளும் சேர்ந்து ஒருசேர

ஒளி வெள்ளத்தைப் பாய்ச்சிக்கொண்டிருக்க அந்த வெளிச்சத்தில் கொய்யாப்பழக்காரி இன்னும் அழகாய்த் தெரிந்தாள். அவள் முகம் பொன்னிறமாக மின்னியது. ரங்கநாதன் இந்த முறை ஒரு கிலோ கொய்யாப்பழம் கேட்டபடி மெல்ல பேச்சுக் கொடுத்தான்.

“ஏம்மா நீ எந்த ஊரு”

“எந்த ஊரா இருந்தா என்ன. பழத்த வாங்கிட்டுப் போங்க”

“கோவிச்சிக்கிறியேம்மா. ஏதோ கேட்கணும்னு தோணுச்சு”

அவளுக்கு ரங்கநாதனின் குரல் தெரிந்து விட்டதும் ரொம்ப காலமாகப் பழகியவள் போல மிகவும் இயல்பாகப் பேசினாள்.

“ஆங் தண்ணி டேங்க்கிட்ட கடை போட்டிருந்தப்போ நீங்க போன வாரம் வந்து பழம் வாங்கினிங்க இல்ல”

அவள் ஞாபக சக்தியைப் பார்த்து ரங்கநாதனுக்கு ஆச்சரியமாக இருந்தது.

“பரவாயில்லையே கரெக்டா கண்டு பிடிச்சிட்ட”

அவள் சிரித்துக்கொண்டே கொய்யாப்பழங்களை எடுத்து தராசில் போட்டபடி ரங்கநாதனிடத்தில் பேச முற்படுவதற்குள் அவனே மறுபடியும் தொடர்ந்தான்.

“எந்த ஊருன்னு கேட்டேனே”

“தோ பக்கத்தில இருக்கிற மதகடிப்பட்டு”

“அதுவா பக்கத்தில இருக்குது. வில்லியனூரு, கண்டமங்கலம், திருவாண்டார் கோயில், திருபுவனை தாண்டி எவ்ளோ தூரம்”

ரங்கநாதன் பேசிய விதத்தை கேட்டு அவள் இன்னும் அழகாகச் சிரித்தாள். அது அவளிடத்தில் தொடர்ந்து பேசலாம் என்கிற தைரியத்தை ரங்கநாதனுக்குக் கொடுத்தது.

“திரிபுவனை மாதேவிச் சதுர்வேதி மங்கலம்னா உனக்குத் தெரியுமா”

அவள் கொய்யாப் பழங்களை ரங்கநாதனிடத்தில் கொடுப்பதை நிறுத்திவிட்டு நிமிர்ந்து பார்த்தாள்.

“உங்க மதகடிப்பட்டு ஊருக்குத்தாம்மா அந்தப் பழைய பேரு. இப்ப இது ரொம்ப பேருக்குத் தெரியாது. அங்க கூட

குண்டாங்குழி மகாதேவர் கோயில்னு பேர் போன ஒரு கோயில் இருக்குதில்ல"

இப்படி ரங்கநாதன் சொன்னதும் கொய்யாப்பழக்காரிக்கு கோபம் வந்துவிட்டது.

"இந்தாங்க பழத்த வாங்கிட்டுக் கௌம்பற வழிய பாருங்க. எனக்குக் குண்டாங்குழியும் தெரியாது வேற அண்டா குண்டானும் தெரியாது"

ரங்கநாதனுக்கு அடக்க முடியாத சிரிப்பு வந்துவிட்டது. அவன் பழத்தை வாங்கிக்கொண்டே அவளிடத்தில் பணத்தைக் கொடுத்துவிட்டு பேச்சோடு பேச்சாகக் கேட்டான்.

"உன் பேரு என்னம்மா"

அவள் சொல்வதா வேண்டாமா என்பது போல பார்த்தாள். அவளின் அந்தத் தயக்கம் ரங்கநாதனுக்கு சாதகமாகத் தெரிந்தது.

"சும்மா சொல்லு"

"சித்ரா"

அவளின் பெயரைக் கேட்ட மாத்திரத்தில் 'இவளுக்கு இப்படி ஓர் அழகான பெயரா' என்று சந்தேகம் ரங்கநாதனுக்கு வந்திருக்க வேண்டும். அவன் அதுபற்றிக் கேட்கலாமென்று நினைத்த போதே வயதான கிழவி ஒருத்தி பழம் வாங்க வருவது தெரிந்தது. ரங்கநாதன் சித்ராவிடமிருந்து நடந்து வந்து சைக்கிளை எடுத்து ஏறி மிதிக்கத் தொடங்கினான். அவனுக்குள் ஏற்கெனவே இருந்த இரண்டு சித்ராக்களின் நினைவு வந்து போனது.

ஒரு சித்ரா உள்ளூரில் மேரி இருக்கும் இடத்தில் இருந்தாள். அழகென்றால் அப்படி ஓர் அழகு. ஆளை மயக்கும் விதத்தில் இருந்த அவளைச் சுற்றி எப்போதும் வாலிபக் கூட்டம். ஒரு பெட்டை நாயை ஆண் நாய்கள் சுற்றித் திரிவதைப் போல சதாகாலமும் தன் மகளை இந்தப் பசங்கள் பின் தொடர்வதையும் அதற்கு அவளே வழிசெய்து கொடுப்பதையும் பார்த்த சித்ராவின் அப்பா அவள் அழகைக் குலைக்க வேண்டும் என்றெண்ணி அடிக்கடி மொட்டை அடித்துவிடுவார். அப்படியும் சித்ரா அடங்கமாட்டாள். அந்த மொட்டைத் தலையில் ஒரு துண்டைக் கட்டி ஈரத் தலைமுழுகி வந்ததைப் போல அப்போதும் அழகாக இருப்பாள். மார்க்கெட்டை சுற்றிச் சுற்றி வருவாள். பையன்கள்

கிறங்க வேண்டுமென்று, வேண்டுமென்றே இதனைச் செய்வாள். ரொம்ப நாளைக்கு அவளுடைய மவுசு ஊர் முழுக்க இருந்தது. அத்தனை வனப்புடைய அவள் திடீரென்று சொல்லாமல் கொள்ளாமல் மேரியில் குப்பை வாரும் முனிசிபாலிட்டிக்காரன் ஒருவனை இழுத்துக்கொண்டு எங்கோ ஓடிப் போய் விட்டாள்.

இன்னொரு சித்ரா. ரங்கநாதனைப் பொறுத்தவரையில் இவள் ரொம்பவும் முக்கியமானவள். வில்லியனூரைச் சேர்ந்த கவிஞர் கம்பதாசனின் காதலி. கேரள மகாகவி வள்ளத்தோளோட உறவுக்காரப் பெண். அவள் பெயரும் சித்ராதான். அவளை மிகவும் நேசித்தான் கம்பதாசன். திருமணம் கூட செய்துகொண்டான். ஒரு நாள் அவள் கம்பதாசனை ஏமாற்றிவிட்டு எங்கோ போய்விட்டாள். அந்த சித்ராவால் கம்பதாசனின் சரீரம் வீணாகி, வாழ்க்கைப் பாழாகி அவன் கதையே முடிந்து போனது. கொய்யாப்பழக்காரி சித்ராவினால் இத்தனையும் ரங்கநாதனுக்கு ஞாபகத்துக்கு வர 'சித்ரா என்கிற பெயருடைய பெண்கள் ஏன் இப்படி இருக்கிறார்கள்' என்று நினைத்தவன், அதே சமயம் 'சித்ரா என்கிற பெண்களெல்லாம் இப்படித்தான் என்று ஒரு மோசமான முடிவுக்கு வந்துவிடக் கூடாது. பெண்களில் நல்லவர்கள் கெட்டவர்கள் என்று இருப்பதற்குக் காரணம் பேர்கள் அல்ல. அவர்களுடைய நடத்தைதான்' என்றும் சமாதானப்பட்டுக் கொண்டான்.

இப்போதெல்லாம் ரங்கநாதனுக்கு அவன் சித்ராவின் நினைப்பே அதிகமாக இருந்தது. அவன் சித்ரா என்றால் கொய்யாப்பழக்காரி சித்ரா. ரங்கநாதனுக்கு அவள் மிகவும் வேண்டியவள் போல் ஆகிவிட்டிருந்தாள் என்பது அவனுக்கே நன்றாகத் தெரிந்தது. ஒவ்வொரு முறையும் போகும் போதும் வரும் போதும் சித்ரா எங்காவது கடை வைத்திருக்கிறாளா என்று நோட்டமிடுவது வழக்கமாகி விட்டிருந்தது. அப்படி ஒரு சமயம் சிக்னலில் நிற்கிற போது சித்ரா எதிரே இருந்த பர்னிச்சர் கடையில் யாரோ ஒருத்தனிடத்தில் சிரித்து பேசிக் கொண்டிருப்பதை ரங்கநாதன் பார்த்தான். கொய்யாப்பழக் கடை 'அம்போ' என்று யாருமற்றுக் கிடக்க அவள் தன்னை மறந்து அவனிடத்தில் பேசியது ரங்கநாதனுக்கு என்னவோ போல் இருந்தது.

அந்த பர்னிச்சர் கடை வடநாட்டுக்காரன்கள் கொண்டு வந்து அங்கே ரொம்ப காலமாக இருக்கிறது. அதில் ஒருவரும்

பொருள் வாங்குவதாகத் தெரியவில்லை. எப்போதும் கடை வெறிச்சோடிக் கிடக்கும். ரங்கநாதன் கூட தன் பிள்ளை எழுதுவதற்கு மேஜை, நாற்காலி வாங்க வேண்டுமென்று போனான். எல்லாம் ஆடம்பரமானவை. யானை விலை. குதிரை விலை. இது சரிப்பட்டு வராதென்று விலை கேட்ட கையோடு வந்திருந்த ரங்கநாதனுக்கு இப்போது அங்கே சித்ரா நிற்பது மனதை நெருடியது. அதன்பிறகு பலமுறை சித்ரா அந்த பர்னிச்சர் கடைக்காரனிடத்தில் சிரித்துப் பேசுவதை அவன் பார்த்தான். ரங்கநாதன் அப்போது என்ன நினைத்தான் என்பது அவனுக்கு மட்டுமே தெரிந்த ரகசியமாய் இருந்தது. அதே நேரம் நண்பன் குமாரவேல் சிரித்தபடி அவனுக்குள் வந்து போனதை ரங்கநாதனால் தவிர்க்க முடியவில்லை.

மழை அங்கொன்றும் இங்கொன்றுமாக விட்டு விட்டு தூறிக்கொண்டிருந்தது. அந்த இடைவெளிக்குள் புகுந்து தன் இருப்பிடத்திற்கு ஓடிவிட நினைக்கிறவர்களைப் போல இருந்தது மனிதர்களின் செய்கை. தலைதெறிக்க பறந்து கொண்டிருந்தார்கள். அந்தத் தூறலில் நனைந்தபடி ரங்கநாதன் சித்ராவைத் தேடிக்கொண்டு வந்தான்.

ரோட்டின் ஓரமாக ஆர்தர் கண் மருத்துவமனை. அதற்கும் பக்கத்தில் அண்மையில் திறக்கப்பட்ட அப்போலோ பார்மஸி. இரண்டுக்கும் இடைப்பட்ட ஓரிடத்தில் பயணிகள் நிற்பதற்காக கட்டப்பட்ட புதிய ஷெட். அதன் சிமெண்ட் தரையில் உட்கார்ந்திருந்தாள் சித்ரா. கொய்யாப்பழங்கள் எல்லாம் விற்காமல் அப்படியே கிடந்தன. பஸ் நிறுத்தமான அந்த இடத்தில் ஒருத்தரும் இல்லை. பார்த்துக்கொண்டே வந்த ரங்கநாதனுக்கு அத்தகைய சூழல் மிகுந்த தைரியத்தைக் கொடுத்திருக்க வேண்டும். அவன் சிரித்துக்கொண்டே சித்ராவினிடத்தில் வந்தான். சட்டை லேசாக நனைந்திருந்தது. தன் சைக்கிளை ஓரமாய் நிறுத்திவிட்டு சட்டையின் ஈரத்தை உதறிக்கொண்டே அவளருகில் போக சித்ராவும் உடனே சிரித்தாள்.

"வாங்க. மழையில கூட என்னை தேடிட்டு வர்றீங்க"

"நமக்கு வேண்டியவங்களா இருந்தா; அவங்கள பார்க்க எங்க வேணும்னாலும் வரலாம்"

ரங்கநாதன் இதை சித்ராவைப் பார்த்து கண்ணடித்தபடியே சொன்னான். அவளுக்கு அது புரிந்துவிட்டது. பேசாது இருந்தாள்.

"இன்னைக்கு உங்கிட்ட பழம் வாங்கப் போறது இல்ல. அதுக்குப் பதிலா உன்னையே வாங்கலாம்னு இருக்கேன்"

"என்னை வாங்கறதுக்கு உங்களுக்குத் தைரியம் இருக்கா"

"இல்லாமலா இங்க வந்திருக்கிறேன்"

ரங்கநாதனுக்கு குஷியாகிவிட்டது. தூண்டிலை எடுத்துக் கொண்டு ஏதாவது ஒரு மீன் கிடைக்காதா என்று வந்தவனுக்கு அவன் விரும்பிய மீனே தாமாக வந்து முள்ளில் அகப்பட்டுக் கொண்டது போல இருந்தது. விஷயம் இவ்வளவு சுலபத்தில் முடியும் என்று அவன் எதிர்பார்க்கவில்லை. மறுபடியும் மெதுவாகப் பேச்சைத் தொடங்கினான். தன்னை யாராவது கவனிக்கிறார்களா என்று ஒரு முறை அக்கம் பக்கம் திரும்பிப் பார்த்துக்கொண்டான். யாரும் பார்க்கவில்லை என்றதும் சித்ராவிடத்தில் மிகவும் ரகசியமான குரலில் பேசினான்.

"இதோ பார் சித்ரா என்னை தப்பா எடுத்துக்கக் கூடாது. உனக்கு விருப்பமாயிருந்தா இன்னைக்கு என் வீட்டுக்கு வந்துட்டுப் போயேன்"

சித்ரா 'என்ன இது இவன் இப்படிப் பேசுகிறானே' என்பது போல முறைத்துப் பார்த்துவிட்டு அடுத்த நிமிடமே அவனிடத்தில் குழைவாகச் சிரித்தாள். ரங்கநாதனுக்கு மேலும் தைரியம் வந்தது.

"உன்னை எனக்கு ரொம்ப பிடிச்சுப் போச்சு. கருப்பா இருந்தாலும் பார்க்கிறதுக்கு சும்மா குயில் மாதிரி எவ்வளவு அழகா இருக்கிற தெரியுமா"

சித்ரா அவன் பேசுவதைக் கேட்டு கிறங்கிப் போனவளாய் தலையைக் கீழே குனிந்துகொண்ட போது அவள்முகம் அங்கே குவித்து வைத்திருந்த கொய்யாப்பழத்தின் மஞ்சள் நிறத்தை எடுத்துப் பூசிக்கொண்டது போல் இருந்தது. உதட்டில் தவழ்ந்த புன்னகையோடு ரங்கநாதனிடத்தில் மெதுவாகக்கேட்டாள்.

"உங்க வீட்டுக்கு எதுக்குக் கூப்பிடுறீங்க"

"வந்து பாரேன் தெரியும்"

"வீட்ல யாரும் இல்லையா"

"மனைவி, பிள்ளைங்க எல்லாம் ஊருக்குப் போயிருக்காங்க"

சித்ரா தயங்குவது போல பார்த்தாள். 'முன்பின் தெரியாதவனை நம்பி எப்படிப் போவது. அதுவும் தப்பான விஷயமா இருக்குதே' என்று அவள் தடுமாறினாள். ரங்கநாதன் விடுவதாக இல்லை. அவர்கள் இருந்த ஷெட்டின் பின்பக்கமாய் கொஞ்ச தூரம் தள்ளி இருந்த ஒர்க்ஷாப்பில் ஒருத்தன் பழுக்கக் காய்ச்சிய இரும்பை சம்மட்டியால் அடித்துக்கொண்டிருந்தான். அந்த இரும்பு மெல்ல இளகி லகுவாக அதன் நுனியில் நெருப்புப் பூக்கள் சட்டென்று பூத்துச் சிரித்தன.

மழை நிற்கட்டுமென்று ரங்கநாதனும், சித்ராவும் அங்கேயே ஒருவரை ஒருவர் பார்த்தபடி வெகுநேரம் இருக்க, இருட்டத் தொடங்கியது.

ரங்கநாதன் 'போகலாமா' என்பது போல சித்ராவிடம் சைகையால் கேட்க அவளும், மேலும் கீழுமாக 'சரி' என்று தலையசைத்து எழுந்து போனாள். விற்காது இருந்த கொய்யாப்பழங்களைக் கூடையில் எடுத்துப் போட்டு ஒர்க்ஷாப்புக்கு பக்கத்தில் இருந்த ஒரு கடையில் கொண்டு போய் வைத்து விட்டு வந்தாள்.

அவளுக்காகவே காத்திருந்த ரங்கநாதன் தன் சைக்கிளின் பின்னே சித்ராவை உட்கார வைத்துக்கொண்டு அந்த இருட்டில் ஒருவருக்கும் தெரியாமல் அவன் வீடு நோக்கிப் போனான்.

ரங்கநாதனின் வீடு வெட்டுப்புலி தீப்பெட்டி மாதிரி ரொம்பச் சின்னதாக இருந்தது. வீட்டுக்குள் பொருட்களெல்லாம் ஒழுங்காக அதனதன் இடத்தில் அடுக்கி வைக்கப்பட்டிருந்தது டியூப் லைட் வெளிச்சத்தில் நன்றாகத் தெரிந்தது. அந்தச் சூழல் சித்ராவுக்கு பிடித்துப் போக ஹாலில் போடப்பட்டிருந்த சோபாவில் அவளை உட்காரச் சொன்னான் ரங்கநாதன். பதற்றத்துடன் சைக்கிள் ஓட்டி வந்ததால் உடம்பெல்லாம் லேசாக வேர்த்துப் போயிருந்தது. மின் விசிறியின் சுவிட்சை போட்டுவிட்டு அடுத்த அறைக்குள் நுழைந்து ஒரு டவலை எடுத்துத் துடைத்தபடியே வந்தான்.

அறை முழுக்க காற்று ஜிலு ஜிலுக்க எதிரே சின்னதாய் டி.வி. பெட்டி, கொஞ்சம் தள்ளி ஃப்ரிட்ஜ். சித்ரா யாவற்றையும் பார்த்தபடியே உட்கார்ந்திருந்தாள். அவளுக்கு அந்த நேரத்தில் ஏதாவது சூடாகக் குடிக்கவேண்டும் போல் தோன்றியது.

அதனை எப்படிக் கேட்பது என்று தயங்கிக்கொண்டிருந்த போதே ரங்கநாதன் ஒரு டம்ளர் நிறைய வெறும் தண்ணீர் எடுத்துக்கொண்டு அவளிடத்தில் வந்தான். இரண்டு பேரும் மிகவும் நெருக்கத்தில் இருந்தார்கள். சிரித்துக்கொண்டே தண்ணீர் டம்ளரை சித்ராவினிடத்தில் கொடுத்த ரங்கநாதன் யாரையோ எதிர்பார்ப்பவனைப் போன்று வாசல்பக்கம் பார்ப்பதும் பின் சித்ராவைப் பார்த்து சிரிப்பதுமாக இருந்தான். அவன் அசடுவழிவது போல அப்படிச் செய்தது சித்ராவுக்குப் பிடித்திருந்தது. தண்ணீரைக் குடித்தபடி அவள் ரங்கநாதனை ஓரக் கண்ணால் பார்த்தாள். பொதுவாக இதுபோன்ற விஷயங்களையெல்லாம் யார் முதலில் ஆரம்பிப்பது என்பது இரண்டு பேர் சேர்ந்து ஆடுகிற கண்ணாமூச்சி ஆட்டத்தைப் போன்றது. பெரும்பாலும் இதனை ஆண்கள்தான் ஆரம்பித்து வைப்பார்கள். பெண்கள் ஒத்துழைப்பதோடு சரி. ஆனால் ரங்கநாதன் எந்தத் தொடக்கமும் இன்றி மிகவும் பெருந்தன்மையானவனைப் போல காட்டிக்கொண்டான்.

சித்ரா டம்ளரை ரங்கநாதனிடத்தில் கொடுத்தபடியே பேசினாள்.

"வீட்டுக்கு வான்னு வலுக்கட்டாயமா அழைச்சுகிட்டு வந்துட்டு பேசாம இருக்கிறீங்க"

ரங்கநாதன் அப்போதும் சிரித்தான்.

"கொஞ்சம் பொறுமையா இரு சித்ரா. ஒருத்தர் வரணும்"

அவன் சொல்லி வாய் மூடுவதற்குள் அவசர அவசரமாகக் கதவைத் திறந்துகொண்டு ஒருத்தன் உள்ளே நுழைந்தான். வந்ததும் வராததுமாக சித்ராவின் தோள் மீது அவன் கைபோட அவள் துணுக்குற்றுப் போய் உடனே எழுந்து நின்றாள்.

"இவர் எனக்கு ரொம்பவும் வேண்டிய நண்பர். பேரு குமாரவேல். நீ இன்னைக்கு இங்க வருவன்னு சொல்லி யிருந்தேன். அதான்"

ரங்கநாதன் வார்த்தைகளை முடிக்கவில்லை. அங்கு வந்தவனை சற்றும் எதிர்பார்க்காத சித்ரா கொஞ்சம் மிரண்டு போனவளாய் அவனைப் பார்த்தாள். குமாரவேல் கருத்த நிறத்தில் தொப்பையும், தொந்தியுமாய் ஒரு காட்டுப் பன்றியைப் போல் இருந்தான்.

சித்ரா ரங்கநாதனைப் பார்த்து நிதானமாகக் கேட்டாள்.

“நீங்கதான என் கூட வந்தீங்க”

“ஆமாம்”

“அப்புறம் ஏன் இவர் வந்துருக்கிறாரு”

“அது வந்து சித்ரா. நான் சொன்னேனே”

“எப்ப சொன்னீங்க”

“இப்ப”

“அதாவது உங்களுக்கு வேண்டியவர்னு”

ரங்கநாதன் ஒன்றும் பேசாது குமாரவேலைப் பார்த்தான். அவன் சந்தர்ப்பம் கிடைத்தால் சித்ராவின் மீது விழுந்து பிராண்டி விடுகிறவனைப் போல நின்றுகொண்டிருந்தான்.

ரங்கநாதன் கெஞ்சுகிற விதமாக சித்ராவிடம் சொன்னான்.

“குமாரவேலு நீ கேட்கிற பணத்த கொடுத்துடுவாரு”

“அப்ப நீங்க இல்லையா”

“இல்ல”

‘த்தூ’ என்று ரங்கநாதன் முகத்திலும், குமாரவேல் முகத்திலும் காறித் துப்பவேண்டும் போலிருந்தது சித்ராவுக்கு. தன்னைப் பற்றித் தெரிந்துகொண்டுதான் வஞ்சகமாக இங்கே அழைத்து வந்திருக்கிறான் ரங்கநாதன் என்பது அவளுக்குப் புரிந்த போது குமாரவேல் எட்டி சித்ராவின் கையைப் பிடித்தான். அவள் நெருப்பைத் தொட்டுவிட்டதைப் போல உதறிக்கொண்டு ரங்கநாதன் பக்கமாகத் திரும்பிப் பேசினாள்.

“இங்க பாருங்க நான் அப்படி, இப்படின்னு இருக்கிறவதான். அதுக்காக கண்டவங்க கிட்டல்லாம் போகணும்னு எனக்குத் தலையெழுத்தில்ல”

“சித்ரா”

“பின்ன என்னஙக. இவ கொய்யாப்பழம் விற்கிறவதானே எந்த இழுப்புக்கும் வருவான்னு தப்புக் கணக்குப் போட்டிருக்கீங்க. ரோட்ல கடை போடறவளா இருந்தாலும் எனக்கும் மனசு இருக்கு. அந்த மனசுக்குப் பிடிச்சவரா நீங்க இருந்ததாலதான்

கூப்பிட்டதும் உடனே வந்தேன். இப்ப என்னடான்னா அவரோட போ, இவரோட போன்னு சொல்றீங்க"

"காசுக்காக வந்தவதான நீ. யாரு கூட போனா என்ன"

சித்ராவுக்குக் கோபம் தலைக்கேறி அந்தக் கணமே கண்கள் சிவந்து போயின. வந்திருப்பது வேறொரு புதிய இடம் என்பதைக் கூட மறந்து கத்தினாள்.

"என்னய்யா பேசுற நீ. ஆசப்பட்டு கூப்பிடுறியே பாவமா இருக்குதேன்னு பரிதாப்பட்டுதான்யா வந்தேன். பணத்துக்காக வரல. அப்படி வர்றதா இருந்தா உன்கிட்ட முன்கூட்டியே ரேட் கேட்டிருப்பேனே. எப்பப் பாரு அழகழகா பேசுறியேன்னு மயங்கிப் போய் வந்தா இப்படி பண்றியே"

"அதனால இப்ப என்ன குடி முழுகிடுச்சு. நீ அப்படிப் பட்டவதான"

"வேணும்யா எனக்கு நல்லா வேணும். மானத்தோட கூடை தூக்கி கண்ணியமா நாலு காசு சம்பாதிச்சு பொழைக்கிறத விட்டுட்டு சபலத்தினால இப்படி புத்திகெட்டுப் போய் நடக்கிறேன் பாரு. என்னைச் சொல்லணும்"

"ஏன் சித்ரா கோவிச்சிக்கிற"

ரங்கநாதன் சமாதானப்படுத்துவது போல சொல்லிக் கொண்டே சித்ராவிடத்தில் நெருங்கினான்.

"இதோ பார் என்கிட்ட வராதய்யா. வந்தா சத்தம் போட்டு எல்லாரையும் கூப்பிட்டுடுவேன். அப்புறம் உங்களுக்குத்தான் அசிங்கமா போயிடும்"

ரங்கநாதன் ஒரு கணம் ஆடிப் போனான். சித்ரா அப்படி ஏதாவது செய்து அந்த விஷயம் தன் மனைவிக்குத் தெரிய வந்தால் தன் கதி அதோ கதிதான் என்பது அவனுக்கு நடுக்கத்தை வரவழைத்தது. ரங்கநாதன், குமாரவேலைப் பார்த்தான். அவனும் பயந்து போயிருந்தான்.

"இங்க பாருய்யா நீ யாரு, எப்படிப்பட்டவன், உன் பேரு என்னன்னு கூட தெரியாம நீ கூப்பிட்டதும் வந்தேன். அப்படி வந்தவள நீ முழுசா ஏத்துகிட்டிருந்தா அப்பதான்யா நீ ஆம்பள. அத விட்டுட்டு படுக்க வந்தவள இன்னொருத்தனுக்கு தாரை

வார்க்கிறியே நீ கூப்பிட்டுகிட்டு வந்தவனா இல்ல கூட்டிக் கொடுக்கிறவனா"

சித்ராவின் இந்தக் கேள்வி செருப்பை எடுத்து ரங்காதனின் உச்சி மண்டையில் அடித்தது போல் இருந்தது. அவன் நிலை தடுமாறியவனாய் 'விடு விடு' என்று ஹாலைத் தாண்டி ஓடிப் போய்த் தன் வீட்டுக் கதவைப் பரக்கத் திறந்து வைத்து சித்ரா வெளியே போவதற்கு வழி செய்தான். சித்ரா மெல்ல நடந்து தெருவில் கால்வைக்கும் சமயம். ஆட்டோவிலிருந்து ரங்கநாதனின் மனைவியும், அவன் பிள்ளைகளும் வந்து இறங்குவது தெரிந்தது.

- காவ்யா, ஜூலை-செப்டம்பர், 2012.

*

ஒயிண்டேரி

ஆனந்தன் நடந்து போய்க்கொண்டிருந்த சமயம். அவன் வீட்டுத் தெருவில் இருந்த தண்ணி கானில் லீமா தண்ணீர் பிடித்துக்கொண்டிருந்தாள். பக்கத்தில் ஒருத்தி, லீமா அவளிடத்தில் சொன்னாள்.

"தே இவள உனக்கு சேதி தெரியுமா. ஏரிய இடிச்சி நெரவிட்டு பஸ் ஸ்டாண்ட் கட்டப் போறாங்களாம்"

"எந்த ஏரிய"

"அதான் ரயில்வே கேட்டுக்கும் பின்னாடி இருக்குதே அந்த ஏரி"

லீமா இப்படி சொன்னதும் மேற்கொண்டு தன் பேச்சை தொடராமல் அமைதியாக இருந்தாள் பக்கத்தில் இருந்தவள். அவளுக்கு பயம். லீமாவைப் பற்றி நன்றாகத் தெரியும். அவள் பொல்லாத மனுஷி. எப்போதும் புறம் பேசக் கூடியவள். அடுத்தவர் வாழ பிடிக்காத அற்ப புத்திக்காரி. அவள் பேச்சே ஒரு தினுசாக இருக்கும். தண்ணி கானுக்கு லீமா வந்தால் 'சொறி வருதுடி' என்று எல்லா பெண்களும் நடுங்குவார்கள். அப்படிப்பட்டவள் ஏரியைப் பற்றி சொன்ன விஷயம் ஆனந்தனுக்கு புதிதாக இருந்தது. இப்போதுதான் முதல் முறையாக கேட்கிறான். அதுவும் எல்லோருக்கும் பயன்படுகிற ஏரிய துத்து அடைச்சுட்டு பஸ் ஸ்டாண்ட் கட்டப் போகிறார்கள் என்கிற செய்தியை. 'அவ வாயிலிருந்து நல்ல வார்த்தையே வராது' என்று லீமாவை மனதுக்குள் திட்டிக்கொண்டே போனான் ஆனந்தன்.

லீமாவின் விவகாரம் இருக்கட்டும். அவள் சொன்ன ஏரிதான் இப்போது பிரச்சனை. அந்த ஏரி காராமணிக்குப்பத்துக்கு கடைசியிலும், உழந்தை கீரப்பாளையத்துக்கு பின்புறத்திலும், பூமியான்பேட்டையின் பக்கத்திலுமாக இருக்கிறது. ஆனாலும் ஏரியைப் பற்றி சொன்னால் உழந்தை கீரப்பாளையம்தான் உடனே நினைவுக்கு வரும்.

புதுச்சேரியை டச்சுக்காரர்கள் ஆண்டுகொண்டிருந்த காலத்தில் உழந்தை கீரப்பாளையம் அவர்களுடைய கோட்டமாக இருந்தது. பின்னாளில் வந்த பிரெஞ்சுக்காரர்கள், டச்சுக்காரர்களை ஒலந்தீஸ் என்று அழைத்தனர். அந்த ஒலந்தீஸ் என்ற சொல்லே உழந்தை என மாறி பாளையம் எனும் பெயரோடு சேர்ந்து உழந்தை கீரப்பாளையம் ஆகிவிட அரசாங்க நில அளவைத் துறையின் பிரகாரம் அந்த ஊரில் ஏரி இருந்ததால் உழந்தை ஏரி என்று சொல்லப் போய் நாளடைவில் ஒயிண்டேரி என்பதே நிலைத்துவிட்டது.

ஆனந்தன் படிக்கிற காலத்தில் ஒயிண்டேரிதான் அவனது வசந்தகால கனவு. ஊரில் சின்னதும், பெரிதுமாக நிறைய ஏரிகள் இருந்தன. ஆடல் மகள் என்று அழைக்கப்பட்ட ஆயியின் தங்கை ஊசி இட்ட ஏரி ஊசுட்டேரி முதலாவது பெரிய ஏரி. புதுச்சேரியின் நெற்களஞ்சியமான பாகூரில் இருக்கும் ஏரி இரண்டாவது. கோர்க்காட்டில் இருப்பது மூன்றாவது, நான்காவது பெரிய ஏரி ஒயிண்டேரி. மழைக் காலங்களில் இந்த ஒயிண்டேரி மண்ணின் அதிசயம் ஆகிவிடும். அதன் அற்புதமான இயற்கை அழகை வார்த்தைகளினால் விவரிக்க முடியாது. ஊசுட்டேரியிலும், வீடூர் அணையிலும் நிரம்பி வழியும் உபரி நீர் இந்த ஏரியில் கலந்து எப்போதும் தண்ணீர் தளதளத்துக் கொண்டிருக்கும்.

ஆனந்தன் தன் நண்பர்களோடு போய் சட்டையை அவிழ்த்தும், அவிழ்க்காததுமாக தண்ணீரின் மீது 'பொதார்' என்று குதிப்பான். அந்தச் சத்தம் கேட்டு கூட்டம் கூட்டமாக இருக்கும் கொக்குகளும், நொள்ளை மடையான்களும், உள்ளான்களும், செரவிகளும் தங்கள் சிறகுகளை அடித்தவாறு பயந்துகொண்டு ஓடும். அதை ரசித்தபடியே தண்ணீரின் ஆழத்திலிருந்து எழும் ஆனந்தன் தலையை நிமிர்த்திப் பார்ப்பான். தூரத்தில் நீர்க்கோழி மூழ்கி மூழ்கி எழுந்து போகும். அரக்கப் பரக்க உள் நீச்சல்

அடித்துக்கொண்டே நீர்க்கோழியைப் பிடிக்கப் போனால் அது மாயமாய் மறைந்து இன்னும் கொஞ்சம் தூரம் போய் எட்டிப் பார்க்கும். சில சமயம் அது மாதிரி நீர் வாத்து கூட வரும்.

ஆனந்தன் இரண்டும் ஒன்றுதான் என்று நினைத்திருக்கிறான். திடீரென்று தண்ணீரின் நடுவில் சம்பு கோழி கத்தும். எங்கிருந்தோ மீன்கொத்தி 'பட பட' என்று பறந்து வந்து மீனை கொத்திக்கொண்டு போவதை ஆனந்தன் பார்த்துக் கொண்டிருக்கும் போதே மேய்ச்சலுக்கு வரும் எருமை மாடுகள் தண்ணீரில் இறங்க அவனுக்கு குஷியாகிவிடும். நீச்சலடித்தபடி போய் ஏதாவது ஒரு எருமை மாட்டின் மீது ஏறி அமர்ந்து கொள்வான். அது தண்ணீரிலும் கூட 'சிவனே' என்று நீந்திப் போகும். ஆனந்தனுக்கு மிதக்கும் சொர்க்கத்தில் போவது போல் இருக்கும். பின்னாடியே குளித்துக்கொண்டிருக்கும் நண்பர்கள் போடும் சத்தத்தை கேட்டு எருமை மாடு மிரண்டு வேகமாய்ப் போனால் நிலை தடுமாறி ஆனந்தன் விழுந்துவிடுவான். காது, மூக்கெல்லாம் தண்ணீர் புகுந்துகொள்ளும். தலையை ஒரு சிலுப்பு சிலுப்பி மேலே எழுந்த அந்த அனுபவங்களை நினைத்துப் பார்த்தபடி ஆனந்தன் வீட்டுக்குள் இருந்தான்.

ஆனந்தனுக்கு இப்போது ஓயிண்டேரியில் குளிக்க வேண்டும் என்று ஆசை வந்துவிட்டது. போகலாம் என்றால் அது முடியாது. அப்பா திட்டுவார். திட்டினால் கூட பரவாயில்லை. அடித்துத் துவைத்து விடுவார். அவருக்கு தெரியாமல் திருட்டுத் தனமாக குளித்துவிட்டு வந்தால் 'செவ செவ' என்று கோவைப் பழம் போல் சிவந்து போன கண்கள் காட்டிக் கொடுத்துவிடும்.

"வீடு அடங்காம ஏரியில போய் குளிச்சிட்டு வர்றியே ஏதாவது ஒண்ணு ஆச்சுன்னா என்னா பண்றது" என்று அடிக்கக் கையை ஓங்கினால் அம்மா குறுக்கே வந்து தடுத்து விடுவாள். அவளுக்கு ஆனந்தன் மீது அவ்வளவு அன்பு, அவள் கிராமத்து மனுஷியைப் போல பேசக் கூடியவள். அந்தத் தன்மை மாறாமல் ஓயிண்டேரியின் கன்னிமார்களைப் பற்றி சொன்னாள்.

"தம்பி ஆனந்தா ஏரிக்கு அந்தாண்ட மேற்குப் பக்கமா ஏரிக்குள்ளயே ஒரு கிணறு இருக்குது. மத்தியான உரும நேரத்தில அங்க வந்து ஏழு கன்னிமார்களும் குளிக்கும். அப்ப யாராச்சும் அதுங்கள பார்த்துட்டா கோபம் வந்து அறைஞ்சி போட்டுடும். எப்பா நீ போறப்போ ஜாக்கிரதையா இரு. என்னா" என்றவள்

ராகம் போட்டு கன்னிமார்களின் பெருமையை பாடினாள். பாட்டு சின்னதாக இருந்தது.

"பனை மரத்தில பாய்ஞ்சி வரா கன்னியம்மா
தென்னை மரத்தில தேய்ஞ்சி வரா கன்னியம்மா
மா மரத்தில மறைஞ்சி வரா கன்னியம்மா
புளிய மரத்தில பூந்து வரா கன்னியம்மா"

அதை ரசித்துக் கேட்ட ஆனந்தன் உடனே சொன்னான்.

"அம்மா கன்னியம்மா பாய்ஞ்சி வரட்டும். பூந்து வரட்டும். ஆனா தேய்ஞ்சியும், மறைஞ்சியும் வர முடியாதும்மா"

"ஏம்பா அப்படி சொல்ற"

"நம்ம ஏரியில தென்னை மரம், மா மரமெல்லாம் கிடையாதும்மா. பனை மரங்களும், புளிய மரமும்தான் இருக்குது"

ஆனந்தனின் அம்மா அப்படியே வாய்விட்டு சிரித்துவிட்டாள். கள்ளம் கபடு இல்லாத சிரிப்பு. ஆனந்தனுக்கு அவள் அப்படி சிரிப்பது ரொம்ப பிடிக்கும்.

"இட்டுக் கட்டி பாடற பாட்டுதானப்பா. நாமளாவே ஏதாவது சேத்துக்க வேண்டியதுதான்"

"அப்ப சரிதான்"

ஆனந்தன் தனக்குத் தானே சமாதானப்பட்டுக் கொண்டான். அந்த நேரம் ஏரிக்கரை பனை மரங்கள் அவனைப் பார்த்து ரகசியமாக சிரிப்பது போல அவனுக்குள் தெரிந்தது. மேற்கொண்டு பேச தோன்றாமல் மௌனமாக இருந்தான்.

உயரமான ஏரிக்கரைகள். அதன் இரண்டு புறமும் வரிசையாய் பனை மரங்கள். கரித் துண்டால் யாரோ அழுத்தமாக ஒற்றைக் கோடுகள் போட்டது மாதிரி நிற்கும் அவைகள் தலையசைத்து ஆடுவது காற்றுக்கு விசிறி விடுவது போல இருக்கும். கரைகளின் கீழே ஆழமான பெரிய பெரிய வாய்க்கால்கள். அதில் மிதக்கும் ஆகாசத் தாமரை இலைகளின் மீது வெயில் பட்டு வெள்ளியை உருக்கி வார்த்தது போல 'பள பள' என்று மின்னும். அல்லிப் பூக்கள் ஏற்றி வைத்த அகல் விளக்குகள் எரிவதைப் போன்று அசைந்துகொண்டிருக்கும். கெண்டை மீன்கள் துள்ளி விளையாடுவதை நண்டுகளும்,

பாரதி வசந்தன் | 161

நத்தைகளும், ஊமச்சிகளும் ஒளிந்திருந்து பார்க்கும். கெண்டை மீன்களில் பெரியது போக சின்ன சின்னதாக குசுமாங் கெண்டைகள் நிறைய போகும். ஆனந்தன் அவற்றை பிடித்துப் போய் தன் அம்மாவிடம் கொடுப்பான். அவளால் அதை ஆய முடியாது. உடைந்து நொறுங்கிப் போன கண்ணாடிச் சில்லுகளைப் போன்ற கூர் கூரான உப்புக் கல்லை ஒரு சட்டியில் போட்டு இப்படியும் அப்படியுமாக ஒரு உரசு உரசுவாள். இரண்டு மூன்று தடவை அப்படி செய்து கழுவிவிட்டு குழம்பு கூட்டி விடுவாள். மீன் வேகும் போது வாசனை பிரமாதமாக இருக்கும். சிறு கசப்புள்ள அந்தக் குசுமாங் கெண்டைகளை அப்படியே தின்றுவிட வேண்டியதுதான். முள்ளெல்லாம் இருக்காது.

இது போக வாய்க்கால்களில் ஜிலேபி கெண்டைகளும் இருக்கும். கொறவைகளோடு சேர்ந்து விரால் மீன்கள் சேற்றுக்குள் புதைந்து கிடக்கும். எப்போதாவது வேறு இடத்தில் இருந்து கெளுத்தி மீன்கள் வந்தால் பிடிப்பது கஷ்டமான காரியம். தண்ணீரில் மீசையை நீட்டிக்கொண்டு நீந்திப் போகும் அதனை ஏதோ ஞாபகத்தில் கவனக் குறைவாக பிடித்தால் அவ்வளவுதான். தலையை சிலுப்பி கூரிய முட்களால் கையை குத்திவிடும். ஏற்கெனவே மற்ற மீன்களைப் பிடித்து நனைந்து ஊறிப் போயிருக்கும் விரல்களில் இருந்து ரத்தம் கொட்டும். மிகவும் ஜாக்கிரதையாக கையாளப்பட வேண்டிய மீன் இது. இந்த வகையான மீன்களோடு எப்பவாவது சில சமயம் எறாக்களும் கிடைக்கும். ஆரா மீன்கள் ஒரு வகையான அழகுடன் தண்ணீரில் போவதை பார்த்துக்கொண்டே கரைகளின் மேல்நிற்கும் பனை மரங்களின் நடுவே சாயந்திர வேளையில் நடந்து போனால் நம் முகத்துக்கு நேரே மேற்கில் மறையும் சூரியன் ‘தக தக’ என்று ரத்தச் சிவப்பில் ஏரிப் பெண்ணுக்கு வைத்துவிட்ட ஒரு வட்ட வடிவான பொட்டு போல ஜொலிக்கும். கண்கொள்ளா அந்தக் காட்சியை இனி தரிசிக்க முடியாது. ஆனந்தனுக்கு நெஞ்சு வலிப்பது போல் இருந்தது.

ஏரியில் ஒரு பக்கம் ஜனங்கள் குளிப்பார்கள். இன்னொரு புறம் மாடுகளை வைக்கோலால் தேய்த்து கழுவுகிறதும் நடக்கும். தண்ணீரை பாசனத்திற்கு திறந்து விடுவதற்காக சிமெண்ட்டில் கட்டிய மதகு. உயரமான அதன் மேல் ஆண்கள் ஏறி நின்று வெற்றுடம்பைக் காட்டி தங்கள் வீர பிரதாபத்தை வெளிப்படுத்திக்கொண்டிருக்க கொஞ்ச தூரம் தள்ளி அடுத்த

மதகு இருக்கும் இடம் பெண்களுக்கான பகுதி. அங்கே ஆண்கள் போகக் கூடாது. கும்பலாக பெண்கள் முழங்கால் அளவு தண்ணீரில் நின்றுகொண்டு கருங்கல்லில் துணி துவைக்கும் போது வாலிபப் பசங்களுக்குக் கொண்டாட்டமாக இருக்கும். காற்றில் சேலை விலகும் அழகை குளிப்பது போல நடித்து திருட்டுத் தனமாக ரசிப்பார்கள்.

அடிக்கடி வாணரப் பேட்டையில் இருந்து ஒரு கிழவன் வந்து தூண்டில் போடுவான். அவன் சும்மா இருக்காமல் குளிக்கும் பெண்களைப் பார்த்து “என்னாதான் அழுக்குப் போக தேய்ச்சாலும் ஆம்பள மாதிரி இருக்கிற உங்கள பொம்பளையா ஆக்க முடியாது” என்று கிண்டல் செய்வான்.

பெண்களில் எவளாவது துடுக்கானவள் இருப்பாள். “ஏ கிழவா முள்ளே உன்கிட்ட இல்ல. தூண்டி போட வந்துட்ட” என்று பதிலுக்கு கேலியாக பேச பெண்களின் ஒட்டுமொத்த சிரிப்பும் சேர்ந்து ஏரியின் நீரலைகளாக கரையில் வந்து சேருவதை ஆனந்தன் கண்டு ரசித்திருக்கிறான்.

ஏரிக்கரை ஓரத்தில் நிறைய புதர்கள் இருந்தன. பேய் அத்தி, களாக்கா, காரக்கா என்று பல தரப்பட்டவை. ஆனந்தனுக்கு ரொம்பவும் பசிக்கும். களாக்கா பழங்களையும், காரக்கா பழங்களையும் பறித்துத் தின்பான். பச்சை நிறத்தில் கையை அகலமாக விரித்து வைத்திருப்பதைப் போன்று முட்களோடு இருக்கும் சப்பாத்திப் பழங்களுக்குப் பஞ்சமே இருக்காது. ஆனந்தனுக்கு சப்பாத்திப் பழங்கள் என்றால் பிரியம். அவற்றை எப்பாடு பட்டாவது பறித்து சுத்தப்படுத்தி தின்று விட்டு பழத்தினால் சிவந்து போன தன் நாக்கை நீட்டி நண்பர்களுக்கு காட்டுவான். அவர்கள் ஆச்சரியமாக பார்ப்பார்கள். கொஞ்சுப் பழம், குருவிப் பழம், ஈச்சம் பழம் எல்லாம் கூட அங்கு இருக்கும். எங்கு பார்த்தாலும் காட்டு மல்லிப் பூக்கள். ஏறக்குறைய ரெட்டை மல்லிப் பூவைப் போல வாசம் வீசும் பூக்களைக் கொண்ட நுணா மரத்தின் கிளைகளில் அமர்ந்திருக்கும் கருவாட்டு வால் குருவிகளை தலையை ஆட்டி ஆட்டி கவனிக்கும் ஓணான்கள். ஓடும் உடும்புகளை, கீரிப் பிள்ளைகளை, மர நாய்களை வீரட்டிப் போய் கொத்தத் துடிக்கும் குருவிகள். காடை, கௌதாரி, தவிட்டுப் புறாக்கள் பறந்து போவதை அலட்சியப் படுத்திவிட்டு நுணா மரத்தின்

கருப்புப் பழங்களை குயில்கள் சுவைத்துத் தின்றுகொண்டிருக்கும். பார்ப்பதற்கு அப்படியே நாவல் பழம் மாதிரி இருக்கும் அந்தப் பழங்களை ஆனந்தனும் ரசித்து தின்றிருக்கிறான். லேசான புளிப்பு கலந்த இனிப்பு. அந்தச் சுவையோடு கூடிய நுணாப் பழங்கள் மருத்துவ குணம் கொண்டவை. இப்போது சர்க்கரை வியாதிக்கு பரவலாக பயன்படுத்தும் 'நோனி' என்கிற மருந்து இந்த நுணாப் பழங்களில் இருந்துதான் தயாரிக்கப்படுகிறது.

இது போன்று ஏராளமான நன்மைகளைத் தரும் ஏரியை சுற்றிலும் பசுமையான கழனிகள். ஆனந்தனுக்கு தெரிந்து ஏரிக்கு போகிற வழியில் புருஷோத்தம ரைட்டர் கழனி. மாப்பிள்ளை கழனி. கடைசியில் வாழைப் பழக் கடைக்காரரின் கழனி. அந்தக் கழனியில் ஆனந்தனின் அம்மா நாத்து நடுகிறது, களை எடுக்கிறது, அதோடு அறுப்பு அறுக்கிற வேலையும் செய்வாள். ஏரியில் குளிக்கப் போகிற ஆனந்தன் அதை விட்டு விட்டு அவன் அம்மாவுக்கு முடிந்த ஒத்தாசைகளை செய்யும் போது நம்முடைய வாழ்க்கை இப்படி இருக்கிறதே என்று அழுவான். அதெல்லாம் கொஞ்ச நேரம்தான். அடுத்த நிமிஷமே அம்மாவிடம் சொல்லிவிட்டு ஏரியில் குளிக்க வந்து விடுவான். அவனுக்கு ஒயிண்டேரி என்றால் அத்தனை இஷ்டம்.

ஆனந்தனின் அப்பா கீற்று முடைந்துகொண்டிருந்தார். அவர் எதிரே தென்னை ஓலைகள் கிடந்தன. தண்ணீரில் ஊற வைக்கப்பட்டதும், பச்சையுமாக இருந்ததை தனித்தனியே எடுத்து வைத்து ஆனந்தன் தன் அப்பாவுக்கு உதவி செய்து கொண்டிருந்தான். அவர் கீற்று முடைவதை நிறுத்திவிட்டு அவனை நிமிர்ந்து பார்த்தார். அதில் வெளிப்பட்ட பாச உணர்ச்சி ஆனந்தனை நெகிழ்ச்சியடைய வைத்தது. அவனுடைய அப்பா கண்டிப்பானவர்தான். ஆனால் கனிவும், கருணையும் உள்ள இதயம் கொண்டவர். ஆனந்தன் அவரிடத்தில் எதைப் பற்றிக் கேட்டாலும் தனக்குத் தெரிந்த எல்லாவற்றையும் ஒன்றுவிடாமல் சொல்லக் கூடியவர். ரொம்பவும் நல்ல மனுஷர். ஆனந்தனிடத்தில் பேசத் தொடங்கினார்.

"தம்பி எனக்கு வெனவு தெரிஞ்சு ஒயிண்டேரி ரொம்ப காலமாக இருக்குது. இந்த ஏரி கொம்பாக்கம், ஒதியம்பட்டெல்லாம் தாண்டி கடைசியில தேங்காதிட்டு ஆத்துல போய் கலக்குது. அப்பல்லாம் இங்க ஜனங்க கூட்டம் கூட்டமா வருவாங்க.

வீராம்பட்டினம் திருவிழாவுக்கு பூமியான்பேட்டையில இருக்கிறவங்க ஒயிண்டேரியினுடைய ஏரிக்கரை வழியாதான் முருங்கப்பாக்கம் துரோபதி அம்மன் கோயில் வரைக்கும் போய் அங்க இருந்து அரியாங்குப்பம் திரும்பி வீராம்பட்டினத்துக்கு போவாங்க"

ஆனந்தனுக்கு சந்தேகம். ஏரிக்கரை முழுக்க முள் மரங்கள். புதர்கள். கரடு முரடான பாதை. அதில் எப்படி போக முடியும் என்று நினைத்தான். அதை அவரிடத்தில் கேட்கவும் செய்தான்.

"அப்பா நீங்க சொல்றது ஆச்சரியமா இருக்குது. வீராம்பட்டினம் திருவிழாவுக்கு பெரும்பாலும் காராமணிக்குப்பம் புவேன்கரே வீதி பக்கமாதான் போவாங்க. ஏரிக்கரை மேல போறது கஷ்டமாச்சே"

"அது இப்பப்பா. முன்ன ஜனங்க நடந்து நடந்து ஏரிக்கரை வழி நல்லா அழகா இருக்கும். வெயில் தெரியாம இருக்கிறதுக்காக பச்சை பசுங் கொடிங்கள, மரங்கள எல்லாம் பார்த்துகிட்டு ஏரியோட அந்தக் காத்த வாங்கிகிட்டு பாட்டு பாடிகிட்டே போவாங்க. அலுப்பே தெரியாது. தவிரவும் வீராம்பட்டினத்துக்கு இது ரொம்ப சுருக்கு வழி"

"கேட்கவே நல்லா இருக்குதுப்பா"

"ஆமாம் தம்பி. அந்த ஏரியில ஆபத்தும் இருக்குது, நீ பொறந்து அஞ்சு மாசம் ஆகியிருக்கும். அப்ப எனக்கு சூதாடற பழக்கம் இருந்தது. எப்படியோ ஏரியோட முதல் மதக தாண்டிப் போய் ஒரு புளிய மரத்துக்குக் கீழ சூதாடிகிட்டு இருந்தேன். எல்லா ஆட்டத்திலயும் நான் ஜெயிச்சத வச்சு அங்கிருந்தவனுங்க என்னை அடிச்சு கொலை செய்ய பார்த்தானுங்க. அப்ப எதுக்கோ அங்க வந்த நம்ம வீட்டுகிட்ட இருக்கிற மதுரமுத்து அண்ணன்தான் காப்பாத்திப் பத்திரமா கொண்டு வந்து சேர்த்தார்"

"இது அம்மாவுக்கு தெரியுமா"

"அவங்களுக்கு தெரியும்பா. வீட்ல என்னை பார்த்ததும் அழுதாங்க"

ஆனந்தனுக்கு கண்கள் கலங்கின. தாய், தகப்பனைத் தவிர வேறெந்த நாதியும் இல்லாத தனி மனிதன் அவன். அவர்களுக்கு ஒன்று என்றால் அவனால் தாங்கிக்கொள்ள முடியாது.

வீட்டுக்குள் இருந்து கவலை தோய்ந்த முகத்தோடு வந்தான் ஆனந்தன். தன் வருத்தம் போகும்படியாக வயிறு முட்ட தண்ணீர் குடித்துவிட்டு அப்பாவுக்கும் ஒரு சொம்பு நிறைய எடுத்து வந்திருந்தான். அதை வாங்கிக் குடித்துவிட்டு நரைத்த மீசையை கையால் துடைத்தபடி தன் பேச்சை தொடர்ந்தார்.

“ஆனந்தா ஏரிக்கும் முன்னாடி கழனிய காவ காத்துகிட்டு அங்கேயே பம்ப் கொட்டாயில இருந்தார் என்னோட அண்ணன் ஆறுமுகம். எனக்கு பங்காளி முறை. உனக்கு நடு அப்பா. அவர தெரியுமில்ல”

“தெரியும்பா. நான் ஏரிக்கு குளிக்க போறப்பல்லாம் அங்க போய் சாப்பிட்டிருக்கேன். அவர் இருந்த இடத்துக்கும் எதிர பெரிய வரப்பு. அதுல ஒரு ஈச்ச மரம் அடர்த்தியா வளர்ந்து பார்க்கறதுக்கு வரைஞ்சு வச்ச சித்திரம் போல இருக்கும். பழங்காலத்து மரம். ஒவ்வொரு ஈச்சம் ஓலையிலயும் தூக்கணாங் குருவிங்க கூடு கட்டிகிட்டு ‘கீச்சு கீச்சு’ன்னு சத்தமா கத்திகிட்டே. காத்துல ஊஞ்சலாடறது இருக்கே. அந்த அழகப் பார்க்க ஆயிரம் கண்ணுங்க வேணும்”

“சரியா சொன்னப்பா. ஏரிக்கு வலது பக்கமா ரயில் ரோட்ட ஒட்டி ஒரு பெரிய ஆலமரம். அங்கதான் நரிக்கொறவங்க எருமை மாடெல்லாம் வெட்டி ரத்தத்தால அவங்க குல தெய்வத்துக்கு வருஷா வருஷம் பூஜை பண்ணுவாங்க. அதுக்கு வேண்டிய செலவுக்காக நம்ம ஊருக்குள்ள வந்து மடிபிச்சை வாங்கிட்டுப் போறத நம்மாள காண சகிக்க முடியாது தம்பி”

ஆனந்தன் தன் அப்பா விவரித்ததை அப்படியே உள் வாங்கி மனதுக்குள் நினைத்துப் பார்த்தான். நேற்றுதான் நடந்தது போல் இருந்தது. அழுக்கேறிய கிழிந்த புடவையைக் கட்டிக் கொண்டு, நெற்றி நிறைய குங்குமத்தை அப்பியபடி, நிர்க்கதியாக வீட்டு வாசலில் வந்து நரிக் குறவப் பெண்கள் கெஞ்சி அழுது பிச்சை கேட்ட பரிதாபமான அந்தக் குரல் காற்றிலிருந்து எழுந்து சென்று அவன் முகத்தில் மோதியது. சிலிர்ப்புடன் அப்பாவை ஏறிட்டான். அவர் சொன்னார்.

“அந்த ஆலமரம் இருக்கிற இடம் பயங்கரமானதுப்பா. எப்பப் பாரு எவனாவது ஒருத்தன் கரெக்டா அங்க போய்தான் ரயில்ல மாட்டிக்குவான். துண்டு துண்டா சிதறி கிடப்பான். நீ ஏரியில குளிக்கப் போறப்போ அங்கெல்லாம் போகக் கூடாது”

"சரிப்பா" என்று ஆனந்தன் பதில் தந்த போது விக்கிரமாதித்தனின் வேதாளம் தொங்குகிறதைப் போல எத்தனையோ முறை பலபேர் அந்த ஆலமரத்தில் தூக்குப் போட்டுத் தொங்கியது நிழல் உருவங்களாக அவன் மனதுக்குள் மறைந்து மறைந்து ஆடிக்கொண்டிருந்தது. அப்பாவின் புத்திமதியைக் கேட்டு தவித்துப் போயிருந்தான் ஆனந்தன். அதற்குக் காரணம் இருந்தது.

முழுப் பரிட்சை முடிந்து பள்ளிக்கூடம் லீவு விட்டால் ஏரியில் குளிக்க நிறைய பையன்கள் வருவார்கள். ஏரி கோடை வெயிலில் மேலே சூடாகவும் உள்ளே போகப் போக 'ஜில்' என்று குளுமையாகவும் இருக்கும். அப்போது கிடைக்கிற அந்தத் தனிச் சுகத்தை அனுபவித்தபடி உள் நீச்சல் அடித்துக் கொண்டு போனால் 'பச்சை பசேல்' என்று கதண்டு பாசிகள் மிதக்கும். பார்ப்பதற்கு வெகு அழகாகத் தெரியும் அதன் இளம் தளிர்கள் ஆழத்தில் கொடி கொடியாய் இலைகள் வைத்து ஒரு செடியைப் போல தண்ணீருக்கும் மேலே வந்துவிடத் துடிக்கும் விதமாக அசைந்துகொண்டிருக்கும். நாம் குளிக்கும் சமயம் அதில் கால்கள் மாட்டினால் அவ்வளவுதான். 'கட கட' என்று சுற்றிக்கொண்டு வெளியே வர முடியாமல் மூச்சுத் திணறி இறந்துவிட வேண்டியதுதான். இது ஒரு புறம் இருக்க பையன்களில் எவனாவது ஒருத்தன் வருஷா வருஷம் சேற்றில் சிக்கி இரண்டு, மூன்று நாள் சென்றதும் மிதந்து கிடப்பான். ஊரே திரண்டு போய் வேடிக்கை பார்க்கும். ஆனந்தனிடத்தில் இந்த சம்பவங்கள் எல்லாம் மீண்டும், மீண்டும் வந்துகொண்டிருந்தன. அவன் நிலை கொள்ளாமல் இருந்தான்.

ஆனந்தனால் நம்பவே முடியவில்லை. இப்படி கூடவா நடக்கும் என்று ஆந்து ஆந்து போனான். இதைச் செய்ய எப்படி மனம் வந்தது என்று ராத்திரி பகலாக தனக்குத் தானே கேட்டுக்கொண்டிருந்தான்.

ஊர் முழுக்க இந்தச் செய்தி பரவி விட்டிருந்தது. யாரும், எதுவும் கேட்கவில்லை. அவர்கள் வீடு உண்டு வாசல் உண்டு என்று உள்ளேயே இருந்து விட்டார்கள். ஒயிண்டேரியை மண்போட்டு மூடிவிட்டு அங்கே பஸ் ஸ்டாண்ட் கட்டப் போகிறார்கள். எவ்வளவு பெரிய விஷயம் இது. நீர் ஆதாரமான ஏரியை, அதனை சுற்றி இருக்கும் நிலத்தினுடைய ஜீவாதாரத்தை இல்லாமல் செய்வது எத்தனை மோசமான கொடுமை. பறவைகள்

வந்து இளைப்பாறவும், மீன்கள் விளையாடவும், மனிதர்கள் நீந்தி மகிழவும், மாடுகள் குளிப்பாட்டி கழுவவும், இன்னும் என்னென்னவோ தேவைகளுக்கென்று இயற்கை தந்திருக்கும் இந்த வெகுமதியை இல்லாமல் செய்வதற்கு எவனுக்கு உரிமை இருக்கிறது. யார் இந்த அதிகாரத்தை அவனுக்கு தந்தது. ஆனந்தன் கொதித்துப் போயிருந்தான்.

ஒயிண்டேரி கரையை ஒட்டிய இடத்தில் கொஞ்சம் பேர் நின்றுகொண்டிருந்தார்கள். எதிரே மஞ்சள் நிறப் பிசாசு போல பெரிய பொக்லின் எந்திரம். என்ன ஆகப் போகிறதோ இல்லை எப்படி ஏரியை நிரவப் போகிறார்கள் என்று எதிர்பார்த்தோ கூட்டம் அமைதியாக இருந்தது. நம் ஜனங்களுக்கு எதை வேடிக்கை பார்க்க வேண்டும், பார்க்கக் கூடாது என்கிற அறிவு கொஞ்சம் கூட இல்லை. நல்லது நடந்தாலும், கெட்டது நடந்தாலும் அதில் பங்கேற்காமல் பார்வையாளர்களாகவே வாழ்க்கை முச்சூடும் இருக்கிறார்கள். ரொம்ப காலத்துக்கும் முன்பு இதே ஒயிண்டேரியில் பயில்வான் ஒருத்தன் வந்து ஒரே அடியில் பனை மரத்தை சாய்த்துக் காட்டுவேன் என்று சவால் விடுக்க அப்போதும் கூட்டமாக கூடி வேடிக்கை பார்த்தார்கள். இப்போது இருக்கின்ற ஏரியை இல்லாமல் செய்யப் போகிற ஈவிரக்கமற்ற தன்மையையும் வேடிக்கை பார்க்கிறார்கள்.

ஆனந்தன் அரக்கப் பரக்க ஏரிக்கு வந்தான். சுற்றிலும் இருந்த கழனிகள் எப்போதோ பிளாட்டுகள் ஆகி வீடுகளும் கட்டப்பட்டு விட்டன. திட்டமிட்டே எப்போதும் வற்றாத ஏரியை ஆழப்படுத்தி பராமரிக்காமல் விட்டுவிட்டார்கள். காய்ந்து போய் பாளம் பாளமாக வெடித்துக் கிடந்தது. எல்லா இடத்திலும் நெய்வேலி காட்டாமணி எனும் ஓணான் கொடிகளை வளர்த்து வைத்திருக்கிறார்கள். அது படு பயங்கரமானது. பூமியில் இருக்கும் அத்தனை தண்ணீரையும் உறிஞ்சிக் குடித்துவிடும். பஸ் ஸ்டாண்டுக்காக எவருக்கும் தெரியாமல் முன்கூட்டியே இந்த ஏற்பாடுகளை செய்திருக்கிறார்கள்.

ஆனந்தனுக்கு நினைக்க நினைக்க நெஞ்சு கொதித்தது. கூட்டமாக நின்றிருந்தவர்களில் ஒருவர்கூட எதிர்ப்பை தெரிவிக்கவில்லை. 'எங்களுக்கு எங்களுடைய ஏரி வேண்டும். அதை ஒன்றும் செய்யாதீர்கள்' என்று கேட்பதற்கு அல்லது தடுப்பதற்கு யாருக்கும் துணிச்சல் இல்லை. வெறுத்துப் போன ஆனந்தன் அவனே முன் வந்து கோபத்தோடு பேசினான்.

“இந்த ஒயிண்டேரி நமக்கெல்லாம் தாய் மாதிரி. அம்மா பால் கொடுக்கிறாங்கன்னா இது பூமியில தண்ணீர் வற்றாம பெருகுறதுக்கு தன்னையே தாரை வார்க்குது. அப்பேர்ப்பட்ட இத அழிக்கிறவங்கள பார்த்துகிட்டு சும்மா இருக்கிறீங்களே. எது எதுக்கோ சாலை மறியல், போராட்டம், கடையடைப்புன்னு நடத்தி பொது ஜனங்களுக்கு இடைஞ்சல் கொடுக்கிற நீங்க ஏரிய காப்பாத்த எந்த முயற்சியையும் ஏன் எடுக்கல”

ஆனந்தன் வேறு யாருக்கோ சொல்கிறான். நமக்கில்லை என்பது போல எல்லோரும் ஒன்றும் பேசாதிருந்தார்கள்.

“ஏறக்குறைய ஏரி இப்ப இல்லை. ஒரு பகுதியில் மண்ணை கொட்டி போட்ட ரோடு வளைஞ்சு வளைஞ்சு பாம்பு போல போகுது. அது மேல் நடந்து போனா ஏதோ ஏரி மேலயே நாம நடக்கிறது மாதிரி மனசு வலிக்குது. இந்த நெலம நீடிச்சா இன்னும் கொஞ்ச நாள்ல ஏரியே இருக்காது. பஸ் ஸ்டாண்ட் வந்துடும். அப்ப அதுல பஸ் போகும். நாமளும் போவோம். இப்படித்தான் தமிழ்நாட்டின் சிந்து சமவெளி நாகரிகம்னு பெருமையா சொல்லப்படற அரிக்கமேடும் கூட வராக நதின்னும், செஞ்சி ஆறுன்னும் இருக்கிற அரியாங்குப்பத்து ஆத்துக்குள்ள மூழ்கிக் கிடக்குது. அந்த ஆத்து நீரோட்டத்த எப்படியாவது தடுத்து நிறுத்தி அகழ்வாராய்ச்சி பண்ணினா அது கீழ பண்பாட்டில சிறந்த ஒரு ஊரே புதைஞ்சு கிடக்குது. தங்கத்தால் ஆன புத்தர் சிலைகளும், விஹாரங்களும், பொன்னும், மணியுமா சங்க காலத்த சேர்ந்த உன்னதமான ஒரு வாழ்க்கை மறைஞ்சிருக்குது. இது யாருக்குத் தெரியும். யார் அத தேடிக் கண்டு பிடிக்கிற அந்த பெரிய காரியத்த செய்வாங்க”

ஆனந்தனை அங்கிருந்தவர்கள் ஒரு மாதிரியாகப் பார்த்தார்கள். யார் இவன். பைத்தியக்காரன் போல உளறுகிறானே என்று அவர்கள் நினைத்திருக்கக் கூடும். ஆனந்தன் அதுபற்றி கவலைப்படாமல் பேசினான்.

“இப்பவே நம்ம புதுச்சேரியில கிருமாம்பாக்கம், பன்னித்திட்டு பகுதிகள்ல கடல் நீர் பூமிக்கடியில புகுந்து ஊருக்குள்ள வந்துட்டுது. குடிக்கிற தண்ணி எல்லாம் உப்பு நீரா மாறிகிட்டு வருது. இதுல இருக்கிற ஏரிய எல்லாம் இப்படி தரை மட்டமாக்கினா அப்புறம் மனுஷங்க எப்படி ஜீவிக்கிறது. முன்ன ஒரு தடவ புது பஸ் ஸ்டாண்ட் கட்டப்போறோம்னு

சொல்லி கொசப்பாளையம் ஒண்டி ஐயனாரப்பன் கோயில் நிலத்துக்கும் பக்கத்தில் இருந்த அருமையான ஒரு பெரிய ஏரிய மண்ணை போட்டு மூடிட்டாங்க. இப்ப அது பஸ் ஸ்டாண்ட் ஆகி என்ன பிரயோஜனம். அரசாங்கத்துக்கு வருமானம் வருது. ஜனங்களும் போக வர இருக்காங்க. அவ்வளவுதான. அதுக்காகவா தலைமுறைக்கும் பயன்படற ஏரிகள குழி தோண்டிப் புதைக்கணும், ஏற்கெனவே இருந்த பழைய பஸ் ஸ்டாண்ட் போதாதுன்னு வேற புது பஸ் ஸ்டாண்ட். இப்ப இன்னொரு பஸ் ஸ்டாண்ட். அப்படியே நாளைக்கு ஒரு பஸ் ஸ்டாண்ட். நல்லா இருக்குது இந்த கத"

ஆனந்தனின் உணர்ச்சி பிரவாகத்துக்கும் இடையே பொக்லின் எந்திரம் தன் காரியத்திலேயே கண்ணாக இருந்தது. ஏரிக்கரை மேட்டை கொஞ்சம் கொஞ்சமாக எடுத்து மதம் கொண்ட ஒரு யானை தும்பிக்கையால் தூக்கி அடிப்பதைப் போல மண்ணை வாரி கொட்டிக்கொண்டிருந்தது.

"இயற்கை ஆர்வலர்கள்னு சொல்லிக்கிறவங்க, அதுக்காக அமைப்புகள் நடத்துறவங்க, மக்களுக்காக பாடுபடறதா இருக்கிற அரசியல் கட்சிங்க, பொது நல விரும்பிங்கன்னு இவங்கள்ல யாரும் இதுவரைக்கும் ஒயிண்டேரிய காப்பாத்த எந்த முயற்சியும் எடுக்கல. அந்த நல்ல மனுஷர்கள் என்ன செய்யணும். மக்களுக்குப் பயன்படுற இந்த மாதிரி ஏரிகள ஆழப்படுத்தி தண்ணீர தேக்கி வச்சு பூமியில நீர்ப்பிடிப்ப நிரந்தரமா உண்டாக்கி வைக்கணும். இட நெருக்கடி அதிகமாயிட்டுது. ஜனத் தொகை வேற பெருகிகிட்டே போகுது. அவங்க தேவைகள பூர்த்தி செய்றதுதான் அரசாங்கத்தோட கடமைன்னு சொல்றவங்கள பார்த்து கேள்விகள் கேட்கணும்.

அவனவன் ஏக்கர் கணக்கில நிலம் வச்சுருக்கிறான். தேவைக்கு அதிகமான இடங்கள வளைச்சு போட்டிருக்கிறான். அடுத்தவன் சொத்துன்னு தெரிஞ்சிருந்தும் அத்துமீறி அபகரிச்சுருக்கிறான். சட்டத்துக்கு விரோதமா இந்த அக்கிரமக்காரங்க ஆக்கிரமிச்சு வச்சுருக்கறத தயவு தாட்சன்யம் இல்லாம பிடுங்கி அதுல போய் பஸ் ஸ்டாண்ட் கட்ட வேண்டியதுதானே. நிஜமாகவே ஜனங்க நன்மைதான் முக்கியம்னா இத செய்யலாம் இல்லையா. செய்ய மாட்டான். எவனும் செய்ய மாட்டான். எல்லாம் கயமை. பித்தலாட்டம். ஏமாத்தற காரியம். ஊர்த் தாலிய அறுத்து அவன் மட்டும் நல்லா வாழணும்னு ஆசைப்படற அற்பமான அரசியல்"

ஆனந்தன் தன்னை மறந்து கோபத்தில் மிக கடுமையாக பேசினான். அவன் முகம் சிவந்திருந்தது. நடுங்கின கைகளோடு சத்தமாக பேசி முடிக்கவில்லை. அதற்குள் பொக்லின் எந்திரம் அங்கிருந்த ஒரு பனை மரத்தைக் குறிவைத்து நெருங்கிப் போக அவனுக்கு தன்னுடைய அப்பாவின் நினைப்பு வந்துவிட்டது.

ஆனந்தன் சின்ன பையனாக இருந்த போது அவன் அப்பா ஒரு ராத்திரி நேரத்தில் ஒயிண்டேரிக்கு அவனோடு வந்து இந்த மரத்தில் ஏறித்தான் பனங் காய்களை வெட்டி எடுத்துப் போய் சீவி பனஞ் சக்கைகளாக அவித்து காலையில் பள்ளிக்கூடம் போவதற்கும் முன்பு சாப்பிடக் கொடுத்தார்.

வறுமையின் கொடுமை நிறைந்த காலத்தில் அப்பாவுடைய பாசத்தின் மூலமாக பசி ஆற்றிய அந்தப் பனை மரத்தை பேர்த்துப் போட அவன் மனம் ஒப்பவில்லை. துடித்துப் போனான். அதே நேரம் பொக்லின் எந்திரம் பனை மரத்தின் வேர்களை பறிப்பதற்காக சுற்றி இருக்கும் மண்ணை கொத்தி எடுத்துப் போட வேகமாக வந்துகொண்டிருந்தது. அதைப் பார்த்த ஆனந்தன் பிரமை பிடித்தவனைப் போல பனை மரத்தை நோக்கி ஓட ஏதோ ஒன்று தடுக்கி அப்படியே மல்லாக்க கீழே விழுந்தான்.

அந்தக் கணம் பொக்லின் எந்திரத்தின் கனமான ராட்சஸ முன்பகுதி கொடூரமாக கீழிறங்கி வெட்ட ரத்தம் ‘குபீர்’ என்று பீறிட்டு அடித்தது. ‘ஐயோ’ என்ற பெரும் அலறல் சத்தத்துடன் ஆனந்தன் மார்பு பிளந்து நசுங்கிக் கிடக்க, அங்கிருந்தவர்களெல்லாம் பயத்தில் என்ன செய்வது என்று புரியாமல் பதறிப் போய் ஆனந்தனை நோக்கி ஓடி வந்த போது பொக்லின் எந்திரத்தை ஓட்டியவன் அதிலிருந்து கீழே குதித்து ஏரிக்கரை ஆலமரம் இருக்கும் திசையை நோக்கி ரயில் ரோட்டின் மேல் தலைதெறிக்க ஓடினான். அவனைப் பிடிக்கக் போகிறது போன்று அப்பாவுடைய பேரன்பின் அடையாளமாய் காற்றில் ஆடிய பனை மரத்தின் அடிப்பாகம் முழுக்க ஆனந்தனின் பச்சை ரத்தம் படிந்திருந்தது.

- தாமரை, அக்டோபர், 2014.

*

அந்தி சாயும் சூரியன்கள்

மரீன் வீதி. அதன் கடைசியில் கடற்கரைச் சாலை வரையில் பிரெஞ்சு கோன்சுலாவின் காம்பவுண்டு சுவர் நீண்டிருந்தது. பீரோவுக்கான கட்டடம் போக மீதியான பகுதியில் தோட்டம். உள்ளே போவதற்கு மரீன் வீதி பக்கமாய் பழைய தேக்கு மரக் கதவுகள் சாத்திய தனி வழி. அதன் மேலே சிரித்தபடி காம்பவுண்டுக்கும் வெளியே தலையை நீட்டியிருக்கும் நந்தியா வட்டம் பூ மரம். அருகில் இருந்த அரவிந்தர் ஆசிரமத்தின் ஊதுபத்தி வாசமும், பூக்களின் மணமும், கோன்சுலாவின் ஒடிகொலான் வாசனையுடன் ஒன்று சேர்ந்துகொள்ள அந்தப் பகுதி முழுவதும் சுகமான வாசம் பரவியிருந்தது. எங்கும் ரம்யம் மிகுந்த சூழல்.

கோன்சுலாவின் தோட்டத்தை ஒட்டி வெளியே நீளமான சிமெண்ட் கட்டைகள். பக்கத்தில் அருகருகே பெரிய பெரிய இலைகளை வைத்துக்கொண்டு பார்ப்பதற்கு தனி அழகாய் தெரியும் வாதுமை மரக் கன்றுகள். அதன் கீழ் உட்கார்ந்து பேசிக்கொண்டிருந்தார்கள் வரதராஜனும், பிரான்சுவாவும். எதிரே புதுவை அரசின் தலைமைச் செயலகம் கைக்கெட்டிய தூரத்தில் இருந்த கடலையே வெறித்துப் பார்ப்பது போல நின்றுகொண்டிருந்தது.

வரதராஜன் அந்த தலைமைச் செயலகத்தில் சூப்பிரண்டாக பணிபுரிந்த நிலையில் இன்னும் ஒரு வருஷம் சர்வீஸ் இருக்கும் போதே விருப்ப ஓய்வு வாங்கிக்கொண்டு வந்துவிட்டவர். வயது அதிகமாயிருந்தாலும்கூட அது வெளியே தெரியாதபடியான

உடல்வாகு. நல்ல சிகப்பு நிறம். அகன்ற நெற்றி. எப்போதும் அணிந்திருக்கும் மூக்குக் கண்ணாடி.

வரதராஜன் தன் கண்ணாடியைக் கழற்றி மேல் சட்டையில் துடைத்தபடியே தலைமைச் செயலகத்தை ஜாடையாக கவனித்த போது அவருக்கு அங்கே வேலை செய்த ஞாபகம் வந்திருக்க வேண்டும். பிரான்சுவாதான் அவர் கையைத் தொட்டு கவனத்தைத் திசை திருப்புகிறவர் போல பேசினார்.

“வரது முன்னல்லாம் கோன்சுலா தோட்டத்திலதான் நம்ம துய்ப்ளெக்ஸோட சிலை இருந்துச்சு. அப்ப பார்க்கிறதுக்கு இந்த இடம் எப்படி இருக்கும் தெரியுமா”

பிரான்சுவா பழைய சம்பவங்களில் மூழ்கியவரைப் போல ஒரு விதமான ஏக்கத்தோடு சொன்னது எதுவும் வரதராஜனின் காதுகளில் விழவில்லை. அவர் சிந்தனை வேறெங்கோ இருந்தது.

“உனக்கு ஞாபகம் இருக்கும்னு நெனைக்கிறேன் பிரான்சுவா. தோ பீச்சில காந்தி சிலைக்கும் முன்னாடி இப்ப நேரு சிலை நிற்குதே அந்த இடத்திலதான் முதல் முதலா துய்ப்ளெக்ஸ் சிலைய நிறுவினாங்க. பிரெஞ்சுக்காரங்கிட்ட இருந்து நம்ம ஊரு பிச்சேரி சுதந்திரம் அடைஞ்சதும் நன்றி கெட்ட மனுஷங்க கொஞ்சம் பேரு சேர்ந்துகிட்டு இனிமே இது எதுக்குன்னு கேட்க பிரெஞ்சு கோன்சுலாவ சேர்ந்தவங்க துய்ப்ளெக்ஸ அவங்க கூடவே எடுத்துகிட்டுப் போயிட்டாங்க. அதுக்கப்புறம் நல்லவங்களும் இங்க இருக்காங்க இல்லையா. அவங்கள்லாம் ஒண்ணு கூடி இப்ப நாம பார்க்கிற துய்ப்ளெக்ஸ் சிலைய பீச்சில ஒரு மூலையில கொண்டுபோய் வச்சுருக்காங்க”

அப்போதுதான் தூக்கத்திலிருந்து விழித்துக்கொண்டவரைப் போல தெரிந்த வரதராஜன் சட்டென்று சொன்னார்.

“நல்ல வேளை, நம்மளப் போல இங்க அங்கன்னு இழுக்கடிச்சு ஒதுக்கித் தள்ளினாலும் கடைசியா அங்கயாவது இடம் தந்தாங்களே. அத சொல்லு”

வரதராஜன் கிண்டலாக பேசியபடியே சிரிக்க அவர் கூடவே பிரான்சுவாவும் சேர்ந்துகொண்டு சிரித்தார். இருவரும் வாய்விட்டு சிரித்ததை அவர்களைப் போலவே பக்கத்தில் அமர்ந்திருந்த பெருசுகள் எல்லாம் எதுவும் புரியாமல் திரும்பிப் பார்த்தனர்.

பிரான்சுவாவுக்கு ஒழுகரையில் வீடு. ஒழுகரை அந்நாளில் மிகவும் பிரசித்தி பெற்ற ஊராக இருந்தது. ஒழுகும் கரைகளை உடைய ஊர் என்பதனால் அதனை ஒழுகரை என்றார்கள். ஆனால் சொல்லும் போது ஏதோ அசிங்கமான பொருள் வருவதாக நினைத்துக்கொண்டவர்கள்தான் பின்னாளில் ஒழுகரையை உழவர்கரை என்றாக்கி விட்டிருக்க வேண்டும் என்று பிரான்சுவா அடிக்கடி சொல்லுவார்.

பிரான்சுவா உருளையன்பேட்டையில் இருக்கும் சவானா மில்லில் வேலை பார்த்த தொழிலாளி. இப்போது கணக்கு தீர்த்துவிட்டு வீடே கதியென்று அடைந்து கிடப்பவருக்குப் பொழுது போக வேண்டுமே. சாயந்திரமானால் வேட்டியும், சட்டையுமாய் தளர்ந்து போன உடம்போடு பழைய சைக்கிளில் ஏறி இங்கே வந்துவிட்டால் வரதராஜனோடு மணிக்கணக்கில் பேசலாம்.

வரதராஜனும், பிரான்சுவாவும் பால்ய காலத்து சிநேகிதர்கள். நகரின் மையத்தில் இப்போது மிஷன் வீதியில் இருக்கிற கல்வே காலேஜ் அந்நாளில் பிரெஞ்சுக்காரர்கள் இறந்துவிட்டால் புதைக்கிற கல்லறையாக இருந்தது. அந்த இடத்தை கலவை சுப்பராய செட்டியார் என்பவர் வாங்கி பிள்ளைகள் படிக்கிற பள்ளிக்கூடமாக மாற்றிவிட்டார். அங்கேதான் வரதராஜனும், பிரான்சுவாவும் ஒன்றாகப் படித்தவர்கள்.

வரதராஜனின் வீடு புஸ்ஸி வீதியில் இருக்கிறது. அங்கேயிருந்து அவர் நடந்தே கடற்கரைக்குக் கிளம்பி வந்துவிடுவார். பிரான்சுவாதான் ஒழுகரையிலிருந்து சைக்கிளில் வந்தாக வேண்டும். ஆனால் அப்படி வருவது அவருக்கு அலுப்பாகத் தெரியாது. தன்னுடைய பழைய கமராதுவைப் பார்த்துப் பேசுவதென்றால் அவருக்கு ஏக குஷி.

வரதராஜன் முகம் வழக்கமாய் இருக்கிறது போல உற்சாகமாய் இல்லை என்பது பிரான்சுவாவுக்கு நன்றாகத் தெரிந்தது.

“என்ன வரது. இன்னைக்கு ஒரு மாதிரியா இருக்கிற”

பிரான்சுவா கேட்டதும் சொல்லலாமா வேண்டாமா என்று யோசித்தவரைப் போல இருந்த வரதராஜன் உடனே பேசத் தொடங்கினார்.

“அதை ஏன் கேட்கிற பிரான்சுவா. வழக்கம் போல வீட்லதான் பிரச்சனை”

“என்ன இன்னைக்கு ஏதாவது புதுசா நடந்ததா”

“எல்லாம் எப்பவும் நடக்கிற கதைதான்”

“பின்ன எதுக்கு நீ கவலைப்படற”

“எப்படி பிரான்சுவா கவலைப்படாம இருக்க முடியும். வி.ஆர்.எஸ். எழுதிக் கொடுத்துட்டு வீட்ல இருந்தாலும் குடும்பத் தேவைகளையெல்லாம் நான்தானே சமாளிக்கிறேன்.”

“சொல்லியிருக்கிறியே வரது”

“மாசா மாசம் கை நிறைய சம்பாதிச்சுட்டு இப்ப சும்மா இருக்கக் கூடாதேன்னு நானே எல்லா வேலைகளையும் எடுத்து போட்டுகிட்டு செய்றேன்”

“எல்லா வேலைகளையுமா”

“அமாம் பிரான்சுவா. காலையில் சீக்கிரமா எழுந்து பால் பாக்கெட் வாங்கிட்டு வர்றதில இருந்து பேரப் பிள்ளைங்கள பள்ளிக்கூடத்துக்குப் போய் விட்டுட்டு சாயந்திரமானதும் வீட்டுக்கு அழைச்சுகிட்டு வர்றது வரைக்கும்”

“ப்பூ இவ்வளவுதானா. என் கதை இதை விடவும் மோசம். நீ சொல்றதுக்கெல்லாம் மேல நான் எவ்வளவோ செய்துகிட்டு இருக்கிறேன். எல்லாம் குடும்பத்துக்காக”

“அதே குடும்பத்துக்காகத்தான் நானும் பாடுபடறேன். ஆனா அவங்க வயசான காலத்தில இப்படி நடத்தறோமேன்னு கொஞ்சம் கூட மனசாட்சியே இல்லாம பண்றத பார்த்தா மனசுக்கு ரொம்ப சங்கடமா இருக்கு”

“வரது உனக்குத் தெரியாதது இல்ல. வீட்டுக்கு வீடு வாசப்படி”

“அடப் போ பிரான்சுவா. குடும்பத்துக்காக இத்தனை கஷ்டப்பட்டு என்ன புண்ணியம். எல்லாம் சம்பாதிக்கிற வரைக்கும்தான்”

“நீ சொல்றது வாஸ்தவமான பேச்சு வரது. கொண்டு போய் கொடுத்தாதான் மனைவி, மக்கள், குடும்பம் எல்லாம்”

வரதராஜனும், பிரான்சுவாவும் வருத்தத்தோடு பேசிக் கொண்ட போது அவர்களுக்கே அவர்கள் மீது சலிப்பாக இருந்தது. அந்தக் கணம் அவர்களுக்கு ‘அப்படி அல்லாடுவதைக் காட்டிலும் பேசாமல் எங்கயாவது ஓடிப் போய்விடலாம்’ என்று கூடத் தோன்றியது. வாழ்க்கையின் மீதே பிடிப்பற்றவர்களைப் போல காணப்பட்டார்கள். துக்கம் தொண்டையை அடைப்பது போல் இருந்தது. மேற்கொண்டு எதுவும் பேசத் தோன்றாதவர்களாய் முதுமையின் தள்ளாமை காரணமாக அங்கேயே நீண்ட நேரமாக உட்கார்ந்திருந்தார்கள்.

வரதராஜனின் வீடு. வெளியே மெத்தை வரைக்கும் ஏறிப் படர்ந்திருக்கும் அடர்த்தியான காகிதப் பூக்கள். வாசல் அருகே நிறைய குரோட்டன்ஸ் செடிகள். அதைக் கடந்து உள்ளே போனால் விசாலாமான முற்றம். பார்ப்பதற்கு வீடு ரொம்ப அழகாய் இருந்தது.

காலை நேரம். வரதராஜனின் மனைவி, ஏதோ வேலையாக இருந்தாள். வீட்டில் உள்ளவர்கள் குளிப்பதற்கும் முன்பாக நாம் போய் குளித்துவிட்டு வந்து விடலாமென்று வரதராஜன் பாத்ரூமை நோக்கிப் போய்க்கொண்டிருந்தார்.

“ஏங்க உங்க அப்பா வீட்ல சும்மாதான இருக்கிறாரு. அவரு பொறுமையா குளிக்கலாமில்ல”

வரதராஜனின் மருமகள், அவள் புருஷனிடத்தில் அதாவது தன் மகனிடத்தில் முணுமுணுத்தது அவருக்கு நன்றாகக் கேட்டது. வரதராஜன் காதில் விழவேண்டும் என்பதற்காக வேண்டுமென்றே சொன்னது போல இருந்தது அவளின் பேச்சு.

அவர் மருமகளும், மகனும் அரசாங்க உத்தியோகம் பார்க்கக் கூடியவர்கள். காலையில் ஒன்றாக வேலைக்குக் கிளம்பினால் சாயந்திரம்தான் வீடு வந்து சேருவார்கள். ‘அந்த அவசரம் போல இருக்கு. அதுக்காக முன்னாடியே குளிக்கிறது கூடவா ஒரு குற்றம்’ என்று வரதராஜன் மனதுக்குள்ளேயே நினைத்த போது அவர் மனைவியும் தன் பங்குக்கு ஏதாவது சொல்லியாக வேண்டுமே என்பது போல சொன்னாள்.

“நீங்க ஆபீஸ் போகாத மனுஷன்தானே. ஏன் இப்படி அவசரப்படுறீங்க”

இத்தனை காலமாய் எந்தச் சுயநலமும் இல்லாமல் குடும்பத்திற்கு உழைத்தும் தம்மை உதாசீனப்படுத்துகிறார்களே என்கிற வேதனை வதராஜனுக்கு நெஞ்சில் முள்ளாய் உறுத்திக் கொண்டிருந்தது.

பிற்பகல். வெளியே போய்விட்டு வந்த வரதராஜனுக்கு நல்ல பசி, சாப்பிடலாமென்று சமையல் அறைக்குள் இருந்த தன் மனைவியைக் கூப்பிடும் சமயம். அன்றைக்குப் பார்த்து மதியம் ஆபீஸ் முடித்துவிட்டு லன்ச்சுக்காக மகனும், மருமகளும் வீட்டுக்குள் நுழைந்தார்கள். அப்போதுதான் நினைவு வந்தவளைப் போல வரதராஜனின் மனைவி அவரை அவசர அவசரமாய் கூப்பிட்டாள்.

“ஏங்க கொஞ்சம் வர்றீங்களா, அப்பளம் பொறிக்கிறதுக்கு எண்ணெய் தீர்ந்து போயிடுச்சு. சீக்கிரமா கடைக்குப் போயி வாங்கிட்டு வந்துடுங்க”

வரதராஜனுக்கு பசி மயக்கம் ஒரு புறம் இருக்க இந்த வெயில் நேரத்தில் கடைக்கு அனுப்புகிறாளே என்று தன் மனைவி மீது கோபம் கோபமாக வந்தது. ஆனாலும் அதை வெளிக்காட்டிக் கொள்ளாமல் ஓட்டமும், நடையுமாக ஓடிப் போய் எண்ணெய் வாங்கிக்கொண்டு வந்து கொடுத்துவிட்டு, அவர் சாப்பிடும் போது மணி இரண்டைத் தாண்டி விட்டிருந்தது.

வரதராஜன் எல்லாவற்றையும் யோசித்துப் பார்த்துக் கொண்டிருந்தார்.

சமீப காலமாகவே மகனாகட்டும், மருமகளாகட்டும் இல்லை மனைவியேதான் ஆகட்டும் தன்னை ஒரு வேலைக்காரனை நடத்துவது போல நடத்துவது அவருக்கு மகா கேவலமான விஷயமாக தெரிந்தது. கொஞ்ச நேரம் ஓய்வாக இருந்தால் போதும். ‘ஏங்க சும்மாதானே இருக்கீங்க. போயி கரண்ட் பில் கட்டிட்டு வாங்க’ என்பதிலிருந்து சின்னச் சின்ன வேலையாக இருந்தால் கூட எல்லாவற்றையும் ‘சும்மாதானே இருக்கீங்க, சும்மாதானே இருக்கீங்க’ என்று குத்தி குத்தி காட்டிப் பேசுவதோடு இல்லாமல் கொஞ்சம் கூட மரியாதை தராமல் செய்வது கண்டு வரதராஜனுக்கு மனதுக்குள் சொல்ல முடியாத வேதனையாக இருந்தது.

இதுவே ஆபிஸில் வேலை பார்த்துக்கொண்டிருந்த காலத்தில் நிலைமை வேறு விதம். 'அப்பா முன்னாடி குளிக்கணும், அப்பா சாப்பிடணும், அப்பா வேலைக்குப் போகணும், அப்பா தூங்கணும், அப்பாவுக்கு தொந்தரவு கொடுக்காதீங்க' என்று விழுந்து விழுந்து அன்பு செய்தவர்களும், உபசரித்தவர்களும் இன்று வேண்டாத மனுஷனைப் போல வெறுப்பாகப் பார்த்தால் யாருக்குத்தான் மனவேதனை வராது.

வரதராஜன் தன் மனைவியைக் கோபமாய் பார்த்துவிட்டு எச்சிலைக் கூட்டி விழுங்கியபடி 'விடு விடு' என்று அந்த இடத்தை விட்டு வெளியே போனார். அவருக்கு அவமானமும், இயலாமையும் சேர்ந்துகொள்ள இன்றைக்கே இதற்கொரு முடிவு எடுத்தாக வேண்டும் என்பது போல இருந்தது.

அன்றைய இரவு. எப்போதும் போல மரீன் வீதியின் கடைசியில் வரதராஜனும், பிரான்சுவாவும் உட்கார்ந்திருந்தார்கள். எதிரே பல தரப்பட்ட மனிதர்கள். அவர்களின் சுவாரஸ்யமான பேச்சை ரசிப்பது போன்று கடல் காற்று குளுமையாய் வீசிக் கொண்டிருந்தது.

வரதராஜன்தான் தொடங்கினார்.

"பிரான்சுவா வீட்ல நெலைமை ரொம்ப எல்லை மீறிப் போய்க்கிட்டிருக்குது. இனியும் நான் அங்க இருந்தேன்னா எனக்கு மரியாதை இல்ல. அதனாலதான் சொல்றேன்"

"தெரியுது வரது. நீயும் நானுமா சேர்ந்து இத எப்பவோ முடிவெடுத்துட்டோம். ஆனா என்னதான் நம்மள குடும்பம் அப்படி நடத்தினாலும் பாழாய்ப் போன இந்த மனசுதான் கேட்க மாட்டேங்குது"

"தோ பாரு பிரான்சுவா. நீ இப்படியே சொல்லிச் சொல்லி அந்த நரகத்திலேயே என்னை இருக்க வைக்கலாம்னு பார்க்கிற"

"அதுக்கில்லப்பா நாம இப்படி செஞ்சா வயசான கெழங்களுக்கு கொழுப்ப பாருடா. குடும்பத்த விட்டுட்டு ஓடிப் போயிட்டாங்கன்னு கேவலமா பேச மாட்டாங்க"

"பேசுறவங்க எதைத்தான் பேச மாட்டாங்க. நம்ம கஷ்டம் நமக்குத்தானே தெரியும்"

"சரி வரது. நீ சொல்றதுபடியே செஞ்சுடுவோம்"

பிரான்சுவா ஒரு முடிவெடுத்தவரை போல உறுதியாகச் சொல்லிவிட்டு மீண்டும் வரதராஜனைப் பார்த்துப் பேசினார்.

"வயசானவங்க தங்கறதுக்குன்னே ஒஸ்பீஸ் மடம் இருக்குதில்ல"

"எது லப்போர்த்து வீதியில நர்ஸ் ஹாஸ்டலுக்குப் பின்னாடி கிறிஸ்தவ மடம். அதுவா"

"ஆமாம்"

"ஐயோ வேணாம் பிரான்சுவா. என் வீட்டு புஸ்ஸி வீதிக்கும் பக்கத்திலேயே அந்த மடம் இருக்கிறதால எல்லாருக்கும் தெரிஞ்சு போயிடும்"

வரதராஜன் இப்படி சொன்னதும் பிரான்சுவா கண்களை மூடி கொஞ்ச நேரம் யோசித்தார். அவருக்கு சட்டென்று ஞாபகத்திற்கு வந்துவிட்டது.

"ஆங் நம்ம பழைய சுண்ணாம்புக் களவா சேரி பக்கமா கிருஷ்ணா நகருக்குத் திரும்பற இடத்தில முதியோர் சங்கத்துக்காரங்க ஒரு இல்லம் நடத்துறாங்க"

"அதுவும் வேணாம் பிரான்சுவா. சங்கம், கிங்கம்னு தொந்தரவா ஆயிடப் போவுது. எந்தப் பிரச்சனையும் இல்லாத இடமா பாரு"

"அப்ப அதே கிருஷ்ணா நகர் முன்னாடி மடுவுபேட்ட தாண்டி சோஷியல் வெல்ஃபார் முதியோர் இல்லம் இருக்குது"

"கரெக்ட். அங்க போயிடலாம். அதுதான் நமக்கு சரிப்பட்டு வரும்"

"கொஞ்சம் டைம் கொடு வரது. எப்படிச் சேர்றது என்ன ஏதுன்னு விசாரிச்சுட்டு வர்றேன்"

"சரி"

வரதராஜனும், பிரான்சுவாவும் பேசி அதைச் செயல் படுத்துவது என முடிவெடுத்தார்கள். வரதராஜனுக்கு இப்போதுதான் 'அப்பாடா' என்றிருந்தது.

ஒரு வாரம் போயிருக்கும். வரதராஜன் மனசு கிடந்து தவித்துக் கொண்டிருந்தது. வீடு அவருக்கு சிறைச்சாலை போல தெரிந்தது. அதிலிருந்து எப்படியாவது விடுதலை பெற்றுவிடலாம் என்று நினைத்த போது பிரான்சுவாவைக் காணோம். ஒவ்வொரு நாள் சாயந்திரமும் வரதராஜன் கடற்கரைக்கு வருவதும், பிரான்சுவா இல்லாமல் ஏமாந்து போவதும் அவருக்கு என்னவோ மாதிரி இருந்தது.

பிரான்சுவாவைப் பற்றிய நினைப்பு வரதராஜனுக்குள் பல்வேறு யூகங்களை ஏற்படுத்தியிருந்தன. 'தோ போய் விசாரிச்சிட்டு வர்றேன்னு சொன்ன மனுஷன்தானே. எப்பவும் அப்படி செய்யாதவராச்சே. ஒரு வேளை அவருக்கு உடம்பு கிடம்பு சரியில்லாம போயிருக்குமோ' என்று இருட்டுகிற நேரத்தில் வரதராஜன் மட்டும் மரீன் வீதியில் தனியே உட்கார்ந்து யோசித்துக் கொண்டிருந்த போதே பிரான்சுவா சைக்கிளில் வந்து இறங்கினார். அவரைப் பார்த்த மாத்திரத்திலேயே வரதராஜனுக்குப் போன உயிர் திரும்பி வந்தது போல இருந்தது.

"வாப்பா பிரான்சுவா உனக்கு நூறு வயசு. இப்பதான் உன்னை நெனைச்சிகிட்டிருந்தேன். நீயே வர்ற"

பிரான்சுவா எதுவும் பேசாமல் வரதராஜன் பக்கத்தில் வந்து உட்கார்ந்தார். அவர் தலை 'மழ மழ' என்ற மொட்டையடிக்கப்பட்டு மீசையெல்லாம் கூட எடுத்துப் பார்ப்பதற்கு அவலட்சணம் இல்லாமல் இருந்தார். பிரான்சுவாவின் தோற்றம் வரதராஜனுக்கு ஆச்சரியமாய் இருந்தது.

"என்னப்பா நீ ஒரு வாரமா எங்க போயிட்ட. மொட்டையெல்லாம் வேற அடிச்சுகிட்டு வந்திருக்கிற"

பிரான்சுவா மொட்டையடித்த தன் தலையைத் தடவியபடி அதே சமயம் தயங்கித் தயங்கிச் சொன்னார்.

"பாத யாத்திரையா வேளாங்கண்ணிக்குப் போயிருந்தேன் வரது. அங்கயே தங்கிட்டதால. உங்கிட்ட கூட சொல்லலையேன்னு ரொம்ப வருத்தப்பட்டேன். கோவிச்சுக்காத"

"அதனால என்ன பிரான்சுவா. நீ வராததால நான் என்னென்னமோ நெனைச்சிட்டேம்பா"

வரதராஜன் பேசியதும் பதிலுக்கு பிரான்சுவா எதுவும் சொல்லவில்லை. இரண்டு பேரும் அப்படியே மௌனமாய்

இருந்தார்கள். தன் காரியத்திலேயே கண்ணாயிருந்த வரதராஜன் மறுபடியுமாக கேட்டார்.

“சரி பிரான்சுவா. நீ கோயில் விவகாரத்தால நம்ம விஷயத்த கவனிச்சிருக்க மாட்ட. நாளைக்கு கிருஷ்ணா நகருக்குப் போயி விசாரிச்சுட்டு வந்துடுறியா”

“இல்ல வரது என்னால முடியாது”

எடுத்த எடுப்பிலேயே பிரான்சுவா இப்படி சொன்னதும் வரதராஜனுக்கு முகம் மாறிப் போனது.

“என்ன பிரான்சுவா வேற மாதிரி பேசுற”

“ஆமாம் வரது என்னை மன்னிச்சிடு. என் குடும்பத்த பிரிஞ்சு என்னால முதியோர் இல்லத்துக்கு வர முடியாது”

வரதராஜனுக்கு அப்படியே தூக்கிவாரிப் போட்டது.

“என்னப்பா நான் அங்க போறதுக்கு உன்னத்தான நம்பிகிட்டிருந்தேன். திடீர்னு இப்படி சொல்லிட்டியே”

“திடீர்னு இல்ல வரது. வேளாங்கண்ணியில் இருந்துட்டு வீட்டுக்கு வந்தப்பதான் இந்த முடிவ எடுத்தேன். இந்த ஒரு வாரமா என் குடும்பத்த விட்டுப் பிரிஞ்சிருந்ததே என்னால தாங்கிக்க முடியல. அப்புறம் எப்படி சாகிற வரைக்கும் அவங்கள விட்டுட்டு அப்படி இருக்க முடியும்”

வரதராஜனுக்கு எங்கோ ‘சுரீர்’ என்று உறைத்தது போல இருந்தது.

“வரது மனைவி பிள்ளைங்க, மருமகங்க இவங்கள்லாம் நமக்கு வயசாயிடுச்சேன்னு ஓரமா ஒதுக்கிட்டா மனசு ஒடிஞ்சு போயிடுவோமேன்னுதான் நம்மள மதிக்கிற விதமா சின்னச்சின்ன வேலையெல்லாம் விடுறாங்க. பிரியமா கூப்பிடுறாங்க. அதுக்காக அவங்க யதார்த்தமா சொல்றதும் செய்றதும் நமக்குத் தப்புத் தப்பா படுது”

வரதராஜனுக்கு எரிச்சலாக வந்தது.

“யதார்த்தமாவா அவங்க இருக்கிறாங்க. எல்லாம் திட்டம் போட்டுத்தான் பண்றாங்க. இல்லன்னா என் மருமகதான் அப்படிப் பேசுவாளா இல்ல என் மனைவிதான் கேவலமா நடத்துவாளா”

வரதராஜன் அன்றைக்குத் தன் வீட்டில் நடந்த சம்பவத்தை பிரான்சுவாவிடத்தில் ஒன்று விடாமல் சொன்னார்.

"வரது எனக்கு மட்டும் இங்க என்ன வாழுது. என்னையும் அப்படித்தான் நடத்துறாங்க. பேசுறாங்க. சில சமயம் அதை விடவும் ரொம்ப மோசமா கூட இருக்கும். அப்பல்லாம் நான் உன்னை விடவும் அதிகமா கோபப்பட்டேன். ஆனா அது தப்புன்னு இப்பதான் புரிஞ்சது"

"எப்படி"

"உன்னைப் போலவே மனசு வெறுத்துப் போயி யாரு கிட்டேயும் சொல்லாம கொள்ளாமதான் நான் பாட்டுக்குத் திடீர்னு பாத யாத்திரையா வேளாங்கண்ணிக்கு ஓடிப் போயிட்டேன். அப்ப என்னைக் காணாம தேடி அலைஞ்சு நான் ஊருக்குத் திரும்பி வந்ததும் என் மனைவி, புள்ளைங்க என்னைப் பார்த்ததும் கட்டிப் பிடிச்சிகிட்டு அழுத அழ இருக்கே. அட போப்பா வரது. குடும்பப் பாசத்துக்கு முன்னாடி வைராக்கியமாவது வீம்பாவது"

பழுக்க காய்ச்சிய இரும்பில் 'ஜில்' என்று தண்ணீரை ஊற்றியது போல வரதராஜனின் கோபம் அப்படியே படிப்படியாகக் குறைந்துகொண்டிருந்தது.

"வயசான காலத்தில குடும்பத்த விட்டு பிரிஞ்சு போயி அவங்க நம்மள பார்க்க முடியாம அழுறதும் நாம அவங்கள விட்டுட்டு வந்துட்டோமேன்னு சதா காலமும் வருத்தப்பட்டு சாகறதும் சே அது ஒரு வாழ்க்கையா. நான் சொல்றேன்னு தப்பா நெனைச்சுக்காத வரது. வயசான இந்த காலத்திலதாம்பா நமக்கு குடும்பத்தோட அன்பும், அனுசரனையும், ஒத்தாசையும் கிடைக்கணும். அதனால நல்லதோ, கெட்டதோ குடும்பத்தில இருக்கிறவங்க மதிப்பா நடத்தறங்களோ, இல்லையோ நாம அவங்க கூட இருந்து அட்ஜஸ்ட் பண்ணி வாழப் பழகிக்க வேண்டியதுதான். வேற வழியில்ல".

வரதராஜனால் ஒன்றும் பேச முடியவில்லை. அமைதியாக இருந்தார்.

"தோ பாரு வரது. வயசான காலம்கிறது அந்தி சாயற சூரியன் மாதிரி. அந்த நேரத்தில சூரியனோட வெளிச்சம் மங்கலா பிரகாசம் இல்லாமத்தான் தெரியும். நாம நம்முடைய எல்லா

உழைப்பையும் குடும்பத்துக்கு கொடுத்துட்டு அந்த சூரியன போலத்தான் இப்போ முடியாம இருக்கிறோம். நாளைக்கு அதே சூரியன் புது சூரியனா ‘தக தக’ன்னு பிரகாசமா வரும். அது நம்ம பிள்ளைகளும், மருமகளும், பேரப் பிள்ளைகளும் மாதிரி. இப்ப புது சூரியனா இருக்கிற அவங்களும் ஒரு நாளைக்கு நம்மள மாதிரி அந்தி சாயற சூரியன்களா ஆகிப் போவாங்க. அப்ப இந்த உண்மையும், நம்ம நெலைமையும் அவங்களுக்குப் புரியத் தொடங்கும்”

பிரான்சுவா சொல்லிக்கொண்டே வந்தவர் சட்டென்று நிறுத்தி வரதராஜன் மீது வைத்திருந்த நம்பிக்கையின் பேரில் சிரித்தபடி சொன்னார்.

“வரது என் மனசு மாறினது மாதிரி உன் மனசும் மாறலாம் இல்ல. மாறணும். அதுக்குத்தான் இவ்வளவும் சொல்றேன்”

வரதராஜன் மறுபேச்சு பேசாமல் நெற்றியைச் சுருக்கிக் கொண்டு யோசிப்பது போல இருந்தார். சுற்றிலும் அமைதியாய் தெரிந்தது. கடற்கரைச் சாலையில் கூட்டம் அவ்வளவாக இல்லை. எதிரே தலைமைச் செயலகத்திலிருந்த சோடியம் விளக்குகள் மஞ்சள் நிறத்தில் மினுங்கிக்கொண்டிருந்தன. ஏதோ நினைத்தவராய் பீச்சின் கடைசியில் இருக்கும் துய்ப்ளெக்ஸின் சிலை தெரிகிறதா என்பதைப் போல அந்தத் திசையை பார்த்த போது தூரத்தில் தெரிந்த மங்கலான வெளிச்சத்தையும் தாண்டி ஒரே இருட்டாயிருந்தது.

- தினமணி கதிர், 15.04.2007

(ஜோதிடர் வரதன் சிறுகதைப் போட்டியில் சிறப்புப் பரிசு பெற்றது.)

*

காந்த்தா

“என்ன மனுஷன்யா நீ. எல்லா ஆம்பளைங்களும் எப்பவோ ஒரு தடவைதான் இத செய்வாங்க. நீ என்னடான்னா சிட்டுக் குருவிய போல உடனே உடனே செய்ற”

படுக்கையில் இருந்த ரோஸ்மரி சிரித்துக்கொண்டே சொன்னாள். இதைச் சொல்லும் போது அவள் சந்தோஷத்தின் உச்சத்தில் இருந்தாள். அவள் முகம் தாமரைப்பூ போல சிவந்திருந்தது. எப்படிப்பட்ட பெண்ணாக இருந்தாலும் மஞ்சத்தில் இருக்கும் போது அவள் ஒரு மலரைப் போல் ஆகிவிடுகிறாள். அதை முகர்ந்து பார்த்து ரசிக்கத் தெரியாத ஜென்மங்களாக ஆண்கள் இருப்பதோடு எப்படியாகிலும் கசக்கிப் பிழிந்துவிட வேண்டும் என்பதிலேயே கண்ணாக இருக்கிறார்கள்.

இதில் வேடிக்கை என்னவென்றால் மலர்களே தம்மை அப்படி அடித்துத் துவைக்க வேண்டும் என்று ஆசைப்படுவதுதான். ரோஸ்மரிக்கு இப்போது அந்த எண்ணமே நிறைந்திருந்தது. ஆனால் அதை வெளிக்காட்டிக் கொள்ளாமல் பூக்கோபை கேலி செய்வது போல மறைமுகமாக அவனை உற்சாகப்படுத்துகிறாள்.

இந்தப் பாராட்டு வார்த்தைகளை பெண்ணோடு படுக்கையில் இருக்கும் ஒவ்வொரு ஆண் மகனும் எதிர்பார்க்கிறான். அது அவள் மீது அவன் மோகம் கொள்ள வைக்கும் காம சூத்திரத்தின் முதல் அஸ்திரம். அதில் வீழ்ந்த பூக்கோபு ரோஸ்மரியை அணைத்தபடி படுத்துக் கிடந்தான்.

ரோஸ்மரியின் உடம்பில் பொட்டுத் துணி இல்லை. அவள் முகமெங்கும் வேர்வை முத்துக்கள். முடிகள் கலைந்து நெற்றியில் புரண்டன. அதை கையால் ஒழுங்குபடுத்திய போது ரோஸ்மரி ஒரு தேவதையைப் போல தெரிந்தாள். எவ்வளவு அழகாய் இருக்கிறார்கள் பெண்கள். அவர்கள் எதைச் செய்தாலும் அழகு மிளிர்கிறது. அழகின் அம்சம் அவர்களுக்கு மட்டுமே சொந்தம்.

உயிரினங்களில் மிருகங்களை எடுத்துக்கொண்டால் சிங்கத்தில் ஆண் சிங்கம் பிடறியுடன் அழகு. மாடுகளில் காளை கம்பீரமான அழகு. புலிகளில் ஆண் புலி அசாத்திய வீரத்துடன் அழகு. பறவைகள் இனத்தில் சேவல் கொண்டையோடு கூடிய அழகு. தோகை விரித்தாடும் ஆண் மயிலின் அழகுக்கு உவமை சொல்ல வேறொன்றும் இல்லை. இப்படி இயற்கையின் எல்லா படைப்புகளிலுமே ஆண் சிருஷ்டிதான் அழகாய் இருக்கிறது.

ஆனால் மனித இனத்தில் மட்டும்தான் பெண்ணும், பெண்மையும் அழகு. அந்த அழகுக்கு ஆண்கள் அடிமைகளாகி விடுகிறார்கள். எல்லா ஆண்களும் அப்படி என்று சொல்லி விட முடியாது. எத்தனை அழகுடைய பெண்ணாக இருந்தாலும் அதை புறம் தள்ளிவிட்டு அவளை குறி வைத்து வேட்டையாடுகிற ஆண்களும் இருக்கத்தான் செய்கிறார்கள். இதில் பூக்கோபு எந்த வகையில் சேர்த்தி என்பது இந்தக் கதையின் முடிவில் தெரிந்துவிடும்.

புதுச்சேரியின் கடற்கரையை ஒட்டிய தலைமை மின்துறை அலுவலகமான ரெழிக்கு பக்கத்தில் இருக்கிறது திப்ராயப்பேட்டை. இப்போது அந்த ஊர் அப்படி அழைக்கப்பட்டாலும் கூட துப்ராயப்பேட்டை என்பதுதான் சரி. துரான் துப்ராய் என்று ஒருவர் இருந்தார். அவர் அந்நாளைய பிரெஞ்சு கவர்னர். 1857 முதல் 1863 வரை ஆறே ஆறு ஆண்டுகள்தான் பதவியில் இருந்தார். அவர்மீது ஜனங்களுக்கு என்ன பிரியமோ தெரியாது. அப்போது அமைந்த ஊருக்கு அவர் பெயரையே வைத்துவிட்டார்கள். அந்த துரான் துப்ராய் நினைவாக உருவான இடம் துப்ராயப்பேட்டையாகி இப்போது பேச்சு வழக்கில் திப்ராயப்பேட்டை ஆகிவிட்டது.

அங்குதான் தன் தாய், தகப்பனோடு இருந்தாள் ரோஸ்மரி. உப்புக்காற்று வீசும் கடற்கரை ஓரத்தில் பனை ஓலையால் ஆன குடிசை. ரொம்பவும் ஏழ்மையான குடும்பம். பெற்றோர்கள்

ரோஸ்மரியை கஷ்டப்பட்டு வளர்த்தார்கள். ஓரளவுக்கு எழுதப் படிக்கத் தெரிந்ததும் போதும் என்று சொல்லி பள்ளிக் கூடத்தில் இருந்து நிறுத்திவிட்டார்கள். மேற்கொண்டு படிக்க வைக்க அவர்களிடத்தில் வசதி இல்லை. அந்த அளவுக்கு வறுமை. ஆனால் ரோஸ்மரியிடத்தில் இளமை கொட்டிக் கிடந்தது. அவள் திப்ராயப்பேட்டை வாலிபப் பையன்கள் ஒன்று சேர்ந்து கொண்டாடும் திருவிழாவைப் போல இருந்தாள். ரோஸ்மரிக்கு திருமணம் ஏற்பாடானது. அந்த நேரத்தில் அவளுடைய அம்மாவின் தம்பி அதாவது ரோஸ்மரியின் தாய் மாமனுடைய மனைவி இறந்து போயிருந்தாள். தன் தம்பிக்கு ஏற்ற துணையாக. மகளையே திருமணம் செய்துவிட்டாள் ரோஸ்மரியின் அம்மா. அதுவும் இரண்டாம் தாரமாக. ரோஸ்மரிக்கு அது அறவே பிடிக்கவில்லை. புருஷனாக வந்த தாய் மாமனை ஒரு எதிரியைப் போல பாவித்தாள். சரியான நேரம் வந்தால் அவனைப் பழிவாங்கவும் அவள் மனதாயிருந்தாள்.

ரோஸ்மரியின் புருஷன் ரொம்பவும் நல்லவன். தன் அக்காவின் மகளான இரண்டாவது மனைவியை குழந்தையைப் போல பாவித்தான். அவள் மீது நிறைய அன்பு செய்தான். பேச்சுக்குப் பேச்சு 'மரிம்மா' என்றழைத்து ரோஸ்மரியை தலைமீது வைத்து கொண்டாடினான். ஆனாலும் ரோஸ்மரிக்கு அவன் மீது அவ்வளவாக ஒட்டுதல் இல்லை. வேண்டா வெறுப்பாகவே குடும்பம் நடத்தினாள். இரண்டு ஆண் பிள்ளைகளுக்கும், இரண்டு பெண் பிள்ளைகளுக்கும் ஆக நான்கு பிள்ளைகளுக்கு தாயான போதுதான் ரோஸ்மரிக்கு தெரிந்தது தன் புருஷன் கிழவனென்று. ரோஸ்மரி அதற்காக ஒவ்வொரு நாளும் அழுவாள். தன் இளமை, அழகையெல்லாம் இந்த கிழவனுக்கு அர்ப்பணம் செய்கிறோமே என்று உள்ளுக்குள் மருகுவாள். வீட்டுக்கு வருவோர் போவோரிடத்தில் எல்லாம் மட்டம் தட்டி பேசுவாள். ஆனால் அந்த மனுஷன் அதை பெரிதாக எடுத்துக் கொள்ள மாட்டான். தன் அக்காவின் ரத்தம். தன் குடும்பம் என்று பொறுத்துக் கொள்வான். இத்தனைக்கும் அவன் ரோஸ்மரியை போல ஏழை இல்லை. பணக்காரன். அதுவும் பிரெஞ்சு சொல்தா. பிரான்ஸுக்கு போய் வேலை பார்த்துவிட்டு வந்தவன். அதனால் அவனிடத்தில் பணம் எக்கச் சக்கமாக இருந்தது. ரோஸ்மரிக்கு எந்தக் குறையும் இல்லாமல் பார்த்துக்கொண்டான்.

காலம் இருக்கிறதே அது மிக மிக விசித்திரமானது. யாரை உயர்த்த வேண்டும், வீழ்த்த வேண்டும், காலை வாரி விடவேண்டும், அணைத்துக் கொள்ள வேண்டும் என்பதெல்லாம் அதற்குத் தெரியும். அது எப்போது நடக்கும் என்பது மட்டும் எவருக்கும் தெரியாது. ஆனால் காலத்திற்கு தெரியும். ரோஸ்மரி விவகாரத்தில் அது ஒரு திட்டம் வைத்திருந்தது. அது என்ன என்பது ரோஸ்மரிக்கும் தெரியும். அவளின் ஆசை அல்லது கனவு எப்படி ஆக வேண்டும் என்று அவளுக்குள் ஒரு ரகசியம் இருந்தது. அதை செயல்படுத்துவதற்கான நேரத்தை காலத்தோடு சேர்த்துத் தன் கவனத்தில் வைத்திருந்தாள்.

இப்போது ரோஸ்மரி திப்ராயப்பேட்டையில் இருந்த ஏழை இல்லை. சொல்தாவின் மனைவி. அந்த அந்தஸ்து வந்த பிறகு திப்ராயப்பேட்டையிலே இருப்பதற்கு அவளுக்கு என்ன பைத்தியமா பிடித்திருக்கிறது. ஊரை, வீட்டை எல்லாவற்றையும் மாற்றிக்கொண்டு சொல்தாக்கள் அதிகமாக இருக்கும் பகுதியாகப் பார்த்து குடிவந்து விட்டாள். வறுமையிலேயே மிகப் பிரமாதமான அழகுடன் இருந்த ரோஸ்மரிக்கு வசதி, வாய்ப்புகள் வந்து சேர்ந்த பின்பு சொல்லவா வேண்டும். வித விதமான பிரான்ஸ் சேலைகள் கட்டி, உதட்டில் லிப்ஸ்டிக் பூசி, குதிகால் சப்பாத்துகளை அணிந்து கடைத் தெருவுக்கும், கோயிலுக்குமாக அலைந்தாள். பார்க்கிற ஆண்கள் எல்லாம் கிறங்கிப் போனார்கள்.

ரோஸ்மரி நான்கு பிள்ளைகளுக்கு தாய் என்று எவரும் சொல்ல முடியாது. அவ்வளவு அழகுடன் இருந்தாள். நேற்றுதான் ருதுவாகி வந்த ஓர் இளம் பெண்ணைப் போல அவளுக்கு தேகம். நல்ல நிறம். கருப்பு திராட்சையைப் போன்ற கண்கள். சின்ன நெற்றி. அலை அலையாய் சுருளும் கூந்தல். இனிமையான குரல். இத்தனை அம்சங்கள் ஒருசேர அமைந்திருந்தும் குயில் போன்ற அவளின் குரல்தான் ஒரு கோட்டானிடத்தில் போய் அவளை சிக்க வைத்துவிட்டது. அது ரோஸ்மரிக்கு மிகவும் பிடித்திருந்தது.

ரோஸ்மரியின் வீட்டுக்கு எதிரிலேயே ஒரு மாதா கோயில் இருந்தது. பிரெஞ்சுக்காரர்கள் காலத்தில் கட்டிய அந்தக் கோயிலில் பிரேயர் நடக்கும் போதெல்லாம் கோரஸாக ஜெப ஆராதனை பாடல்களைப் பாடுவார்கள். அதற்கு நல்ல குரல்

வளம் கொண்டவர்களையே தேர்வு செய்வார்கள். ரோஸ்மரிக்கு குரல் அற்புதமாக இருந்தது. கூடவே கடவுள் பக்தியும் இருந்தது. அவளை பாட்டு கிளாஸுக்கு பங்கு தந்தை ஒப்புதலுடன் தேர்வுசெய்து விட்டனர். ரோஸ்மரிக்கு அளவிட முடியாத மகிழ்ச்சி. அந்த மகிழ்ச்சி சந்தோஷக் கடலாக மாறப் போகிறது என்றும் அதில் தாம் எப்போதும் நீந்திக் களிக்கப்போகிறோம் என்றும் ரோஸ்மரிக்கு தெரியாது.

ஒரு வீட்டின் மெத்தையில் பாட்டு கிளாஸ். ஜான் என்கிறவன்தான் எல்லோருக்கும் ஜெப பாட்டுகளை சொல்லிக் கொடுத்துக்கொண்டிருந்தான். அவன் மாதா கோயில் பாட்டு கிளாஸின் ஓர் அங்கத்தினன். ஒவ்வொரு நாளும் மாலை நேரத்தில் அங்கு போய்க்கொண்டும் வந்துகொண்டும் இருந்தாள் ரோஸ்மரி.

நாளாக நாளாக பாட்டு கிளாஸ் படுக்கையறை கிளாஸாக மாறிப் போனது. ஜான், சாண் பிள்ளையாக இல்லாமல் போனாலும் ஆண் பிள்ளை என்பதை நிரூபித்துவிட்டான். புருஷன் கிழவன் என்கிற காரணத்திற்காக எப்போது வேண்டுமானாலும் வேலி தாண்ட காத்திருந்த ரோஸ்மரிக்கு ஜான் வலை விரிக்க அதில் அவள் விரும்பி விழுந்துவிட்டாள்.

பாட்டு கிளாஸை கட் பண்ணிவிட்டு எங்கெங்கோ சுற்றினார்கள். ஜான் வஞ்சகமாக திட்டம் போட்டு ரோஸ்மரியின் சொல்தா பணத்தையெல்லாம் கொஞ்சம் கொஞ்ச மாக பிடுங்கத் தொடங்கினான். ரோஸ்மரிக்கு புது அனுபவம். வயதானவன் மீட்டிய சரீரத்தை வாலிபனான ஜான் மீட்டுகிறான். இப்படி ஒரு சுகம் இருப்பது அவளுக்கு இப்போதுதான் தெரிந்தது.

மெல்ல மெல்ல அதே சமயம் முழுமையாக அவள் தன்னை ஜானுக்கு ஒப்புக் கொடுத்துவிட்டாள். ரோஸ்மரியின் பணமும், நகையும் ஜானிடம் கைமாறின. அப்படியே ஜானின் வாரிசும் ரோஸ்மரியிடம் இடம் மாறியது. ரோஸ்மரி கர்ப்பமானாள். செய்தி ஊர் முழுக்க பரவியது. அது ரோஸ்மரியின் புருஷனுக்கும் தெரிந்தது. அவன் அவளை எதுவும் செய்ய முடியாமல் அந்த வேதனையில் ஒவ்வொரு நாளும் குடித்து குடித்து குடல் வெந்து போய் ஒரு நாள் செத்துப் போனான்.

ரோஸ்மரிக்கு அப்பாடா என்றிருந்தது. வாழ்நாள் முழுக்க வந்த சனியன் இப்போது வழியிலேயே போய் விட்டது

என்று திருப்திபட்டுக்கொண்டாள். இனி சின்னப் பையனான ஜானுடன் சேர்ந்து வாழ்வதை எவராலும் தடுக்க முடியாது என்று சந்தோஷத்தில் மிதந்த போது ரோஸ்மரியின் முதல் மகள் தன் அம்மாவின் நடத்தையை காணச் சகிக்காமல் ஒரு நாள் தூக்குப்போட்டு தொங்கிவிட்டாள். ஊரே கூடி வந்து அழுதது. ரோஸ்மரி அழவில்லை. அவளுக்கு ஜான் இருக்கிறான் என்கிற தெம்பு.

ரோஸ்மரி ஒரு குழந்தையைப் பெற்றிருந்தாள். அழகான ஆண் பிள்ளை. பிள்ளைக்கு பெயர் சூட்டு விழாவுக்கு தகப்பனான ஜானை தேடினால் அவன் இல்லை. அப்போதுதான் ரோஸ்மரிக்கு பயம் வரத் தொடங்கியது. தொடர்ந்து தேடினாள். எங்கும் ஜான் இல்லை. இனி அவன் வரப் போவதும் இல்லை.

ஜான் ரோஸ்மரிக்குத் தெரியாமல் பிரெஞ்சு நேஷனாலிட்டி பெற்ற ஒரு பெண்ணை திருமணம் செய்துகொண்டு பிரான்ஸுக்கு போக திட்டம் தீட்டியிருந்தான். அது ரோஸ்மரிக்கு தெரிந்துவிட்டது. அவசர அவசரமாக மாதா கோயிலின் பங்குத் தந்தையிடம் பிராது பண்ணி உபதேசியார் மற்றும் ஊர் முக்கியஸ்தர்களை வைத்து மத்தியஸ்தம் செய்து ஜானை எப்படியும் திருமணம் செய்து கொள்ள வேண்டும் என்று எவ்வளவோ முயற்சித்துப் பார்த்தாள். முடியவில்லை. நான்கு பிள்ளைகளுக்கு தாயான ஒருத்தியை வாலிப வயதுப் பையன் திருமணம் செய்துகொள்ள எந்த தாய், தகப்பன் அனுமதிப்பார்கள். தகராறு நடந்தது.

கடைசியாக ரோஸ்மரிக்கு நஷ்ட ஈடாக ஒரு பெரிய தொகையை கொடுக்க ஜானின் பெற்றோர்கள் முன்வந்த போது அவள் ஏற்கெனவே அவனுக்காக செலவு செய்த அத்தனை பணத்தையும், நகைகளுக்கான பணத்தையும் திருப்பித் தர வேண்டும் என்று கண்டிஷன் போட்டு எல்லாவற்றையும் வாங்கிக்கொண்டு ஜானுக்கும், தனக்கும் இனி எந்த சம்பந்தமும் இல்லை என்று ஒரு விடுதலை பத்திரம் எழுதிக் கொடுத்து விட்டு வந்துவிட்டாள்.

ரோஸ்மரிக்கு இதில் எந்த அவமானமும் இல்லை. அதோடு இன்னொரு வேலையையும் உடனடியாக செய்தாள். ஜானுக்கு பிறந்த ஐந்தாவது பிள்ளையை அநாதை பிள்ளை என்று சொல்லி ஏதோ ஒரு மடத்தில் கொண்டு போய் சேர்த்து விட்டாள்.

ரோஸ்மரி பற்றிய இத்தனை விவரங்களையும் இதற்கு மேலும் தெரிந்து வைத்திருந்தான் மூக்கோபு. அவனுக்கு நாற்பத்தைந்து வயதாகப் போகிறது. தலை நரைக்கத் தொடங்கியும் இன்னும் திருமணம் செய்து கொள்ளவில்லை. சின்ன வயதில் இருந்தே வறுமையில் வளர்ந்தவன். தன் குடும்பத்தினரை கரை சேர்க்க வேண்டும் என்பதற்காக அப்படியே இருந்துவிட்டான். குடும்பத்தினரும் அவனை பயன்படுத்திக்கொண்டு 'அம்போ' என்று விட்டுவிட்டார்கள். அப்போதுதான் அவனுக்கு அந்த யோசனை வந்தது. அது கூட மூக்கோபுடைய கமராது ஒருத்தன் சொன்னதை கேட்டு வந்தது.

ஒரு நாள் அவனிடத்தில் பேசிக்கொண்டிருந்த போது "மூக்கோபு ரோஸ்மரிய பத்திதான் உனக்குத் தெரியுமே. அவள பிடிச்சா அவளையும் முடிச்சுக்கலாம். அவ பெண்ணையும் நீ கல்யாணம் செஞ்சுக்கலாம்" என்று கண்ணடித்தபடி சிரித்துக் கொண்டே சொன்னான்.

அன்றிலிருந்து மூக்கோபுக்கு அதுவே நோக்கமாகிவிட்டது. ஏற்கெனவே முதிர் கன்னியைப் போல இருக்கிறவன். வாழ்க்கையில் எந்த நன்மையும் இல்லை 'எத்த தின்னா பித்தம் தீரும்' என்று அலைமோதிக்கொண்டிருந்த வனுக்கு ரோஸ்மரி ஒரு புதையலைப் போல அகப்பட்டுக்கொண்டாள். அவளை எப்படியாவது காம வயப்படுத்தி தன் ஆசைகளை தீர்த்துக்கொண்டு அவளுக்குத் தெரியாமல் அவள் மகளையும் வீழ்த்தி திருமணம் செய்து கொள்ள வேண்டும். அதை வைத்து பிரெஞ்சு நேஷனாலிட்டி உள்ள ரோஸ்மரியின் மகள் மூலமாக பிரான்ஸுக்கு போய்விட வேண்டும். எவருக்கும் தெரியாமல் இதை பெரிய திட்டமாக தயாரித்து வைத்திருந்தான் மூக்கோபு.

எப்படியோ ரோஸ்மரியிடம் பழக்கத்தை ஏற்படுத்திக் கொண்டான். அவள் வீட்டுக்குப் போய் அடிக்கடி பேசி ஏதாவது வாங்கிக் கொடுத்து தன் மீது நம்பிக்கை வரும்படியாக செய்து அவன் நோக்கத்தை கொஞ்சம் கொஞ்சமாக செயலுக்கு கொண்டு வந்து விட்டான்.

ரோஸ்மரிக்கு ஆண் துணை இல்லை. அவளின் மகன்கள் இரண்டு பேரும் பிரான்ஸிலிருந்து சம்பாதித்து மாதா மாதம் ஆயிரக் கணக்கில் ஃபிரானை அனுப்புகிறார்கள். அந்தப் பணமும், அவளுடைய புருஷன் இறந்துவிட்ட பிறகு மொத்தமாக

கிடைத்த லட்சக் கணக்கான ஃபிரான்களும், அது தவிர ஒவ்வொரு மாதமும் கிடைக்கும் விதவைக்கான செக்யூரும் சேர்ந்து ரோஸ்மரியை ஊரிலேயே பெரிய பணக்காரி ஆக்கி இருந்தது.

இவ்வளவு வசதி வாய்ப்புகள் இருந்து எந்நேரமும் கறி, மீன் சாப்பிட்டு சொல்தா பொண்டாட்டி என்கிற மிதப்போடு இருக்கிறவளுக்கு ஒரே ஒரு குறைதான் இருந்தது. அதுதான் சரீர சுகம். ஏற்கனவே அதில் பழம் தின்று கொட்டை போட்டவள் ரோஸ்மரி. ஜானுக்கு பிறகு எவனாவது வந்து மாட்ட மாட்டானா என்று இருந்தவளுக்கு மூக்கோபு தூண்டில் போட வசமாக மாட்டிக்கொண்டது மீன். அதுவும் கிழட்டு மீன். மூக்கோபுக்கு அது பற்றியெல்லாம் கவலையில்லை. நொந்து போன மீனாக இருந்தாலும் கிடைத்த வரையில் தின்றுவிட வேண்டியதுதான். அதன் பிறகு புது மீனான அவள் மகளையும் வாழ்நாள் முழுக்க சாப்பிட வகை செய்துகொள்ள வேண்டும். இதுதான் அவன் பிரதான எண்ணம்.

ரோஸ்மரிக்கு சொந்தமாக நிறைய வீடுகள் இருந்தன. அதில் ஒரு வீட்டில் அவளும், மூக்கோபும் படுத்திருந்தார்கள். அந்தக் கணம்தான் ரோஸ்மரி மூக்கோபைப் பார்த்து 'என்ன மனுஷன்யா நீ' என்று சல்லாபத்தின் உச்சத்தில் இருந்த போது கேட்டது. மனம் மயங்கிப் போய் கிடந்தாள் ரோஸ்மரி. மூக்கோபும் அப்படித்தான்.

ரொம்ப காலமாக இருவருக்கும் இந்தத் தொடர்பு. ஊர் உலகத்துக்கு தெரியாது. எவருக்கும் சந்தேகம் வராமல் பார்த்துக் கொண்டார்கள். காரியத்திலேயே கண்ணயிருந்த மூக்கோபு ஒரு நாள் ரோஸ்மரியோடு வாத்ஸாயனத்தை வாசித்துக் கொண்டிருந்த போது கேட்டான்.

"ரோஸ்மரி நான் எவ்வளவு நாளைக்குத்தான் இப்படியே உன் கூட இருக்கிறது. எனக்குன்னு ஒரு வாழ்க்கை வேணாமா"

ரோஸ்மரி தன் ஜாக்கெட்டின் முன்புற கொக்கிகளை போட்டுக்கொண்டே சொன்னாள்.

"ஏன் என் கூட இருக்கிறது வாழ்க்கை இல்லையா"

"இது திருட்டுத்தனம்தானே. அதுவும் இல்லாம உனக்கு தலைக்கு உசந்த பிள்ளைங்க இருக்காங்க"

"இருக்கட்டுமே. எவ்வளவு நாளைக்கு முடியுமோ அவ்வளவு நாளைக்கு இப்படியே சந்தோஷமா இருக்கலாம்"

"அப்ப எனக்கு கல்யாணம் காட்சின்னு எதுவுமே கிடையாதா"

மூக்கோபு எங்கு வருகிறான் என்பது ரோஸ்மரிக்கு உடனே புரிந்துவிட்டது. அவள் ஆண்களின் பலவீனங்களை மட்டுமல்ல அவர்களின் மன ஓட்டங்களையும் கூட புரிந்து வைத்திருக்கிறவள். சிரித்துக்கொண்டே சொன்னாள். அதில் நக்கல் தெரிந்தது.

"இத்தனை வயசுக்கப்புறம் கல்யாணம் கேட்குதா. உடைஞ்சு போன பானை நீ. உனக்கு அறுந்து போன கயிறு நான்தான் சரி"

மூக்கோபுக்கு ஏமாற்றமாகி விட்டது. இருந்தாலும் மறைத்துக் கொண்டு மறுபடியும் பேசத் தலைப்பட்டான். ரோஸ்மரியின் மகளைப் பற்றி ஜாடையாகச் சொல்ல நினைத்த போது அவள் எப்படியோ கண்டு பிடித்துவிட்டாள். இது மாதிரியான விஷயங்களில் மற்ற பெண்கள் எப்படியோ தெரியாது. ஆனால் ரோஸ்மரி படு கில்லாடி.

பார்ப்பதற்கு ஒன்றும் தெரியாதவள் போலத்தான் இருப்பாள். பிரச்சனையைப் பற்றி பேசும் போதே அதைப் புரிந்துகொண்டு நகக் கண்ணில் ஊசியால் குத்துவது போல வார்த்தைகளினால் அவளைப் போல யாரும் காயப்படுத்த முடியாது.

தனக்கு அடுத்து தன் மகளின் மீதுதான் மூக்கோபின் பார்வை படும் என்பது ரோஸ்மரிக்கு முன்பே தெரிந்திருந்தது. மூக்கோபும் அதைத்தான் செய்துகொண்டு வந்தான். ரோஸ்மரியை மடக்கி தன் வசத்தில் வைத்திருந்த போதே அவள் மகளிடத்திலும் பேச்சு வார்த்தை இருந்தது. அதை மெல்ல மெல்ல வளர்த்து காதலாக்கி அவளையும் தன் சொந்தமாக்கிக் கொள்ள சந்தர்ப்பம் பார்த்திருந்தான். அதற்காகவே ரோஸ்மரிக்கு தெரியாமல் அவள் இல்லாத நேரமாகப் பார்த்து அவள் மகளிடத்திலும் தொடர்பை ஏற்படுத்திக்கொண்டான்.

அது ஏறக்குறைய ஒரு முடிவுக்கு வந்துவிடும் நிலைமையும் இருந்தது. இதில் ரோஸ்மரி கை தேர்ந்தவள் என்றால் மூக்கோபு

கரைகடந்தவன். எப்படிப்பட்ட பெண்ணையும் சாமர்த்தியமாக பேசி, பழகி வீழ்த்திவிடுவான். இதெல்லாம் ரோஸ்மரிக்கு தெரியாது என்று மூக்கோபு நினைத்திருந்தான். ஆனால் ரோஸ்மரி அவனையும் பார்த்து விடுவாள். அவன் அப்பனையும் பார்த்து விடுவாள். தன் மகள் மீது மூக்கோபுக்கு ஒரு கண் என்பது ரோஸ்மரிக்கு தெரியும். அதனால் மறுபடியும் நக்கலாக சிரித்துக் கொண்டே சொன்னாள்.

“சின்ன வயசு பொண்ணுங்க கிட்ட உன்னால ஈடுகொடுக்க முடியாது. எதுக்கு எட்டாத பழத்துக்கு கொட்டாவி விடுற”

மூக்கோபுக்குப் புரிந்துவிட்டது. தான் வயதானவன் என்று குத்திக் காட்டுகிறாள். அவள் மகளுக்கு ஏற்றவன் இல்லை என்பதை மறைமுகமாக சொல்கிறாள். ரோஸ்மரி உஷார் பார்ட்டி.

தன் வாழ்க்கையில் எத்தனை ஆண்களைப் பார்த்திருப்பாள். மூக்கோபுக்கு தெரிந்து அவள் கிழட்டு புருஷனைத் தவிர ஜான் மட்டும்தான். அதற்கும் முன்போ, பின்போ எத்தனை ஜான்களோ. எத்தனை அடிகளோ. எத்தனை முழங்களோ. ஆழத்தை பார்த்தவர்களுக்குத்தான் அது தெரியும். அந்த நினைப்பு வந்த உடனே மூக்கோபுக்கு வெறியுடன் கூடிய கோபம் தலைக்கேற ரோஸ்மரியை இழுத்து முரட்டுத் தனமாக அணைத்தான். அவள் தடுப்பது போல மூக்கோபை தள்ளிவிட்டு அவனைப் பார்த்து அரைக் கண்ணால் சிரித்தாள். ஆளை மயக்கும் மோகம். இன்னும் ஏன் சும்மா இருக்கிறாய். உன் வேலையைத் தொடங்கு என்று உசுப்பேற்றுகிற தந்திரம். வெள்ளம் புரண்டு வந்து அணை மீறி போகப் போகிற நேரமாகப் பார்த்து இது போன்ற சமாச்சாரங்களை செய்ய வேண்டும் என்று பெண்களுக்கு எவர் வந்து சொல்லித் தந்திருப்பார்கள் என்று தெரியவில்லை. மூக்கோபுக்கு புரிந்துவிட்டது.

ரோஸ்மரியை தன் பக்கமாக திருப்பி அவள் போட்டிருந்த ஜாக்கெட்டின் கொக்கிகளை கழற்ற முற்பட்ட போது அவளே அதை அவிழ்த்து மூக்கோபிடம் தன்னை முழுமையாக ஒப்படைத்தாள். மூக்கோபு உற்சாகமாக இயங்கினான். அவனுக்குள் புத்தம் புது மலரின் வாசம் வியாபித்திருந்தது. அவன் மனம் முழுக்க ரோஸ்மரியின் மகளுடைய நினைவு.

ஆறு மாதம் போயிருக்கும். மூக்கோபு வீட்டில் இருந்தான். முன்பு போல அவன் ரோஸ்மரியை பார்க்க முடியவில்லை. அவள் அடிக்கடி எங்கோ வெளியில் போய் விடுகிறாள். வழக்கமாக அவர்கள் தனிமையில் சந்திக்கும் இடத்திற்கு போனால் அங்கும் இருப்பதில்லை. வீடு பூட்டிக் கிடந்தது. மூக்கோபுக்கு பைத்தியம் பிடித்தது போல் ஆகிவிட்டது. சந்தர்ப்பம் கிடைக்கிற போதெல்லாம் சல்லாபத்தில் களித்திருந்தவனுக்கு இப்போது ரோஸ்மரியிடம் படுக்கை சுகம் கிடைக்கவில்லை. எப்படி இருக்கும் அவனுக்கு. ரோஸ்மரியோடு இருந்ததை நினைத்து நினைத்து வெறி ஏறி இருந்தது. அவளை அனுபவிக்க முடியாத நிலையில் ரோஸ்மரியை வாய்க்கு வந்தபடியெல்லாம் திட்டிக் கொண்டிருந்தான். எப்படியாவது அவனுக்கு ரோஸ்மரி வேண்டும்.

மூக்கோபு ரோஸ்மரி வீட்டுக்குப் போயிருந்தான். அப்போது ரோஸ்மரி இல்லை. அவள் மகள்தான் வந்து கதவைத் திறந்தாள். பூரண பௌர்ணமி நாளில் மேகத்தின் மறைவிலிருந்து ஒரு முழு நிலா எட்டிப் பார்ப்பது போல் இருந்தது. மூக்கோபுக்கு சொல்ல முடியாத மகிழ்ச்சி. 'இத்தனை நாளும் இதற்குத்தானே காத்திருந்தேன்' என்பதை அவளிடத்தில் தன் கண்களின் ஜாடையினால் தெரியப்படுத்தினான். அவளுக்குப் புரிந்திருக்க வேண்டும். தன் அம்மாவுக்கு தெரிந்தவன். அவளை பார்க்க அடிக்கடி வீட்டுக்கு வருகிறவன். இதல்லாமல் தன் மீது அவனுக்கு ஆசை இருக்கிறது என்பதெல்லாம் அவளும் உணர்ந்துதான் இருக்கிறாள். அதை வெளிப்படுத்தும் விதமாக மூக்கோபை பார்த்து சிரித்தாள். வெட்கம் கலந்த அந்தச் சிரிப்பில் இருந்த அத்தனை விஷயங்களும் மூக்கோபுக்கு நொடியில் புரிந்துவிட்டது. பதிலுக்கு சிரித்தான். அவள் சொன்னாள்.

"அம்மா வெளிய போயிருக்காங்க. இப்ப வந்துடுவாங்க. உள்ள வந்து உட்காருங்க"

மூக்கோபு அவள் அழைப்பை உடனடியாக ஏற்றுக்கொண்டு ஹாலில் இருந்த சோபாவில் உட்கார்ந்தான். மின் விசிறியின் சுவிட்சை போட்ட ரோஸ்மரியின் மகள் கேட்டாள்.

"என்ன சாப்பிடுறீங்க"

"ஏதாச்சும்' என்று சொல்ல வாயெடுத்த மூக்கோபு ரோஸ்மரி இல்லாத இந்த நேரத்தை சரியாகப் பயன்படுத்தி அவள் மகளை

தன் பக்கம் சாய்த்துவிட வேண்டும் என்பதில் கவனமாக இருந்தான். அதனால் அவளே மறுபடியும் பேசட்டும் என்று நினைத்ததை புரிந்துகொண்டவளைப் போல கேட்டாள்.

“பாலா காபியா. எது வேணும்”

“பால்தான் வேணும்” என்று சொல்லிக்கொண்டே மூக்கோபு ரோஸ்மரி மகளின் திரட்சியான மார்பையும், அவள் முகத்தையும் ஒருசேர பார்த்தபடி மயக்கும் விதமாக சிரித்த போது அவளும் அவன் இரட்டை அர்த்தத்தில் பேசுவதை வெகுவாக ரசித்து சிரித்தாள். அதே நேரம் வீட்டுக்குள் யாரோ வருவது தெரிந்தது.

மூக்கோபு திரும்பிப் பார்த்தான். ரோஸ்மரி தோளில் ஹேண்ட் பேக்கை மாட்டிக்கொண்டு கையில் ஒரு பையை வைத்திருந்தாள். அதில் வீட்டுக்குத் தேவையான சாமான்கள். கடைக்குப் போய்விட்டு வந்த ரோஸ்மரிக்கு கண நேரத்தில் எல்லாம் புரிந்துவிட்டது. ‘நாம் இல்லாத சமயத்தில் வீட்டுக்கு வந்து நம் மகளை கணக்கு பண்ண பார்க்கிறான்’ என்று கோபமாக வந்தது. கத்தினாள்.

“என்ன எனக்குப் பதிலா இங்க காய் நகர்த்தற வேலை நடக்குதா.” மூக்கோபு பேசாமல் இருந்தான்.

“கேட்கிறேன் இல்ல. எதுக்கு என் வீட்டுக்கு வர்ற”

அப்போதும் மூக்கோபு பேசவில்லை. ரோஸ்மரிக்கு தெரியாமல் அவள் மகளிடத்தில் இப்போதுதான் தன் வேலையைத் தொடங்கினான். அதற்குள் கையும், மெய்யுமாக அகப்பட்டுக்கொண்டான்.

“மரியாதை கெட்டுப் போயிடும். போ வெளிய”

மூக்கோபிடம் இது நாள்வரை வைத்திருந்த கள்ள உறவைப் பற்றி கவலைப்படாமல், அது மாதிரி ஒன்று நடக்கவே இல்லை என்பது போல ரோஸ்மரி ஒருமையில் அவமரியாதையாக திட்டியதை கேட்டதும் மூக்கோபுக்கு அசிங்கமாகிவிட்டது. கோபத்தோடு பதிலுக்கு கத்தினான்.

“என்ன பழசெல்லாம் மறந்துபோச்சா. அநாவசியமா பேசுற”

“உன்கிட்ட இனிமே பேச்சு கிடையாது. இப்ப வீட்ட விட்டு போகப் போறியா இல்லையா”

ரோஸ்மரி கேட்டுக்கொண்டே மூக்கோபு மீண்டும் பேசுவதற்கு சந்தர்ப்பம் தராமல் அவனை ‘தர தர’ என்று வீட்டுக்குள் இருந்து வாசல்வரை இழுத்து வந்து வெளியே தள்ளி கதவை சாத்தினாள். மூக்கோபுக்கு அதிர்ச்சியாகிவிட்டது. அவனுக்கு ஒன்றும் புரியவில்லை. அவனின் எல்லா திட்டங்களும் ஒரு நொடியில் காணாமல் போய் விட்டன. ரோஸ்மரியும், அவள் மகளும் கை மீறிப் போய் விட்டார்கள். இனி என்ன செய்வது என்று நினைத்த போது ரோஸ்மரியின் மீது கோபம் கோபமாக வந்தது. அவள் தன் காம வெறிக்கு மூக்கோபை சரியாக பயன்படுத்திக்கொண்டு அவனை தூக்கி எறிந்துவிட்டாள்.

மூக்கோபுக்கு அது கூட பெரிதாகத் தெரியவில்லை. தொடக்க காலத்தில் மூக்கோபோடு ரோஸ்மரி நெருக்கமாக பழகிய போது தன் மகளை அவனுக்கு திருமணம் செய்து தருவதாகத்தான் சொல்லியிருந்தாள். ஆனால் அவள் தன் இச்சையை தீர்த்துக்கொண்டதோடு மட்டுமல்லாமல் மூக்கோபிடம் இருந்து தன் வீட்டுக் காரியங்களை எல்லாம் முடித்துக்கொண்டு அவனிடமிருந்து அடிக்கடி பணத்தையும் பிடுங்கி ஏமாற்றியும் விட்டாள்.

அவள் மகளை வைத்து ஆசை காட்டி மோசம் செய்திருக்கிறாள். வஞ்சகி. காமாந்தகாரி. குடி கெடுத்தவள். ரோஸ்மரியை மனதுக்குள் திட்டிக்கொண்டே வந்த மூக்கோபு தன்னை மறந்து அவளை ‘தேவடியா பச்சை தேவடியா’ என்று பல்லை கடித்தபடி பயங்கரமாக திட்டினான். கோபத்தின் உச்சியில் அவன் இருந்த போது பதிலுக்கு யாரோ பேசுவது போல் இருந்தது.

மூக்கோபு சட்டென்று நிதானத்துக்கு வந்தவன் அக்கம் பக்கம் பார்த்தான். ஒருவரும் இல்லை. ஆனால் பேசியது நன்றாகக் கேட்டது. மறுபடியும் நினைவுக்குக் கொண்டு வந்த போது அந்தக் குரல் தெளிவாகக் கேட்டது. ‘டேய் ரோஸ்மரிய தேவடியா தேவடியான்னு சொல்றீயே. அவ தேவடியான்னு தெரிஞ்சுருந்தும் அவ கிட்ட போனியே. நீ என்ன தேவடியானா.’ மூக்கோபு அப்படியே திகைத்து போய் நின்றுவிட்டான். யார் பேசுவது என்பது இருக்கட்டும். முதலில் ஒரு விஷயம் விளங்க வேண்டும். தேவடியா தெரியும். அதென்ன தேவடியான். மூக்கோபு அந்த நிலையிலும் யோசித்துப் பார்த்தான். ஒன்றும் புரியவில்லை.

குரல் சொன்னது 'தேவடியா ஒரு பொம்பளன்னா அவ கூட சகவாசம் வச்சுகிட்ட ஆம்பள நீ தேவடியான்தான'. மூக்கோபு மிரண்டு போனான். யார் இவ்வளவு சரியாகப் பேச முடியும் என்று அவனுக்கு சந்தேகம். மனசாட்சியாக இருக்குமோ.

'மனமே இல்லாத உனக்கு எப்படியடா மனசாட்சி இருக்கும். மூக்கோபுன்னா திருட்டுத்தனம் செய்ற எத்தன்னு பைபிள் சொல்லுது. நீ திருட்டுத்தனத்தோட பாவமும் செஞ்ச எத்தனுக்கு எத்தன். அம்மாவுக்கு தெரியாம பொண்ணையும், பொண்ணுக்கு தெரியாம அவ அம்மாவையும் ஏமாத்தி கெடுக்க நெனைச்ச உனக்கு இதுவும் வேணும். இன்னமும் வேணும்' என்ற குரல் அவனுக்குள் இருந்து சத்தமாக கேட்டது. மூக்கோபு அவமானத்தால் சிறுத்துப் போன தன் முகத்தில் வழிந்த வேர்வையை அழுத்தமாக துடைத்த போது ரோஸ்மரி வீட்டுக்குள் அவனைப் போலவே இன்னொருத்தன் கதவைத் திறந்துகொண்டு உள்ளே போனான்.

- தளம், அக்டோபர்-டிசம்பர் 2016.

*

ஒருவன் எழுதும் சிறுகதைக் குறிப்புகள்

அவன்தான் ஆசிரியரை பாரதி விழாவுக்கு அழைத்திருந்தான். உள்ளூரில் பாரதி பெயரில் நிறைய இலக்கிய அமைப்புகள் இருந்தன. எல்லோரும் வைத்திருக்கிறார்களே நாமும் அப்படி பாரதியை முன்வைத்தால். நமக்கொரு மரியாதை, அந்தஸ்து, பெருமை கிடைக்கும் என்று நினைத்தது கொஞ்சம். பாரதியைப் பற்றி எதுவுமே தெரியாமல் அந்தப் பெயரை மட்டுமே வைத்துக் கொண்டு அப்படியும் இப்படியுமாக அலைமோதியது கொஞ்சம். அவ்வாறு இல்லாமல் உண்மையாகவே பாரதி இலக்கியம் பரவ வேண்டும் என்கிற உயர்ந்த நோக்கத்தோடு இருப்பவையும் இருக்கின்றன. அதில் ஒன்றுதான் ஆசிரியரை அழைக்க வேண்டும் என்று முடிவெடுத்த போது அவனை அணுகினார்கள். அவனுக்கு ஆசிரியரிடத்தில் நல்ல பழக்கமும், நட்பும் இருந்தது. அவனைப் பிடித்தால் காரியம் நிறைவேறி விடும் என்பது விழாக் குழுவினருக்குத் தெரிந்திருந்ததால் விஷயம் சுலபமாக முடிந்து போயிருந்தது.

ஆசிரியர் என்றதும் அவனுக்கு கடந்த வாரம் நடந்த சம்பவம் நினைவுக்கு வந்தது. அவன் பத்திரிகைகளில் படைப்புகள் எழுதுகிறவன். அப்படி எதையோ ஒன்றை எழுதி கூரியரில் அனுப்ப வெங்கட்டா நகர் தமிழ்ச்சங்கத்தின் எதிரில் இருக்கும் அதன் கிளை அலுவலகத்திற்கு வந்திருந்தான். அவன் கவரை கொடுத்து புக்கிங் செய்த போது அங்கே கம்ப்யூட்டரில் இருந்தவன் தந்த ரசீதை பார்த்தவன் பெரிதும் அதிர்ந்து போனான். ஒரு பத்திரிகையின் பெயரைக் குறிப்பிட்டு

'ஆசிரியருக்கு' என்று எழுதப் போய் அதற்கு 'டீச்சர்' என்று இங்கிலீஷில் டைப் செய்திருந்ததை கவனித்ததும் அவனுக்கு ஒரு மாதிரியாகப் போய் விட்டது. ரசீதை மேலும் கீழுமாகப் பார்த்துவிட்டு கேட்டான்.

'என்ன இது டீச்சர் என்று பதிவு செய்திருக்கிறீர்கள். நான் அனுப்புகிறது ஆசிரியருக்குத்தானே.' அங்கிருந்தவன் உடனே சொன்னான் 'அதுதான் சார் அடித்திருக்கிறேன்.' 'இல்லையப்பா இந்த ஆசிரியர் வேறு.' 'ஆமாம் சார் ஆசிரியர் என்றால் டீச்சர்தானே' என்று பதிலுக்கு அப்பாவியாகக் கேட்டான் அந்த கூரியர்காரன். அவனுக்கு என்ன சொல்வதென்று புரியவில்லை. பத்திரிகையின் பெயரோடு 'ஆசிரியர்' என்று எழுதினால் அந்த ஆசிரியர் 'எடிட்டர்' என்பது தெரியாமல் டீச்சர் என்று சொன்னால் எப்படி.

அவன் மௌனமாக எதிரே இருந்தவனைப் பார்த்தான். நன்கு படித்தவன் போலத்தான் அவன் தோற்றம் இருந்தது. இந்த லட்சணத்தில் இருக்கிறது இவன் படிப்பு என்று சலித்துக் கொண்ட போதே அவன் மனம் கண்ணதாசனிடம் தாவியது. அவர் ஒரு முறை தன்னுடைய பத்திரிகையின் கேள்வி பதில் பகுதியில் வாசகர் ஒருவர் கேட்டிருந்த கேள்விக்கு இப்படி எழுதியிருந்தார். கேள்வி இதுதான். 'நீல நயனம் என்றால் என்ன.' அந்தக் கேள்வியை எழுதி அனுப்பியிருந்தவரின் பெயருக்குப் பின்னால் 'எம்.ஏ.' என்று போடப்பட்டிருந்தது. அதைப் பார்த்துவிட்டு கண்ணதாசன் 'நயனம் என்றால் கண். நீல நயனம் என்றால் நில நிறமுடைய கண் என்று பொருள். இதுகூட தெரியாமல் தமிழில் எம்.ஏ. படித்திருக்கிறீர்களே' என வருத்தப்பட்டிருந்தார். அதை இப்போது நினைத்தவனுக்கு பத்திரிகை ஆசிரியரை டீச்சர் என்று புரிந்துகொண்டவனின் படிப்பும், கண்ணதாசன் காலத்தில் கேள்வி கேட்டிருந்தவனின் படிப்பும் ஏறக்குறைய ஒரே மாதிரியாகத்தான் இருப்பது போலத் தெரிந்தது. இருந்தாலும் அவன் மேற்கொண்டு எதுவும் பேசவில்லை. எதிரே தமிழ்ச்சங்கம் வேறு இருக்கிறது. கூரியர்காரன் மொழிபெயர்த்தது சரியாகத்தானே இருக்கிறது என்று அவர்கள் சண்டைக்கு வந்துவிட்டால் என்ன செய்வது. இதாவது பரவாயில்லை. ஒரு வார்த்தை சம்பந்தப்பட்ட விஷயம். சரி தவறி விட்டது என்று விட்டுவிடலாம். ஆனால் பிறமொழி இலக்கியங்களைத் தமிழில் மொழி பெயர்க்கிறேன்

பேர்வழி என்று சிலபேர் இதே கூரியர்காரன் மொழி பெயர்ப்பைத்தான் செய்கிறார்கள். அதற்கு விருதுகள் வேறு. என்ன கொடுமையெல்லாம் நம் காலத்திலே நடக்கிறது என்று அவன் தலையில் அடித்துக் கொள்ளாத குறையாக புலம்பிக் கொண்டே அந்த இடத்தை விட்டுப் போனான்.

பாரதி விழா அமர்க்களமாக இருந்தது. ஆசிரியர் இதுவரை எவருக்கும் தெரிந்திராத கோணங்களில் பாரதியைப் படம் பிடித்துக் காட்ட கூட்டம் வாய்பிளந்து கேட்டுக்கொண்டிருந்தது. பாரதி இங்கு பத்தாண்டுகள் இருந்தான் என்றுதான் பெயர். அப்படி இருந்த போது அழியாத அமர காவியங்கள் செய்து இந்த ஊருக்குப் பெரிய இலக்கிய அந்தஸ்தை ஏற்படுத்திக் கொடுத்துவிட்டுப் போயிருக்கிறான். அப்படிப்பட்டவனை இங்கிருந்தவர்கள் அப்போது எப்படி நடத்தினார்கள் என்பதை விடவும் இப்போது நடத்துகிற விதம் ரொம்பவும் கவலையளிக்கக் கூடியதாய் இருக்கிறது. பாரதி பிறந்த நாள் வந்தால் ஒரு விழா, அப்புறம் அவன் நினைவு நாள் வந்தால் இன்னொரு விழா. அத்தோடு சரி. அப்புறம் பாரதியை அடியோடு மறந்துவிட்டு அவரவர் வேலையைப் பார்க்கப் போய்விடுவார்கள். என்னடா இது நம்ம ஊரில் வாழ்ந்தவன், நம்ம ஊர் அவனை வாழ வைத்தது என்கிற அத்தகைய பெருமை நமக்கிருக்க பாரதியை வாழ்வின் முன் மாதிரியாகக் கொள்ளாமல் எப்பவாவது தோன்றினால் மட்டும் இப்படிச் செய்வது சரியா என்று யாரும் யோசிப்பதில்லை.

இத்தகைய சிந்தனை அலைகளை ஆசிரியர் தன் சொற்பொழிவின் ஊடாக ஏற்படுத்த கூட்டத்திலிருந்து அவனுக்குள்ளும் அந்த ஜுரம் தொற்றிக்கொண்டது. அவன் தனக்குத் தானே ஏதேதோ நினைக்கத் தொடங்கினான். பாரதி கடற்கரை பக்கமாக கைவீசி நடந்து வருவது போலவும் அப்படியே வந்தவன் ஆவி ரூபத்தில் இங்கே வந்து ஆசிரியர் பேசுவதைக் கேட்பது போலவும் தோன்றியது. 'சபாஷ் பாண்டியா' என்று பாரதி துள்ளிக் குதித்து ஆசிரியரை கட்டிப் பிடித்து உச்சி முகர்ந்து பாராட்டுவது போல அவனுக்குள் ஒரு பிரமை. அவன் உணர்ச்சி வசப்பட்ட நிலையில் 'ஆசிரியரை இந்தக் கூட்டத்திற்கு அழைத்து வந்தது எவ்வளவு நல்லதாகப் போயிற்று. இல்லையென்றால் இங்கிருப்பவர்களுக்கு பாரதியின் புதிய தரிசனம் கிடைத்திருக்காதே' என்று மனதுக்குள் சந்தோஷப்பட்டுக் கொண்டான்.

ஆசிரியர் பேசி முடித்தார். அவ்வளவுதான். ஒட்டு மொத்த கூட்டமும் இருந்த இடம் தெரியாமல் அடுத்த நொடியே அரங்கை விட்டு வெளியேறிப் போய்விட்டது. பாரதியை எந்த வகையிலும் ஏற்றுக் கொள்ள அல்லது புரிந்து கொள்ள அவர்கள் யாரும் தயாராக இல்லை. அதுவும் வேறு அன்று ஞாயிற்றுக்கிழமை. வீட்டில் கறியோ, மீனோ ஆக்கி வைத்திருப்பார்கள். அதை விட்டுவிட்டு ஆசிரியர் மதியம் இரண்டு மணிக்கு பேச்சை முடித்தால் அதன் பிறகும் அங்கே இருந்து பாரதி பற்றி இன்னும் தெரிந்து கொள்ள அவர்களுக்கென்ன பைத்தியமா பிடித்திருக்கிறது. பாரதியை விடவும் மதிய சாப்பாடு முக்கியமில்லையா. அதனால் 'ஆற்றில் இறங்கி அரகரா என்றாலும் சோற்றில் இருக்குது சொக்கலிங்கம்' என்று கண்டுகொண்டவர்கள் மீது அவருக்கு எந்த வருத்தமும் ஏற்படவில்லை. தான் ஒப்புக்கொண்ட நிகழ்ச்சி சிறப்பாக அமைந்து விட்டதே அதுவே போதும் என்கிற மன நிறைவுடன் இருந்தார். ஆசிரியர் எப்போதுமே தனக்குத் திருப்தி அளிக்காத எந்தக் காரியத்தையும் செய்வதில்லை. அவரோடு அதிக பழக்கம் வைத்துக்கொண்டவன் என்ற முறையில் அவனுக்கும் அது தெரியும். அதற்காக அவனும் பெருமைப் பட்டுக்கொண்டான். இருவருமாக விழாக் குழுவினர் அருகே போனார்கள்.

கண்ணாடி போட்டிருந்த ஒருத்தர்தான் அந்த அமைப்பின் தலைவர். அவர் ஒரு தொகையை கவரில் வைத்து அவனிடத்திலே கொடுத்து ஆசிரியரிடம் கொடுக்கச் சொன்னார். அப்போது 'உங்களுக்கு அதிக தொகை கொடுக்க மனமிருந்தும் முடியவில்லை. பொன் வைக்கிற இடத்தில் பூ வைக்கிறது போல இந்தச் சிறிய தொகையை கொடுக்கிறோம்' என்ற போது அவனுக்கு சட்டென்று ஒரு பத்திரிகை ஆசிரியரின் ஞாபகம் வந்தது. அவர் அப்படித்தான் அவன் எழுதியிருந்த சிறுகதைக்கு கொஞ்சமாய் பணம் அனுப்பிவிட்டு தொலைபேசியில் 'உங்கள் கதைக்கு ஈடாக எவ்வளவு வேண்டுமானாலும் தரலாம். அதற்குப் பதிலாகப் பொன் வைக்கிற இடத்தில் பூ வைக்கிறது போல' என்றதும் அவன் உடனே 'அந்தப் பூவை எழுதுகிறவன் காதிலே வைத்துவிடுங்கள். அவன் அதைப் தடவிப் பார்த்துக்கொண்டே சந்தோஷமாக காலம் தள்ளுவான்' என்று சிரித்தபடியே சொன்ன போது அந்த ஆசிரியரும் அந்தக் கிண்டலை, கேலியை வெகுவாக ரசித்தார். இப்போதும் அப்படி ஏதாவது சொல்லிவிடக் கூடாதே என்று

அவன் தன் நாக்கைக் கடித்து அதட்டுவது போல உள்ளுக்குள் இழுத்துக்கொண்டான்.

புது பஸ் ஸ்டாண்டில் ஆசிரியரும், அவனும் நின்று கொண்டிருந்தார்கள். விழாவை முடித்து ஆசிரியர் ஊருக்குப் போக வேண்டும். அதற்குள் ஒரு காபி குடித்தால் நன்றாக இருக்கும் போலத் தோன்றியது அவனுக்கு. ஆசிரியரிடத்தில் கேட்டான். அவர் எதிரே பங்க் கடையில் தொங்கிக் கொண்டிருந்த பத்திரிகைகளை பார்த்தவாறு 'இப்போதுதானே மதிய உணவு சாப்பிட்டோம். வேண்டாம்' என்று மறுத்தார். அவன் அவரிடத்தில் இன்னும் நெருங்கிப் போய் நின்று கொண்டான். பஸ் ஸ்டாண்டில் பல தரப்பட்ட மனிதர்கள் போவதும் வருவதுமாய் பஸ்களின் சத்தமும் சேர்ந்துகொண்டு ஒரே இரைச்சலாக இருந்தது. அவ்வப்போது ஏதாவது பஸ் வந்தால் அடித்துப் பிடித்துக்கொண்டு ஓடுகிறவர்களும், தங்கள் பஸ்ஸுக்கு ஆள் பிடிப்பதில் கண்டக்டர்களுக்குள் நடக்கும் போட்டியும் பார்க்க வேடிக்கையாக இருந்தது. பிச்சை கேட்டு வருபவர்களை கண்டும் காணாமல் தங்கள் பார்வையினாலே அலட்சியப்படுத்திவிட்டு அங்கே வைத்திருந்த இலவச டி.வி.யில் சுவாரஸ்யமாய் படம் பார்த்துக்கொண்டிருந்தார்கள் கொஞ்சம் பேர். அவர்களுக்கு அடுத்த பஸ் வரும் வரை அதுதான் வேலை. அவர்களுக்கு அப்படி என்றால் தமிழ்நாட்டில் உள்ளவர்களுக்கு சினிமாவும், டி.வி.யும்தான் வாழ்க்கை. இந்த இரண்டும் இல்லாது போனால் தமிழன் கதிமோட்சம் அடையமாட்டான் போல் தெரிகிறது. அவன் மெல்ல சிரித்துக்கொண்டான். ஆசிரியர் ஜாடையாக கவனிப்பது தெரிந்ததும் அதை மறைத்துக் கொண்டவனைப் போல அவன் காட்டிக்கொண்டான். அடிக்கடி இப்படி சிரித்துக் கொள்வதைப் பார்த்து எங்கே அவர் தன்னை விகற்பமாக நினைத்து விடுவாரோ என்று பயம். எதுவுமே நடக்காதது மாதிரி இருக்க அவன் பெரிதும் முயற்சி செய்தான்.

இன்னும் கொஞ்ச நேரத்தில் ஆசிரியர் போகும் பஸ் வந்துவிடும் என்று தெரிந்தது. அவன் அவரிடத்தில் பேச்சு கொடுத்தான். அதற்கு இதுதான் சமயமென்று அவன் கருதியிருக்கக் கூடும். அவரும் அதை யூகித்துக்கொண்டவரைப் போல் பஸ்ஸுக்கு தன்னை தயார்படுத்திக்கொண்ட நிலையில் அவனிடத்தில் பேசுவதற்கு முன்வந்தார். அவர் தொடர்புடைய காரியத்தை எடுத்த எடுப்பிலேயே எப்படி கேட்பது என்று

தயங்கிய அவன் பொதுவாக சில விஷயங்களைப் பேசிவிட்டு அப்புறமாக "நம்ம பத்திரிகையில் நான் ஏதாவது எழுதணுமே சார்" என்றான். ஆசிரியருக்கு சந்தோஷமாகிவிட்டது. அவர் எதுவும் மறுத்துப் பேசாமல் உடனே சம்மதம் தெரிவித்தார். "ஓ தாராளமாக எழுதி அனுப்புங்க" என்றதும் "ரொம்ப நாளைக்கு முன்னாடி ஒரே ஒரு கவிதைய வெளியிட்டீங்க சார். அப்புறம் எதுவுமே வரல" என்று அவன் பரிதாபமாகச் சொன்னான். ஆசிரியர் அதைக் காதில் வாங்கியபடி அவர் போகிற பஸ் வருகிறதா என்றும் பார்த்துக்கொண்டிருந்தார். பிறகு அவன் பக்கமாய்த் திரும்பி "நீங்க கதையோ, கவிதையோ, கட்டுரையோ, எத வேண்டுமானாலும் எழுதுங்க. பார்த்துக்கலாம்" என்றார். அவனுக்கு ஆசிரியரே சொல்லிவிட்டார். அப்புறம் என்ன என்கிற மாதிரியான மன உணர்வு அப்போது ஏற்பட்டிருந்தது. அவன் அவர் பதிலில் திருப்தி அடைந்திருந்தான்.

அந்த பஸ் அவர்கள் இருக்கும் பிளாட்பார தடுப்பை நோக்கி வேக வேகமாக வந்து நின்றது. அவ்வளவுதான். ஒரு செத்த எலி வந்து விழுந்தால் நாலா திசைகளில் இருந்தும் வருகிற காக்கைகள் ஒன்றாகச் சேர்ந்து அந்த இடத்தில் கூடி 'காச் மூச்' என்று கத்துமே அது மாதிரி எங்கிருந்தோ வந்த மனுஷர்கள் 'திபு திபு' என்று பஸ்ஸை நோக்கி ஓடி கும்பலாக சூழ்ந்துகொண்டார்கள். இறங்குகிறவர்களும், ஏறுகிறவர்களுமாக தள்ளுமுள்ளு நடக்க அவனும் ஆசிரியரும் பேசிக்கொண்டிருந்ததை அப்படியே விட்டுவிட்டு அல்லது மறந்துவிட்டு அவசர அவசரமாக அருகில் போக முயற்சி செய்த போது அவர்களால் முடியவில்லை. கூட்டம் இடித்துத் தள்ளியது. ஒரே சமயத்தில் எல்லோரும் பஸ்ஸுக்குள் தாவி ஏறி அவரவர்களுக்கு வேண்டிய சீட்டை தேடுவதும், வருகிறவர்களுக்காக கர்சீப்பை போட்டு இடம் பிடிப்பதுமாக இருந்தனர். ஆசிரியர் அப்படியும் இப்படியும் பார்த்துவிட்டு இவ்வளவு நெரிசலில் போகக் கூடாது என்று முடிவெடுத்தவரைப் போல அவன் பக்கம் திரும்பினார்.

அவனுக்கும் அருகில் ஒரு வயசான ஆள் நின்றிருந்தான். ஈச்சம் ஓலையில் பின்னிய தொப்பியைத் தலையில் போட்டுக் கொண்டு வாயில் பெரிய சுருட்டை வைத்திருந்தான். 'பஸ்ஸுல இடமே இல்ல. நம்ம வூட்டு பணத்த கொடுத்துட்டு கால் வலிக்க நின்னுகிட்டே போகணுமா. வாங்க மிஸே மெட்ராஸுக்கு நெறைய பஸ்ஸுங்க இருக்கு. அதுல போகலாம்'னு

சொல்லிக்கொண்டே தொப்பிக்காரன் பஸ்ஸைவிட்டு எருமை மாடு கணக்காக கீழே இறங்கினான். சுருட்டு நாற்றம் 'குப்' என்று அடித்தது. சரி அடுத்த பஸ்ஸில் உட்காருகிற மாதிரி இடம் கிடைத்தால் போய்விடலாம் என்று ஆசிரியரும் இறங்கிக் கொள்ள அவன் கைக்கெட்டிய தூரத்தில் இருந்த தொப்பிக்காரனைப் பார்த்தான். சொல்தாவாக இருப்பானோ என்கிற சந்தேகம் வந்து விட்டது. உடனே, அப்படி இருக்காது 'சொல்தாமார்கள் பிரான்ஸில் எத்தனை கஷ்டப்பட்டாலும், எவ்வளவு அசிங்கப்பட்டாலும் பிறந்த மண்ணுக்கு வந்துவிட்டால் சௌகரியமாகவும், வசதியாகவும்தான் இருப்பார்கள். ஏதாவது ஊருக்குப் போவதாக இருந்தால் ஒன்று சொந்தக் காரில் போவார்கள். இல்லையென்றால் வாடகை வண்டி பிடித்தாவது போவார்களே ஒழிய இந்த மாதிரி அடித்துப் பிடித்துக்கொண்டு ஏறுகிறதும், போகிறதும் அவர்களுக்குப் பிடிக்காத ஒன்று'. அவன் இதை ஆசிரியரிடத்தில் சொல்லிக்கொண்டிருந்த போதே அந்த பஸ் கிளம்பிப் போவது தெரிந்தது.

கொஞ்ச தூரம் போயிருக்கும். தொப்பிக்காரன் வேக வேகமாக ஓடிப்போய் அவர்களைத் தாண்டி பஸ்ஸுக்குள் ஏறி கம்பியைப் பிடித்துக்கொண்டு வெளியே பார்த்தபடி நின்றிருந்தான். 'என்ன இது இப்போதுதானே இவன் வேற பஸ்ஸில் போகலாம் என்று சொன்னான். அதற்குள் அத்தர் பல்டி அடித்து அதே பஸ்ஸில் போகிறானே' என்று அவன் நினைப்பதற்கும் முன்பாக ஆசிரியர் "இத ஒரு பெரிய குற்றமாக ஏன் பார்க்கணும். அவனுக்கு என்ன தோணுதோ அத செய்றான். அவன் மட்டுமில்ல. இங்க யாருமே சொல்றது போல செய்றதில்ல. இது மனுஷரோட சுபாவம்னு சாதாரணமா எடுத்துக்க வேண்டியதுதான்" என்று இயல்பாகச் சொல்ல அவன் அமைதியாக இருந்தான். ஆசிரியர் வயதில் மூத்தவர். அனுபவசாலி. அதனால் அவர் சொன்னால் சரியாகத்தான் இருக்கும் என்று சமாதானப்பட்டுக் கொண்டான்.

ஆசிரியர் அடுத்த பஸ் எப்போது வரும் என்கிற நினைப்பு எதுவுமின்றி இருந்தார். அவனுக்குத்தான் அவரை பத்திரமாக வீட்டுக்கு அனுப்பிவைக்க வேண்டுமே என்று கவலையாக இருந்தது. மனதுக்குள் அந்த எண்ணம் சஞ்சரித்துக்கொண்டிருக்க ஆசிரியர் தன் கையிலிருந்த சூட்கேஸை இன்னொரு கைக்கு மாற்றி இலகுவாக்கிக் கொள்ளும் சமயம் அவன் "சார்

கொஞ்ச நேரம் நான் வச்சுக்கிறேன். கொடுங்களேன் அந்த சூட்கேஸ்” என்று வாங்குவதற்குக் கையை நீட்டினான். அவர் சிரித்துக்கொண்டே “வேண்டாம், வேண்டாம்” என்று மறுத்துவிட்டு “நீங்க உடனே உங்க படைப்ப அனுப்பி வையுங்க” என்றார். அதற்காகவே காத்திருந்தவனைப் போல அவன் “சரி சார்“ என்று தலையாட்டியதும் அவர் “சிறுகதைகளை மாத்திரம் ஆயிரம் வார்த்தைகளுக்கு மேல போகாம பார்த்துக்குங்க” என்று சொல்லி முடித்ததுதான். அவனுக்கு பெரும் அதிர்ச்சியாக இருந்தது.

சிறுகதைகளை ஆயிரம் வார்த்தைகளுக்குள் எழுதுவதா. அவனால் முடியவே முடியாது. எதையும் அவன் ‘வள வள’ என்று எழுதித்தான் பழக்கம். ஆசிரியர் சொன்னது அவனுக்கு வைத்த பரிட்சை மாதிரி தெரிந்தது. கண்களில் மிரட்சியோடு அவரைப் பார்த்தான். “பத்திரிகையில இடப் பற்றாக்குறையா இருக்குது. எல்லாருமே நெறைய எழுதி அனுப்பினா ஆசிரியர் நான் என்ன செய்யமுடியும் சொல்லுங்க” என்றதும் அவன் தயங்கித் தயங்கி “இது எழுதுகிறவன் கைய, கால கட்டிப் போட்டுட்டு உன் இஷ்டத்துக்கு எழுதுடான்னு சொல்றது போல இருக்குது சார்” என்றான். அவர் “எனக்கும் உங்கள மாதிரி எழுதுறவங்க மனசு தெரியும். படைப்பாளிங்களுக்கு எப்பவும் முழு சுதந்திரம் தரணும்னுதான் நெனைக்கிறேன். ஆனா தற்போதைய நெலமையில எனக்கு இத தவிர வேற வழி தெரியல. தவிரவும் பத்திரிகைன்னு இருந்தா பலதரப் பட்டவர்களுக்கும் நாம வாய்ப்பளிக்கணும் இல்லையா” என்று மறுமொழியாக அதே சமயம் அதிகார தோரணையற்ற தன்மையில் ஆசிரியர் சொன்னது அவனுக்குப் பிடித்திருந்தது.

அரைமணி நேரமாவது போயிருக்கும். அவனும், ஆசிரியரும் அங்கேயே நின்றுகொண்டிருந்தார்கள். அடுத்த பஸ் இன்னும் வராத நிலையில் அவன் மனம் முழுக்க ஆசிரியர் சொன்ன ‘ஆயிரம் வார்த்தைகள்’ சமாச்சாரம் மட்டுமே நிறைந்திருந்தது. “கவிதையில் கட்டளைக் கலித்துறை என்கிற செய்யுள் அமைப்பு இருக்கிறது. அதுவும் இப்படித்தான். எழுத்தெண்ணிப் பாடவேண்டும். நேரில் தொடங்கும் அடிக்கு பதினாறு எழுத்து என்றும், நிரையில் தொடங்கும் அடிக்கு பதினேழு எழுத்து என்றும் கணக்கு. அந்த யாப்பிலக்கணப்படி எழுதி ஒற்றெழுத்துகளை நீக்கிவிட்டு எண்ணிப் பார்த்தால் சரியாக வரும். உங்களுக்கு அது தெரியும்

இல்லையா” என்று அவன் கேட்டதும் ஆசிரியர் முகம் மலர சிரித்தார். அவருக்கு இந்த யாப்பிலக்கண விவகாரங்களும், பழங்கவிதைகளும் ரொம்பவும் அத்துபடி. அதைப் புரிந்து கொண்டிருந்த அவன் தொடர்ந்து பேசினான். “செய்யுளை எழுத்தெண்ணிப் பாடுவது போல சிறுகதையை எழுத்தெண்ணி எழுத முடியாது. அப்படி எழுதினால் அது சிறுகதையாகவும் இருக்காது. தன்னெழுச்சியாகத் தன்னிலிருந்து தானாகத்தான் சிறுகதை வெளிப்பட வேண்டும். அது எங்கு தொடங்கி எங்கே முடியும் என்பது எழுதுகிறவனுக்குக் கூட தெரியாத பிரம்ம சூத்திரம். அதற்குப் பெயர்தான் சிருஷ்டி. அதைப் போய் ஆயிரம் வார்த்தைகளுக்குள் முடித்துவிட வேண்டும் என்று சொல்வது கட்டாயப்படுத்துவது கூட அல்ல. மிரட்டுவது.” அவன் இப்படிச் சொல்லிவிட்டு ஆசிரியர் என்ன சொல்லப் போகிறார் என்று காத்திருந்தான். அவர் அவன் பேசுகிற விதத்தைக் கண்டு வியந்து போனவரைப் போல் நெருங்கி வந்து அவனுடைய முதுகில் செல்லமாக ஒரு தட்டு தட்டினார். அது ரொம்பப் பிரமாதம்’ என்று சொல்வது போல இருந்தது.

அவனுக்கு அப்போதும் திருப்தி ஏற்பட்டு விடவில்லை. எதையும் ஒரு கவிதை நயத்தோடு வெளிப்படுத்த வேண்டும் எனக் கருதி ‘கங்கை வெள்ளத்தை சங்குக்குள் அடக்கி விட முடியாது’ என்று சொல்ல வாயெடுத்தான். உடனே மனம் சொன்னது. ‘எல்லோரும் சொல்கிறார்களே என்று எதற்கு கங்கையை உதாரணமாகச் சொல்கிறாய். அதை நீ பார்த்தது கூட கிடையாது. உன் ஊரில் அதோ பக்கத்திலேயே வில்லியனூரில் சங்கராபரணி ஆறு இருக்கிறது. மழைக்காலங்களில் நொப்பும், நுரையுமாக பெருக்கெடுத்து ஓடும் அதன் வெள்ளத்தைக் கூடத்தான் சின்னஞ் சிறு சங்குக்குள் அடைத்துவிட முடியாது. கங்கையாய் இருந்தாலும், காவிரியாய் இருந்தாலும், சங்கராபரணியாய் இருந்தாலும், ஏன் சரஸ்வதியாய் இருந்தாலும் கூட எல்லாம் நதிதான். அதில் ஓடுவது எல்லாம் தண்ணீர்தான். இதில் சரஸ்வதி நதி புத்தரின் ஆதிவேத காலத்தில் ஓடிய நதி. இப்போது இல்லையென்றாலும் அதில் ஓடியதும் தண்ணீர்தானே. அதை ஆறென்றும், நதியென்றும் நம் சௌகரியத்துக்கு பேர் வைத்துக் கொள்கிறோம். அந்தத் தண்ணீர் பிரவாகத்தைத் தன் கட்டளைக்குப் பணிய வைக்க நினைப்பதும், எழுதுகிறவனை இப்படித்தான் எழுத வேண்டும் என்று நிர்ப்பந்திப்பதும் இரண்டுமே ஒன்றுதான்’.

ஆசிரியர் அவனை அர்த்தத்தோடு பார்த்தார். போதும் இந்தக் கதையை இத்தோடு முடித்துக் கொள். அநேகமாக ஆயிரம் வார்த்தைகளுக்கும் மேலே போய் விட்டிருக்கும் என்று எச்சரிப்பது போல இருந்தது அந்தப் பார்வை. அவன் அவசர, அவசரமாகத் தன்னையே திரும்பக் கேட்டுக்கொண்டான். 'அப்படியானால் இந்தக் கதைக்கு முடிவென்று எதுவும் இல்லையே. என்ன செய்வது. ஏன் முடிவு இருந்தால்தான் சிறுகதையா. இப்படியே கூட இருக்கலாம். நல்லது. இந்தச் சிறுகதைக்கு இதுதான் சரியான முடிவு.' அதற்கு மேல் அவனால் ஒரு வார்த்தையும் யோசிக்க முடியவில்லை. வீட்டுக்குப் போனதும் ஆசிரியரிடத்தில் இப்படி பேசியதையெல்லாம் தாளில் எழுதி சரியாக ஆயிரம் வார்த்தைகள் இருக்கின்றனவா என்று எண்ணிப் பார்த்துக் கொள்ள வேண்டும் என மனதுக்குள் திட்டம் வகுத்துக்கொண்டிருந்த போதே சென்னைக்குப் போகும் பஸ் வருவது தெரிந்தது. அவனுக்குள் பரபரப்பு தொற்றிக் கொள்ள வேகமாக பஸ்ஸை நோக்கிப் போனான். ஆசிரியர் பதற்றப்படாமல் கூடவே நடந்து வந்தார். பஸ் நின்றதும் வழக்கம் போலவே எல்லோரும் ஏறினார்கள். எந்த மாற்றமும் ஏற்பட்டுவிடவில்லை. அவன் அங்கும், இங்கும் ஓடி எப்படியோ சீட் பிடித்து அதில் ஆசிரியரை உட்கார வைத்து "பத்திரமாக போய்ச் சேருங்க சார்" என்று சொல்லி அவரிடத்தில் கைகுலுக்கிவிட்டு கீழே இறங்கினான்.

கொஞ்ச நேரத்தில் பஸ் கிளம்பியது. ஆசிரியர் கீழே நின்று கொண்டிருந்த அவனைப் பார்த்து மெல்ல புன்னகைத்தபடி லேசாக கையசைத்ததும், அந்தத் தருணத்திற்காகவே காத்திருந்தவனைப் போல அவனும் பதிலுக்கு உற்சாகமாக கையசைத்தான். அப்பாடா ஒரு காரியம் நல்ல விதமாக நடந்து முடிந்து விட்டது என்று நினைத்தவனுக்கு எப்படியாவது இந்தக் கதை ஆசிரியர் வேலை பார்க்கும் அவருடைய பத்திரிகையில் வந்துவிட வேண்டும் என்பது மட்டும்தான் அப்போதைய ஒரே நோக்கமாக இருந்தது.

- தாமரை, ஜூன் 2014.

*

வானத்துக்கு வேலி இல்லை

அன்று ஞாயிற்றுக்கிழமை. காலை நேரம். வெளியே கிளம்பிக்கொண்டிருந்தேன். யாரோ அழைப்பது போல் தெரிந்தது. எட்டிப் பார்த்தேன். பக்கத்து வீட்டு அம்மா நின்று கொண்டிருந்தாள். நான் அந்தப் பகுதிக்குக் குடிவந்து கொஞ்ச நாள்தான் ஆகிறது. அதற்குள் அவர்களோடு நல்ல பழக்கம். ஏதாவது சின்னச் சின்ன ஒத்தாசை என்றால் என்னிடத்தில் வந்து தயங்காமல் கேட்கிற அளவுக்கு அந்தப் பழக்கம் வளர்ந்திருந்தது.

"தம்பி எந்தப் பக்கமா போறீங்க"

"வில்லியனூர் வரைக்கும் போயிட்டு வரலாம்னு இருக்கேன்"

"நல்லதா போச்சுப்பா. இந்த மாலதியும் அங்கதான் ஒரு கல்யாணத்துக்குப் போகணும்னு சொல்றா. யாரோ அவ கூட படிச்ச சிநேகிதனோட தங்கச்சி கல்யாணமாம். செத்த அவள அழைச்சுகிட்டுப் போறியா"

"அதுக்கென்னம்மா அனுப்பி வையுங்க"

அந்த அம்மா தன் வீட்டுக்குள் போய் மாலதியை அழைத்து வந்தாள். மாலதி அவருடைய ஒரே மகள். உள்ளூரில் பாரதிதாசன் மகளிர் கல்லூரியில் பி. எஸ். ஸி. முதலாமாண்டு படிக்கிற மாணவி. பார்ப்பதற்கு அப்போதுதான் வளர்ந்த மல்லிகைக் கொடியைப் போல் ஸ்லிம்மாக இருந்தாள். நல்ல அழகு. நான் இந்த வீட்டுக்கு குடிவந்து நிறைய தடவை அவளிடத்தில் பேசியிருக்கிறேன். எப்போதும் சிரித்த முகத்தோடு அன்பாகப் பேசக் கூடியவள். அதனால் அவளை அழைத்துப் போவதில் எனக்கொன்றும் ஆட்சேபனை இல்லாமல் இருந்தது.

வில்லியனூர் கஸ்தூரிபாய் காந்தி திருமண மண்டபம். பரபரப்பும் சத்தமுமாய் அந்த இடம் முழுக்க கல்யாணக் களை பரவியிருந்தது. நான் மாலதியை அழைத்துக்கொண்டு இரண்டாவது மாடிக்குப் படியேறிக்கொண்டிருந்தேன். படிகளின் வழியெங்கும் ஆண்கள் தள்ளுமுள்ளு செய்துகொண்டு சாப்பிடப் போகும் கீழ்ப் பகுதிக்கு எங்களை இடித்து நெருக்கிக் கொண்டு ஓடினார்கள். சிரிப்பு வந்தது. சாப்பாட்டு விஷயத்தில் இருக்கிறவனும் அலைகிறான். இல்லாதவனும் அலைகிறான்.

மாடியெங்கும் பெண்களும், குழந்தைகளுமாக 'சல சல' என்று ஒரே இரைச்சலாய் இருந்தது. அந்த அறை முழுக்க அத்தர் வாசனையும், செண்ட் வாசனையும் அப்பிக் கிடக்க முக்காடு போட்ட முஸ்லீம் பெண்கள் முழுநிலவாய்த் தம் முகங்கள் காட்டி சிரித்துப் பேசிக்கொண்டிருந்தார்கள். நான் அந்தச் சூழலை ரசித்துக் கொண்டே வந்த போது மாலதி ஏதோ முணுமுணுத்தாள்.

"என்ன மாலதி"

"ஒரே நாத்தம்"

"எது"

"இந்த செண்ட்"

நான் சிரித்தேன். அவள் பொய்யான சிறு கோபத்தோடு என்னை முறைப்பது போல பார்த்தாள்.

"மாலதி இது உனக்கு நாத்தம். ஆனா அவங்களுக்கு அது வாசனை"

"குப்புனு' தலைய வலிக்கிற மாதிரியா செண்ட் போடுவாங்க"

"அப்படி சொல்லக்கூடாது. அவங்க கலாச்சாரம் அப்படி"

மாலதிக்கு நான் சொன்னது சரியாகத் தோன்றியிருக்க வேண்டும். பேசாமல் என்னோடு ஒவ்வொரு நாற்காலியாகத் தாண்டி காலியாக இருந்த இடத்தில் வந்து உட்கார்ந்துகொண்டாள். நானும் அவள் பக்கத்தில் அமர்ந்துகொண்டேன். மாலதி கையில் வரிசை கவரை வைத்துக்கொண்டு மண மேடையை பார்த்தாள்.

"இந்த கல்யாணப் பெண்ணோட அண்ணன் சஃபி என் கூட படிச்சவரு. ரொம்ப நாள் பழக்கம். அவரே வீடு தேடி வந்து பத்திரிகை வச்சாரு"

மாலதி சொல்லிக்கொண்டிருக்கும் போதே சஃபி எப்படியோ அவள் இருப்பதைத் தெரிந்துகொண்டு அவசர அவசரமாய் அவளிடத்தில் வந்து சிரித்தபடியே நலம் விசாரித்தான். மாலதி திரும்பி என்னைக் காட்டிப் பேசினாள்.

“இவரு பக்கத்து வீட்டு அங்கிள். இவர் கூடத்தான் கல்யாணத்துக்கு வந்தேன்”

சஃபி முன்னைக் காட்டிலும் உற்சாகமாய் என் பக்கம் திரும்பிக் கை குலுக்கினான்.

“ரெண்டு பேரும் சாப்பிட வாங்க”

மாலதி உடனே அதை மறுத்தாள்.

“அய்யய்யோ என்னால முடியாதுப்பா. வேணுமின்னா இந்த அங்கிள கூட்டிட்டுப் போ”

எனக்கு தர்ம சங்கடமாக இருந்தது. நான் கல்யாணத்துக்கு கூடப் போனவனே தவிர அழைக்கப்பட்டவன் இல்லை. அதனால் தயக்கம் காட்டினேன். சஃபி மறுபடியும் மறுபடியுமாக எங்களை சாப்பிடச் சொல்லி வற்புறுத்திய போது மாலதி பிடிவாதமாய்ப் பேசினாள்.

“நான் வெளியில எங்க போனாலும் சாப்பிட மாட்டேன்னுதான் உனக்குத் தெரியுமே சஃபி”

மாலதி நட்பு கலந்த ஓர் உரிமையோடு அப்படி சொன்னாலும் எனக்கு சஃபியைப் பார்க்க ஒரு மாதிரியாக இருந்தது. அவன் மனம் நோகக் கூடாதே என்று “சரி நான் போய் சாப்பிட்டு வருகிறேன். நீ சஃபியோடு பேசிக்கொண்டிரு மாலதி” என்று சொல்லிவிட்டு கீழே இறங்கிப் போனேன்.

புனித லூர்து மாதா திருக்கோயில். தூரத்திலிருந்து பார்த்த போது வெள்ளை பளிங்கு கற்களினால் கட்டப்பட்டது போன்ற நேர்த்தியான அழகோடு நின்றுகொண்டிருந்தது. கல்யாண மண்டபத்திலிருந்து எல்லா வேலைகளையும் முடித்துக்கொண்டு வெளியே வந்ததும் மாதா கோயிலின் உச்சியில் தெரிந்த சிலுவையின் ஈர்ப்பு என்னை என்னவோ செய்தது. திரும்பி மாலதியிடம் சொன்னேன்.

“மாலதி தோ எதிர்த்தாப்லதான் லூர்து மாதா கோயில். வாயேன் அந்த சர்ச்சுக்குப் போய்ப் பார்த்துட்டு வந்துடலாம்”

மாலதி போகலாமா வேண்டாமா என்பது போல யோசித்தாள். அவள் முகத்தில் சிறு குழப்பம். அதை உணர்ந்து கொள்வதற்குள் அவளாகவே ‘பட பட’ என்று பேசினாள்.

“வருவேன். என்னை அந்தச் சாமியெல்லாம் கும்பிடச் சொல்லக் கூடாது”

நான் சிரித்துக்கொண்டே ‘சரி’ என்று சம்மதித்தேன்.

ஒரு நூற்றாண்டுக்கும் மேலான பழமை வாய்ந்த மாதா கோயில். அதைச் சுற்றிலும் ஏராளமான வயல்வெளி நிலங்கள். அடர்ந்த நிழல்தரும் மாந்தோப்புகள். தென்னை மரங்கள். வயலுக்கு நீர் பாயும் வாய்க்கால் ஓடைகள். எங்கும் பறவைகளின் சத்தங்கள். கோயிலை ஒட்டி எதிரே மாதாவின் சொரூபம் ஸ்தாபிக்கப்பட்ட திருக்குளம்.

நான் மாலதியை அழைத்துக்கொண்டு மாதா கோயிலுக்குள் நுழைந்தேன். அங்கே வட்டமான ஒரு ஸ்டாண்டில் வரிசையாய் மெழுகுவத்திகள் எரிந்து எங்களைப் பிரகாசத்துடன் வரவேற்பது போன்றிருந்த காட்சி மிகவும் ரம்மியமாக இருந்தது. கிழக்கே பிரதானமான பீடத்தில் மலை போன்று ஜோடிக்கப்பட்ட கெபியில் புனித லூர்துமாதா அன்னை கருணை நிறைந்த தம் பார்வையினால் எல்லோருக்கும் தரிசனம் தந்து கொண்டிருந்தார். நிறைய பேர் மாதாவை நோக்கி முழங்கால் படியிட்டு உருக்கமாக தம் மனதுக்குள் ஜெபித்துக்கொண்டிருந்தார்கள். எங்கும் நிசப்தம். கண்கள் பணிக்க நான் மாதாவின் திருவுருவத்தைப் பார்த்தபடியே மாலதியை கவனித்தேன். வெளியிலேயே நின்று கொண்டிருந்தாள். அவளை உள்ளே வரும்படி சைகையால் அழைத்த போது ‘முடியாது’ என்பது போல தலையசைத்தாள். அந்தக் கணம் அவளின் தோற்றம் அபூர்வமாகத் தெரிந்தது.

நான் அருகில் போய் மெதுவாகப் பேசினேன்.

“ஏன் உள்ள வரல மாலதி”

“பிடிக்கல”

“அதுதான் ஏன்னு கேட்கறேன்”

“இந்தக் கோயிலுக்கெல்லாம் வந்தா அவங்க மதத்துக்கு மாத்திடுவாங்க”

எனக்கு அவள் அப்பாவித்தனத்தை நினைத்து சிரிப்பாய் வந்தது. அதைக் காட்டிக் கொள்ளாமல் பேசினேன்.

“மாலதி இந்த மாதா கோயில் ரொம்ப பிரசித்தி பெற்றது. பிரான்ஸ்ல லூர்து என்கிற ஊர்ல இருந்து எடுத்துகிட்டு வந்த மாதா கெபிய வச்சு கட்டப்பட்ட இதே மாதிரியான கோயில் பிரான்ஸையும், வில்லியனூரையும் தவிர உலகத்தில வேற எங்கயுமே கிடையாது”

மாலதி உற்சாகமின்றி கேட்டுக்கொண்டிருந்தாள். நான் தொடர்ந்தேன்.

“அது மட்டுமல்ல. நம்ம இந்துக்கள் பண்பாட்டுப்படி சர்ச்சுக்கும் எதிரே திருக்குளம் அமைச்சிருக்கிறதும் இங்கதான். இப்படிப்பட்ட சிறப்பான கோயில உள்ள வந்து பார்த்திருக்கலாமில்ல”

மாலதி பதில் பேசவில்லை. மௌனமாக இருந்தாள். ‘இனி புறப்பட வேண்டியதுதான்’ என்று மனதுக்குள் நினைத்தபடி வெளியே வந்தேன்.

மாதா கோயிலின் வாசலில் நிறைய பிச்சைக்காரர்கள் உட்கார்ந்துகொண்டிருந்தார்கள். பார்க்கப் பாவமாய் இருந்தது. பாக்கெட்டில் இருந்த சில்லறைக் காசுகளை எடுத்து மாலதியிடம் கொடுத்து ‘அவர்களுக்குப் போடு’ என்றேன். அவள் நெருப்பைத் தொட்டு விட்டவளைப் போல அலறியபடி ‘அதெல்லம் நான் போட மாட்டேன்’ என்று ஒரேயடியாய்ப் பிடிவாதமாக மறுத்துவிட்டாள்.

எனக்கு அவளை மேற்கொண்டு வற்புறுத்த இஷ்டமில்லை. ‘சரி உன்னிடமே அந்தக் காசு இருக்கட்டும்’ என்று சமாதானமாய்ச் சொல்லிக்கொண்டே அங்கிருந்து கிளம்பினேன்.

மதிய நேரம். வெயில் ‘சுள்’ என்று அடிக்கத் தொடங்கியிருந்தது. வரும் வழியில் வில்லியனூர் திருக்காமேசுவரர் திருக்கோயில். அதைத் தாண்டித்தான் எங்கள் வீட்டுப் பகுதிக்குப் போக வேண்டும். நானும், மாலதியும் வந்துகொண்டிருந்தோம். எழுபது அடி உயரமுள்ள கோயிலின் கிழக்கே ராஜகோபுரம்

கம்பீரமான தோற்றத்தில் தெரிந்தது. மாலதி அந்த ஈஸ்வரன் கோயில் அழகில் மயங்கிப் போய் அப்படியே நின்றுவிட்டாள்.

"அங்கிள், அங்கிள் அந்தக் கோயிலைப் போய்ப் பார்த்துட்டு வரலாம் வாங்களேன்"

ஒரு சிறு குழந்தையைப் போல அவள் கெஞ்சியபடி பேசியதைப் பார்க்க எனக்கு விநோதமாக இருந்தது. 'மாதா கோயிலுக்கு வா என்று கூப்பிட்டும் வராதவள் இந்த சிவன் கோயிலுக்கு அவளாகவே போக ஆசைப்படுகிறாளே' என்பதை நினைத்தால் யாருக்குத்தான் அப்படி இருக்காது. நான் அவள் விருப்பப்படியே செய்வோம் என்று கோயில் அருகில் போய்ப் பார்த்தால் பூட்டி இருந்தது. பக்கத்தில் பூ விற்றுக்கொண்டிருந்த ஒரு அம்மா சொன்னாள்.

"உள்ள கோயில சுத்தப்படுத்தற வேலை நடக்குது. இப்ப விட மாட்டாங்க. எதுக்கும் கேட்டுப் பாருங்க"

நானும், மாலதியும் கிழக்கு ராஜகோபுரத்தின் பிரமாண்டமான கதவுகளின் சிறு பகுதியாகத் தென்பட்ட தொட்டிக் கதவைத் திறந்துகொண்டு குகைக்குள் நுழைவது போல குனிந்து உள்ளே போனோம். எதிரே வயதான ஒரு அம்மா எங்களை எதிர்கொண்டு வந்தாள்.

"என்ன வேணும் உங்களுக்கு"

"கோயில பார்க்கலாம்னு வந்தோம்"

"சாய்ந்திரமா வாங்க"

"இல்லம்மா தூரத்தில இருந்து வந்துட்டோம்"

நான் வார்த்தைகளை முடிக்காமல் அரைகுறையாக பேசியதும் அந்த அம்மாவுக்கு மனசு மாறியிருக்க வேண்டும். இல்லையென்றால் கூடவே ஒரு பெண்ணும் வந்திருக்கிறாளே பாவம் என்கிற எண்ணம் பிறந்திருக்க வேண்டும்.

"இப்ப சாமியெல்லாம் தரிசனம் பண்ண முடியாது. வேணும்னா கோயில சுத்திப் பாருங்க"

"ரொம்ப நன்றிங்க"

நான் அந்த அம்மாவிடம் என் அன்பைத் தெரிவித்துவிட்டு கீழே கவனித்தேன். இடது பக்க விநாயகர் கோயிலின்

தூண்களை ஒட்டிய பிரகாரத்தில் வித விதமான சாப்பாடு செய்து பாத்திரத்தில் வைக்கப்பட்டிருந்தது. அதன் வாசனை மூக்கைத் துளைக்க மாலதி எங்கே என்று பார்த்தேன்.

அவள் அங்கும், இங்கும் அலைமோதிக்கொண்டே சாத்தியிருந்த மூலஸ்தானத்தின் பெரிய கதவுகளின் சின்ன சந்துகள் வழியே சிவபெருமான் தெரிகிறாரா என்று ஆர்வத்தோடு தேடிக் கொண்டிருந்தாள். நான் போய் அவளை அழைத்து அவள் வந்ததும் இருவருமாக கோயிலுக்குள் நடக்கத் தொடங்கினோம்.

கிழக்கு ராஜகோபுரம். அங்கிருந்து இடது புறமாய்த் திரும்பி மான்கள் துள்ளி விளையாடிக்கொண்டிருந்ததைக் கடந்து கொஞ்ச தூரம்தான் போயிருப்போம். தென்னை மரங்களும், தேக்கு மரங்களும், செண்பக மரங்களும் சூழ மயில்கள் நடமாடும் அந்தப் பகுதியை ஒட்டி தெற்கு ராஜகோபுரம் பிரமிக்கும்படியான தோற்றத்தில் இருந்தது. அதையும் தாண்டி கோயிலைச் சற்றிக்கொண்டே வந்தால் வடக்கே 'ஜிலு ஜிலு' என்று பிரம்ம தீர்த்தம். அதன் நடுவே நீராழி மண்டபம். எல்லாவற்றையும் ஒருசேர பார்த்த மன நிறைவில் மீண்டும் பழைய இடத்துக்கே திரும்பினோம்.

மாலதி கோயிலில் இருந்த குங்குமத்தை எடுத்து நெற்றி நிறைய வைத்துக்கொண்டு என்னைப் பின்தொடர்ந்து வந்தாள். அந்தக் கோலத்தில் அவள் அற்புதமான அழகுடன் இருந்தாள். அதை ரசித்தபடியே 'போகலாம்' என்று சைகை செய்தேன். அதற்குள் எங்களுக்கு கோயிலைப் பார்க்க அனுமதி கொடுத்த அந்த அம்மா அருகில் வந்து ரொம்பவும் அன்பாக சொன்னாள்.

"இருங்க சாப்பிட்டுப் போகலாம்"

எனக்கு என்ன சொல்வதென்று புரியவில்லை. மாலதியைப் பார்த்தேன். அவள் அமைதியாக இருந்ததைக் கண்டு அந்த அம்மாவே மீண்டும் பேசினாள்.

"இப்பதான் தேவாரம், திருவாசகமெல்லாம் படிச்சு முடிச்சாங்க. அவங்களுக்கு ஏற்பாடு செஞ்ச சாப்பாடுதான் இது. வந்து நீங்களும் சாப்பிடுங்க"

நான் அவளின் பேச்சை மீற முடியாமல் அரை மனதோடு உட்கார்ந்தேன். மாலதி எந்த எதிர்ப்பையும் காட்டவில்லை. சட்டென்று என் பக்கத்தில் வந்து அமர்ந்துகொண்டாள். வரிசையாய் பந்தி போட்டு எல்லோருக்கும் பரிமாறினார்கள். சாம்பார் சாதம், வடை, அப்பளம், தயிர் சாதம், ஊறுகாய் என்று அருமையான சாப்பாடு. மாலதி காலையில கல்யாண வீட்டில் கூட சாப்பிடாமல் இருந்ததாலோ என்னவோ திருப்தியாய் சாப்பிட்டுக்கொண்டிருந்தாள். மெல்ல அவளிடத்தில் பேசத் தொடங்கினேன்.

"மாலதி ஒரு காலத்தில இந்த வில்லியனூர் முழுக்க வெறும் வில்வமரக் காடா இருந்தது. அப்ப வில்வவனம், வில்வநல்லூர், வில்லியநகர், வில்லிப்பாக்கம்னு இருந்த இந்த ஊர்ப் பேரு இப்ப நம்ம தலைமுறையில வில்லியனூர்னு மாறிட்டுது. பதினொண்ணாம் நூற்றாண்டைச் சேர்ந்த சோழ மன்னன் தருமபாலன்தான் இந்தக் கோயிலையும், வில்லியனூரையும் நிர்மாணிச்சவன். அது மட்டுமல்ல பிரான்சுவா மர்த்தேன். துய்ப்ளெக்ஸ் போன்ற பிரெஞ்சுக் கவர்னர்கள் காலத்தில் இப்ப நாம இருக்கிறமே இந்த கிழக்கு ராஜகோபுரம். இது எதிரிங்க ராணுவ நடமாட்டத்தைக் கண்டறியற கண்காணிப்பு நிலையமாகவும் இருந்துருக்கு"

மாலதி ஆச்சரியத்துடன் என்னைப் பார்த்தாள். இவனுக்கு எப்படி இதெல்லாம் தெரியும் என்பது போல இருந்தது அந்தப் பார்வை. நான் அதைப் பொருட்படுத்தாமல் அவள் சாப்பிட்டு முடிக்கட்டும் என்று காத்திருந்தேன். எதிரே கோயிலைச் சேர்ந்தவர்கள் சாப்பிட்டுக்கொண்டிருந்தார்கள்.

"மாலதி காலையில என் கூட கல்யாணத்துக்கு வந்தப்போ இந்த சிவன் கோயில்ல வந்து சாப்பிடுவோம்னு நெனைச்சியா"

மாலதி சட்டென்று என்னை நிமிர்ந்து பார்த்தாள். நான் கேட்டதற்கு என்ன பதில் சொல்வதென்று அவளுக்குத் தெரியவில்லை. பேசாதிருந்தாள்.

"மாலதி 'ஒவ்வொரு அரிசியிலும் உனக்கான பேர் எழுதப் பட்டிருக்குது'ன்னு இஸ்லாம் மார்க்கம் சொல்லுது. அதன்படிதான் இன்னைக்கு நீ என் கூட இங்க வந்து சாப்பிடணும்னு இருக்குது. இதுக்கென்ன சொல்ற"

நான் இப்படிக் கேட்டதும் மாலதி வாயடைத்துப் போனவளைப் போல என்னையே கவனித்துக்கொண்டிருந்தாள். அந்தச் சந்தர்ப்பத்தைப் பயன்படுத்திக்கொண்டு நானே மீண்டும் பேசத் தொடங்கினேன்.

"சரி காலையில அந்த முஸ்லீம் நண்பர் கல்யாண வீட்டில நீ ஏன் சாப்பிடல"

"எனக்குப் பிடிக்கல சாப்பிடல"

"இங்க மட்டும் சாப்பிடுறியே அது எப்படி"

"இது எங்க சாமி கோயில். அதான் சாப்பிடுறேன்"

எனக்குத் தூக்கிவாரிப் போட்டது. மாலதிக்குள் 'எங்க சாமி, உங்க சாமி' என்கிற இப்படியான மன பேதங்கள் இருப்பதை வில்லியனூர் மாதா கோயிலுக்கு அவளோடு போன போது ஓரளவுக்கு உணர்ந்து கொள்ள முடிந்தது. ஆனால் அது இப்படி வெளிப்படையாக இருக்குமென்று நான் கொஞ்சம் கூட எதிர்பார்க்கவில்லை. அமைதியாகப் பேசினேன்.

"மாலதி சாமியில உங்க சாமின்னும், எங்க சாமின்னும் எதுவும் கிடையாது. எல்லாம் ஒரு சாமிதான். அது போலத்தான் சாப்பாடும். நான் காலையில முஸ்லீம் வீட்டுக் கல்யாணத்துல பிரியாணி சாப்பிட்டதும், இப்ப உன்னோட இந்தக் கோயில்ல சைவ சாப்பாடு சாப்பிட்டதும் வெளிப்பார்வைக்கு ரெண்டும் வேற வேற மாதிரி தெரிஞ்சாலும் அடிப்படையில ஒண்ணுதான். அதாவது பசித்தவன் முன்னாடி எல்லாமே சாப்பாடுதான். நாம வணங்கிற சாமிக்கு எப்படி பேதம் இல்லையோ அப்படித்தான் சாப்பாட்டுக்கும்"

மாலதி அப்படியே அசைவற்று நான் சொல்வதைக் கேட்டுக் கொண்டிருந்தாள். கொஞ்ச நேரம் கண்களை மூடி எதையோ யோசித்தவளைப் போல இருந்தவள் மறுபடியும் கண்களைத் திறந்து என்னைப் புதிதாய்ப் பார்த்தாள். அந்தப் பார்வையின் பொருள் எனக்கு புரிந்திருந்தது.

நானும், மாலதியும் அந்த அம்மாவிடம் சொல்லிக் கொண்டு புறப்பட ஆயத்தமானோம். அப்போதுதான் ஞாபகம் வந்தவளைப் போல மாலதி தன் கையில் வைத்திருந்த காசைப் போட உண்டியலைத் தேடினாள்.

“உண்டியல் கோயிலுக்குள்ள இருக்குது. என் கிட்ட கொடும்மா சாயந்திரம் கோயில் திறந்ததும் நான் போட்டுடறேன்”

அந்த அம்மா சொன்னதைக் கேட்டு மாலதி அவளிடத்தில் காசைக் கொடுத்துவிட்டு என் பக்கம் திரும்பியதும் சொன்னேன்.

“மாலதி அந்தக் காசு வில்லியனூர் மாதா கோயில் பிச்சைக்காரங்களுக்குப் போட நான் கொடுத்த காசு. இப்ப சிவன் கோயில் உண்டியல்ல போகப் போகுது. இது தப்பில்ல. அதே சமயம் கண்ணுக்குத் தெரிஞ்ச அந்தப் பிச்சைக்காரங்க கிட்ட போடச் சொன்னதுக்கு முடியாதுன்னு ஒரேயடியா பிடிவாதமா மறுத்துட்ட. ஏன் அந்த வெறுப்புணர்ச்சி உனக்கு வரணும். இங்க காசு போட்டா புண்ணியம்னு நெனைக்கிற உனக்கு, அங்க போட்டாலும் அதே புண்ணியம்தான்னு ஏன் தெரியல. எந்த மதமோ, எந்த சாமியோ, எந்த மனுஷனோ எதிலுமே நாம விருப்பு, வெறுப்பு காட்டக்கூடாது. எல்லாம் ஒண்ணுதான், எல்லாரும் ஒண்ணுதான்னு எல்லாவற்றையுமே சமமா ஏத்துக்கப் பழகிக்கணும். அப்பதான் நாம வாழற வாழ்க்கைக்கு ஓர் அர்த்தம் இருக்கும். நாமளும் மனிதர்கள்னு ஒரு நியாயம் இருக்கும்”

நான் சொல்லிக்கொண்டே நடந்து வர என்னோடு கோயிலை விட்டு வெளியே வந்த மாலதி என்னையே இமைக்காது பார்த்துக்கொண்டு வந்தாள். கொஞ்ச தூரம் போயிருப்போம். மாலதி சட்டென்று என் பக்கம் திரும்பி அந்தக் கேள்வியைக் கேட்டாள்.

“ஏன் அங்கிள் நீங்க இந்து மதத்தைப் பத்தி சொல்றீங்க. இஸ்லாம் மார்க்கத்தைப் பத்தி சொல்றீங்க. கிறிஸ்தவத்தைப் பத்தியும் சொல்றீங்க. உண்மையில நீங்க யாரு”

மாலதி இப்படிக் கேட்டதும் அவளை உற்று நோக்கினேன். அவள் என்னைச் சோதிக்கிறாளோ என்று சந்தேகம் வந்தது. இல்லை நிச்சயமாக இல்லை. அவள் கல்லூரியில் படிக்கிறவள்தான். இன்னும் பக்குவப்படாத வயசு. எதையும் தீர்மானமாகப் புரிந்துகொள்ள முடியாத மனசு. அவளுக்கு எப்படி சொல்லிப் புரிய வைப்பது. நான் அவளுக்கு எந்தப் பதிலையும் சொல்லாமல் மௌனமாய் இருந்தேன்.

மாலதி மறுபடியும் கேட்டாள்.

'இந்த சாதாரண விஷயத்தைச் சொல்றதுக்கு நான் யாராக இருக்கணும்' என்று மாலதியிடத்தில் திருப்பிக் கேட்க நினைத்தேன். முடியவில்லை. அவளுக்கு ஒன்றும் சொல்லத் தோன்றாமல் இரண்டு கைகளையும் மார்பின் முன்பாக இறுகக் கட்டிக்கொண்டு மேலே அண்ணாந்து பார்த்த போது என் தலைக்கும் மேலே வானம் எல்லையற்றுப் பரந்து விரிந்து கிடந்தது.

- தினமணி கதிர், 01.06.2008.

*

முடத் தெங்கு

“பூவா, பிஞ்சா இருக்கறப்போ தொட்டு நக்க வராதவங்க இப்ப காயா, பழமா ஆனதுக்கப்புறம் கைநீட்டி பறிக்கிறதுக்கு வர்றாங்க” என்று புட்லாய் கிழவி அடிக்கடி புலம்புவதை அவன் கேட்டிருக்கிறான். கிழவிக்கு எப்போதும் தொணதொண பேச்சுதான். வாய் ஓயாது. ஓலைவாய் என்று உப்புவேலூரில் கட்டிக் கொடுத்த சின்னவள் கமலா அவ்வப்போது திட்டுவதை அவன் கேட்டிருக்கிறான். புட்லாய் கிழவி சதாகாலமும் இப்படியே பேசிப் பேசி அல்லது திட்டித் திட்டியே வாழ்ந்து விட்டவள். அவளின் இந்தக் குணம் அவனுக்கு ரொம்பவும் பிடித்தமான விஷயம்.

அவன் ஜீவானந்தம் பள்ளியில் பத்தாம் வகுப்பு படிக்கிற காலத்திலேயே தூங்கும் போது புட்லாய் கிழவியோடுதான் படுத்துக் கொள்வான். “இப்பதான் புள்ள பால் குடிக்கிற வயசு. அவங்க ஆத்தா கூடயே படுத்துக்குது” என்று அவனுடைய அப்பா திட்டிக் கொண்டே அடிக்க வருவார். கிழவிதான் குறுக்கே வந்து தடுப்பாள். “விடு மகாலிங்கம் அப்பா. நம்ம புள்ளதான” என்று பதிலுக்கு சமாதானப்படுத்துவது போல் பேசினால் அவனுடைய அப்பாவுக்கு இன்னும் அதிகமாய் கோபம் வரும். “மீசை கருங்கருன்னு முளைச்சிட்டுது. கல்யாணம் செஞ்சு வச்சா அடுத்த வருஷத்திலயே தகப்பன் ஆயிடுவான். பேச வந்துட்டா” என்று அவர் எகிறி விழுவார். புட்லாய் கிழவி அதை காதில் வாங்காமல் அவனை இழுத்துத் தன் மார்போடு அணைத்துக் கொள்வாள். அவள் புடவை அழுக்கேறி வேர்வை பிசுபிசுத்து அடுப்பங்கரை கரித் துணியைப் போல் இருக்கும். கூடவே வயிற்றைப் புரட்டும்படியான நெடி.

காலையிலிருந்து ராத்திரி வரை ஓய்வு ஒழிச்சல் இல்லாமல் செய்கிற வேலை. அதுவும் கூலி வேலை. ஒவ்வொரு குடியானவர் வீட்டுக்கும் போய் வீடு பெருக்கி, சாணி அள்ளி, அவர்கள் தொட்டி கக்கூஸை எல்லாம் சுத்தப்படுத்தி அப்போது தருகிற மிச்ச சோத்தை புடவை முந்தானையில் கையேந்தி வாங்கி வந்து தன் பிள்ளைகளுக்கு கொடுத்து அவர்களை ஆளாக்கி விட்டவள். இப்படி புட்லாய் கிழவி பட்ட கஷ்டம் எதையும் அவன் மறக்காமல் இருந்ததால் அவனுக்கு பாசத்தோடு தலை துவட்டி விடும் போதும், அவன் அவளோடு படுத்துத் தூங்கும் போதும் கிழவியின் புடவையிலிருந்து வரும் நெடியை உள்ளூர ரசித்து இழுத்து மூச்சு விடுவான். அந்த வாசம் அவனுக்குள் எழுந்த நினைவுகளின் வழியே பயணப்பட்ட காலங்களைக் கடந்து மெல்ல மனதுக்குள் எட்டிப் பார்த்தது. அவன் கண்கள் கலங்கின.

நெல்லித்தோப்பு தென்கோடியின் ஒதுக்குப் புறமான பகுதி. அதைச் சுற்றிலும் நத்தம் புறம்போக்கு இடம். கீழண்டை மேலண்டைப் பக்கமாக கிறிஸ்தவக் கல்லறைகள், அவை தெரியாத படிக்கு சப்பாத்திக் கள்ளிகள், எலந்தம்பழ மரங்கள், மலைவேம்பு, பூவரசம் என்று காடு போல் நிறைய மரங்கள் வளர்ந்து கிடந்தன. ஆடாதொடை, தழுதாலி புதர்களுக்கும் மத்தியில் எங்கு பார்த்தாலும் தோண்டத் தோண்ட தொப்பையும் தொந்தியுமான மனுஷர்களை புதைத்திருப்பதைப் போல பெரிய பெரிய சால்கள். எல்லாம் சுண்ணாம்பினால் செய்தவை. அந்தக் காலத்தில் அது துணிகளுக்கு சாயம் தோய்த்த இடம். புட்லாய் கிழவியின் புருஷன் அதாவது அவனுடைய அப்பாதான் அங்கிருந்த மரம், செடி கொடிகளையும், முட்புதர்களையும் வெட்டிச் சாய்த்து சுத்தப்படுத்தி முதல் முதலில் வீடு கட்டியது. கூரை வீடு. பிறகுதான் பெரியவீடு ஆறுமுகமும், மங்களதாஸும் வந்து வீடு கட்டினார்கள்.

அவன் அரைக்கால் டவுசரும், சட்டையும் போட்டுக் கொண்டு பள்ளிக்கூடத்துக்கு போகிற போதெல்லாம் யாராவது கவனித்து விட்டால் ஏற இறங்கப் பார்த்துவிட்டு "நீ பழனி மகன்தானே" என்று எகத்தாளமாகக் கேட்பார்கள். அதில் மறைந்திருக்கும் கேலியும், அவமானமும் அவனுக்குப் புரிந்து போகும். பதில் சொல்ல மாட்டான். கேட்டவர்களை கொசப்பாளையத்தில் கண்களை அகல விரித்துப் பயம் காட்டிக்

கொண்டிருக்கிற வெள்ளந்தாங்கி ஐயனாரப்பனைப் போல ஒரு முறை முறைத்துவிட்டு "ஆமாம். நான் பழனி மகன்தான். அதுக்கு என்னா இப்போ" என்று திமிராகக் கேட்பான். அப்படிக் கேட்கும் போது அவனுக்குப் பெருமையாக இருக்கும். நோஞ் சான் ஆன தன் உடம்பை ஒரு மாதிரியாக விறைப்பாக வைத்துக் கொண்டு நெஞ்சை நிமிர்த்திப் பேசும் போது அவன் உதடுகள் துடிக்கும். கோபம் கொப்பளித்துக் கொண்டு வரும். அம்மா புட்லாய் கிழவியைப் போலவே அப்பாவும் அதே ஈன வேலைகள் செய்வதை மனதில் வைத்து அவர் வறுமையைக் குத்திக் காட்டி யார் அப்படிப் பேசினாலும் அவனால் பொறுத்துக் கொள்ள முடியாது.

'நறுக்' என்று உயிர் நாடியில் கட்டெறும்பு கடித்தது போல் இருந்தது. அவன் திடுக்கிட்டு தன் நினைவுக்கு வந்த போது "பெரிய புள்ள மகாலிங்கம் இன்னும் வரலையா" என்று ராஜம்மா கேட்டாள். அவங்க புட்லாய் கிழவிக்கு தங்கச்சி முறை. தங்கச்சி என்றால் கூடப் பிறந்தவள் இல்லை. புட்லாயோட அம்மா அங்கம்மாவோடு பிறந்தவர்கள் மொத்தம் எட்டு பேர். பெருசுகள் எல்லாம் பொட்டைப் புள்ளைகள். மூத்தவள் அமிர்தம் செத்துப் போக மீதம் ஏழு பேர். இவர்களில் அங்கம்மாதான் அக்கா. அடுத்தது நாவம்மா. அதற்கும் அடுத்தது ஆண்டாளு. அப்புறம் ஆனந்தாயி. அங்கம்மாவுக்கு இரண்டு தம்பிகள். பேரு தம்புசாமி, ஆதிமூலம். கடைசியாய் பூங்காவனம். எல்லோருக்கும் கல்யாணமாகி திசைக்கு ஒருத்தராகப் போய் விட்டார்கள். இதில் ஆண்டாளுவின் பெண்தான் ராஜம்மா. அந்த வகையில் அவனுக்கு சின்னம்மா உறவு. கீழூரை அடுத்த மண்டகப்பட்டில் இருந்து வந்திருக்கிறாள்.

"ஏம்பா நடு தம்பி பெரியவனுக்கு சொல்லி அனுப்பிட்ட இல்ல"

அவன் எங்கேயோ பார்க்கிறவனைப் போல முகத்தை வைத்துக் கொண்டு 'உம்' என்றான் மெதுவாக. அவன் குரல் சன்னமாய் ஒலித்தது.

"எங்கம்மாவுக்கு அதான் ஆண்டாளு ஆயாவுக்கு பெரியவனதாம்பா புடிக்கும். மகாலிங்கம் வூட்டுக்கு மூத்த புள்ளைங்கிறத விடவும் அக்கா மக பெத்த தலைச்சன் புள்ளைங்கிறதால அவன்னா ரொம்ப இஷ்டம். அப்ப ஆயா

தொந்தி ரெட்டிப்பாளையத்தில இருந்தாங்க. முழுப் பரீட்சை லீவுக்கு மகாலிங்கம் வந்திருந்தான். ரெண்டு மாசத்துக்கும் மேல இருந்துட்டு புள்ள இங்க புறப்பட்டு வர்றப்போ ஆயா அவங்க கையில போட்டிருந்த தங்க காப்ப கழட்டி வித்து அந்தப் பணத்தில சட்டை, பேண்ட்டெல்லாம் வாங்கிக் கொடுத்து கையில வாட்ச் கட்டிவிட்டு அனுப்பி வச்சாங்க".

அவன் ராஜம்மாவை நிமிர்ந்து பார்த்தான். அவனுக்கும் அந்த விஷயம் தெரியும். அவனுடைய அம்மா புட்லாய் கிழவி சொல்லிச் சொல்லிப் பலமுறை அழுதிருக்கிறாள். "எங்க அம்மாமாருங்களும், தம்பிமாருங்களும் கொண்டாந்து போட்ட ரொணத்த தின்னுட்டு வளர்ந்தவங்க இல்ல நீங்க. இப்ப கவருமெண்ட்டு உத்தியோகத்துக்குப் போயி கை நிறைய சம்பாதிக்கிறீங்க. என்ன புண்ணியம். உங்க பணத்தில ஒரு பைசா எங்க குடும்பம் தின்னு பார்க்கல. எங்கிருந்தோ இட்டுகினு வந்த கழிசடைங்க பொண்டாட்டிங்கிற பேர்ல தின்னுட்டு பன்னியாட்டம் கொழுத்துத் திரியறாளுங்க". இந்தவிதமாக புட்லாய் கிழவி புலம்புவதைக் கேட்கிற போதெல்லாம் கிழவி திட்டுகிறாளா இல்லை அதையே சாக்காக வைத்து சபிக்கிறாளா என்று அவனுக்கு சந்தேகம் வந்து விடும்.

அவன் புட்லாய் கிழவி படுத்திருந்த திசையைப் பார்த்தபடி ராஜம்மா சொல்வதையும் கேட்டுக் கொண்டிருந்தான்.

"நடுதம்பி உங்கிட்ட சொல்றதுக்கு எனக்கு என்னப்பா பயம். பக்கத்தில பூமியான்பேட்டையில இருக்கிற ஆனந்தாயி அம்மா புள்ள அஞ்சாலாட்சி வூட்டுக்குப் போனேம்பா. வழியிலதான் பெரியவன் மகாலிங்கம் வூடு இருக்குது. என்னை பார்த்துட்டான். புள்ளையாச்சேன்னு ரெண்டு வார்த்தை பேசினேன். என்ன ராஜம்மா எப்படி இருக்கிற, ஏதா இருக்கிறன்னு ஒரு வார்த்த பேசல. என்னை வெளியிலயே நிக்க வச்சிட்டு 'கட கட'ன்னு வூட்டுக்குள்ள போயி ஒரு பத்திரிகைய எடுத்துகினு வந்து "என்பெரிய பொண்ணுக்கு கல்யாணம் வந்துடு'ன்னு சொல்லி என்கிட்ட கொடுத்தான். எனக்கு என்னா எழுதப் படிக்கவா தெரியும். புள்ள கொடுத்தத சந்தோஷமா கைநீட்டி வாங்கிகிட்டேன். 'சரி வர்றம்பா' ன்னு சொல்லிட்டு கொஞ்ச தூரம் வந்திருப்பேன். பின்னாடியே ஓடியாந்தவன் 'ராஜம்மா அந்தப் பத்திரிகைய கொடு. நிறைய பேருக்கு கொடுக்கணும். வேற

பத்திரிகை இல்ல. உனக்கெதுக்கு அது கொண்டா இப்படி'ன்னு வெடுக்குனு பிடுங்கிகிட்டாம்பா. எனக்கு அங்கயே அப்பவே மனசு உடைஞ்சிட்டது. நம்ம புள்ள இப்படி நடத்துதேன்று நேரா அஞ்சாலாட்சி வூட்டுக்கு வந்து அழுதுகிட்டே சொன்னேன்"

அவன் அந்த நிலைமையிலும் அவசர அவசரமாக திருப்பிக் கேட்டான்.

"அஞ்சாலாட்சி சித்தா என்ன சொன்னாங்க"

"அடி கம்மினேட்டி குட்டி. உனக்கு அறிவில்ல. அவன் கல்லு வூடு கட்டிகிட்டு காசு பணம் உள்ளவனா பொண்டாட்டி பேச்ச கேட்கறவனா மாறிட்டான். நான் அவன் வூட்டுக்கும் பக்கத்துலதான் இருக்கிறேன். எப்பவாச்சும் அங்க போனா அவன் பொண்டாட்டி ஓடியாந்து 'அவரு இல்ல. வெளிய போயிருக்காரு'ன்னு மூஞ்சால அடிச்சது போல சொல்லி அனுப்புவா. அத கேட்டுகிட்டு ஒண்ணும் தெரியாதவன போல அவனும் வீட்டுக்குள்ளதான் இருப்பான்'னு அக்கா சொல்லுச்சு"

ராஜம்மா சொன்ன இந்தச் சம்பவம் ஒன்றும் அவனுக்குப் பெரிதாகப் படவில்லை. அவனுக்கு தன் அண்ணன் மகாலிங்கத்தைப் பற்றி நன்றாகத் தெரியும். அவன் சுயநலத்தின் மொத்த உருவம். நன்றி என்ற வார்த்தைக்கு அர்த்தம் தெரியாதவன். புட்லாய் கிழவியினுடைய தம்பி குப்புசாமி அவனுக்குத் தாய்மாமன் உறவுமுறை. அவர் கண்டமங்கலத்துக்கும் பக்கத்தில் இருக்கிற நவமால்மருதூரில் மளிகைக்கடை வைத்து சீரும் சிறப்புமாக வாழ்ந்தவர். தன் அக்கா பிள்ளைகளான அவனையும், மகாலிங்கத்தையும், அவன் அக்காவான ஜெயலட்சுமியையும் படிக்க வைத்து வளர்த்தவர். அவர்களுக்கு எல்லாமும் செய்தவர். கடவுள் மாதிரி. அக்கா பிள்ளைகளை கரைசேர்க்க வேண்டும் என்பதற்காகவே கடைசிவரை திருமணமே செய்து கொள்ளாமல் இருந்தவர். அவர் ஊரில் கடைக்காரர் குப்புசாமி என்றால் ரொம்ப பிரபல்யம். அப்படிப்பட்ட குப்புசாமி மாமா மகாலிங்கத்தைத் தேடி வீட்டுக்குப் போனால் எங்கே அவருக்கு உதவி செய்ய வேண்டுமோ என்று பயந்து கொண்டு எப்போதும் போல சொந்த வீட்டுக்குள்ளேயே திருடனைப் போல பதுங்கிக் கொள்வான்.

அது கூட சாதாரணம்தான். குப்புசாமி மாமாவை நேருக்கு நேராகப் பார்த்துவிட்டால் பச்சையாய் ஒரு பொய்

சிரிப்பை சிரித்துவிட்டு தன் பொண்டாட்டியிடம் சொல்லி சாப்பிட வைப்பான். வீட்டுக்குள் அழைத்துப் போகாமல் வாசலிலேயே உட்கார வைத்து ஒரு அலுமினிய தட்டில் சோறு போடுவார்கள். அதற்கென்றே அப்படி ஒரு தட்டை மகாலிங்கம் வாங்கி வந்தானா இல்லை அவன் பொண்டாட்டி வாங்கி வைத்திருந்தாளா என்பது தெரியாது. குப்புசாமி மாமா அந்த சோத்தை வேண்டா வெறுப்பாகச் சாப்பிட்டுவிட்டு வந்து அவனிடத்தில் அழுது முறையிட்டிருக்கிறார்.

அவன் ராஜம்மாவிடம் இருந்து தன் கவனத்தைத் திருப்பிக் கொண்டு புட்லாய் கிழவி இருந்த பக்கமாக யார் யார் வந்திருக்கிறார்கள் என்பது போல நோட்டம் விட்டான். விழலால் கூரை வேய்ந்த அவன் வீட்டினுள்ளும், வெளியேயும் நிறைய பேர் சேர்ந்து விட்டிருந்தார்கள். ஆளாளுக்கு எதெதுவோ பேச்சு. என்னென்னவோ சங்கதிகள். அந்த அமைதியான சூழலையும் மீறி ஒரே சத்தம். ராஜம்மா பெரியவன் மகாலிங்கம் வருகிறானா என்று பார்ப்பதும், அவனைப் பார்ப்பதும் பிறகு புட்லாய் கிழவியைப் பார்ப்பதுமாக பரிதவித்துக் கொண்டிருந்தாள். தாதர் ஊதுகிற சங்கின் அபஸ்வர ஓலத்தையும் தாண்டி அவர் அடிக்கிற சேகண்டி மணியின் அமங்கல ஓசை விட்டு விட்டு கேட்கிற இடைவெளிக்குள் புகுந்து அவன் மனம் பின்னோக்கிப் போனது.

பழனியும், புட்லாய் கிழவியும் அரவிந்தர் ஆசிரமத்துக்குச் சொந்தமான கசனாதோப்பு மதில் சுவரில் சாணி தட்டிக் கொண்டிருந்தார்கள். அவன்தான் வீட்டிலிருந்து சாணியை உருண்டை பிடித்து வைக்கோலில் போட்டு உருட்டி கூடையில் தூக்கி வந்து கொடுத்துக் கொண்டிருந்தான். அப்போது புவேன்கரே வீதி மெயின் ரோட்டில் மகாலிங்கம் நடந்து போவது தெரிந்தது. பழனியும், புட்லாய் கிழவியும் பதறியடித்துக் கொண்டு அவனை வழிமறித்து நின்றார்கள்.

“எப்பா மகாலிங்கம் எங்கள வுட்டுட்டு எங்கப்பா போயிட்ட”

கைகால்கள் நடுக்கம் எடுக்க கண்ணீரும், கம்பலையுமாக அவர்கள் அழுது கொண்டே கேட்டது மகாலிங்கம் காதில் விழவில்லை. அவன் எதுவும் தெரியாதது போல இளங்கோ நகருக்குப் போவதிலேயே குறியாக இருந்தான். அங்குதான் அவன் பொண்டாட்டியும், பிள்ளைகளும் இருக்கிறார்கள். யாரோ ஊர்

பேர் தெரியாத ஒருத்தியை மகாலிங்கம் இழுத்துக் கொண்டு ஓடிப் போனது ஒருத்தருக்கும் தெரியாது. புட்லாய் கிழவி, அவர் புருஷன் பழனி, பிள்ளைகளான அவனும், அவன் அக்கா, தம்பி, தங்கைகள் என்று இருக்கிற மொத்த குடும்பத்தையும் நிர்க்கதியாக விட்டுவிட்டு மகாலிங்கம் போன போது அவனுக்கு நல்லது கெட்டது எதுவும் புரியாத வயது.

மகாலிங்கத்தை பார்த்து பழனியும், புட்லாய் கிழவியும் கதறினார்கள்.

“எப்பா சாமி நீ எங்க இருந்தாலும் வூட்டுக்கு வந்துடுப்பா. உன் பொண்டாட்டி புள்ளைங்கள கூட அழைச்சிகிட்டு வா. தம்பி, தங்கச்சிகளும், நாங்களும் உன்னை காணாம தவிக்கிறம்பா”

மகாலிங்கம் முகத்தை இறுக்கமாக வைத்துக் கொண்டு கசனா தோப்பு மதில்சுவரின் மேல் வளர்ந்து கிடந்த மூங்கில் புதரை முறைத்துப் பார்த்தபடி நின்று கொண்டிருந்தான். பச்சை மூங்கில்களும், அதன் காய்ந்த கழிகளுமாய் நிறைந்திருந்த இடத்திற்கும் கீழே தவிட்டுப் புறாக்களின் உதிர்ந்த சிறகுகளைப் போன்று மூங்கில் சருகுகள் சிதறிக் கிடந்தன.

அழுதுகொண்டே இருந்த பழனியும், புட்லாய் கிழவியும் மகாலிங்கம் எதிர்பாராத நிலைமையில் ‘தடால்’ என்று அவன் காலில் நடுரோடு என்று கூட பார்க்காமல் விழுந்தார்கள்.

“மகாலிங்கம் உன் கால்ல விழந்து கேட்கறம்பா. வூட்டுக்கு வா” மகாலிங்கம் தன் கால்களை அவசரமாக விலக்கிக் கொண்டு “எதுக்கு என் கால்ல விழுறீங்க. பக்கத்துல சுப்பிரமணியர் சாமி கோயில் இருக்கு. அங்க போயி அது கால்ல விழுங்க” என்று நிர்தாட்சண்யமாக சொல்லிக் கொண்டே நெல்லித்தோப்பு மார்க்கெட் இருக்கும் பக்கமாக போனான்.

பழனியும், புட்லாய் கிழவியும் மகாலிங்கத்திற்காக தரையில் விழுந்து புரண்டு அழுது அரற்றியதைப் பார்த்துத் தாங்க முடியாமல் அவனும் அங்கே அழுது கொண்டிருந்தான். மகாலிங்கம் அப்போது போனவன் போனவன்தான். அதன் பிறகு அவன்தான் படித்தது போதும் என்று படிப்பைப் பாதியிலேயே நிறுத்திவிட்டு சவானா மில்லில் வேலைக்குச் சேர்ந்து விட்டான். அந்த வேலை கூட மகாலிங்கத்திற்காக பழனி எற்பாடு செய்திருந்தது. அந்த சமயம் மகாலிங்கம் வீட்டில் இல்லாததால்

ரொம்பவும் சின்ன வயதான அவன் அந்த வேலையை ஏற்றுக் கொள்ள சவானா மில்லுக்குப் போன போது அங்கிருந்த லேபர் ஆபிஸர் உட்பட எல்லோருமே சிரித்து கிண்டல் செய்தார்கள். “என்னடா இது. மூக்கு ஒழுகிகிட்டு இருக்கிற பசங்கள எல்லாம் வேலைக்கு அனுப்பியிருக்காங்க” என்ற போது அவன் கூனிக் குறுகிப் போனான். அது நடந்து ஒரு ஆறு மாதம் சென்றதும் நாலு முழ வேட்டியை கட்டிக் கொண்டு சண்டே மார்க்கெட்டில் போய் கட்டை வைத்த பெரிய செருப்பாகப் பார்த்து வாங்கி காலில் போட்டு பெரிய மனுஷன் தோரணையில் வேலைக்குச் சேர்ந்து விட்டான். மூத்தவன் மகாலிங்கத்திற்குப் பதிலாக அன்றைய தினத்திலிருந்து அவன்தான் குடும்பச் சுமையைத் தூக்க மாட்டாமல் தூக்கிக் கொண்டிருக்கிறான். பாரம் தாங்காமல் அவன் விழுகிற போதெல்லாம் தூக்கி நிறுத்துவதற்குப் பதிலாக அவனை எப்போது அறையலாம் என்று சிலுவையைச் செய்தபடி ரகசியமாய் காத்திருந்தார்கள் மகாலிங்கமும், அவன் தம்பியும். அதற்கான நேரம் வந்திருந்தது.

வீடு நிசப்தத்தில் உறங்கிக் கிடக்க புட்லாய் கிழவியும் ஆழ்ந்து தூங்கிக் கொண்டிருந்தாள். நல்ல தூக்கம். இனி எப்போதும் எழுந்திருக்க முடியாத படியான தூக்கம். பலநாள் தூங்கித் தூங்கி ஒத்திகை பார்த்து இன்றைய தினத்தில் அரங்கேற்றமாகி விட்ட தூக்கத்தின் நேரடிக் காட்சி. நடையில் புட்லாய் கிழவி படுத்திருக்க பக்கத்து அறையில் அவன் தூக்கம் வராமல் புரண்டு கொண்டிருந்தான். ஒருத்தரும் இல்லை. புட்லாய் கிழவி மீது பூ மாலைகள். தலைமாட்டில் கூரையின் கீழ் எரிந்த குண்டு பல்பைத் தவிர துணைக்கு யாரும் இல்லை. சாவுக்கு வந்திருந்தவர்கள் எல்லாம் போய் விட்டிருந்தார்கள். ஒரே வீட்டில் அடுத்தடுத்த இடத்தில் புட்லாய் கிழவியும், அவனும் படுத்திருந்தார்கள். அக்கம் பக்கத்தில் இருக்கிறவர்களுக்கு ஆயிரம் வேலைகள் இருக்கும். அவர்களுக்கும் பொண்டாட்டி, பிள்ளைகள் என்று குடும்பம் இருக்கிறது. இனி நாளைக்குப் புட்லாய் கிழவியை எடுக்கும் போதுதான் வருவார்கள். ஆனால் குடும்பத்தினர் அத்தனை பேரும் அவனை மட்டும் புட்லாய் கிழவிக்கு காவல் வைத்து விட்டுப் போய் விட்டார்கள்.

அவனுக்கு நெஞ்சு வலித்தது. அந்த வலி அதிகமாகி அப்படியே இறந்து போய் விடுவோமோ என்று கூட அவனுக்கு

சந்தேகம் வந்தது. இப்படிப்பட்ட உறவுகளை விடவும், குடும்பத்தை விடவும் செத்துப் போவது எவ்வளவோ மேல். அவன் புட்லாய் கிழவியைப் பார்த்து அழுது கொண்டிருந்தான். வாய்விட்டு அழ முடியாத ஊமைக் குமுறல். கண்ணீர் அவன் கன்னங்களின் மேல் வழிந்து கொண்டிருந்தது. அதன் வெம்மையை உணர்ந்து கொள்வதற்குள் எதிர் வீட்டிலிருந்து அவன் தம்பி பேசுகிற குரல் கேட்டது. அங்குதான் அவன் தம்பி குடியிருக்கிறான். அந்த இடம் அவனுக்குச் சொந்தமானது. அவனுடைய அப்பா பழனி உயிருடன் இருந்த காலத்திலிருந்து கோர்ட், கேஸ் என்று ஏறி இறங்கி அந்த இடத்தை எப்படியோ வாங்கி வைத்திருந்தான்.

அவன் தம்பி தன் பொண்டாட்டியிடம் பேசினான்.

"இங்க பாருடி கிழவி செத்ததுக்கு உள்ளூர் டி.வி.யில செய்தி கொடுத்திருக்கிறேன். என் போட்டோவோட அந்த விளம்பரம் வரும். தூங்கிடாம முழிச்சிருந்து அத பார்த்துட்டு காலையில என்கிட்ட சொல்லணும்"

என்றபடி உள் அறைக்குள் போய் கதவை சாத்திக் கொண்டு படுக்கப் போனது அவனுக்கு நன்றாகத் தெரிந்தது. காலையிலிருந்து ரெண்டு மூணு தரம் அவன் தம்பி மனைவி புட்லாய் கிழவி படுத்திருந்த இடம் பக்கமாக வந்து விட்டுப் போனாள். அத்தோடு சரி. ராத்திரி ஆனதும் அந்தப் பக்கம் எட்டிப் பார்க்கக் கூட இல்லை. பூமியான்பேட்டையில் கடடிக் கொடுத்திருந்த அவனுடைய அக்கா ஜெயலட்சுமி பிள்ளைகளோடு வந்து பார்த்துவிட்டுத் தன் புருஷனுக்கு சாப்பாடு செய்ய வீட்டுக்குப் போய் விட்டாள். அவளோடு ராஜம்மாவும் போய் நீண்ட நேரமாகி விட்டது.

உப்புவேலூர்க்காரி இன்னும் வரவே இல்லை. மகாலிங்கம் வருவானா என்று தெரியாது. எல்லோரும் அவரவர் காரியங்களில் கவனமாய் இருக்க அவன் மட்டும் அழுது அழுது அந்தக் களைப்பில் அப்படியே தூங்கி விட்டான்.

விடியற் காலை ஐந்து மணி இருக்கும். அஞ்சாலாட்சி புருஷன் வீரப்பன் வந்து புட்லாய் கிழவி கால்மாட்டில் நின்று கொண்டு "அண்ணி போயிட்டியே. யாருமே வூட்ல இல்லாம அநாத பொணம் போல கெடக்கிறியே" என்று அழுது மூக்கைச் சிந்திய படியே வீட்டின் பக்கமெல்லாம் திரும்பிப் பார்த்துவிட்டு

யாரும் இல்லை என்று தெரிந்தவுடன் அவன் படுத்திருந்த அறையை நோக்கி வந்தார். வீரப்பன் புலம்பின சத்தம் கேட்டு ஏற்கனவே எழுந்திருந்த அவனை கட்டிப் பிடித்துக் கொண்டு அவர் அழுதார். வீரப்பன் நன்றாக குடித்துவிட்டு வந்திருக்கிறார். அந்த சாராய நெடி தாங்க முடியவில்லை. ஆனாலும் அவன் முகம் சுளிக்காமல் வீரப்பனை அப்படியே கட்டிக் கொண்டான்.

"சித்தப்பா"

அவனுக்கு அந்த நேரத்தில் வீரப்பன் வந்தது பெரிய ஆறுதலாக இருந்தது. அவன் இதுவரை தேக்கி வைத்திருந்த உணர்ச்சிகள் யாவும் பொங்கிப் பீறிட்டுக் கொண்டு வெளிவந்தது. கதறி அழுதான்.

"உன்னை அம்போன்னு வுட்டுட்டு ஒருத்தர் கூட இங்க இல்லாம எங்கப்பா போயிட்டாங்க"

அவனால் பேச முடியவில்லை. வார்த்தைகள் தொண்டைக் குழிக்குள் சிக்கிக் கொண்டதைப் போல் இருந்தது. நூறடி ரோடு ரயில்வே கேட்டுக்கும் அருகில் உள்ள சாராயக் கடையில் எடுக்கப் பிடிக்க வேலை செய்கிற சாதாரண கூலித் தொழிலாளி வீரப்பன். அவருக்கு அவன் ஒரு நாள் கூட சோறு போட்டதில்லை. பத்துப் பைசா செலவுக்கு கொடுத்ததில்லை. எப்பவாவது வழியில் பார்த்தால் 'சித்தப்பா' என்று சொல்லி சிரிப்பான். அவரும் நின்று அவனிடத்தில் பேசி விட்டுத்தான் போவார். அவர்தான் அவன் தன் தாயை இழந்துவிட்டுத் தனி மரமாய் நிற்கும் இந்த நேரத்தில் வந்து அழுகிறார். அவன் துன்பத்தில், துயரத்தில் பங்கெடுக்கிறார். அவனால் படிக்க வைக்கப்பட்டு எல்லா நல்லது கெட்டதுகளிலும் பங்கெடுத்து, ஆளாக்கப்பட்ட தம்பி நிம்மதியாகப் படுத்துத் தூங்குகிறான். மூத்தவன் அண்ணன் மகாலிங்கம், அவனுக்கு செய்தி சொல்லி அனுப்பியும் ஐயாவுக்கு என்ன வேலையோ இன்னும் வந்து சேர்ந்தபாடில்லை.

ஆயிற்று. எல்லாம் முடிந்து போயிற்று. புட்லாய் கிழவியை எடுத்துப் போய் பூமியான்பேட்டை இடுகாட்டில் புதைப்பதற்கு குழியில் இறக்கிய போது உப்புவேலூர்க்காரி கமலாவும், அக்கா ஜெயலட்சுமியும், அவனும் துக்கம் தாளாது பெற்ற தாயை இனி எப்போது பார்ப்போமென்று வாயிலும், வயிற்றிலும் அடித்துக்

கொண்டு அழுதார்கள். எப்படியோ அடக்கம் செய்கிற நாளான அன்றைய தினம் போனால் போகட்டுமென்று மகாலிங்கம் வந்திருந்தான். அவன் பிள்ளைகள் யாரும், வீட்டுக்கு மூத்த பிள்ளை என்று ஊட்டி, ஊட்டி வளர்த்த மகாலிங்கத்தின் பிள்ளைகள், புட்லாய் கிழவியின் பேரப் பிள்ளைகள் யாரும் வரவில்லை.

மகாலிங்கத்தின் மனைவி ஒப்புக்கு வந்து உடனே போய் விட்டாள். குழிக்கரையில் கதறிக் கொண்டிருந்தவர்களை மகாலிங்கம்தான் சமாதானப்படுத்தி அப்பாலே அழைத்துப் போனான். கொஞ்சம் கொஞ்சமாக குழியில் மண்ணைப் போட்டு மூடினார்கள்.

நன்கு இருட்டியிருந்தது. சாவுக்கு வந்திருந்தவர்கள் யார் முகத்தையும் அவனால் பார்க்க முடியவில்லை. ஆனாலும் இடுகாட்டின் கேட் அருகே நின்று கொண்டு போகிறவர்கள் அத்தனை பேர்களையும் கையெடுத்துக் கும்பிட்டுக் கொண்டிருந்தான். யாராய் இருந்தாலும், அவர்கள் எத்தனை பெரிய ஆளாய் இருந்தாலும், அவர்கள் எத்தகைய பெரிய பதவிகளில் இருந்தாலும் தங்கள் வீட்டு சாவுக்கு வருகிறவர்களை வழியில் நின்று இப்படித்தான் வணங்கி அனுப்ப வேண்டும். அதுதான் முறை. அதுதான் நமது பண்பாடு.

ஆனால் மகாலிங்கமும், அவன் தம்பியும், உப்புவேலூர்க் காரியின் புருஷனும் அங்கு வந்து நிற்காமல் புட்லாய் கிழவியின் மேல் மண் அணைந்த பிறகும் அங்கேயே சுற்றிச் சுற்றி வட்டமடித்துக் கொண்டிருந்தார்கள். கிழவியைப் புதைத்த இடத்தில் பூ மாலைகள் இறைந்து கிடந்தன. பக்கத்திலேயே பச்சை ஓலைத் தடுக்கு. ரெண்டு பேர் சேர்ந்து பாடையைக் கீழே தள்ளி அதைப் பிரித்துப் போடுவதில் கவனமாய் இருக்க புட்லாய் கிழவியின் தலைமாட்டுக்கும் கொஞ்ச தூரம் தள்ளி அவளைக் கிடத்தி வந்த அழுக்குப் பிடித்த தலைகாணி எவர் கண்ணிலும் படாமல் தனியே கிடந்தது.

அவன் கிழவியின் காரியத்தை நல்ல விதமாக முடித்துவிட்டு வீட்டுக்கு வந்திருந்தான். யாரும் இல்லை. சுற்றிலும் இருட்டு. அவனுக்கு விளக்கைப் போட விருப்பமில்லை. அந்த வெளிச்சம் கூட மனதை உறுத்துகிற விஷயமாகப் பட்டது. பேசாமல் படுத்துக் கிடந்தான். என்னென்னவோ உணர்வுகள் வந்துவந்து

அடித்துச் சிதறுகிற அலைகளைப்போல் ஓயாத எண்ணங்களாக அவனுக்குள் இருந்து கொண்டிருந்தன. அவன் மனம் ஒரு நிலையில் இல்லை. அவன் தம்பி வீட்டிலிருந்து பேசுகிற சத்தம் நன்றாகக் கேட்டது. உப்புவேலூர்க்காரியின் புருஷன்தான் பேசினான்.

"என்ன மாமா அங்க இருந்து எல்லாரும் போயிட்ட பிறகும் எவ்வளவு நேரம் தேடினோம். ஒண்ணும் கிடைக்கலையே"

"கிழவி நெறைய பணத்த சேர்த்து வச்சிருந்தாப்பா. முதியோர் பென்ஷன் வேற மாசா மாசம் வாங்கினா"

அவன் தம்பி சொன்னதும் அண்ணன் மகாலிங்கத்திடம் இருந்து சலிப்போடு வார்த்தைகள் வந்தன.

"என்னை என்னடா செய்யச் சொல்றீங்க. நான் தூரக் கையில இருந்தவன். இவன்தான் கிழவி கூட எப்பவும் இருந்தான். இவனுக்குத் தெரியுமில்ல"

"நானா அவ கூட இருந்தேன். நடுலவருதான் இருந்தாரு. அவர கேளுங்க"

"வீணாப் போனவன் கிட்ட போயி என்னத்த கேட்கச் சொல்றீங்க"

"இப்படி ஆகும்னு தெரிஞ்சுதான் நான் கிழவி போட்டிருந்த மூக்குத்தி, ரெண்டு கம்மல், தோடு, வளையல் எல்லாத்தையும் அப்பவே கழட்டி எடுத்துகிட்டேன்"

"அப்ப என்னோட பங்கு"

உப்புவேலூர்க்காரியின் புருஷன் அவசர அவசரமாகக் கேட்டான். மகாலிங்கத்திற்கு கோபம் வந்து விட்டது.

"டேய் வூட்டுக்குப் பெரியவன் நான். எனக்கே எதுவும் கிடைக்கல. கொண்டான் கொடுத்தான் நீ. உனக்கு என்ன உரிமை இருக்கு"

அவன் தம்பியும், மகாலிங்கத்தோடு சேர்ந்து கொண்டான்.

"அதான் உன் பொண்டாட்டி உப்புவேலூர்க்காரி கிழவியோட பண்ட பாத்திரத்த எல்லாம் ஒண்ணு விடாம வாரி எடுத்துகிட்டுப் போயிட்டாளே"

மகாலிங்கத்திற்கு கோபம் தலைக்கேறி விட்டது. கத்தினான்.

"நிறுத்துங்கடா. உங்க கதைய கேட்கறதுக்காகவா இளங்கோ நகர்ல இருந்து இங்க வந்திருக்கிறேன். கிழவி பணத்த எல்லாம் தலைகாணிக்குள்ள ஒளிச்சு வச்சுருக்கான்னு சின்னவன் சொன்னத நம்பி எல்லாரும் போனதுக்கப்புறம் குழிக்கரையில தலைகாணிய எடுத்து அவ்வளவு நேரம் தேடினோம். ஒரு மசுரும் கிடைக்கல. நானே அந்த வயித்தெரிச்சல்ல இருக்கிறேன். நீங்க என்னடான்னா சண்டை போடுறீங்க"

மகாலிங்கம் மூச்சிறைக்க பேசிக்கொண்டிருந்த போது வீரப்பன் அங்கு வந்து நின்றார். அவர் நெக்க குடித்திருந்தார்.

"ஏம்பா பெரியவன நடு தம்பி உனக்காக குடும்பப் பொறுப்ப ஏத்துகிட்டு அப்பாவையும், அம்மாவையும் காப்பாத்தனதோடு கூடப் பொறந்தவங்களை எல்லாம் கரை சேர்த்திருக்கு. அவன் உழைப்பால நீங்கள்லாம் ஒரு வழியா ஆயிட்டீங்க. பாவம் அவன். எத்தனை நாளைக்குத்தான் தனியா கிடப்பான். அவனுக்கு ஒரு கல்யாணத்த செஞ்சு வைக்கக் கூடாதா"

வீரப்பன் இப்படி கேட்பார் என்று சற்றும் எதிர்பாராத மகாலிங்கத்திற்கு அவர் மீது சொல்ல முடியாத கோபம் வந்தது.

"குடிகாரன் நீ நியாயம் பேச வந்துட்டியா. நடுலுவன பத்தி உனக்கு என்னா தெரியும். அவன் ஒரு பொறுக்கி. கூத்திக்கள்ளன். சரியான கரப்போக்கு. எப்பப் பாரு ஒரு பொம்பளைய வச்சுக்குவான். கல்யாணமே வேணாம்னு சொல்லிட்டு ஊர் மேயற திருட்டுப் பையன் விஷயத்தை இனிமே எடுக்காத. அந்த அயோக்கியன் கதை கிழவி செத்த இன்னையோட முடிஞ்சு போச்சு"

அண்ணன் மகாலிங்கம் வீரப்பன் சித்தப்பாவை அதட்டுவது போல பேசியதை தன் வீட்டிலிருந்து கேட்டுக் கொண்டிருந்த அவனுக்கு இதயம் வெடித்து விடும் போல் இருந்தது. அந்தக் கணமே அதிர்ச்சியில் நொறுங்கிப் போனான். கூடப் பிறந்த தம்பி என்கிற பாசம் கொஞ்சம் கூட இல்லாமல் நெஞ்சிலே நெருப்பை அள்ளிக் கொட்டுவதைப் போல் மகாலிங்கம் சொன்ன அபாண்டமான வார்த்தைகள் அவன் மண்டையை சுக்குநூறாகப் பிளப்பதைப் போல் தெரிய தலையைப் பலமாகப் பிடித்துக் கொண்டு அப்படியே மீண்டும் படுக்கையில் சரிந்தான்.

‘எத்தனை மோசமான, கொடூரமான சித்தரிப்பு. ‘ஒவ்வொரு நாளும் கண்ணும் கருத்துமா பாதுகாத்து வளர்க்கிற தென்னை மரம், காய் காய்ச்சு பலன் கொடுக்கறப்போ அத வளர்த்தவனுக்குப் பயன்படாம வேலிய தாண்டியோ இல்ல மதிலைத் தாண்டியோ வளைஞ்சு போய் அடுத்தவங்க இடத்தில அந்தக் காய் விழுந்துச்சுன்னா அதுக்குப் பேரு முடத் தெங்கு. இப்படிப்பட்ட முடத் தெங்குங்க தென்னை மரங்கள்ல மட்டும் இல்ல. மனுஷர்கள்லயும் இருக்காங்க. அப்பா பழனியும், புட்லாய் கிழவியும் கையேந்தி பிச்சை எடுத்து வந்தத சாப்பிட்டு வளர்ந்தவங்க, நான் ராக்கண்ணு பகல்கண்ணு முழிச்சு சவானா மில்லுல சம்பாதிச்சத வச்சு வாழ்க்கையில முன்னேறினவங்க என்னை நல்லா பயன்படுத்திகிட்டு நடுத் தெருவில விட்டுட்டாங்க. அத கூட என்னால மன்னிக்க முடியும். அப்படி மேல போனவங்க அதுக்குக் காரணமான பெத்தவங்களையும், என்னையும் அம்போன்னு விட்டு கெடாசிட்டு பொண்டாட்டி பேச்சை கேட்கிறவங்களா அவ குடும்பத்துக்குன்னு பாடுபடறவங்களா இருக்கிறதோட இல்லாம என்னையும் இல்ல அநியாயமா பழிபோட்டுப் பேசுறாங்க. எங்க நான் கல்யாணம் செஞ்சுகிட்டு தனியா போயிட்டா குடும்பத்த கவனிக்க ஆள் இல்லாம போயிடுமேன்னு எனக்குன்னு ஒரு குடும்பம் இல்லாம செய்துட்ட சூழ்ச்சிக்காரர்கள நம்பி நான் மோசம் போயிட்டேன். என்னை என் குடும்பமே ஒன்று சேர்ந்து கொன்று குழி தோண்டிப் புதைச்சுட்டுது’

அவன் என்ன செய்கிறோம், ஏது செய்கிறோம் என்கிற நிலைமைகளை யெல்லாம் மறந்து போய், தன் தலையில் மாறி மாறி அடித்துக் கொண்டு மனம் பேதலித்தவனைப் போல திரும்பத் திரும்ப அதையே சொல்லிக் கொண்டிருந்தான். புட்லாய் கிழவியை இழந்த துயரத்தில் கனத்த இதயத்தோடு இருந்தவன் இதுவரையில் தேக்கி வைத்திருந்த பெரும் சோகம் யாவும் அணை உடைந்த வெள்ளமெனப் புரண்டு வருவதை அடக்குவதற்கு வழி தெரியாமல் சிறு குழந்தையைப் போல கதறி அழுத போது இருட்டு அவன் மீது ஒரு போர்வையைப் போல் படிந்திருந்தது.

- **ஆனந்த விகடன், 21.07.2021**

*

எங்ஙன யாகிலும் ஜீவிக்கணும்

“ஈ வயசான காலத்தில் எந்தினா அம்மே நிங்கள் இத்தனை தூரம் கஷ்டப்படணும்”

கோபி தன் டீக்கடைக்குள் வேலை செய்து கொண்டிருந்த அந்தோணியம்மாவை பார்த்து பரிவோடு கேட்டான். அவன் மனதில் இன்னதென்று சொல்ல முடியாத ஒரு பாச உணர்ச்சி. அன்பின் வெள்ளம். அது அப்படியே வார்த்தைகளில் வந்து வெளிப்பட்டது. அதனை உணர்ந்து கொண்டவளைப் போல அந்தோணியம்மா ‘மோட்சராக்கினி மாதாவே’ என்று சொல்லியபடி பாத்திரங்களை துலக்குவதற்கு தயாரானாள். எதிரே டீக்கடையின் செப்பு பாய்லர். பால் காய்ச்சும் அலுமினிய வட்டா, சில்வர் டம்ளர்கள், ஏனங்கள் என்று நிறைய இறைந்து கிடந்தன. சபினா பவுடரும், சோப்பும் கலந்து வைத்திருந்ததை தேங்காய்ப் பஞ்சில் தொட்டு எடுத்த போது அந்தோணியம்மாவின் கை அவளையும் அறியாமல் நடுங்கியது.

‘பாவம் முடியாத மனுஷி. தன் தேவைக்காக, வசதிக்காக அவளை வேலை வாங்குகிறோமோ’ என்று கோபி நினைத்திருக்க வேண்டும். கண்கள் கலங்கின. அதை மறைத்தவனாய் அந்தோணியம்மாவைப் பார்த்து சிரிக்க முயற்சி செய்த போது அதற்குள் அவளே முந்திக் கொண்டு கோபியின் பக்கமாய் திரும்பி தன் பொக்கை வாயைத் திறந்து பெரிதாக சிரித்தாள். கை கால்கள் சூம்பிப் போன ஒரு மரப்பாச்சி பொம்மை சிரிப்பது போல் இருந்தது.

“அம்மே நிங்கள் கஷ்டப்படறது காண ஞான் சகிக்கும் இல்லா”

அந்தோணியம்மா வேலை செய்து கொண்டிருந்த பாத்திரங்களின் மீது கொஞ்சம் தண்ணீரை எடுத்துத் தெளித்துக் கொண்டே மேல்மூச்சு, கீழ்மூச்சு வாங்க பேசினாள்.

“என்ன செய்ய முடியும் நாயர் தம்பி. நான் கொடுத்து வச்சது அவ்வளவுதான்”

“அதுக்கில்ல அம்மே. ஞான் ஒரு நாடோடி கேரளாவில் ஜனிச்சவன். ஏதோ வயித்துப் பொழப்புக்குன்னு நாடெல்லாம் சுற்றிட்டு இப்ப பிச்சேரியில வந்து ஈ நெல்லித்தோப்பில் சாயாக்கடை வச்சுட்டிருக்கேன். பட்சே நிங்கள் அப்படி அல்ல. இவ்விடத்தன்னே பொறந்து, வளர்ந்து எல்லாத்தையும் ஆண்டு அனுபவிச்சவங்க”

கோபியின் இந்த அனுசரணையான பேச்சு அந்தோணியம்மாவை என்னவோ செய்தது. அவள் நலிந்து போய்க் கிடந்த தன் சரீரத்தை ஒரு தினுசாக வைத்துக் கொண்டு தனக்குதானே அலுத்துக் கொள்வதைப் போல செய்து கொண்டாள்.

“நாயர் தம்பி வாழ்க்கையில கஷ்டம்னு வர்றது உள்ளூர்க்காரங்க, வெளியூர்க்காரங்கன்னு பார்த்து வர்றதில்லை. எல்லாம் ஆண்டவர் சித்தப்படிதான் நடக்கும்”

“அதுதான் அம்மே ஞானும் சோதிக்கின்னது. இந்த தெய்வம் எப்பொழுதும் நல்லவங்களை மாத்திரம்தான் கஷ்டப்படுத்துமா”

“அப்படி சொல்லாதப்பா, எல்லாத்துக்கும் ஒரு காலம் இருக்குதுன்னு எங்க வேதம் சொல்லுது. ‘பிறக்க ஒரு காலமுண்டு இறக்க ஒரு காலமுண்டு. நட ஒரு காலமுண்டு நட்டதை பிடுங்க ஒரு காலமுண்டு’ன்னு இப்படி எத்தனையோ காலம்”

“நிங்கள் என்னை ஷமிக்கணும் அம்மே. ஞான் அறிஞ்சு நிங்களுக்கு எப்பொழுதும் ஒரே காலம்தான். அது கஷ்ட காலம்”

கோபி இப்படி சொன்னதும் அந்தோணியம்மா கலங்கிப் போனாள். ‘நம்முடைய இந்த நிலமைக்காக துக்கப்படுவதற்கு இவன் ஒருத்தனாவது இருக்கிறானே’ என்று நினைத்த போது அவளுக்குத் தன்னுடைய பேத்தி எஸ்தரின் நினைப்பும் கூடவே

வந்தது. மூக்கை நன்றாக சிந்தி தன் அழுக்குப் புடவையில் துடைத்தபடியே கோபியிடத்தில் பேசினாள்.

“என் கஷ்டமெல்லாம் இப்ப என்னோட பேத்தி எஸ்தர்தான் நாயர் தம்பி. பெண்களுக்குள்ள ரூபவதியான அவள யாருக்காவது கல்யாணம் செஞ்சு கொடுத்துட்டேன்னா இப்பவோ எப்பவோன்னு இருக்கிற நான் நிம்மதியா கர்த்தர் சமூகத்தில போய்ச் சேர்ந்திடுவேன்”

அந்தோணியம்மா இதை நடுங்கும் குரலில் சொன்ன போது கோபி தன்னையும் அறியாமல் அவளுக்காக வருத்தப்பட்டான்.

பெத்தி பரி நெல்லித்தோப்பு. அதாவது சின்ன பாரீஸ் என்று அந்த ஊர் இப்போது அழைக்கப்பட்டாலும் கூட முன்பொரு காலத்தில் அது நெல்லிக்காய் மரங்கள் அடர்ந்த பெரிய தோப்பாக இருந்தது. அதனை அந்நாளைய புதுச்சேரியின் கவர்னர் துய்ப்ளேக்ஸின் மனைவி மதாம் ழான் துய்ப்ளேக்ஸ்தான் வறுமையில் வாடிய அந்தப் பகுதி கிறிஸ்தவ மக்களுக்கென்று நன்கொடையாக தந்தவர். அங்கே புனித மோட்சராக்கினி மாதா கோயில். பிரெஞ்சுக்காரர்கள் காலத்தில் கட்டியது. அந்தக் கோயிலின் காலை ஐந்து மணி பூசைக்கான முதல் மணி அடிக்கிற நேரத்தில் அந்தோணியம்மா கோபியின் டீக்கடைக்கு வந்து விடுவாள். வாசலை பெருக்கி, கோலம் போட்டு, அன்றைக்குத் தேவையானதை எல்லாம் ஒழுங்குபடுத்தி வியாபாரத்துக்குத் தயார் செய்யும் போதே கோபி பாய்லரை பற்றவைத்து டீ போடுவதற்குத் தொடங்கிவிடுவான். காலை ஆறு மணிக்குள்ளாக கடையில் டீ குடிப்பதற்கென்று கூட்டம் சேர்ந்துவிடும். அதன்பிறகு அந்தோணியம்மா சின்னச்சின்ன வேலைகளையெல்லாம் முடித்துவிட்டு கோபி தரும் டிபனையும், தான் எப்போதும் எடுத்துவரும் சில்வர் சொம்பில் டீயையும் வாங்கிக் கொண்டு தன் வீட்டுக்குப் போக மணி பத்து, பத்தரை ஆகிவிடும். அதைத் தன் பேத்தி எஸ்தரோடு சாப்பிட்டுவிட்டு மதியம் கடந்து மீண்டும் கோபியின் டீக்கடைக்கு சாயந்தரம் வந்தால் ராத்திரிவரை ஓய்வு ஒழிச்சல் இல்லாத வேலை.

‘கேரளாவில் அப்பாவை இழந்து யாருடைய துணையு மின்றித் தனிமையில் ஜீவிக்கிற தன் அம்மாவை விட்டுவிட்டு இத்தனை தூரத்தில் வந்து பிழைக்கிறோமே’ என்று கோபி நினைத்து நினைத்து வேதனைப்படும் போதெல்லாம் அந்தோணி

யம்மாதான் அவனுக்கு ஆறுதலாயிருந்தாள். டீக்கடையின் எல்லா வேலைகளையும் கவனித்துக் கொள்வதோடு பார்ப்பதற்கு அப்படியே தன் அம்மாவைப் போலவே தெரிந்ததால் கோபிக்கு அவள்மீது அளவிடமுடியாத அன்பு இருந்தது.

'அந்தோணியம்மா அம்மே. எண்ட அம்மெயும் நிங்கள மாதிரிதான் அச்சு அசலா இருக்கும்' என்று அவன் அவளிடம் பலமுறை சொல்லிச் சொல்லி ஆச்சரியப்பட்டிருக்கிறான். அதோடு நின்று விடாமல் அந்தோணியம்மாவுக்கு சம்பளம் என்று இல்லாமல் எப்போதெல்லாம் முடிகிறதோ அப்போதெல்லாம் அவளுக்கு எல்லா உதவிகளையும் அவன்தான் செய்து வந்தான். அதன் பலன் வெகு சீக்கிரத்தில் காத்திருக்கிறது என்பது அப்போது கோபிக்குத் தெரிந்திருக்க வாய்ப்பில்லை.

அன்று ஞாயிற்றுக்கிழமை. காலை நேரம். அழுக்குத் துணியைத் துவைத்துக் கசக்கிப் பிழிந்து போட்டது போல கொஞ்சம் கொஞ்சமாய் இருள் விலகிக் கொண்டிருக்க, மணி ஐந்தாகி விட்டதற்கு அடையாளமாக மோட்சராக்கினி மாதா கோயிலின் மணி ஓசை அந்தப் பகுதியில் கேட்கத் தொடங்கியது.

கோபி டீக்கடைக்குள் இருந்தான். நன்றாகத் துலக்கிச் சுத்தம் செய்யப்பட்ட பாய்லர். பக்கத்திலேயே மண்ணெண்ணெய் ஸ்டவ். வட்டாவில் பால் கொதித்துக்கொண்டிருந்தது. தலைக்கு மேலே அழகான ஐயப்பன் படம். அதைப் பார்த்தபடி டீக்கடையை ஒட்டி நீளமான பெஞ்ச். டீ குடிக்க வருகிறவர்கள் உட்கார்ந்து குடிக்கட்டும் என்றுதான் கோபி அந்த பெஞ்சியை போட்டிருந்தான். ஆனால் அது ஊர் வம்பு பேசுகிறவர்கள் வந்து உட்காருகிற இடமாக மாறிப் போயிருந்தது. பத்து ரூபாய் கொடுத்து ஒரு டீ சாப்பிட வருகிற சாக்கில் அடுத்தவர் விஷயங்களில் அத்துமீறி நுழைகிற அநாகரீகம் எல்லா டீக்கடைகளிலும்தான் நடந்து கொண்டிருக்கிறது. கோபியால் மட்டும் அதைத் தடுத்து நிறுத்திவிட முடியுமா என்ன.

அந்தோணியம்மா கொஞ்ச நாளாகவே கடைக்கு வருவதில்லை. அவளைப் போய் பார்க்க முடியாத நிலையில் என்ன ஆகியிருக்குமோ என்கிற தவிப்போடு பாய்லரில் எரிந்து கொண்டிருந்த அடுப்புக் கரியின் சாம்பலை கோபி சரி செய்து கொண்டிருந்த போது யாரோ சொல்லிவைத்து அனுப்பியது மாதிரி ஒருவன் வந்து நின்றான்.

அவன் கையில் சில்வர் சொம்பு. அது அந்தோணி யம்மாவுக்கு சொந்தமானது என்பது தெரிந்ததுமே கோபி வந்திருந்தவனை கவனித்தான். அவனுக்குத் திருத்தமான முகம். வாலிபமான உடல். பார்ப்பதற்கு மிகவும் நல்லவனாக தெரிந்தான். கோபி அவனிடத்தில் பேசுவதற்கு முன்பாக அவனே முந்திக் கொண்டு பேசினான்.

"அந்தோணியம்மா ஆயா உங்ககிட்ட டீ வாங்கிட்டு வரச் சொன்னாங்க"

அவன் அவ்விதம் சொன்னதுதான் தாமதம். கோபி உணர்ச்சி வசப்பட்டவனாய் கொஞ்சமும் தாமதிக்காமல் கேட்டான்.

"எந்தா பிரதர் அந்தோணியம்மா அம்மெ வரில்லே"

"அவங்க உடம்பு சரியில்லாம ஒரு வாரமா படுத்த படுக்கையா இருக்காங்க"

கோபிக்கு தூக்கி வாரிப் போட்டது போல் இருந்தது. என்ன பேசுவதென்று நிதானிப்பதற்குள் அவனிடமிருந்து வருத்தம் நிறைந்த வார்த்தைகள் வந்து விழுந்தன.

"எண்ட குருவாயூரப்பா. அம்மெக்கு இப்படியா ஆகணும்"

"ஆமாங்க நாயர். ஆயா ரொம்பவும் முடியாம இருக்காங்க"

"இப்போ அவர ஆரா நோக்குன்னது"

"அவங்க பேத்தி எஸ்தர்தான்"

"அங்ஙென யானெங்கில் நீ அவங்களுக்கு சொந்தமா"

"ஆமாம். உடம்பு சரியில்லாம இருக்கிற ஆயாவ பார்த்துட்டுப் போகலாம்னு வந்தேன். அப்படியே ரெண்டு நாளா அவங்க கூடத்தான் தங்கியிருக்கேன்"

"எந்த பிரதர் எண்ட அம்மெயிடம் ஈ சாயா கொடுத்துட்டு அப்படியே ஞான் அவங்களை நலம் விசாரிச்சதும் சொல்லுங்க. நேரம் கிடைச்சதும் ஞான் நிச்சயம் வந்து காணும்"

கோபி அவசர அவசரமாக டீ போட்டு, வந்திருந்தவனிடத்தில் கொடுத்து அனுப்பிவிட்டு, மற்றவர்களுக்கும் தருவதற்கு தயாரானான். அந்த நேரம் கோபியின் நினைவுகளில்

அந்தோணியம்மாவும், அவன் அம்மாவும் வந்து வந்து போனார்கள்.

கோபி சாதாரணமான நாட்களில் எஸ்தரை பார்த்திருக்கிறான். அவள் நல்ல வசீகரம். காற்றில் 'சட சட' என்று அடித்துக் கொள்கிற புறாவின் சிறகுகளைப் போல எப்போதும் படபடக்கிற இமைகள் அவளுக்கு. அதில் தீபம் போல் மின்னுகிற சின்ன கண்கள். அவள் நடந்து வருகிற அழகே ஒரு தனி விதமாக இருக்கும். அதை கோபி பல சமயங்களில் அந்தோணியம்மாவின் வீட்டுக்குப் போய் அவளுக்கு வேண்டிய உதவுகளை செய்கிற போதெல்லாம் கவனித்திருக்கிறான். அந்த மாதிரியான சமயங்களில் கோபி, எஸ்தரோடு எப்போதாவது ஒரு சில வார்த்தைகள் பேசியதோடு சரி.

இப்போது அத்தகைய நிலைமை இல்லை. அவள் பொலிவிழந்து காணப்பட்டாள். சோகம் நிறைந்த முகம். அழுது அழுது சிவந்து போயிருந்த கண்கள். எல்லாவற்றையும் இழந்து விட்டு இனி என்ன செய்யப் போகிறோம் என்று நிர்க்கதியாக நிற்கிற பரிதாபமான தோற்றம். எஸ்தர், அந்தோணியம்மா தலைமாட்டில் உட்கார்ந்திருந்தாள். சாவு வீட்டில் போய் வயசுப் பெண்ணான எஸ்தரிடத்தில் எப்படிப் பேசுவது என்று கோபிக்கு யோசனையாக இருந்தது. அருகில் யாராவது இருக்கிறார்களா என்று அவன் பார்த்த போது வயசான பெரியவர் ஒருத்தர் நின்றிருப்பது தெரிந்தது.

கோபி தயக்கத்தோடு அவரிடத்தில் நெருங்கிப் போனான்.

"டீக்கடைக்கார தம்பி செத்துப் போயிட்ட அந்தோணி யம்மாவுக்குன்னு யாரும் கிடையாது. ஒரே ஒரு பேத்திதான். அதுக்கும் கல்யாணம் ஆகாததனால எடுத்து செய்றதுக்கு ஆளுங்க இல்ல"

கோபிக்கு அது அதிர்ச்சியாக இருந்தது.

"அவருக்கு சொந்தக்காரன்னு பறையான் போலும் ஒருத்தரும் இல்லையா"

"தெரியாதுப்பா. அதுக்காக அப்படியே விட்டுட முடியுமா. அதான் நாங்க கொஞ்சம் பேரு சேர்ந்து அடக்க காரியத்த பார்க்கலாம்னு இருக்கிறோம்"

அந்தப் பெரியவருக்கு கோபியை நன்றாகத் தெரியும். அவரும், ஊரிலுள்ளவர்களில் பெரும்பாலும் கோபியின் கடையில்தான் டீ குடிப்பது வழக்கம். அதோடு அந்தோணியம்மா மீது ஒரு பிள்ளையைப் போல பாசம் வைத்து அவன் அவளுக்கு நிறைய உதவிகள் செய்திருக்கிறான் என்பதும் தெரியும்.

"பெரியவரே மரிச்சுப் போய அந்தோணியம்மா அம்மெக்கு சொந்தமாயி எவரும் இல்லாம இருக்கலாம். பட்சே ஞான் அவர் வயிற்றில் ஜனிக்காவிட்டாலும் அவர் எண்ட அம்மெயானு அவருக்கு ஞான் ஒரு மகனானு. எண்ட டீக்கடையிலே ஈ அம்மே ராத்திரி பகலா உழைச்சல்லோ. அவருக்கு ஞான் கொடுத்தது சம்பளம்தான். எதெங்கிலும் அது அவருடே உழைப்புக்கு சமானம் ஆகுதில்லா. இப்ப அதுக்கு ஞான் பிராயத்சித்தம் செய்யான் சமயம் இதுதன்னே. நிங்கள் எதுவும் தப்பா கருதண்டா என் கூட நின்னு ஒத்தாசை செய்தா மதி. மற்றதெல்லாம் எண்ட குருவாயூரப்பன் அருளால ஞான் பார்த்துக்கும்"

கோபியின் ஆறுதலான வார்த்தைகளைக் கேட்டு பெரியவர் அவனை அதிசயமாகப் பார்த்தார். அது அழுது கொண்டிருந்த எஸ்தரின் காதுகளிலும் விழுந்திருக்க வேண்டும். அவளும் தன் பங்குக்கு கோபியைப் பார்த்தாள். 'யாரோ ஒருத்தன். எங்கிருந்தோ வந்தவன். தன் ஆயா மீது இவ்வளவு அன்பு வைத்திருக்கிறானே' என்று நினைப்பது போல இருந்தது அந்தப் பார்வை.

பெரியவர் ஆதரவாகப் பேசினார்.

"நீ இப்படி சொன்னதே பெரிய விஷயம்பா. வெளி ஊர்ல இருந்து வந்திருக்கிறவன் நீ. உனக்கு எப்படி இந்த ஊரு நடப்பெல்லாம் தெரியும்"

"என்னை ஷமிக்கணும் பெரியவரே. ஞான் மற்ற தேசத்தை சேர்ந்தவன்தான். என்றாகிலும் இவ்விட வந்து பல காலமாக அம்மெயும் மோனும் போலே பழகியல்லோ. அதனால் ஞான் எல்லாம் அறியும்"

கோபி அதோடு நின்றுவிடாமல் உடனடியாக மோட்சராக்கினி மாதா கோயிலுக்குப் போய் உபதேசியாரிடம் தகவல் சொல்லிவிட்டு, மேற்கொண்டு ஆக வேண்டிய காரியங்களில் இறங்கினான். தனி ஆளாக இருந்து மேரியில்

அடக்க உத்தரவை வாங்கி, அப்படியே சவப்பெட்டி செய்கிற தாவீதிடம் பெட்டிக்கு ஏற்பாடுகள் செய்து, நேராகக் கல்லறைக்குச் சென்று அங்கே குழி தோண்டுகிறவர்களுக்கும் முன்பணம் கொடுத்துவிட்டு வந்தான். எல்லா காரியங்களும் 'கட கட' என்று நடந்து முடிந்தன. பங்குத் தந்தை மற்றும் உபதேசியாரின் உதவியுடனும் முன்கை எடுக்க வந்த ஊரின் நல்ல மனிதர்கள் சிலரின் ஒத்தாசையுடனும் அந்தோணியம்மாவை கோபி அடக்கம் செய்துவிட்டு தன்னுடைய டீக்கடைக்கு வந்த போது இருட்டியிருந்தது.

ஒரு மூன்று மாதம் போயிருக்கும். கோபி எல்லாவற்றையும் மறந்து தன் தொழிலை கவனித்துக் கொண்டிருந்தான்.

இறந்து போன அந்தோணியம்மாவின் ஞாபகத்தில் எப்போதாவது எஸ்தரைப் பார்த்து ஏதாவது சின்னச் சின்ன உதவிகள் செய்வதும், அதே போன்று எஸ்தர், கோபியின் டீக்கடைக்கு வந்து ஏதாவது வாங்கிக்கொண்டு பேசிவிட்டுப் போவதுமாக இருந்த போது அவன் டீக்கடை பெஞ்சியின் பத்திரிகையில் ரகசியமாக விஷமச் செய்திகள் ஒவ்வொரு நாளும் அச்சாகத் தொடங்கியிருந்தன.

கோபி டீ போட்டுக் கொண்டிருந்தான். இரண்டு பேர் வந்து டீ குடித்துவிட்டு ஓசி பேப்பர் படிக்கிற சாக்கில் உட்கார்ந்து கொண்டு எதையோ கிசு கிசுப்பதும் பிறகு கோபியைப் பார்த்து நமட்டுச் சிரிப்பு சிரிப்பதுமாய் இருந்தார்கள். சட்டென்று கோபி அதனைக் கவனித்த போது அவர்கள் எஸ்தர் வீட்டின் அருகில் இருக்கிறவர்கள். கோபிக்கு ஒன்றும் புரியவில்லை. ஆனால் ஏதோ நடக்கிறது என்பது மட்டும் தெரிந்தது.

எஸ்தரும் முன்பு போல கோபியின் டீக்கடைக்கு அதிகமாக வருவதில்லை. அதுவுமில்லாமல் வர வர அங்கு வருகிறவர்களின் போக்கும், பேச்சும் ஒரு மாதிரியாக இருப்பது அவனால் சகித்துக் கொள்ள முடியாததாகவும் இருந்தது. கோபி நிலைகொள்ள முடியாமல் தவித்துக் கொண்டிருந்தான். சதா காலமும் அதையே நினைத்து நினைத்து எதையோ பறிகொடுத்தவனைப் போல ஆகிப் போயிருந்தது அவன் மனம்.

அதற்கு ஏற்றார் போல ஒரு நாள். கோபி டீக்கடைக்குத் தேவையான சாமான்களை வாங்கிக் கொண்டு வந்த போது

பின்னால் இருந்து யாரோ அவனுக்குக் கேட்கட்டும் என்று வேண்டுமென்றே சத்தமாய் பேசினார்கள். திடுக்கிட்டுப் போன கோபி திரும்பிப் பார்த்தான். அங்கே வளர்ந்து ஆளான சில வாலிபப் பையன்களும் கூடவே சில பெரியவர்களும் நின்று கொண்டிருந்தனர்.

‘ஐயோ எந்த ஒரு அபாண்டமான பேச்சு. இதைக் கேட்கவா இந்த நாட்டுக்கு வந்தது. எண்ட அந்தோணியம்மா அம்மே இதெந்தா அநியாயம், அக்கிரமம். ஞான் இந்த ஜனங்களுக்கு எத்தனை நன்மைகள் செஞ்சுருக்கு. தோ இன்னைக்கு என்னைக் குற்றப்படுத்துநல்லோ இவருக்கெல்லாம் எவ்வளவு நாளா ஞான் காசு வாங்காம சாயா கொடுத்திருக்கு. அதெல்லாம் நெனைச்சுப் பார்க்காம நன்றி கெட்ட தனமா இப்படி பழி சுமத்துறாங்களே. எண்ட குருவாயூரப்பா எல்லா நாட்டிலுமே மனுஷங்க நாக்கில விஷத்த வச்சுட்டுத்தான் ஜீவிக்கிறாங்க போல் இருக்கு’

கோபி அவமானமும், அழுகையுமாய் பிதற்றிக் கொண்டே ஒரு வழியாக டீக்கடைக்குப் போய்ச் சேர்ந்தான்.

அன்றைய இரவு. வழக்கம் போல டீக்கடையை வெளிப் புறமாகச் சாத்திவிட்டு உள்ளே கோபி படுத்திருந்தான். அவனுக்குத் தூக்கம் வரவில்லை. காலையில் கேலி செய்து பேசிய கேவலமான பேச்சே திரும்பத் திரும்ப அவனுக்குள் வந்து கொண்டிருந்தது. அதை அவன் மறக்க நினைத்தாலும் அவர்களின் ஏளனமான அந்தச் சிரிப்பும் கூட சேர்ந்து கொண்டு எப்போதும் விடாமல் அவன் இதயத்தில் எதிரொலித்தபடியே இருக்க கோபி தவித்துப் போயிருந்தான்.

‘எத்தனை குரூரமாய மனுஷர். இவரோடொப்பம் ஒரு நாழியும் ஜீவிக்கான் பாடில்லா. இனியும் இவ்விடே நிந்நால் எல்லாம் அதிரு கடந்து போகும்’

தீர்க்கமான அந்த முடிவை எடுத்த கோபி அப்படியே தூங்கிப் போனான்.

பெரிய ஒப்பித்தால், எமர்ஜென்சி வார்டிலிருந்து ஜெனரல் வார்டுக்கு எஸ்தரை கொண்டு வந்து கிடத்தியிருந்தார்கள். அவள் உடல் பலவீனப்பட்டு பிடுங்கியெறிந்த ஒரு கீரைத்தண்டு போல வாடி வதங்கிக் கிடந்தாள். அவளால் கண்களை உடனே திறக்க முடியவில்லை. மெல்ல இமைகளை உயர்த்தி எதிரே பார்த்த போது அங்கே கோபி நின்றிருந்தான்.

'கள்ளங் கபடமில்லாத உத்தமமான மனுஷன். உணர்ச்சிகளுக்கு அடிமையாகிப் போகிற இந்த வாலிப வயசிலும் கூட ஓர் எடுத்துக்காட்டான வாழ்க்கை வாழ்ந்துகிட்டிருக்கிறவன். இந்த நல்லவனைப் போய் நாசக்காரங்க மகா கேவலமா பேசுறாங்களே' என்று எஸ்தர் நினைத்ததும் அவள் கண்களில் கண்ணீர் கசிந்தது.

கோபி பேசத் தொடங்கினான்.

"எஸ்தர் ஞான் இந்த நாட்ட விட்டும், இந்த மனுஷர விட்டும் போகான் தீர்மானிச்சு"

அவன் எதற்காக இப்படி சொல்கிறான் என்பது எஸ்தருக்கும் தெரிந்திருந்தது.

"என்னையும், உங்களையும் சேர்த்து வச்சு தப்புத் தப்பா பேசுனா இந்த ஊர்ல இனிமே நீங்க எப்படித்தான் இருக்க முடியும்"

"அதான் கடைசியா ஒரு தடவை நின்னோடு சொல்லிட்டு போகாமென்று வந்நதா"

எஸ்தர் பரிதவிப்போடு கோபியை பார்த்துக் கொண்டிருந்தாள். 'அடிக்கப்படும்படிக் கொண்டு போகப்படுகிற ஒரு ஆட்டுக்குட்டியைப் போல' யேசு கிறிஸ்துவானவர் நின்று கொண்டிருந்தார் என்று பைபிளில் சொல்லப்படுகிற அந்த வேத வாக்கியத்தில் வருவது போன்று அவன் அமைதியாக இருந்தான்.

"எனக்கு உதவி செய்யப் போய்த்தானே உங்களுக்கு இந்த அவமானம் வந்தது"

இதற்குப் பதில் சொல்ல விருப்பம் இல்லாதவனைப் போன்று கோபி உடனே சொன்னான்.

"எஸ்தர் ஞான் போகணும்"

"உங்களை நான் தடுக்கலைங்க கோபி. இந்தப் பாவி மேலேயும் இரக்கம் காட்டினீங்களே. நீங்க எங்க இருந்தாலும் ஆண்டவர் கிருபையினால நல்லா இருக்கணும்"

உணர்ச்சி வசப்பட்ட எஸ்தர் நெகிழ்ச்சியடைந்திருந்ததை கவனித்த கோபி சட்டென்று எதையோ நினைத்தவனைப்

போல அவளிடத்தில் கேட்டான். அந்தச் சூழ்நிலையில் அது அவனுக்கு அவசியமாய் தோன்றியிருக்க வேண்டும்.

“எந்தா எஸ்தர் நம்ம விஷயத்தினாலதானே நீ தற்கொலை செய்யான் போயது”

எஸ்தர் எதுவும் பேசாமல் இருந்தாள். அவள் முகம் இறுகிப் போயிருந்தது.

“பறையு எஸ்தர்”

“நான் ஆமாம்னு சொன்னா அதைவிடவும் கர்த்தருக்கு விரோதமான பாவ காரியம் இந்த உலகத்தில கிடையாதுங்க கோபி”

“அங்ஙெனெ யானெங்கில் எதுக்கு நீ தற்கொலை செய்யணும்”

எஸ்தர் அந்தக் கணத்தில் தவித்துப் போனாள். அடுத்த நிமிஷமே என்ன நினைத்தாளோ கண்களைத் தாழ்த்திக் கொண்டு அழுகையும், தேம்பலுமாக சொல்லத் தொடங்கினாள்.

“கோபி உங்களுக்குத் தெரியாது. நான் பரிசுத்தமானவ இல்ல. தீட்டுப்பட்டுப் போனவ”

“எந்தா பறையுன்னது எஸ்தர் நீ”

“ஆமாம் கோபி. இப்ப நான் மூணு மாசம்”

“எண்ட குருவாயூரப்பா இது எங்ஙெனெ நடந்நு”

“அதை மட்டும் கேட்காதீங்க கோபி. ஆனா நான் கெட்டுப் போனதுக்கு நீங்கதான் காரணம்னு இந்த ஊரு ஜனங்கள்லாம் பேசுறாங்களே அவங்க நாக்கு அழுகிடக் கூடாதா”

“எந்து செய்யாம் எஸ்தர். நம்மள் இது போல பழிகளையும், பாவங்களையும் சுமக்கணும்னு நமக்கு விதிச்சிருக்கு”

“என்னோட தலையெழுத்து எப்படியோ நடந்துட்டு போகட்டும். ஆனா ஒரு பாவமும் செய்யாத நீங்க எதுக்குப் பலியாகணும்”

“அதானே இப்ப பிரச்சனை. எண்ட அம்ம அந்தோணியம்மா அம்மெக்கும், நினக்கும் நன்மைகள் செய்யப் போய் இப்பொழுது உன்னோட மோசமாய பந்தம் வச்சிருக்கேன்னு ஈ நாடு வாய்க்கு வந்தபடி பேசுது. அந்த அவமானம் ஒரு பாகம். இப்ப

நீ தற்கொலை செய்தால் ஞானானு காரணமென்று ஒந்நு கூடிப் பழிக்கப் போறது இன்னொரு பாகம். ஞான் எந்து செய்யும் எஸ்தர்"

"உங்க வேதனை எனக்கு புரியுதுங்க கோபி. இந்தக் காலம் ஒரு மனுஷனோ இல்ல ஒரு மனுஷியோ பொணமா விழ மாட்டாங்களா நாம அவங்கள கழுகா மாறிக் கொத்தித் தின்னலாம்னு சக மனுஷங்களே நெனைக்கிற விதமா போயிட்டுது. இது தெரியாமதான் என் வாழ்க்கையை சுடுகாடா மாத்தின ஒரு பிசாசால நான் தற்கொலைக்கு ஏதுவாகி இப்ப நடைப் பிணமா இருக்கிறேன்"

"சரி இப்ப பறையு எஸ்தர். உன்னோட. இந்த நிலைமைக்கு ஆரானு காரணம்"

"முத்தத்தினாலேயா மனுஷ குமாரனைக் காட்டிக் கொடுக்கிறாய்'னு எங்க யேசு சாமி மன வியாகுலத்தோடு கேட்க காரணமாயிருந்த யூதாஸ் காரியத் போல ஒருத்தன். இதுல என்ன வித்தியாசம்னா அந்த யூதாஸ் காரியத் அவரு கூடவே இருந்தவன். ஆனா இவன் என்னைக்கோ ஒரு நாள் வந்து ரெண்டு நாள் என் கூட இருந்துட்டு அப்புறம் காணாம போயிட்டவன்"

"எனக்கு நீ பறையுந்நது ஒந்நும் புரியலையே எஸ்தர்"

"உங்கள மாதிரி நல்லவங்களுக்கு அது புரியாமலே இருக்கட்டும் கோபி"

எஸ்தரும், கோபியும் மேற்கொண்டு எதுவும் பேசத் தோன்றாமல் ஒருவர் முகத்தை ஒருவர் பார்த்தபடியே நீண்ட நேரம் இருந்தார்கள். அவர்களுக்குள்ளே பெரும் மௌனம் சமுத்திரத்தின் அலைகளைப் போல அடித்துக் கொண்டே இருந்தது.

மறுநாள் காலை. எஸ்தர் பெரிய ஒப்பித்தாலில் இருந்து டிஸ்சார்ஜ் ஆகி வெளியே வந்திருந்தாள். எதிரே கொஞ்ச தூரத்தில் கடல். அதன் குளிர்ந்த காற்று ஆயி மண்டபத்தின் பூங்கா முழுக்கச் சுற்றித் திரிந்து வந்து எஸ்தரின் முகத்தை இதமாகத் தழுவியது.

எஸ்தருக்கு எல்லா பாரத்தையும் இறக்கி வைத்துவிட்டது மாதிரி மனம் லேசாகி இருந்தது.

‘இந்த உலகத்தில நமக்குன்னு இருந்த ஒரே ஆதரவு ஆயாதான். அவங்களும் நம்மள விட்டுட்டுப் போயிட்டாங்க. இப்ப ஊரும் நமக்கு எதிரா மாறிடுச்சு. இனி நாம என்ன செய்றது. எங்க போறது’

எஸ்தர் சித்தப்பிரமை பிடித்தவளைப் போல செய்வதறியாது திகைத்துப் போய் நின்றிருந்த சமயம். ‘சடார்’ என்று ஒரு ஆட்டோ அவள் மீது மோதிவிடுகிற வேகத்தில் வந்து நின்றது. பயந்து போன எஸ்தர் என்ன நடக்கிறது என்று அனுமானிப்பதற்குள் ஆட்டோவிலிருந்து கோபி இறங்கிக் கொண்டிருந்தான்.

எஸ்தர் அவனைப் பார்த்தாள். ஊரை விட்டுப் போகிறான் என்பது நன்றாக தெரிந்தது. ஆட்டோவின் உள்ளே கோணிப் பைகளில் வைத்து சாமான்கள் கட்டப்பட்டு அடைத்துக் கொண்டு கிடந்தன.

“எஸ்தர் நிங்களோட அம்மம்மா அந்தோணியம்மா எனக்கு வேறொரு அம்மனும் ஆ அம்மெயாலதான் ஞான் உனக்கு முடிஞ்ச சகாயமும் செஞ்சதுன்னும் அறியும். அங்ஙென நோக்கியால் நிங்களும் எண்ட பந்தமானு. நிண்ட பந்தம்னு ஞான் இருக்கும் போல் நீங்கள் எப்படி அநாதை ஆகும். அதான் ஞான் ஈ தீர்மானம் எடுத்தது”

கோபி சொல்வதைக் கேட்க கேட்க எஸ்தருக்கு யாரோ தன் இதயத்தைப் பிசைவதைப் போல் இருந்தது. ‘அடுத்தவங்க வாழ்வ கெடுக்கிற அற்பமான புத்தி உள்ளவங்க மத்தியில இப்படியும் ஒரு நல்ல மனுஷன் இருக்கிறானே’ என்று அவள் நினைத்த போதே கோபி பேசினான்.

“எஸ்தர் எனக்கு நிங்களைப் போல் பைபிள் அவ்வளவா தெரியாது. பட்சே குற்றமற்ற யேசு கிறிஸ்துவைக் காட்டிக் கொடுத்த யூதாஸ் காரியத் நான்று கொண்டு மரிச்சதுன்னு மற்றுள்ளவர் பறையுந்நது ஞான் பலதடவை கேட்டிட்டுண்டு. துரோகிகளுக்கு எப்போழும் அங்ஙெனயானு சம்பவிக்கும். பட்சே யேசு கிறிஸ்து அவரெ மன்னிச்சது போல நீயும் நினக்கு துரோகம் செஞ்ச அ சகோதரன மன்னிக்கணும்”

கையில் துணிப் பையோடு நின்றிருந்த எஸ்தரின் கண்கள் கலங்கின. அவளால் எதுவும் சொல்ல முடியவில்லை.

கோபி ஒரு முடிவுக்கு வந்திருந்தான்.

“கடைசியாய் ஞான் ஒந்நு பறையுது எஸ்தர். எல்லா நாட்டிலும் மோசக்காரும் உள்ளது போல் நல்ல மனுஷரும் உண்டு. நம்மள் அவ்விட போயி ஜீவிக்காம். மனுஷனா பொறந்தா எங்கன யாகிலும் ஜீவிக்கணும். அல்லெங்கில் நம்ம ஜீவிதத்துக்கே அர்த்தம் இல்லாம போயிடும். எஸ்தர் நின்ன கெடுத்த ஆ மனுஷன எனக்கு அறியில்லா. பட்சே அவன் வஞ்சிச்சு ஓடிப் போன அவமானம் தாங்காம தற்கொலை செய்யான் போயுது இப்ப நீ பறஞ்சிதான் அறியும். எது எப்படியாயாலும் முதல்ல ஞான் மட்டும்தான் மனசாட்சி இல்லாத நாட்ட விட்டுப் போகணும்னு நெனைச்சிருந்தேன். ஈ நிலையில் எண்ட குருவாயூரப்பன் அருளால தப்பிப் பிழைச்சுட்ட நீ எந்த ஆதரவும் இல்லாம ஈ பொல்லாத பிரபஞ்சத்தில் இனிமே எப்படி தன்னந்தனியாய் ஜீவிக்கும். நினக்கு சம்மதமானெங்கில் நீ எண்ட கூட வரலாம். நின்னெயும் நிண்ட வயித்தில் வளர்ற சிசுவையும் ஞான் போஷிக்கிறேன்”

கோபி ஒவ்வொரு வார்த்தையாகச் சொல்லச் சொல்ல எஸ்தருக்கு கோபியின் முகம் அவன் அடிக்கடி சொல்லும் குருவாயூரப்பனாகவும், அவள் அன்றாடம் ஆராதிக்கும் யேசு கிறிஸ்துவாகவும் மாறி மாறித் தெரிந்தது. நெகிழ்ச்சியினால் தன் வசம் இழந்து போயிருந்த எஸ்தருக்கு என்ன செய்வதென்று தெரியவில்லை. அந்தக் கணம் அவளுக்குள் ஏற்பட்டிருந்த மனப் போராட்டத்தின் அலைகளுக்குள் சிக்கித் தவித்துக் கொண்டிருந்தவள் எதிரே நின்று கொண்டிருந்த கோபியைப் பார்த்து பெரிதாக அழத் தொடங்கினாள்.

- இலக்கியப் பீடம், ஜூன் 2010.

‘இலக்கியப் பீடம்’ சிறுகதைப் போட்டியில் மூன்றாம் பரிசு பெற்ற இச்சிறுகதை, எழுத்தாளர் ஷாஃபி செறுமாவிலாயி அவர்களால் மலையாளத்தில் மொழிபெயர்க்கப்பட்டு, 27, ஜூலை 2019 தேதியிட்ட ‘சந்திரிகா’ வார இதழில் வெளியானதுடன், ஜூன் 2022, ‘புதிய கோடாங்கி’ இதழிலும் மறு பிரசுரம் ஆனது..

*

மொழி

பொன்னுசாமியைப் பார்க்கிற போதெல்லாம் அவரை மண்ணுசாமியென்று திட்டி விடலாமா என்று மனதுக்குள் நினைத்துக் கொள்வான் அன்த்துவான். ஆனால் அது அவனால் முடியாத காரியமாய் இருந்தது. பொன்னுசாமி வயதில் பெரியவர். அன்த்துவான் கூட படித்த கமராது பாஸ்கரனின் அப்பா. பாஸ்கரன் வீட்டுக்குப் போகிற போதெல்லாம் பொன்னுசாமி ஏதாவது எடக்கு மடக்காக சம்பந்தா சம்பந்தம் இல்லாமல் பேசுவது அன்த்துவானுக்கு எரிச்சலாக இருக்கும். இத்தனைக்கும் பொன்னுசாமி நன்கு படித்த நல்ல பொறுப்பான அந்தஸ்துள்ள பதவியில் இருக்கிறவர். மாவட்டக் கல்வி அதிகாரி. அதாவது டி.இ.ஓ. பிள்ளைத் தோட்டத்திற்கு அடுத்துள்ள சாரத்தில்தான் பொன்னுசாமி குடியிருந்தார்.

பாவேந்தர் பாரதிதாசனுக்கு இலக்கண, இலக்கியங்கள் சொல்லிக் கொடுத்த பெரும்புலவர் பு. அ. பெரியசாமி பிள்ளை இருந்த இடம் அது. அப்படிப்பட்ட ஊரில் இருந்தும் கூட மனுஷன் இப்படி இருக்கிறாரே என்று பொன்னுசாமியைப் பற்றி ஆச்சரியமாக இருக்கும் அன்த்துவானுக்கு. அந்த நினைப்பு கொஞ்சமும் மாறாமல் பாஸ்கரனைப் பார்க்கப் போயிருந்தான் அன்த்துவான். அவன் வீட்டில் இல்லை. பொன்னுசாமிதான் வெளியே வந்தார்.

“என்னப்பா அன்த்துவான் எப்படி இருக்கிற” என்று இயல்பாகக் கேட்டபடியே பேச ஆரம்பித்தார்.

“நான் நல்லா இருக்கிறேன் மிஸே. நீங்க எப்படி இருக்கிறீங்க”

பதிலுக்கு அவரை நலம் விசாரித்தான் அன்த்துவான். பொன்னுசாமி, தான் நன்றாக இருப்பதாகத் சொல்லிவிட்டுத் தொடர்ந்தார்.

“ஏன் அன்த்துவான் இன்னைக்கு வேலைக்குப் போகலையா”

“ரெண்டாவது முறை மிஸே. மத்தியானத்துக்கு மேலதான் போகணும்”

“அப்படியா, வா வந்து இப்படி உட்காரு”

வீட்டின் வெளியே கட்டியிருந்த சிமெண்ட் கட்டையின் மீது பொன்னுசாமி இருந்து கொண்டு அன்த்துவானை அழைத்தார். அவன் அவர் பக்கத்தில் போய் அமர்ந்தபடி அவரை ஏறிட்டுப் பார்த்தான். முன் தலை ஏறிய வழுக்கை. நல்ல புஷ்டியான முகம். தடித்த சோடா பாட்டில் கண்ணாடியைப் போட்டுக் கொண்டு மலங்க மலங்க விழித்தார். புதருக்குள் இருந்து ஓர் ஆந்தை எட்டிப் பார்ப்பது போல் இருந்தது.

பொன்னுசாமி தனக்குத் தெரிந்ததையெல்லாம் எதிராளி யிடம் சொல்லிவிட வேண்டுமென்று நினைக்கிறவர். அதற்குத் தோதாக அப்போது அவருக்கு பிரெஞ்சு மொழி கிடைத்து விட்டது.

“அன்த்துவான் சொற்களைத் தேய்த்து தேய்த்து சன்னக் கம்பிகளாய் இழைத்து அருமையான நகாசு வேலை செய்யப்பட்ட மொழியப்பா பிரெஞ்சு”

அன்த்துவானுக்கும் அது தெரியும். அவன் ரோடியர் மில்லில் வேலை செய்கிற ஒரு சாதாரண ஆலைத் தொழிலாளியாக இருந்தாலும் கூட அந்தக் காலத்தில் பிரெஞ்சு செர்த்திபிகா வகுப்பில் படித்தவன். ஓரளவுக்கு உலக விவரங்களும் தெரிந்தவன். அதனால் பொனனுசாமி சொன்னதைக் கேட்டு பேசாமல் இருந்தான்.

“அந்தக் காலத்துப் பிரெஞ்சு மொழியில் காதலை ‘தீ’ என்று சொல்வார்கள். பெண்களின் கன்னத்தை ‘நாணத்தின் அரியணை’ என்பார்கள். அதே போல நிலவை ‘அமைதியின் விளக்கு’ என்றெல்லாம் அழகுபடச் சொன்னது உலகத்தில் வேறு எந்த மொழியிலாவது இருக்கிறதா அன்த்துவான்”

பொன்னுசாமி இவ்விதம் பிரெஞ்சு மொழியை உயர்த்திச் சொன்னதன் உள்ளர்த்தம் உடனே புரிந்துவிட்டது அன்த்துவானுக்கு. அவர் எங்கே வரப்போகிறார். என்பதும் தெரிந்துவிட்டது. அதனால் அவரைக் கையும், மெய்யுமாகப் பிடிக்கிறவனைப் போல அமைதியாக இருந்தவனுக்கு முன்பு ஒரு முறை இதே பொன்னுசாமி தன் மகளுக்குத், தான் வைத்திருந்த பெயரைக் குறிப்பிட்டு 'ஏம்பா உனக்கு வேற நல்ல பேரே கிடைக்கலையா'ன்னு அவர் கேலி செய்ததும் நினைவுக்கு வந்தது.

"நீங்க சொல்றது நூத்துக்கு நூறு வாஸ்தவமான பேச்சுங்க, பிரெஞ்சு மொழியில நம்ம தமிழோட 'ழ'வுக்கு நிகரான ஒப்புமை உடைய ஒலியெல்லாம் கூட இருக்குது. ஆனா 'ட்', 'ச்' மாதிரியான சத்தம் வரக்கூடிய ஒலியமைப்புகள் இல்ல. உதாரணமா 'பட்டம்மாள்' என்கிற நல்ல தமிழ்ப் பேர பிரெஞ்சு மொழியில 'பத்தம்மாள்' என்றுதான் சொல்ல முடியும். அதே மாதிரி 'பச்சையப்பன்' என்கிற பேர 'பத்ஷேயப்பன்' என்றும்தான் உச்சரிக்க முடியும். இப்படிப்பட்ட நிலைமையும் நீங்க சொல்ற பிரெஞ்சு மொழியில இருக்குது இல்லைங்களா"

அன்த்துவான் இதனை ஒரு விதமான கிண்டலோடு சொன்னது பொன்னுசாமியை என்னவோ செய்தது போல் இருந்தது. அவர் மேற்கொண்டு பேச முடியாதவராய் அன்த்துவானை ஏற இறங்கப் பார்க்கிற மாதிரி செய்து விட்டு அவனிடமிருந்து தப்பித்துக் கொள்ளும் விதமாக உடனே எழுந்து கொண்டார்.

தீப்பிடிக்காத அட்டையால் வேய்ந்த கூரை. மேலெல்லாம் பாதரசத்தை ஊற்றி மொழுகியது போல் இருந்தது. வாசலில் மலர்ந்து மணம் வீசும் மல்லிகைப் பூச்செடி. பக்கத்தில் ரத்தச் சிவப்பில் செம்பருத்திப் பூக்கள். குனிந்து உள்ளே நுழையும் படியான தோற்றத்துடன் அழகாகத் தெரிந்தது வீடு.

உள்ளே கா விளக்கை ஏற்றி வைத்துக் கொண்டு வீட்டுப் பாடங்கள் படித்துக் கொண்டிருந்தாள் தமிழ்மகள். 'அம்மா இங்கே வா வா / ஆசை முத்தம் தா தா' என்று அவள் மே.வீ.வேணுகோபால பிள்ளையின் அருமையான பாடலைத் தன் மழலைக் குரலில் பாடியதைக் கேட்க மிகவும் இனிமையாக இருந்தது. அநேகம் பேர் இந்தப் பாடலைக் குழந்தைக் கவிஞர் அழ. வள்ளியப்பா எழுதியது என்றுதான் நினைத்துக்

கொண்டிருக்கிறார்கள். அதே போல 'தோட்டத்தில் மேயுது வெள்ளைப் பசு அங்கே / துள்ளிக் குதிக்குது கன்றுக் குட்டி' என்கிற கவிமணி தேசிக விநாயகம் பிள்ளையின் பாடலையும் வள்ளியப்பாதான் எழுதினார் என்று கருதுவதற்குக் காரணம் குழந்தைப் பாடல்கள் என்றாலே அது அழ. வள்ளியப்பா என்று ஆகி விட்டதுதான்.

தமிழ்மகள் பாடியதைக் கேட்டுக் கொண்டே அருகில் வந்தாள் கவிதா. அவள் இந்து மதத்தைச் சேர்ந்தவள். அன்த்துவான் கிறிஸ்தவன். இருவரும் காதலித்து கலப்புத் திருமணம் செய்து கொண்டவர்கள். இந்தக் கலப்புத் திருமணம் என்கிற வார்த்தையைக் கேட்டாலே பெரியாருக்குக் கோபம் வந்துவிடும். எந்த மதமோ, எந்த ஜாதியோ ஆணும், பெண்ணும் சேர்ந்து கல்யாணம் செய்துகொள்கிறார்கள். அதற்குப் பெயர் திருமணம். அவ்வளவுதான். ஓர் ஆட்டையோ, மாட்டையோ அவர்கள் கட்டிக் கொண்டால்தான் அது கலப்புத் திருமணம் என்று அவர் கடிந்து திட்டியிருக்கிறார்; அதெல்லாம் கவிதாவுக்குத் தெரியாது. அவளுக்குத் தன் மகள் அழகா, இல்லை அவள் பாடிய 'அம்மா இங்கே வா வா' பாடல் எழுதியிருக்கிற விதம் அழகா என்று பெரும் வியப்பாக இருந்தது.

கவிதா தமிழ்மகளை அன்பு மீதூற பார்த்தாள். தமிழ்மகள் அப்போதுதான் வரைந்த சித்திரம் போன்று அவ்வளவு அழகுடன் இருந்தாள். குண்டான முகம். எரியும் நெருப்பின் சுடர் போல சிவந்த நிறம். 'துறு துறு' கண்கள். மாதுளையைப் பிளந்து வைத்த உதடுகள். ரோஜாப் பூவுக்குக் கை, கால்கள் முளைத்தது மாதிரி பாவாடை சட்டையுடன் தமிழ்மகள் வீட்டுக்குள் வளைய வரும் போது கவிதாவுக்கு அளவிட முடியாத சந்தோஷமாக இருக்கும். 'வாய்க்கும் வயித்துக்கும் பத்தாத சராசரி வருமானமுடைய நம் குடும்பத்திற்கு கடவுள் ஒரு தேவதையை குழந்தையென்று சொல்லிக் கொண்டு வந்து கொடுத்திருக்கிறாரே' என்று கவிதா தன் மனதுக்குள்ளாகப் பேசிக் கொண்டு மகிழ்ச்சியடையாத நாளே இல்லை. எப்பாடுபட்டாவது தமிழ்மகளை நன்றாகப் படிக்க வைத்து நல்ல நிலைமைக்குக் கொண்டு வந்துவிட வேண்டும் என்பது கவிதாவின் உயிர்மூச்சாக இருந்தது. ஒரு குடும்பத்தில் ஆண், பெண் என இரண்டு பிள்ளைகள் இருந்தாலும், பெரும்பாலும் ஆண் பிள்ளைகளைத்தான் அதிகம் படிக்க வைப்பார்கள். பெண் பிள்ளைகளுக்கு அவ்வளவாகப்

படிப்புத் தேவையில்லை. ஓரிடத்தில் திருமணம் செய்து கொண்டு போகும் அவர்களுக்கு குடும்பம் நடத்தவும், உலக விஷயம் தெரிந்து கொள்ளும் அளவுக்கும் படிப்பு இருந்தால் போதும் என்றுதான் பல பெற்றோர்கள் நினைத்துக் கொண்டிருக்கிறார்கள். அது தவறு என்பது கவிதாவின் அபிப்ராயம். 'பெண்கள்தாம் குடும்பத்தின் அச்சாணி. குடும்ப பாரத்தைச் சுமக்கிறவர்கள். அவர்கள் இல்லாமல் போனால் குடுமபம் என்கிற சமூக அமைப்பே கிடையாது. அப்படியிருக்க அந்தப் பெண்கள் படித்திருந்தால்தானே அவர்கள் தங்கள் பிள்ளைகளை ஒழுங்காகப் படிக்க வைப்பார்கள் என்று கவிதா அடிக்கடி நினைப்பதுண்டு. அவளுடைய அந்த நினைப்புக்குப் பெரும் ஒத்தாசையாக இருந்தான் அன்த்துவான்.

மாலை நேரம். குளுமையான காற்று வீசிக் கொண்டிருந்தது. அன்த்துவான் வீட்டுக்குள்ளிருந்த கவிதாவிடம் கேட்டான்.

"கவிதா என்ன இன்னும் நம்ம தமிழம்மாவ காணோம்"

அன்த்துவானுக்குத் தமிழ்மகள் மீது கொள்ளைப் பிரியம். அவனுக்கு அவள் ஒரே மகள். செல்லப் பிள்ளை. இறந்து போன தன் அம்மாவே மறுபடியும் தனக்கு மகளாகப் பிறந்திருக்கிறாள் என்று அன்த்துவான் கவிதாவிடம் சொல்லிச் சொல்லி நெகிழ்ந்து போவான். அவன் ஒரு நாளும் தமிழ்மகள் என்ற பெயரை முழுமையாகச் சொல்லி அழைத்ததில்லை. அம்மாவின் பேரில் அளவிட முடியாத பாசம் வைத்திருந்த அன்த்துவானுக்கு எப்போதுமே தமிழ்மகள் தமிழம்மாதான்.

கவிதா பதில் சொல்ல வாயெடுக்கும் முன்பே தமிழ்மகள் வருவது தெரிந்தது. அவள் மிகவும் சோர்ந்து போய் காணப்பட்டாள். முகம் வாடியிருந்தது. தமிழ்மகள் வீட்டுக்குள் நுழைந்ததும் அன்த்துவானும், கவிதாவும் போட்டி போட்டுக் கொண்டு ஓடிப் போய்த் தூக்குவார்கள். தமிழ்மகளும் ஒரு பூவைப் போல அவர்கள் கைகளில் தம்மை ஒப்படைப்பாள். முகத்தில் எல்லையில்லாத மகிழ்ச்சி பொங்கும். அன்த்துவானும், கவிதாவும் பூரித்துப் போவார்கள். அந்தச் சமயம் அவர்கள் வீடே புன்னகை மத்தாப்பு கொளுத்திய வெளிச்சமாய்க் குதூகலிக்கும். ஆனால் இன்றைக்குத் தமிழ்மகள் முகத்தை 'உம்' என்று வைத்துக் கொண்டு வீட்டுக்குள் வந்ததும் வராததுமாய் புத்தகப் பையைத் தூக்கியெறிந்தாள். அது ஒரு மூலையில் போய் விழுந்தது.

அன்த்துவானுக்கும், கவிதாவுக்கும் தூக்கிவாரிப் போட்டது போல் இருந்தது. ஒன்றும் புரியாமல் ஒருவர் முகத்தை ஒருவர் பார்த்துக் கொண்டார்கள்.

அன்த்துவான்தான் முதலில் வந்து கேட்டான்.

"தமிழம்மா ஏம்மா ஒரு மாதிரியா இருக்கிறீங்க"

அவன் கொஞ்சிக் கொண்டே தமிழ்மகள் அருகில் வந்து கேட்டும் அவள் எந்தப் பதிலும் பேசாமல் இருந்தாள். தமிழ்மகள் கோபமாக இருக்கிறாள் என்பது கவிதாவுக்குப் புரிந்துவிட்டது.

"எங்க செல்லக் குட்டியாம் நீங்க. அப்பா கேட்கிறாங்க இல்ல. பதில் சொல்லுங்க"

கவிதா சமாதானப்படுத்தும் விதமாக ஆதரவாகக் கேட்ட போதும் ஒன்றும் சொல்லாமல் முகத்தை இறுக்கமாக வைத்துக் கொண்டிருந்தாள் தமிழ்மகள்.

அன்த்துவான் மெதுவாகத் திரும்பி கவிதாவைப் பார்த்தான். அவளும் 'ஏதோ நடந்திருக்க வேண்டும்' என்பதை உணர்ந்து கொண்டவளாய் குனிந்து தமிழ்மகளைத் தூக்கி எடுக்க கைகளை நீட்டியபோது அவள் கோபமாக கவிதாவைத் தள்ளிவிட்டாள்.

"போ நான் உங்கிட்ட பேச மாட்டேன்"

அந்த நிலைமையிலும் தமிழ்மகள் அழகு கொஞ்சும் விதமாகப் பேசியதைக் கேட்டுப் பூரித்துப் போன கவிதா அன்த்துவானைப் பார்த்துச் சிரித்தாள். அவனும் தமிழ்மகள் பேசுவதை ரசித்தபடி இன்னும் கொஞ்சம் நெருங்கி அருகில் வந்தான். இருவருமாகச் சேர்ந்து தமிழ்மகளைக் கட்டிக் கொண்டார்கள். அவள் அப்போதும் அப்படியேதான் இருந்தாள்.

"தமிழ்ச்செல்லம் என்ன ஆச்சுன்னு சொல்லுங்கம்மா"

அன்த்துவானும், கவிதாவும் ஒரே குரலில் கேட்டதும் அதற்காகவே காத்திருந்தவள் போல தமிழ்மகள் சிணுங்கிக் கொண்டே சொன்னாள்.

"நான் இனிமே பள்ளிக்கூடத்துக்குப் போக மாட்டேன்"

கவிதாவுக்கு 'திக்' என்று ஆகிவிட்டது. அவள் மிரட்சியோடு அன்த்துவானைப் பார்த்தாள். அவனுக்கு ஒன்றும் புரியவில்லை.

"ஏன் தமிழம்மா அப்படிப் பேசுறீங்க"

அன்த்துவான் கேட்டதும் தமிழ்மகள் அவனை கோபமாய் பார்த்துவிட்டு அப்படியே கவிதாவிடமும் தன் வெறுப்பை காட்டினாள். கவிதா மெல்ல அன்த்துவான் பக்கமாய்த் திரும்பி ஏதோ சொல்ல வாயெடுக்கும் முன்பே இருவரையும் சேர்த்து வைத்துத் தமிழ்மகள் பேசத் தொடங்கினாள். அவள் குரல் மாறிப் போய் இருந்தது.

"நான் பள்ளிக்கூடம் போக மாட்டேன்னா போக மாட்டேன்தான்"

"அதுதான் ஏன்னு சொல்லுங்க செல்லம்"

"ம் என்னோட படிக்கிற பசங்க எல்லாம் என்னைக் கேலி பண்றாங்க"

அன்த்துவான் திடுக்கிட்டுப் போய் தமிழ்மகள் முகத்தையே பார்த்தான்.

"எனக்குத் தமிழ்மகள்னு பேரு வச்சது யாரு"

"அப்பாதான்"

"எதுக்கு அந்தப் பேர வச்சீங்க"

இந்தக் கேள்வியைச் சற்றும் எதிர்பாராத அன்த்துவான் கவிதாவைப் பார்க்க, அவள் தயங்கித் தயங்கி தமிழ்மகளிடம் சொன்னாள்.

"ஏன் செல்லம். அப்பா உங்களுக்கு நல்ல அழகான தமிழ்ப் பேரா பார்த்துத்தானே வச்சுருக்காரு"

"ம்கூம் உங்களுக்குத்தான் அந்தப் பேரு அழகு"

"இல்லையே உங்களுக்கும்தான் அது அழகா இருக்குது"

"நீங்க பாட்டுக்கு உங்களுக்குப் பிடிச்சதுன்னு வச்சுட்டீங்க. இப்ப எல்லாரும் என்னைப் பார்த்து என்னென்னமோ சொல்றாங்க"

கவிதா தமிழ்மகளை அணைத்தபடி அவள் முகத்தைத் தன் புடவை முந்தானையால் துடைத்து நெற்றியில் அன்பாக முத்தமிட்டாள். செத்த நேரம் போகட்டும் என்று காத்திருந்த

கவிதா மீண்டும் தமிழ்மகளின் இரு கன்னத்திலும் மாறி மாறி முத்தமிட்டு அவளை அமைதிப்படுத்தினாள்.

"உங்கள என்ன சொல்றாங்கன்னு அம்மாகிட்ட சொல்லுங்க"

"ம் உன் பேரு என்னன்னு கேட்டு நான் தமிழ்மகள்னு சொன்னா எல்லாரும் சிரிச்சுகிட்டே நீ தமிழ்மகள்னா நாங்க என்ன இங்கிலீஷ் மகளா, பிரெஞ்சு மகளா, இல்ல இந்தி மகளான்னு எப்பப் பாரு கிண்டல் செய்றாங்க"

இதைச் சொல்லும் போதே தமிழ்மகளின் முகம் வாடிப் போனது. அவள் கண்கள் கலங்கின. அந்த நொடியே அழுதுவிடுவாள் போல் தெரிந்தது. கவிதா தமிழ்மகளை அப்படியே வாரி அணைத்துக் கொண்டாள்.

"என் தங்கம். என் வைரம், என் பப்புகுட்டி. இதுக்கா நீங்க கவலைப்படுறீங்க"

தமிழ்மகள் பேசாமல் இருந்தாள்.

"அப்பாவும், நானும் வேற வேற மதத்த சேர்ந்தவங்க. எங்க பேர்களும் தமிழ்ல இல்ல. அதனால அப்பா ஒரு மில் தொழிலாளியா இருந்தாலும் உங்களுக்காவது நல்ல தமிழ்ப் பேரா வைக்கணும்னு ஆசைப்பட்டுத்தான் இந்தப் பேர வச்சாரு"

"அப்படி வச்சதுதான் வச்சிங்க வேற ஏதாவது பொதுவான ஒரு பேரா பார்த்து வச்சிருக்கலாம் இல்ல"

தமிழ்மகள் சலிப்போடு கேட்டதும் அவளைப் பார்த்தபடி அன்த்துவான் பரிதாபமாய்க் கேட்டான்.

"ஏன் தமிழம்மா உங்களுக்கு அப்பா வச்ச பேரு பிடிக்கலையா"

"எனக்குப் பிடிச்சா போதுமா எல்லோருக்கும் பிடிக்க வேணாமா"

தமிழ்மகளின் இந்த வார்த்தைகள் கவிதாவை அதிர்ச்சியடைய வைத்தன. அவள் கோபமாக அதே சமயம் அதட்டுகிற விதமாக குரலை உயர்த்திப் பேசினாள்.

"இதோ பார். அடுத்தவங்களுக்குப் பிடிக்குமா பிடிக்காதான்னு பார்த்து பேரு வைக்கிறவங்க இல்ல பெத்தவங்க. அவங்க பிள்ளைங்களுக்கு அவங்களுக்குப் பிடிச்ச பேரதான் வைப்பாங்க.

அப்பாவுக்கு நம்ம தமிழ்மொழிய ரொம்பப் பிடிக்கும். அதனால ரொம்பப் பிடிச்ச உங்களுக்கும் தமிழ்மகள்னு வச்சிட்டாரு. அடுத்தவங்க அத கேலி செய்தா நாம எதுக்கு கவலைப்படணும். அதுக்காக பள்ளிக்கூடம் போகமாட்டேன்னு சொல்றதும், அடம் பிடிக்கிறதும் ரொம்ப தப்பு. இனிமே இப்படியெல்லாம் சொல்லக் கூடாது. தெரியுதா"

"ஆமாம் தமிழம்மா அம்மா சொல்றதுதான் சரி. நம்ம பேரு நமக்கு மட்டும் பிடிச்சா போதும். உங்களுக்கு ஏன் தமிழ்மகள்னு அப்பா பேரு வச்சாங்கன்னு நீங்க பெருசா வளர்ந்ததுக்கு அப்புறமா சொல்றேன். இப்ப நீங்க சின்ன பிள்ளைங்களாம். அப்பாவும், அம்மாவும் சொல்றத கேட்டு ஒழுங்கா பள்ளிக் கூடத்துக்குப் போவீங்களாம்"

அன்த்துவான், தானும் ஒரு குழந்தையைப் போல மாறி சொல்லச் சொல்ல தமிழ்மகளுக்குப் 'பாவம் அப்பா' என்று ஆகிவிட்டது. அதனால் அந்தக் கணம் சமாதானம் அடைந்தவளாய் காணப்பட்டாலும் அன்த்துவானின் இந்தத் தந்திரத்தில் எல்லாம் அவளுக்குத் திருப்தி இல்லை என்பது முகத்திலேயே நன்றாகத் தெரிந்தது.

அன்றைய தினம் பள்ளிக்கூடம் மிகவும் பரபரப்பாய்க் காணப்பட்டது. தலைமையாசிரியர் அனைத்து ஆசிரியர்களையும் தன் அறைக்குள் அழைத்து நீண்ட நேரமாய் விவாதித்துக் கொண்டிருந்தார். அதைத் தொடர்ந்து வகுப்பாசிரியர்கள் கூடிக் கூடிப் பேசுவதும், மாணவர்களை ஒழுங்காக இருக்கச் சொல்லி உத்தரவிடுவதுமாக இருந்தார்கள். எல்லோர் மனதிலும் இனம் புரியாத பயம். எதையோ எதிர்பார்த்து முன்கூட்டியே தயாரான நிலையில் இருப்பது தெரிந்தது. வகுப்பறைகளில் எந்தவித சத்தமும் இல்லாமல் நிசப்தமான சூழல். பக்கத்தில் நீண்டு வளர்ந்திருந்த மரமல்லிகைப் பூக்களில் இருந்து வீசும் மணம். தென்னை மரத்தின் ஓலைகளில் உட்கார்ந்து கத்தும் காக்கையின் குரல். இப்படியும் அப்படியுமாக ஓடும் சிட்டுக் குருவிகளின் உற்சாக சத்தம். யாவும் சேர்ந்து அங்கே ஒரு வித தனிமையை ஏற்படுத்தி இருந்தது. எதிரே கரும்பலகையைப் பார்த்தபடி டீச்சர் பாடம் நடத்திக் கொண்டிருந்தார்.

அப்போது யாரோ ஒருத்தர் சொல்லாமல் கொள்ளாமல் வகுப்பறைக்குள் 'விடு விடு' என்று வந்தார். உயர் அதிகாரிக்குரிய

தோரணை. டீச்சருக்குப் புரிந்துவிட்டது. வந்திருந்தவருக்கு அவர் வணக்கம் சொல்ல அதற்காகவே காத்திருந்த மாணவர்களும் உடனே எழுந்து நின்று ஒரே குரலில் வணக்கம் சொன்னார்கள். அவர் மாவட்டக் கல்வி அதிகாரி பொன்னுசாமி. மாணவர்களை உட்காரச் சொல்லிவிட்டு வருகைப் பதிவேட்டினைப் பார்வையிட்டுக் கொண்டே டீச்சரிடத்தில் ஏதோ கேட்டார். மாணவர்கள் அத்தனை பேரும் அவரையே பார்த்துக் கொண்டிருந்தார்கள்.

பொன்னுசாமி, தன் சோடா பாட்டில் மூக்குக் கண்ணாடியை மேலும் கீழுமாக இறக்கியபடி ஒவ்வொரு பிள்ளையின் பெயராகக் கேட்டுக்கொண்டே வந்தார். 'அம்பிகா, ஆனந்தி' என்று பெண் குழந்தைகள் தங்கள் பெயர்களை வரிசையாக சொன்னார்கள். அவர்களைத் தொடர்ந்து பக்கத்து பெஞ்சியில் இருந்த மூன்று பேர்கள் ஒன்றாக எழுந்து தங்கள் பெயர்களை 'நிஷாந்தி, கார்த்திகா, மாலினி' என்று ஒவ்வொருவரும் சொல்லச் சொல்ல பொன்னுசாமி அவர்களிடம் பாடத்திலிருந்து சில கேள்விகள் கேட்டார். ஒருவருக்கும் பதில் தெரியவில்லை. 'திரு திரு' என்று விழித்தபடி தன் டீச்சரைப் பரிதாபமாகப் பார்த்தார்கள். அவர், அவர்களை அடித்து விடுவது போல முறைத்து தன் கையில் இருந்த பிரம்பினால் சைகை காட்டினார்.

பொன்னுசாமிக்கு ஒரு மாதிரியாகி விட்டது. அந்த மூன்று பேரில் நிஷாந்தி அவர் மகன் பாஸ்கரனுடைய மகள். அதாவது பேத்தி. அது அந்த டீச்சருக்கும் தெரியும். டீச்சர் பொன்னுசாமியையும், நிஷாந்தியையும் மாறி மாறி பார்க்க பொன்னுசாமி வெளிறிப் போன தன் முகத்தை வேறு பக்கமாகத் திருப்பிக் கொண்டு கண்டும் காணாதது போல அடுத்த பிள்ளையிடம் போனார்.

"எங்கே ஒரு குழந்தைப் பாடல் பாடு பார்க்கலாம்"

பொன்னுசாமி கேட்டதுதான் தாமதம். அந்தச் சிறுமி எழுந்து நின்று,

'ஏடு தூக்கிப் பள்ளியில்
இன்று பயிலும் சிறுவரே
நாடு காக்கும் தலைவராய்
நாளை விளங்கப் போகிறார்'

என்ற அழ. வள்ளியப்பாவின் பாடலை முழுமையாக ராகம் போட்டு இழுத்து நீட்டிப் பாடிய போது டீச்சரும், சக மாணவர்களும் ஒருசேர கைதட்டினார்கள். எத்தனை முறை பாடினாலும், கேட்டாலும் எப்போதும் இனிமை மாறாத பாடல் அது. குழந்தைகளுக்கென்றே வரம் வாங்கி வந்தவர் எழுதின அந்தப் பாடலை எந்தப் பிள்ளைகள் பாடினாலும் அதற்கொரு உயிர்ப்பு வந்து விடுகிறது. அங்கே குழந்தைகளின் மன உலகம் விரிந்து புதிய புதிய சந்தோஷங்கள் பூக்கத் தொடங்குகின்றன. பொன்னுசாமிக்கு மகிழ்ச்சி தாங்க முடியவில்லை. அவர் முகம் பிரகாசம் அடைந்தது.

"சின்ன வயசுல நான் பாடின பாட்டு. அதுக்கப்புறம் என் பிள்ளைங்க பாடி, அதுக்கப்புறமும் தலைமுறை தலைமுறையா வர்ற அழ. வள்ளியப்பாவோட இந்த பாட்ட நீ எத்தனை அழகா பாடுற"

பொன்னுசாமி சந்தோஷ மிகுதியால் அந்தப் பிள்ளையைப் மனதாரப் பாராட்டிவிட்டு அடுத்து கேட்டார்.

"உன் பேரு என்னம்மா"

"தமிழ்மகள்"

பொன்னுசாமிக்கு பிடரியில் யாரோ லேசாகத் தட்டியது போல் இருந்தது. 'தமிழ்மகளா இந்தப் பெயரை எங்கோ கேட்டது போல் இருக்கிறதே' என்று அவர் அனுமானிப்பதற்குள் சட்டென்று நினைப்பு வந்தது.

"நீ அன்த்துவானோட பிள்ளைதான"

"ஆமாங்க ஐயா"

"சபாஷ். உன்னுடைய அப்பாவும் அம்மாவும் உன்னை ரொம்ப நல்லா வளர்த்திருக்காங்க. உண்மையிலேயே நீ தமிழுக்கு மகள்தான்"

டி.இ.ஓ.விடமிருந்து இத்தகைய மதிப்புமிக்க வார்த்தைகள் வருமென்று தமிழ்மகள் கொஞ்சம்கூட எதிர்பார்க்கவில்லை. அது அவளுக்குப் பெருமையாக இருந்தது. இதுநாள் வரைக்கும் எல்லோரும் தன் பெயரைக் கேலியும், கிண்டலும் செய்தபோது அடைந்த மனவேதனை எல்லாம் மறைந்து உடனே மதிப்பும், மரியாதையும் கூடிவிட்டதை உணர்ந்ததும் அவள் நிஷாந்தி,

கார்த்திகா, மாலினி ஆகிய மூன்று பேரையும் ஜாடையாகக் கவனித்தாள். அவர்கள்தாம் எப்போதும் தமிழ்மகளின் பெயரைச் சொல்லி கேலி செய்கிறவர்கள். அதை வைத்து புறம் பேசுகிறவர்கள்.

அத்தனை பேரும் வெட்கப்பட்டுப் போய் தமிழ்மகளைப் பார்க்கவும் அஞ்சி தலை குனிந்திருந்த சமயம். தமிழ்மகளுக்கு உடனே ஓடிப் போய்த் தன் அப்பாவைக் கட்டிப் பிடித்துக் கொண்டு அழ வேண்டும் போல் இருந்தது. தன் அம்மாவிடமும் மன்னிப்பு கேட்க வேண்டும் என்று தோன்றியது. ஏறக்குறைய அதே மனநிலையில் இருந்த பொன்னுசாமிக்கு இந்தத் தமிழ்மகள் பெயர் விவகாரத்தில் ஒரு முறை அன்த்துவானிடம் வம்படித்தது ஞாபகத்துக்கு வந்தது.

“ஏன் அன்த்துவான் உன் பெண் குழந்தைக்கு தமிழ்மகள்னு பேரு வச்சுருக்கியாமே. பாஸ்கரன் சொன்னான்”

“ஆமாம் மிஸே. நீங்க எப்பவுமே பிரெஞ்சு மொழிய பெருமையா பேசுறது போல எனக்குத் தமிழ்மொழி”

“அதுக்காக பிள்ளைக்குப் போயா அப்படி பேரு வைக்கிறது”

“ஏன் வச்சா என்ன. உங்க பிரெஞ்சு மொழிக்காரங்க எப்படியெல்லாம் வச்சுருக்காங்க தெரியுமா. பிரெஞ்சில ‘புலான்ழெ’ன்னா ரொட்டிக் கடைன்னு அர்த்தம். அத வச்சு ‘புலான்ழெ’ன்னு ஒரு பேரு. அதுக்கு ரொட்டிக் கடைக்காரன்னு பொருள். ‘தெபு’ன்னா நிற்கிறவன். அப்படியும் ஒரு பேரு. அவ்வளவு ஏன், ‘ல போர்த்’துனாதான் உங்களுக்குத் தெரியுமே. கதவு. அப்ப இருந்த பிரெஞ்சு ஆட்சியில நீதிமன்றத்தில வாதாடற வக்கீல்கள்ல பிரெஞ்சுக்காரங்க மட்டும் கால்ல சப்பாத்து போட்டுக்கலாம்னு சட்டம். நம்ம புதுச்சேரிய சேர்ந்த தமிழர்கள் வெறும் காலோடதான் வரணுங்கிறத எதிர்த்து பொன்னுத்தம்பி பிள்ளைங்கிற அவுக்கா பிரான்ஸ் வரைக்கும் போய் போராடி சப்பாத்து போடற உரிமை வாங்கித் தந்தார் இல்ல. அதனால அவர் பேரே ‘ல போர்த் பொன்னுத் தம்பி பிள்ளை’ன்னு ஆயிட்டுது. நீதி விஷயத்தில நமக்கு அடைக்கப்பட்டிருந்த கதவ அவர் திறந்ததால அத ஞாபகப்படுத்தற விதமா ‘ல போர்த் வீதி’ன்னு ஒரு தெருவே இப்பவும் இங்க இருக்குதுங்களே மிஸே”

பொன்னுசாமி, அன்த்துவானை ஏற இறங்கப் பார்த்தார். இவ்வளவு விஷயம் இவனுக்குத் தெரிகிறதே என்பதாக இருந்தது அதன் பொருள்.

"சரி, பிரெஞ்சு மொழியை விடுங்க. உலகம் பூராவும் பேசுற இன்னொரு மொழி ஆங்கிலம். அதுல 'பிரிட்ஜ்' அதாவது 'பாலம்' என்கிற அர்த்தத்தில ஒருத்தனுக்குப் பேரு. நிறைய பேருக்கு 'மீன் வைக்கிற கின்னம்', 'பிஷ் பவுல்'னு பேரு. ஆங்கிலக் கவிஞன் 'லாங் பெல்லோ'ன்னு ஒருத்தர் இருந்தாரு. 'உயரமான ஆள்' என்கிற அந்தப் பேர வச்சுகிட்டு நிறைய குள்ளன்களும் இருந்தாங்க. இந்த மாதிரி அபத்தமான பேருங்க நம்ம தமிழ்லயும் இருக்குது. 'தொப்புளான்', 'தீப்பாஞ்சான்'னு இப்படி சொல்லிகிட்டே போகலாம்"

பொன்னுசாமி கொஞ்சமும் தாமதிக்காது உடனே கேட்டார்.

"உன் பிள்ளைக்கு தமிழ்மகள்னு பேரு வச்சதுக்கும் இதுக்கும் என்ன சம்பந்தம்"

"இருக்குங்க. எனக்குத் தெரிஞ்ச ஓவியர் ஒருத்தரு தன் மகளுக்கு 'கரித்துண்டு'ன்னு பேரு வச்சுருக்காரு. எல்லாருக்கும் தெரிஞ்ச இசையமைப்பாளர் 'பவதாரிணி'ன்னு ஒரு ராகத்தையே பேரா ஆக்கிட்டாரு. இப்படி அவங்க அவங்க தங்களுக்குப் பிடிச்ச விஷயத்தையே தன் பிள்ளைங்களுக்குப் பேரா வைக்கிறப்போ நான் என் மகளுக்கு நம்ம தமிழ் மொழியையே எப்போதும் ஞாபகப்படுத்தற மாதிரி பேரு வைக்கக்கூடாதா"

அன்த்துவானின் இந்த நியாயமான தர்க்கம் பொன்னுசாமிக்குப் புரிந்தது போல் இருந்தது. அவர் பேசாது இருந்தார்.

"இங்க பாருங்க மிஸே என் பிள்ளைய கேலி செய்றவங்களுக்குத் தெரியுமா தெரியாதான்னு எனக்குத் தெரியாது. உண்மையில இங்கிலீஷ் மகள்னோ, பிரெஞ்சு மகள்னோ, இந்தி மகள்னோ, இல்ல வேறு எந்த மொழி மகள்னோ உலகத்தில் பெயர்கள் கிடையவே கிடையாது. மொழியைத் தன் தாய்க்கு நிகரா, சில வேலைகள்ல அதுக்கும் மேலாகவும் கருதிப் போற்றுகிறதுதான் தமிழர் பண்பாடு. எல்லோருக்கும் தமிழ், தமிழ்த்தாய்ன்னா எனக்கு அவள் தமிழ்மகள். இந்த அருமையான நல்ல தமிழ்

இருக்குதே அது நம்ம பாரதிகிட்ட இருந்துதான் நமக்குக் கிடைச்சுருக்கு. அவரு 'சாதி இரண்டொழிய வேறில்லை என்றே தமிழ்மகள் சொல்லிய சொல் அமிழ்தம் என்போம்'னு பாடுறாரு. சாதியத்துக்கு எதிரா குரல் கொடுத்த ஔவை என்கிற அற்புதம் பாரதிக்குத் தமிழ்மகளா தெரியுது. ஆனா உங்கள மாதிரியானவர்களுக்கு அது கேலியா படுது. அப்படித்தானுங்களே"

பொன்னுசாமி மூர்ச்சையாகிக் கீழே விழுந்து கிடந்தவரைப் போல தெரிந்தார். அன்த்துவான் முடிக்கிற விதமாகத் தன் பேச்சை தொடர்ந்தான்.

"அவனவனுக்கும் அவன் மொழி ஒஸ்தி. காக்கைக்கும் தன் குஞ்சு பொன்குஞ்சு என்பது போலத்தான் இது. இந்த உணர்வை அடுத்த மொழிக்காரன் கொச்சைப்படுத்தக் கூடாது. இப்ப என் மொழியான தமிழ்மொழியில என் மகளுக்குத் தமிழ்மகள்னு பேரு வச்சா அத தமிழரான நீங்க மட்டுமல்ல வேற யாரும் கூட நிராகரிக்க முடியாது. ஏன்னா இது என் மொழி சார்ந்த விஷயம் மட்டுமல்ல எனக்கான உரிமையும் கூட அந்த உரிமையை நான் என் தாய்மொழியில இருந்துதான் தொடங்க முடியும். இத மொழி துவேஷம் உடையவங்க முதல்ல புரிஞ்சிக்கணும்"

அன்த்துவான் நெற்றிப் பொட்டில் அடித்தது மாதிரி எப்போதோ சொன்ன அத்தனையும் பொன்னுசாமிக்கு கொஞ்சம் கொஞ்சமாய் நினைவுக்கு வந்தது. அவமானத்தினால் முகம் கறுத்துப் போனவர் தன் இன்ஸ்பெக்‌ஷனை அரையும், குறையுமாக முடித்துக் கொண்டு புறப்படுவதற்கு தயாரானார். அவசர அவசரமாக அவர் பள்ளிக்கூடத்திலிருந்து வெளியே வர அங்கே தமிழ்மகளை அழைத்துப் போவதற்காக அன்த்துவானும், கவிதாவும் நிற்பது தெரிந்தது. அவர்களைப் பார்த்ததும் பொன்னுசாமி என்ன நினைத்தாரோ எதையோ மறந்து வைத்துவிட்டு அதை எடுக்கப் போகிறவரைப் போல மறுபடியும் பள்ளிக்கூடத்துக்குள் போய் புகுந்து கொண்டார்.

- **தினமணி கதிர்**, 06.11.2011.

*

டிசம்பர் காற்று

சவரிமுத்து வாயில் ஒரு பீடியை வைத்து புகையை இழுத்துக் கொண்டே குடிசையில் இருந்து வெளியே வந்தான். வானம் மப்பும் மந்தாரமுமாய் இருந்தது. மழை வரும் போல் தெரிந்தது. கொஞ்ச நாளாகவே இப்படித்தான். மழை வருவதும் பிறகு நிற்பதுமாக இருக்கிறது சவரிமுத்து அண்ணாந்து மேலே வானத்தைப் பார்த்தான்.

'ச்சே இங்க இருக்கிற மனுஷங்க மாதிரி இந்த மானம் காய்ஞ்சும் கெடுக்குது பேய்ஞ்சும் கெடுக்குது'

வெறுப்போடு சொல்லிக் கொண்டே தட்டுத் தடுமாறியவனாய் நடக்கத் தொடங்கினான். அவன் தலை முடியெல்லாம் எண்ணெய் தடவாததால் கலைந்து கிடந்தது. சட்டையின் பட்டன்கள் அறுந்து போய் அதைக் கூட சரிவரப் போடாமல் ஏதோ ஒப்புக்கு சட்டை போட்டவன் போல தெரிந்தான். அழுக்கு லுங்கியை மடித்துக் கட்டியிருந்தவன் முகத்தில் முட்புதர் போல தாடி. கண்கள் உள் வாங்கி பழுத்த மிளாகாய்ப் பழம் போல் 'செவ செவ' என்றிருந்தது. அவன் நன்றாகக் குடித்திருந்தான். சாராய நெடி 'குப்' என்று அடித்தது.

சவரிமுத்து ரெட்டியார்பளையத்தில் மாட்டு ஆஸ்பத்திரி இருக்கிற தன் வீட்டுத் தெரு வழியே நடந்து வந்து மேற்காக ரெபப்ளிக்யூ வீதிக்குள் நுழைந்தான். அங்கே கிழக்குத் திசையைப் பார்த்தபடி பிரெஞ்சுக் குடியரசு நிறுவியதைக் கொண்டாடியதின் நினைவுச் சின்னம். பார்ப்பதற்கு ரசிக்கும்படியான தோற்றத்தில் கலை நயத்தோடு நின்று கொண்டிருந்தது. நீண்ட துப்பாக்கியைத் தலைகீழாகப் பிடித்தபடி கம்பீரமான அர்மே வீரன். இப்படிப்பட்ட

வீரர்களால்தான் பிரான்ஸ் நாடு குடியரசானது என்பதை இந்த உலகத்துக்கு உணர்த்தும் பொருட்டாக அந்த அர்மே வீரனின் தோள் மீது கை போட்டபடி அவனை கௌரவிக்கும் பிரெஞ்சுக் குடியரசின் பெண் சிலை. அந்த இரண்டு பெரிய சிலைகளும் இருக்கிற பீடத்தைச் சுற்றிலும் ஈட்டியைப் படல் வைத்துக் கட்டியது போன்று இரும்புக் கிராதிகள். பக்கவாட்டில் காம்பவுண்டுச் சுவர். கீழே ஜனங்களுக்குப் பயன்படுமே என்று பிரெஞ்சுக்காரன் காலத்தில் வைத்த தண்ணி கான்.

சவரிமுத்து அந்த தெருவின் மையப் பகுதியில் இருக்கும் போஸ்ட் ஆபிஸையும், ஃபுட் செல் ஆபிஸையும் தாண்டி தள்ளாடிய படியே நடந்து வந்து பீடியைக் கடைசியாய் ஓர் இழுப்பு இழுத்துவிட்டு தூக்கியெறிந்தான். தன் உதடுகளை நாக்கினால் ஈரப்படுத்திக் கொண்டு உதட்டில் ஒட்டியிருந்த பீடியின் துகள்களை 'த்தூ' என்றவன் அதே சமயம் வாயை இப்படியும் அப்படியுமாகச் செய்துவிட்டு தொண்டையை செருமியபடியே எச்சிலையும் சேர்த்துத் துப்பினான். 'பொத்' என்று போய் ரோட்டில் விழுந்தது. அவன் அதைப் பற்றியெல்லாம் கவலைப்படாமல் மெதுவாக தண்ணி கான் அருகே போய் நின்று அழுக்கான தன் சட்டையைக் கழற்றிக் கொண்டிருந்தான். அடுத்த நொடியே தன் தலையை உயர்த்தி அங்கிருந்த குடியரசு பெண் சிலையையும் பார்த்துக் கொண்டான். அது அவனைப் பார்த்துச் சிரிப்பது போல அவனுக்குத் தோன்றியது. உடனே அவனும் சிரித்துக் கொண்டு அப்போதுதான் நினைவு வந்தவனைப் போல கழற்றிய தன் சட்டையைத் துவைப்பதற்காக குனிந்து தண்ணி கானைப் பார்த்தான். அவனுக்குப் 'பக்' என்று இருந்தது. தண்ணி கானை கழற்றிவிட்டு யாரோ இரும்பு பைப் குழாயில் சீவிய மரக்கட்டையை வைத்து அடைத்து விட்டிருந்தார்கள். தண்ணீர் ஒரு சொட்டுக் கூட வராத அளவுக்கு கவனமாக அடைக்கப்பட்டிருந்தது. அதைப் பார்த்ததும் சவரிமுத்துவுக்கு கோபம் கோபமாய் வந்தது. சுற்றும் முற்றும் பார்த்தான். ஒருவரும் இல்லை. எப்போதும் 'சல சல' என்று ஒழுகிக் கொண்டிருக்கிற தண்ணி கானின் கீழே காய்ந்து போய் வெறும் கட்டாந்தரையாய்க் கிடந்தது.

"எவ்வளவு அருமையான தண்ணி கான். ரோட்ல போறவங்க வர்றவங்க தாகம் தீத்துகிறதுக்கும், வண்டி ஓட்டிகிட்டு வர்றவங்க மாட்ட கழுவறதுக்கும், இல்லாத ஏழை பாழைங்க

வீட்ல தண்ணி குடிக்கிறதுக்கும் பயன்பட்ட கான். அதுல வர்ற முத்தரைப்பாளையத்துத் தண்ணிய இன்னைக்குப் பூரா குடிச்சுகிட்டு இருக்கலாம். காட்டு நெல்லிக்காய தின்னுட்டு பிறகு தண்ணி குடிச்சா தித்திக்குமே அப்படி தித்திக்கும். அத போயி அடைச்சுட்டானுங்களே கம்மினேட்டி பசங்க". சவரிமுத்து வாய்க்கு வந்தபடி குடிபோதையில் திட்டிக் கொண்டு என்ன செய்வதென்று புரியாமல் நின்று கொண்டிருந்தான். அந்த நேரம் பார்த்துதான் லூர்துசாமி அந்தப் பக்கமாய் வந்து கொண்டிருந்தார். சவரிமுத்துவுக்கு அது ரொம்பவும் சௌகரியமாய்ப் போய்விட்டது. 'ம் ம் வரட்டும் வரட்டும்' என்று மனசுக்குள் கறுவியவன் தன் கண்களை ஒரு விதமாய் சுருக்கிக் கொண்டு லூர்துசாமியையே வெறித்துப் பார்த்தான். 'உன்னைத்தான் தேடிக் கொண்டிருக்கிறேன்' என்பது போல இருந்தது அந்தப் பார்வை. வரும் போதே ஜாடையாய் அதைக் கவனித்துவிட்ட லூர்துசாமி எதுவும் தெரியாதது போல சட்டென்று வலது பக்கமாய் திரும்பி மெயின் ரோட்டில் இருந்த டீக்கடைக்குள் புகுந்து கொண்டார். அவரை எதிர்பார்த்து நின்றிருந்த சவரிமுத்துவுக்கு லூர்துசாமியின் செய்கை மிகவும் ஏமாற்றத்தைத் தந்திருக்க வேண்டும். அவன் முன்னிலும் கோபமாக 'செய்றத எல்லாம் செய்துட்டு நல்ல புள்ளையாட்டம் டீக்கடைக்குள்ளயா போய் ஒளிஞ்சுகிட்ட. இருய்யா இரு. எப்படியும் வீட்டுக்கு வருவ இல்ல. அப்ப பேசிக்கிறேன்" என்று சத்தமாய் சொல்லிக் கொண்டே இப்படியும் அப்படியுமாய் தள்ளாடிக் கொண்டிருந்தான்.

துணி துவைக்க முடியாத எரிச்சலில் இருந்த சவரிமுத்து என்ன நினைத்தானோ தெரியாது. தடுமாறிக் கொண்டே லூர்துசாமியின் வீட்டுக்கு எதிரே வந்து நின்று கொண்டான். தண்ணி கானிலிருந்து அவர் வீடு கொஞ்ச தூரத்தில்தான் இருந்தது. சவரிமுத்து ஒரு முடிவுக்கு வந்தவனைப் போல இன்னொரு பீடியை எடுத்து பற்ற வைத்துக் கொண்டான். பீடியில் புகை வரட்டும் என்றிருந்தவன் "திருட்டு பேமானி பசங்களா நாலு பேருக்குப் பயன்படற தண்ணி கான போய் அடைச்சுட்டீங்களே. நீங்கள்லாம் ஒரு மனுஷங்களாடா' என்று லூர்துசாமியின் வீட்டைப் பார்த்து வேண்டுமென்றே சாக்கிட்டு திட்டத் தொடங்கினான். உள்ளே இருந்து லூர்துசாமி எட்டிப் பார்த்தார்.

"என்னாயா எட்டிப் பார்க்கிற. வெளிய வாயா"

லூர்துசாமி முகத்தை கடுமையாக வைத்துக் கொண்டு 'விறு விறு' என்று வந்தார். தன் வீட்டு வாசலில் எதிரே நின்று கொண்டிருந்த சவரிமுத்துவை அடிப்பது போல முறைத்துப் பார்த்தார். அவர் அப்படி பார்த்தது சவரிமுத்துவுக்கு இன்னும் கொஞ்சம் கோபத்தை அதிகப்படுத்துவது போல் இருந்தது. அவன் அவசர அவசரமாய் மீதம் இருந்த பீடியை ஒரு 'தம்' கட்டி இழுத்துவிட்டு அரையும் குறையுமாக இருந்ததை அலட்சியமாய்த் தூக்கியெறிந்தபடி லூர்துசாமியிடம் ஆக்ரோஷமாய் சண்டைக்கு வந்தான்.

"நீ என்ன இந்த ஏரியாவுக்கு பெரிய கப்பித்தானா. கான போயி அடைச்சுட்ட"

அவன் அவ்விதம் கேட்டதும்தான் தாமதம். உடனே லூர்துசாமிக்கு கோபம் பொத்துக் கொண்டு வந்தது. தான் ஒரு கிறிஸ்தவர் என்பதையும் மறந்துவிட்டு சாதாரண மனுஷனைப் போல பதிலுக்குப் பேசத் தொடங்கினார்.

"யோவ் லூர்துசாமி உங்க வீட்ல சொந்தமா கான் இருக்குது உள்ளயே எல்லாத்தையும் கழுவிக்கிறீங்க. குளிச்சுக்கிறீங்க. எங்களுக்கு இல்ல அதான் இங்க வர்றோம்"

"தண்ணி புடிக்கிறதுக்குத்தாண்டா கான் போட்டிருக்காங்க. மத்ததுக்கெல்லாம் இல்ல"

"நீ பணக்காரன்யா உங்கிட்ட எல்லா வசதியும் இருக்குது. நாங்க இல்லாத எழைங்க"

"அதுக்கு"

"ஏதோ எங்க தேவைக்கு நாங்க பயன்படுத்திக்கிறோம். தண்ணி கான் போட்ட முனிஸிபாலிட்டிக்கு இல்லாத அக்கற உனக்கெதுக்கு"

சவரிமுத்து இதை சர்வ சாதாரணமாக அலட்சியத்தோடு கேட்டதும் லூர்துசாமிக்கு அவமானமாய்ப் போய்விட்டது.

"டேய் குடிகார நாய யாருகிட்ட வந்து உன் புத்திய காட்ற"

லூர்துசாமியின் கடுமையான இந்த பேச்சு சவரிமுத்துவுக்கு கோபத்தை ஏற்படுத்தியது. லுங்கியை மடித்துக் கட்டிக் கொண்டு கையை வேகமாய் மேலே தூக்கி லூர்துசாமியைப் பார்த்து வெறித்தனமாய்க் கத்தினான்.

“யோவ் லூர்துசாமி ஏதோ பெரிய மனுஷன், ஜெபம் செய்றவன், சபையில இருக்கிறவன்னு பார்த்தா ரொம்பத்தான் ஓவரா பேசுற”

“ஆமாண்டா பேசுவந்தான் அதுக்கு இப்ப என்ன பண்ணுவ”

“என்னா பண்ணுவனா வெளிய வாயா பார்ப்போம்”

“சரிதான் போடா”

“எங்க போறது எனக்குப் பதில் சொல்லு”

“உனக்கென்னா பதில் சொல்லணும்”

லூர்துசாமி இப்படி திருப்பி கேட்டதும் சவரிமுத்து கொஞ்சம் நிதானத்துக்கு வந்தவனைப் போல ஆனான். அதற்கு மேல் அவரிடத்தில் சண்டைக்குப் போகமுடியாது என்பது அவனுக்குத் தெரிந்திருந்தது. அதனால் சத்தத்தைக் குறைத்துக் கொண்டான்.

“இந்த கான யாரு அடைச்சது”

“நான்தான்”

“எதுக்கு அடைக்கணும்”

“ஆமா எல்லாரும் கான்ல வந்து அசிங்கப்படுத்துறீங்க. அதான் முனிஸிபாலிட்டியில போய் சொல்லி அடைச்சுட்டேன்”

“ஏன்யா நீ ஒரு கிறிஸ்தவன்தான. ‘தாகம் உள்ளவன் மேல தண்ணீர ஊத்துவேன்‘னு நம்ம யேசு சாமி சொல்றாரு. நீ என்னடான்ன தாகத்திற்கு உதவற தண்ணி கான போயி அடைச்சுட்டியே”

அந்தக் குடி போதையிலும் சவரிமுத்து சரியாகப் பேசினான். அவனுக்கு யேசு கிறிஸ்துவின் மீது அவ்வளவு அன்பு. விசுவாசம்.

லூர்துசாமிக்கு என்ன பதில் சொல்வதென்று புரியவில்லை. ஆனாலும் அவருக்கு அது கௌரவப் பிரச்சனையாக தோன்றியிருக்கக் கூடும். உடனே மீண்டும் முகத்தை கடுகடுப்பாக்கி கொண்டு வெறுப்போடு பேசினார்.

“டேய் இந்த ஊர்ல நான் ஒரு முக்கியஸ்தன். இங்க இருக்கிறவங்க என் கிட்ட வந்து பிராது பண்ணித்தான் கான அடைச்சேன். இப்ப நீ ஒழுங்கா வீட்டுக்கு போகப் போறீயா இல்ல போலீஸ கூப்பிடட்டுமா”

லூர்துசாமியின் பூச்சாண்டிக்கு சவரிமுத்து பயந்தவனாய்த் தெரியவில்லை. அவன் எகத்தாளமாகச் சிரித்தான். மீண்டும் மீண்டும் சிரித்தான்.

"போலீஸ்னா பயந்துடுவேனா. ச்சீ போய்க் கூப்பிட்டுகினு வாயா"

சவரிமுத்து எடுத்தெறிந்து பேசியதும் லூர்துசாமி வேக வேகமாய் வீட்டை விட்டு இறங்கி வந்து மூர்க்கத்தனமாய் சவரிமுத்துவின் சட்டையைப் பிடித்து இழுத்து உலுக்கிய சமயம்.

மூன்றாவது வீட்டிலிருந்து கபிரியேல் ஓடிவந்து லூர்துசாமியை விலக்கிவிட்டு சவரிமுத்துவை விடுவித்தார்.

"என்ன மிஸே இப்படி நடந்துக்கிறீங்க. கொஞ்சம் அமைதியா இருங்க"

கபிரியேல் பேச்சுக்குக் கட்டுப்பட்டவரைப் போல லூர்துசாமி, சவரிமுத்துவின் மீதிருந்து தன் கையை எடுத்துவிட்டு கோபம் அடங்காதவராய் அவனையே முறைத்துப் பார்த்துக் கொண்டிருந்தார்.

"அவன்தான் நிதானம் கெட்டுப் போய் ஏதேதோ பேசுறான்னா நீங்க என்னை மாதிரி பெரியவரு. பொறுமையா இருக்கக் கூடாதா"

"எதுக்கு கபிரியேல் பொறுமையா இருக்கணும். தண்ணி கான அடைச்சதுக்காக மட்டுமில்ல. இவன் எப்பப் பாரு இதே போலத்தான் எல்லாரையுமே வாய்க்கு வந்தபடி வண்டை வண்டையா திட்றான். கேட்டா தகராறு பண்றான். அதான் இன்னைக்கு ஒரு முடிவு எடுத்திடலாம்னு பார்க்கிறேன்"

லூர்துசாமி சொன்னதைக் கேட்டதும் கபிரியேல் ஒரு கணம் நிதானிப்பவரைப் போல கண்களை மூடிக் கொஞ்ச நேரம் யோசித்தார். என்ன நினைத்தாரோ சட்டென்று சவரிமுத்து பக்கமாய் திரும்பி அவனுக்குப் புரிய வைக்க வேண்டும் என்கிற அர்த்தத்தில் அமைதியாகப் பேசினார்.

"சவரிமுத்து நம்ம ரெட்டியார்பாளையத்துக்குன்னு ஒரு மரியாதை இருக்கு. சின்ன சைகோன்னு இந்த ஊர பிச்சேரியில இருக்கிற ஜனங்க எல்லாம் இப்பவும் பெருமையா பேசிக்கிறாங்க"

கபிரியேல் சொல்லி முடிக்கவில்லை. சவரிமுத்து சர்வ அலட்சியமாக அவர் பேச்சின் இடையே குறுக்கிட்டான்.

“சின்ன சைகோனா இருந்தா மனுஷங்க எல்லாம் சின்னத்தனமா நடத்துக்கணுமா”

சவரிமுத்துவின் இந்த கேள்விக்கு கபிரியேலால் எந்தப் பதிலும் சொல்ல முடியவில்லை. அவர் திகைத்துப் போனவராய் நின்றிருந்தார். பக்கத்தில் இருந்த லூர்துசாமிக்கும் ஒன்றும் புரியவில்லை. ஆனால் இருவருக்குமே ஏழை, பாழைகளுக்கு இதுநாள் வரையிலும் பயன்பட்டு வந்த தண்ணி கானை அடைத்தது மட்டும் தப்பு என்பது சவரிமுத்துவால் புரிந்திருந்தது. அதை உணர்ந்து கொண்டவராய் கபிரியேல், சவரிமுத்துவை சமாதானப்படுத்தி அங்கிருந்து அனுப்பி வைத்தார்.

ஒரு இரண்டு நாள் போயிருக்கும் கிறிஸ்துமஸுக்கான ஆயத்தங்கள் தொடங்கிக் கொண்டிருக்கும் நேரம்.

கபிரியேல், லூர்துசாமி வீட்டில் உட்கார்ந்து பேசிக் கொண்டிருக்கும் போது வெளியே யாரோ சத்தமாய்ப் பாடுவது கேட்டது. இரண்டு பேருமாகச் சேர்ந்து வந்து எட்டிப் பார்த்தார்கள்.

சவரிமுத்துதான் எப்போதும் போல குடித்துவிட்டு வந்து வேண்டுமென்றே லூர்துசாமியின் வீட்டின் முன்பு நின்றபடி பாடிக் கொண்டிருந்தான்.

“கர்த்தர் பொறந்தாரு கள்ளுக்கடைய தொறந்தாரு. சாமி பொறந்தாரு சாராயக் கடைய தொறந்தாரு”

லூர்துசாமிக்கு, சவரிமுத்துவின் குரலைக் கேட்டதுமே எரிச்சலாகிவிட்டது. அதேசமயம் அவன் எங்கே மறுபடியும் தகராறுக்கு வந்து விடுவானோ என்றும் பயமாக இருந்தது. அதனை மறைத்தபடி கபிரியேலிடம் பேச முற்பட அவர் சவரிமுத்துவைக் கண்டதும் கேலியாக சிரித்தார்.

“லூர்துசாமி மிஸே நம்ம ஆண்டவருக்கு எதிரான இந்த பாட்ட எந்தப் பிசாசு சொல்லிக் கொடுத்ததோ தெரியல. கிறிஸ்துமஸ்னு வந்துட்டா போதும். பிச்சேரியில இருக்கிற எல்லா குடிகாரனுங்களுமே வயிறு முட்டக் குடிச்சுட்டு வந்து இந்தப் பாட்டத்தான் வாய்க்கு வந்தபடி ராகம் போட்டுப் பாடுறானுங்க”

உடனே லூர்துசாமி சொன்னார்.

"அதை ஏன் கேட்கிறீங்க கபிரியேல். இவனுங்கதான் இப்படின்னா நல்லா விவரம் தெரிஞ்ச சிலரும் கூட குடிச்சுட்டுதான் கிறிஸ்துமஸ் கொண்டாடணும்னு முடிவு கட்டிட்டவங்க போல வாழறத நெனைச்சா வருத்தமா இருக்கு"

லூர்துசாமி என்ன சொல்ல வருகிறார் என்பதை உணர்ந்து கொள்ளும் ஆவலில் கபிரியேல் அவர் முகத்தையே பார்த்துக் கொண்டிருந்தார்.

"தேவனுடைய ராஜ்யம் புசிப்பும், குடிப்பும் அல்ல. அது நீதியும், சமாதானமும், பரிசுத்த ஆவியினால் உண்டாகும் சந்தோஷமாயிருக்கிறது'ன்னு வேதம் சொல்லியிருக்குதுங்க கபிரியேல். இதெல்லாம் இந்தக் குடிகாரப் பயல் சவரிமுத்துவுக்கு எங்க தெரியப் போகுது. வாங்க நாம உள்ள போகலாம்"

லூர்துசாமி அலட்சியமாய் சொல்லியபடியே கபிரியேலை அழைத்துக் கொண்டு தன் வீட்டுக்குள் நுழைந்து 'படார்' என்று கதவை இழுத்து சாத்திக் கொண்டார். சவரிமுத்து அங்கேயே ரொம்ப நேரமாய் நின்று கொண்டு தனக்குத்தானே ஏதேதோ பேசிக் கொண்டும், உளறிக் கொண்டும் இருந்தான். அங்கே அவனைத் தவிர வேறு யாரும் இல்லை.

அன்று டிசம்பர் 24-ஆம் தேதி. நள்ளிரவு நேரம். மனிதர்கள் வெளியே வர முடியாத அளவுக்குக் கடும் குளிர். எங்கும் பனிச்சாரல் மிகுந்த டிசம்பர் காற்று வீசிக் கொண்டிருந்தது. இந்தக் காற்று 'இதோ, எல்லா ஜனத்துக்கும் சந்தோஷத்தை உண்டாக்கும் நற்செய்தியை உங்களுக்கு அறிவிக்கிறேன்' என்று பரிசுத்த வேதாகமத்தில் கிறிஸ்துவின் பிறப்பைக் குறித்து கர்த்தருடைய தேவ தூதன் குறிப்பிட்டதையே அந்தப் பகுதி முழுதான சகல ஜனங்களுக்கும் நற்செய்தியாக அறிவித்துக் கொண்டிருந்தது.

அந்த இரவு வேளையிலும் கூட பெண்கள் வாசலில் தண்ணீர் தெளித்துக் கோலம் போட்டுக் கொண்டிருந்தார்கள். கண் சிமிட்டி ஒளி வீசும் கலர்கலரான ஜிகினா தாள் நட்சத்திரங்களினால் ஒவ்வொரு வீடும் இதுநாள் வரை சபிக்கப்பட்டவை போன்றிருந்த நிலையில் இன்று கிறிஸ்துமஸ் மரங்களாகி பனியிலும் கூட கிறிஸ்துமஸை கொண்டாடக் காத்திருந்தன. அவற்றில் எல்லாம் வித விதமான சீரியல் பல்புகள். பார்க்க அதுவே ஒரு தனி அழகாய்த் தெரிந்தது.

லூர்துசாமி இரவு ஜெபத்திற்கு கிளம்பிக் கொண்டிருந்தார். அன்றுதான் கிறிஸ்துமஸ் ஆராதனை. அவர் வீட்டிலிருந்து புறப்பட்ட போது 'ஜில்' என்று பனிக் காற்று அந்த டிசம்பர் மாதத்தின் சிலாக்கியத்தை சொல்வது போன்று அவர் முகத்தை வந்து வருடிக்கொண்டு போனது. வெடவெடக்கும் குளிரினால் ஒரு வித சிலிர்ப்புடன் அவர் மேற்காகத் திரும்பி குடியரசு பெண் சிலையைத் தாண்டி ரெஜிஸ்டர் ஆபிஸின் எதிரே வில்லியனூர் ரோட்டுக்குள் நுழைந்த தருணம். எமனைப் போல் வேகமாய் வந்து கொண்டிருந்த ஒரு லாரி மோதி 'அய்யோ அம்மா' என்ற பெரும் அலறல் சத்தம் பயங்கரமாக கேட்டது.

கண் இமைக்கும் நேரம்தான். நடந்து முடிந்துவிட்ட அந்த சம்பவத்தை உள் வாங்குவதற்குள் அது நடந்தேறிவிட்டது. மரண வேதனையும், வலியும் தாங்காமல் அங்கே கேட்ட கூச்சலை கண்டு இரவு மணி பனிரெண்டை நெருங்கிவிட்ட வேளையிலும் கூட ரோட்டில் கூட்டம் கூடிவிட்டது. அந்த வழியே கிறிஸ்துமஸ் ஜெபத்துக்கு போகிறவர்களும், நைட் ஷிப்ட் வேலைக்காக சவானா மில்லுக்குப் போகிறவர்களுமாய் அடிபட்டுக் கீழே கிடப்பவரை எட்டிப் பார்த்துவிட்டு ஆளாளுக்கு அனுதாபம் தெரிவித்தபடி தங்கள் வேலை எதுவோ அதைப் பார்த்துக் கொண்டு போனார்கள்.

கபிரியேலும் அந்தப் பக்கம்தான் வந்து கொண்டிருந்தார். 'ஜெபத்துக்குப் போக நேரமாகி விட்டதே' என்கிற அவசரம் அவருக்கு. எங்கே சபைக்கு லேட்டாகப் போய் விடுவோமோ என்று தன் மனதுக்குள்ளாகவே ஸ்தோத்திரம் செய்து கொண்டு போனார். அவர் கவனமெல்லாம் கிறிஸ்துமஸ் ஜெபத்தின் மீதே இருந்தது. இவற்றையெல்லாம் எதிரே இருந்த சொல்தா வீட்டுக்காரர்கள் தங்கள் தோட்டத்து லைட்டை போட்டுவிட்டு வேடிக்கைப் பார்த்துக் கொண்டிருந்தார்கள். கொஞ்ச நேரத்துக்குள் பிரச்சனை நம்மை நோக்கி வந்துவிட்டால் என்ன செய்வது என்று பயந்து போய் கதவை 'பட்' என்று சாத்தி லைட்டை அணைத்துவிட்டு உள்ளே போய் விட்டார்கள்.

அதே நேரம் சீரியல் பல்புகளால் அலங்கரிக்கப்பட்டிருந்த கிறிஸ்துமஸ் பஜனை லாரி ஒன்று நெல்லித்தோப்பிலிருந்து ஒழுகரையை நோக்கி வந்து கொண்டிருந்தது. அதில் நிறைய பேர் உட்கார்ந்து கொண்டும், நின்று கொண்டும் மைக்கில் பாடிக் கொண்டு வந்தார்கள். ஒருவருக்கும் அடிபட்டு கீழே விழுந்தவரை தெரியவில்லை. கிறிஸ்துவின் பிறப்பை, மகிமையை

சினிமா பாட்டு ராகத்தில் பாடிக் கொண்டே அந்த லாரி அதுபாட்டுக்குப் போய்க் கொண்டிருந்தது.

எங்கும் ஒரே இருட்டு. வில்லியனூர் ரோடு முழுக்க வெறிச்சோடிக் கிடந்தது. பக்கத்திலேயே தெரிந்த கிறிஸ்தவக் கல்லறையின் மயான அமைதி அந்தப் பகுதி முழுதுமாக வியாபித்திருந்தது.

பொழுது விடிந்தது. டிசம்பர் 25ஆம் தேதி. அன்றுதான் கிறிஸ்துமஸ். அதன் கொண்டாட்டங்கள் உச்சத்தை அடைந்து கொண்டிருந்த நேரம். வீட்டுக்கு வீடு கிறிஸ்துமஸ் கேக்குகளும், பலகாரங்களும் பரிமாறிக் கொண்டிருந்தார்கள். எங்கும் திருவிழாக் கோலம்.

லூர்துசாமி பவழக்காரன்சாவடியில் உள்ள ஒரு தனியார் மருத்துவமனையில் அட்மிட் ஆகியிருந்தார். அவர் தலையிலும், கை கால்களிலும் நிறைய கட்டுகள் போடப்பட்டிருந்தன. அதையும் மீறி வெளியே ரத்தம் கசிந்துகொண்டிருந்தது. பலமான அடி. லூர்துசாமியின் எதிரே அவர் குடும்பத்தினர் கவலையோடு நின்று கொண்டிருந்தார்கள். பக்கத்தில் கபிரியேல்.

"நேத்து ராத்திரி நானும்தான் அந்தப் பக்கமா ஜெபத்துக்கு போனேன் மிஸே. மணி ஆகற அவசரத்தில என்ன ஏதுன்னு கவனிக்காம போயிட்டேன். ஜெபத்த முடிச்சுட்டு விடியக் காலை வந்தப்பதான் வீட்ல சொன்னாங்க"

கபிரியேல் தப்பு செய்து விட்டவரைப் போல கண்களை தாழ்த்தியபடி பேசிக் கொண்டிருந்தார். லூர்துசாமி சிரமப்பட்டு மெதுவான குரலில் கபிரியேல் இடத்தில் பேசத் தொடங்கினார்.

"நடந்தது நடந்து போச்சுங்க கபிரியேல். நம்ம வேதத்துல ஆண்டவர் யேசு கிறிஸ்து ஓர் உருவகக் கதையைச் சொல்லியிருக்கிறாரு –

'நியாய சாஸ்திரி ஒருவன் தன்னை நீதிமான் என்று காண்பிக்க மனதாய் யேசுவை நோக்கி எனக்குப் பிறன் யார் எனக் கேட்டான்.

யேசு பிரதியுத்தரமாக : ஒரு மனுஷன் எருசலேமிலிருந்து எரிகோவுக்குப் போகையில் கள்ளர் கையில் அகப்பட்டான்; அவர்கள் அவன் வஸ்திரங்களை உரிந்து கொண்டு, அவனைக் காயப்படுத்தி, குற்றுயிராக விட்டுப் போனார்கள்.

அப்பொழுது தற்செயலாய் ஒரு ஆசாரியன் அந்த வழியே வந்து, அவனைக் கண்டு, பக்கமாய் விலகிப் போனான்.

அந்தப்படியே ஒரு லேவியனும் அந்த இடத்துக்கு வந்து, அவனைக் கண்டு பக்கமாய் விலகிப் போனான்.

பின்பு சமாரியன் ஒருவன் பிரயாணமாய் வருகையில், அவனைக் கண்டு, மனதுருகி, கிட்ட வந்து, அவனுடைய காயங்களில் எண்ணெயும் திராட்ச ரசமும் வார்த்து, காயங்களைக் கட்டி, அவனைத் தன் சுய வாகனத்தின் மேல் ஏற்றி, சத்திரத்துக்கு கொண்டு போய், அவனைப் பராமரித்தான்.

மறுநாளிலே தான் புறப்படும் போது இரண்டு பணத்தை எடுத்து, சத்திரத்தான் கையில் கொடுத்து நீ இவனை விசாரித்துக் கொள். அதிகமாய் ஏதாகிலும் இவனுக்காகச் செலவழித்தால், நான் திரும்பி வரும் போது அதை உனக்குத் தருவேன் என்றான்.

இப்படியிருக்க, கள்ளர் கையில் அகப்பட்டவனுக்கு இந்த மூன்று பேரில் எவன் பிறனாயிருந்தான். உனக்கு எப்படித் தோன்றுகிறது என்றார்.

அதற்கு அவன்: அவனுக்கு இரக்கஞ் செய்தவனே என்றான். அப்பொழுது யேசு அவனை நோக்கி: நீயும் போய் அந்தப்படியே செய் என்றார்'

ஒரு வகையில பார்த்தா இந்தக் கதையில வர்றது போலதான் எனக்கும் சம்பவிச்சுருக்குங்க கபிரியேல்"

அதிக ரத்தம் சேதாரமானதால் மிகவும் பலவீனப்பட்டுப் போயிருந்த லூர்துசாமி மேல்மூச்சு கீழ்மூச்சு வாங்க இதை நிறுத்தி நிறுத்தி சொன்ன போது அங்கே ஒரு விதமான இறுக்கம் நிலவியிருந்தது. அதை சகஜமான நிலைமைக்கு கொண்டு வர வேண்டும் என்பவரைப் போல கபிரியேல்தான் பேசினார்.

"என்ன சொல்றீங்க லூர்துசாமி மிஸே"

கபிரியேல், லூர்துசாமி சொன்ன அந்த வேதாகமக் கதையின் போக்கு புரியாமல் அவரையே பார்த்துக் கொண்டிருந்தார். லூர்துசாமி நடுங்கும் குரலில் கண்கள் கலங்க பேசினார். இன்னும் கொஞ்ச நேரத்தில் அவர் அழுதுவிடுவார் போல் தோன்றியது.

"அந்த ராத்திரி நேரத்தில நான் லாரியில அடிபட்டு விழுந்தப்போ அந்தப் பக்கமா எத்தனையோ பேரு போனாங்க

வந்தாங்க. யாருமே என்னைக் காப்பாத்தல. ஆனா ஆண்டவர் யேசு கிறிஸ்து சொன்னது மாதிரி கள்ளர் கையில் அகப்பட்ட ஒருத்தன தாழ்த்தப்பட்ட சமாரியன் காப்பாத்தினது போல இங்கு ஒரு சாதாரண மனுஷன்தான் வந்து என் மேலே இரக்கப்பட்டு காப்பாத்தியிருக்கிறான்"

"யாருங்க மிஸே"

"நான் எப்போதும் திட்டிகிட்டு இருப்பேனே எனக்குப் பிடிக்காத ஒருத்தன். முன்ன ஒரு தடவ கூட அடிக்கப் போயி போலீஸ காட்டி மிரட்டினேனே அந்தக் குடிகாரன் சவரிமுத்துதான். அவன்தான் நான் உயிருக்குப் போராடிகிட்டிருந்தத பார்த்துட்டு பதறிப் போய் ஆட்டோவில ஏத்தி இந்த ஆஸ்பத்திரியில கொண்டு வந்து சேர்த்திருக்கான்"

கபிரியேல் மௌனமாய் நின்று கொண்டிருந்தார். அவர் மனம் சுக்கு நூறாய் உடைந்து கொண்டிருந்தது. லூர்துசாமியின் குடும்பத்தினர் அழுது கொண்டிருந்தார்கள். கபிரியேல் அவசர அவசரமாய் "இப்ப சவரிமுத்து எங்க இருக்கிறான்" என்று கேட்டார்.

லூர்துசாமி மனம் திரும்பிய ஒரு பாவியைப் போல மிகுந்த நெகிழ்ச்சியோடு சொன்னார்.

"அவன் ஆஸ்பத்திரிக்கு வெளியிலதான் நின்னுகிட்டு இருக்கிறான். நான் அவனை உடனடியா பார்க்கணும். கொஞ்சம் அழைச்சுகிட்டு வாங்க கபிரியேல்"

கபிரியேல் வேக வேகமாய் ஆஸ்பத்திரியில் இருந்து வெளியே வந்து சவரிமுத்து அங்கே இருக்கிறானா என்று சுற்றும் முற்றும் பார்த்தார். எதிரே கொஞ்ச தூரத்தில் ரோட்டில் இருந்த தண்ணி கானில் யாரோ நிற்பது போல் தெரிந்தது. கபிரியேல் உற்றுப் பார்த்தார். சவரிமுத்துதான். அங்கே அவன் நேற்று இரவு லூர்துசாமியை ஆட்டோவில் ஏற்றிவந்த போது படிந்திருந்த ரத்தக்கறை தோய்ந்த தன் சட்டையைத் துவைத்துக் கொண்டிருந்தான்.

- **தினமணி கதிர், 25.11.2007.**

*

சொற்களின் மூடுதிரை

அலுவலகத்தின் வாசலில் யாரையோ எதிர்பார்த்துக் காத்துக் கொண்டிருப்பவனைப் போல ரொம்ப நேரமாக நின்றிருந்தான் சபாபதி. ஏமாந்த சமயம் பார்த்து எந்த சாமர்த்தியமும் இல்லாத ஒரு திருடனை பிடித்து விட்டுப் பீற்றிக் கொள்கிற போலீஸ்காரனைப் போன்று எப்படியாகிலும் இன்றைக்கு என்னைப் பிடித்து விட வேண்டும் என்பது அவன் நோக்கம். நான் திருடன் இல்லை. சபாபதியும் போலீஸ்காரன் இல்லை. ஆனால் போலீஸ்காரன் புத்தி அவனுக்கு அப்படியே இருந்தது. சமீப காலமாக என்னைப் பார்த்துப் பேச வேண்டும் என்று அடிக்கடி நச்சரித்து கொண்டிருந்தான். சபாபதியை சந்திக்க எனக்கு இஷ்டம் இல்லை. ஏதேதோ சாக்கு போக்கு சொல்லி டிமிக்கி கொடுத்திருந்தவனை எந்த முன் அறிவிப்பும் தராமல் இன்றைக்கு வந்து கையும் மெய்யுமாகப் பிடித்து விட்டான்.

வேலைக்குப் போக வேண்டிய அவசரம் எனக்கு. இருந்தாலும் ஒரு மரியாதைக்கு அவனைப் பார்த்து சிரித்தேன். சபாபதியும் பதிலுக்கு சிரித்தான். "கொஞ்சம் இருப்பா உள்ள போய் அட்டனன்ஸ் போட்டுட்டு வந்துடறேன்" என்று சொல்லிவிட்டு அவசர அவசரமாக ஆபிஸுக்குள் போய் என் சூப்பர்வைஸரிடம் அனுமதி வாங்கிக் கொண்டு அதே வேகத்தில் திரும்ப சபாபதியிடத்தில் வந்தேன்.

நான் நெருக்கமாக அவன் பக்கம் போனதும் சபாபதி முன்னைக் காட்டிலும் அன்யோன்யமாக சிரித்தான். விக்கிரமாதித்தன் காலத்து வேதாளம் என்னைத் தேடி வந்து சிரிப்பது போல் இருந்தது. என்னையும் அறியாமல் பயம் வந்து விட்டது.

சபாபதி எதற்கு வந்திருக்கிறான் என்பது எனக்குத் தெரியும். ரொம்ப நாளாக அவன் சந்திப்பை தவிர்த்து வந்தேன். இன்றைக்கு வகையாக மாட்டிக் கொண்டேன். வேறு வழியில்லை. பேசித்தான் தீர வேண்டும்.

சபாபதிதான் முதலில் தொடங்கினான்.

"ஐயா நீங்க எப்ப உங்க பேர மாத்தப் போறீங்க" எடுத்த எடுப்பிலேயே சபாபதி இப்படி கேட்டதும் எனக்குக் கோபமாகி விட்டது. பின்ன என்ன. தெரிந்தவர்களைப் பார்த்தால் எப்படி இருக்கீங்க ஏதா இருக்கீங்கன்னு ஒரு பேச்சுக்கு கூட கேட்காம வந்த உடனே தன் காரியத்திலேயே கண்ணா இருந்தா யாருக்குத்தான் கோபம் வராது. அப்படித்தான் எனக்கும் வந்தது. இருந்தாலும் சபாபதியின் மனம் நோகக் கூடாதே என்று என் கோபத்தை மறைத்துக் கொண்டு பேசினேன்.

"இப்ப எதுக்கு அந்த விஷயம்"

"நம்ம தலைவர் இயக்கத்தில இருக்கிறவங்க பேரெல்லாம் நல்ல தமிழ்ல இருக்கணும்னு அறிவிச்சிருக்காரு"

"அதுக்காக"

"நாங்க எல்லாரும் எங்க பேர்கள தமிழ்ல மாத்திகிட்டோம். அது போல நீங்களும் செய்யணும்"

'ஏண்டா உனக்கு வேற வேலையே இல்லையா. இது உனக்கு இப்ப ரொம்ப முக்கியமா' என்று சபாபதியைப் பார்த்து கேட்க வாயெடுத்தேன். சட்டென்று அதை நிறுத்திக் கொண்டு வேறு விதமாக சொன்னேன்.

"சபாபதி தலைவர் ஒண்ணும் எனக்குக் கடவுள் இல்ல. அவர் தமிழ பாலா கரைச்சி பாலாடையினால என் வாயில வந்து ஊத்தவும் இல்ல"

"என்ன ஐயா இப்படி பேசுறீங்க"

"பின்ன அவர் சொன்னா நான் உடனே என் பேர மாத்திக்கணுமா"

"நான் மாத்திகிட்டேனே."

"என்னன்னு"

சபாபதி விளக்கமாக சொல்கிறவனைப் போல அபத்தமாக சொன்னான்.

“சபாபதிங்கிறத அவை முன்னவன்னு ஆக்கிகிட்டேன்”

“சபைக்கு பதிதானே சபாபதி. அதாவது சபைக்குத் தலைவன். இதுல அவை என்கிற நல்ல தமிழ்ச் சொல்தான் சபைன்னு மாறிட்டுது”

“அதான் நான் அப்படி செய்துட்டேன்”

“சபாபதி அது உன்னோட சொந்த விருப்பம். நான் எங்க அப்பா அம்மா வச்ச பேரோடதான் இருப்பேன். அதை மாத்திக்க முடியாது”

என்னுடைய இந்த உறுதியான பதிலைக் கேட்டு சபாபதி அதிர்ச்சி அடைந்தவனைப் போல ஆகிப் போனான். அவனால் மேற்கொண்டு பேச முடியவில்லை. என்னை எப்படியாவது தன் வலையில் விழ வைத்து விட வேண்டும் என்று நம்பி வந்தவனை ஏமாற்றி விட்டேன். அது சபாபதியின் முகத்தில் நன்றாகத் தெரிந்தது.

சபாபதி எனக்கு நண்பன் இல்லை. கொஞ்சம் பழக்கம். அவ்வளவுதான். அதுவும் நான் சவானா மில்லில் வேலை பார்த்த சமயத்தில் ஏற்பட்டது. அப்போதுதான் நான் பத்திரிகைகளில் எழுதத் தொடங்கியிருந்தேன். அங்கொன்றும் இங்கொன்றுமாக என் படைப்புகளும், பேரும் பிரபலமாகிக் கொண்டிருந்த போது சும்மா இருக்காமல் ஒரு பத்திரிகையையும் தொடங்கினேன். மில் தொழிலாளர்கள் எல்லாம் அதில் எழுத வேண்டும் என்பது என் ஆசை. அதற்குத் தோதாகக் கூட வேலை செய்கிற ஒருத்தரையும் துணைக்கு வைத்துக்கொண்டு நாலைந்து இஷ்யூதான் கொண்டு வந்தேன். அதற்குள் நான் கையில் அணிந்திருந்த வாட்ச், மோதிரம் எல்லாம் காணாமல் போயிருந்தது. மில்லில் போட்டிருந்த சீட்டுப் பணத்தை ஒன்றுக்குப் பாதியாக எடுத்தும் கூட அந்த பத்திரிகையை தொடர்ந்து நடத்த முடியவில்லை.

அந்தச் சமயத்தில்தான் சபாபதியின் அறிமுகம் எனக்குக் கிடைத்தது. ஒரு கவிதையை எழுதி எடுத்துக்கொண்டு வந்து எப்படியாவது பத்திரிகையில் பிரசுரிக்க வேண்டும் என்று சொல்லிக்கொண்டு என்னிடத்தில் வந்தான்.

முதல் முதலாக சபாபதியைப் பார்த்தேன். கருப்பாக பஞ்சத்தில் அடிபட்டவனைப்போல பரிதாபமான தோற்றத்தில் இருந்தான். அவன் கவிதையை வாங்கிப் படித்துவிட்டு

கவிதைக்காக அல்ல அவனுக்காகவே அந்த கவிதையை பிரசுரித்தேன்.

தன் முதல் கவிதை அச்சில் அதுவும் பத்திரிகை ஒன்றில் வந்து விட்டது என்பதில் அவனுக்கு ரொம்பவும் பெருமை. அதற்குக் காரணமாக இருந்த என் மீது அவனுக்கு அளவு கடந்த மரியாதை. நானும் அவனை மதிப்போடுதான் நடத்தினேன். அந்த காலத்தில் நாங்கள் இருவரும் எப்போதாவது சந்தித்துக் கொண்டும் இருந்தோம்.

ஒரு நாள் ராத்திரி நேரம். வீட்டில் இருந்தேன். சபாபதி அரக்கப் பரக்க வந்தான். அவன் முகமெங்கும் பதற்றமும், பயமும் அப்பியிருந்தது. ஏதோ சிக்கலில் அகப்பட்டுக் கொண்டான் என்பது அப்பட்டமாகத் தெரிந்தது. நான் வீட்டிலிருந்து எழுந்து போய் அவனை அழைத்து என் அருகில் உட்கார வைத்துக்கொண்டு என்னவென்று கேட்டேன்.

“ஐயா நீங்க எனக்கு ஓர் உதவி செய்யணும்”

“சொல்லு”

சபாபதி தயங்கித் தயங்கி ரகசியம் பேசுவது போல சொன்னான்.

“நான் ஒரு பெண்ண விரும்பிட்டேன்”

“அதனால என்ன. இது எல்லா ஆம்பளைங்களும் செய்ற காரியம்தான.”

“வாஸ்தவம்தாங்க. ஆனா என் விஷயம் ரொம்ப சிக்கலானது”

“எப்படி”

“அந்தப் பெண் என் ஜாதி இல்ல. வேற.”

“இருக்கட்டுமே. அதுக்கும் இஷ்டம்தானே.”

“ஆமாங்க.”

“அப்புறம் என்ன கல்யாணத்த முடிச்சிட வேண்டியதுதான்”

“அது அவ்வளவு சுலபத்தில முடியாதுங்க”

“ஏன்”

“அந்தப் பெண்ணோட அப்பா நம்ம ஊர் ஆளுங்கட்சியில பெரிய புள்ளி. அடிதடிக்கு அஞ்சாதவரு”

எனக்கு அப்போதுதான் சபாபதியின் நிலைமை புரிந்தது. வகை தொகை தெரியாமல் சிக்கலில் அகப்பட்டுக் கொண்டான் எனத் தெரிந்ததும் அவன் மீது அனுதாபம் வந்தது. சபாபதிக்கு எந்த வகையிலாவது உதவி செய்ய வேண்டும் என்று நினைத்து கேட்டேன்.

“இப்ப என்ன செய்யலாம்”

“நீங்கதான் எப்படியாவது எங்க கல்யாணத்த முடிச்சு வைக்கணும்”

நான் கொஞ்ச நேரம் யோசித்துப் பார்த்தேன். பாவம் ரொம்பவும் ஏழ்மையானவன். என்னை நம்பி வந்திருக்கிறான். அவன் வாழ்க்கை சம்பந்தப்பட்ட விஷயம் இது. சபாபதிக்கு உதவுவது என்று முடிவெடுத்து எது வந்தாலும் வரட்டும் என்று துணிந்து காரியத்தில் இறங்கினேன். அவன் விரும்பிய பெண்ணை யாருக்கும் தெரியாமல் வீட்டை விட்டு வெளியே வரச் சொல்லி நண்பர்களின் துணையோடு திருமணத்தை நானே முன்நின்று நடத்தி வைத்தேன்.

சபாபதிக்கு சொல்ல முடியாத சந்தோஷம். அவனும், அவன் மனைவியும் என் காலில் விழுந்தார்கள். அவர்களை வாழ்த்தி ஒரு பெரிய தொகையைக் கையில் கொடுத்து வெளியூரில் என் உறவினர் ஒருவர் வீட்டில் தங்கி குடும்பம் நடத்துவதற்கு ஏற்பாடுகள் செய்தேன். நாங்கள் பயந்தபடியே அந்தப் பெண்ணின் அப்பா தொடர்ந்து எங்களுக்கு ஏராளமான தொல்லைகளைக் கொடுத்தார். நான் எப்படியோ சமாளித்துக் கொண்டேன். சபாபதிதான் அவருக்குப் பயந்து, பயந்து ஒவ்வொரு ஊராக மாறி அஞ்சாறு வருஷம் போன பின்பு இங்கேயே வந்து விட்டான். அதன் பிறகு அவன் மனைவியின் அப்பா அதுதான் சபாபதியின் மாமனாரும் அவர்களை கண்டு கொள்ளாமல் போனால் போகட்டுமென்று விட்டு விட்டார். இப்போது சபாபதிக்கு இரண்டு பிள்ளைகள். தன் மாமனாரின் ஒத்தாசையோடு நல்ல நிலைமையில் இருக்கிற சபாபதி அரசியல் செல்வாக்குப் பெற்ற பண்பாட்டு இயக்கத்தில் தன்னை இணைத்துக்கொண்டு அதில் முக்கியப் பிரமுகர் ஆகவும் மாறிவிட்டான்.

சபாபதி இருந்த அதே இயக்கத்தில்தான் ஒரு காலத்தில் நானும். அவன் தன் காதல் மனைவியோடு மகிழ்ச்சியாக குடும்பம் நடத்துவதற்கும் முன்பே அதில் என்னை இணைத்துக்கொண்டு இயக்கத் தலைவன் பின்னாடியே சுற்றினேன். அவன் நடத்துகிற கூட்டங்கள், பிரச்சாரப் பயணங்கள், ஆர்ப்பாட்டங்கள் என்று எல்லாவற்றிலும் பங்கேற்றேன். இயக்கத்திற்கு நிதி திரட்டிக் கொடுத்தேன். கவிதைகள் எழுதினேன். என்னால் முடிந்த யாவற்றையும் அந்த தலைவனுக்கும், இயக்கத்திற்கும் செய்து கொண்டிருந்த போதுதான் அவனின் சுயரூபம் எனக்குத் தெரிய வந்தது. அப்போது தெருப் பெயர்கள் எல்லாம் தமிழில்தான் இருக்க வேண்டும் என்றும், அதற்காக மக்களைத் திரட்டிப் போராட்டங்கள் நடத்தப் போவதாகவும் பத்திரிகைகளில் அறிக்கை வெளியிட்டிருந்தான். அடுத்த வாரமே யாருக்கும் தெரியாமல் தொடர்புடைய அரசு அதிகாரிகளைப் போய்ப் பார்த்து எங்களுடைய தமிழியக்கச் செயல்பாடுகளை வாபஸ் வாங்கிக் கொள்கிறோம் என்று சொல்லி அதே தெருக்களில் ரோடு போடுகிற காண்ட்ராக்ட் வேலையை இன்ஜினியரான தன் மகனுக்கே கிடைக்க ஏற்பாடுகள் செய்து கொண்டான்.

இது போன்று வெளியே தமிழும், உள்ளே தன் சுயநலமும் ஆக இருக்கிற அந்த மோசக்காரனின் மறுபக்கத்தை உணர்ந்து கொள்ளத் தொடங்கியதும் நான் செய்த முதல் காரியம் அவனை விட்டும், இயக்கத்தை விட்டும் உடனடியாக விலகியதுதான். இது சபாபதிக்குத் தெரியாது. எப்போதும் போல நான் பண்பாட்டு இயக்கத்தில் இருக்கிறேன் என்று நினைத்து என்னிடம் வந்து தலைவரின் ஆணைப்படி பிறமொழிச் சொற்களில் அமைந்த தமது பெயர்களை எல்லாம் தமிழில் மாற்ற வேண்டும் என்று முறையிடுகிறான். இவனை என்ன செய்வது. நாட்டில் ஆயிரம் ஆயிரம் பிரச்சனைகள். அவரவர்களுக்கு எத்தனையோ கஷ்டங்கள். வாழ்வா, சாவா என்கிற ஜீவ மரணப் போராட்டத்தில் மக்கள் அன்றாடம் செத்து செத்துப் பிழைக்கிறார்கள். வானத்தின் கீழும், பூமியின் மீதும் அர்த்தமற்றுக் கிடக்கிற வாழ்க்கைக்குப் பொருள் புரியவில்லை. எல்லாம் துயரங்களாலும், பாடுகளாலும் நிரம்பிக் கிடக்கின்றன. இவற்றை முடிவு கட்டுவதற்கு எவனும் முன்வரவில்லை. இதில் தமிழில் பெயர் மாற்றம் செய்வதற்கு இப்போது என்ன கேடு வந்து விட்டது. எனக்கு சபாபதியின் மேல் கோபம் இல்லை. அவனைப் போன்ற அப்பாவிகளை எல்லாம் மொழியை மூலதனமாக வைத்து ஏமாற்றிக் கொண்டிருக்கிறானே அந்த தலைவன் அவன் மீதுதான் கோபம்.

இந்த நேரத்தில் எனக்கு இன்னொருத்தன் நினைப்பும் வந்துவிட்டது. நெல்லித்தோப்பில் நண்பர் ஒருவர் வீட்டின் திண்ணையில் உட்கார்ந்திருந்தேன்.

"ஐயா வணக்கம்" என்று குரல் கேட்டது. திரும்பிப் பார்த்தேன். ஒரு தம்பி நின்றிருந்தான். பார்க்க கிராமத்து ஆள் போன்று இருந்தது. நானும் பதிலுக்கு வணக்கம் சொல்லி விட்டு அவன் யாராக இருக்கும் என்று யோசிக்கத் தொடங்கினேன்.

பொதுவாக என்னிடத்தில் ஒரு பழக்கம். அதை குறை என்று கூட சொல்லலாம். யாராவது என்னிடத்தில் பேசினாலோ, பழகினாலோ அவர்களை அப்படியே நினைவில் வைத்துக் கொள்ள மாட்டேன். அவர்கள் முகம் நினைவுக்கு வந்தால் பெயர் மறந்து போய்விடும். பெயர் நினைவில் இருந்தால் முகம் எப்படி இருக்கும் என்றே தெரியாது. இரண்டையும் சரியாக நினைவில் வைத்துக் கொண்டு எதிரே இருப்பவரை அடையாளம் காண்பதற்குள் போதும் போதும் என்றாகி விடும். இப்போதும் அப்படித்தான். அந்தத் தம்பி என்னிடத்தில் பேசியதும் அவனை எங்கோ பார்த்தது மாதிரி இருந்தது எனக்கு.

"என்னங்க ஐயா அதுக்குள்ளவா மறந்துட்டீங்க"

"தெரியலையே தம்பி"

"நம்ம பண்பாட்டு இயக்கத்தோட பொறுப்பாளர் நான். உங்கள எனக்கு நல்லா தெரியும்"

"அப்படியா"

"ஆமாங்க. நீங்க கவிதையெல்லாம் பிரமாதமா எழுதுவீங்க"

"ஏதோ எழுதுவேன்"

"என்ன ஐயா அப்படி சொல்றீங்க. தலைவரோட சாதனைப் பெருவிழாவில நெருப்பு மாதிரி கவிதை வாசிச்சீங்களே"

"அதெல்லாம் அப்ப"

"அதான் ஐயா எங்களுக்கெல்லாம் வருத்தமா இருக்கு. நீங்க முன்னப் போல நம்ம இயக்கத்துக்காக எழுத மாட்டேங்கிறீங்க"

அவன் அவ்விதம் பேசியது எனக்கு எரிச்சலைத் தந்தது.

"சரி தம்பி. என்ன விஷயம் சொல்லு"

"இங்க ஒரு வேலையா வந்தேன். உங்களப் பார்த்ததும் வந்துட்டேன்."

"நல்லது"

"உங்களால எனக்கொரு காரியம் ஆகணும்"

"என்னது"

"என் பேர நீங்க தமிழ்ல மாத்தித் தரணும் "

அவன் சொன்னதும் எனக்கு அதிர்ச்சியாகி விட்டது. 'போச்சுடா சபாபதி மாதிரி இன்னொரு பைத்தியத்துகிட்ட வகையா மாட்டிகிட்டோம் போல இருக்கு' என்று சலிப்போடு அவனைப் பார்த்துக் கேட்டேன்.

"முதல்ல உன் பேரு என்னன்னு சொல்லு"

"இளையராஜா"

"ஏன் இந்தப் பேருக்கு என்ன. நல்லாத்தானே இருக்கு"

"அந்தப் பேர்ல வர்ற ராஜா சமஸ்கிருதம் இல்லீங்களா"

"அதுக்கு"

"அத மட்டும் தமிழ்ல மாத்தணும்"

எனக்கு லேசாக கோபம் வந்தது. அடக்கிக் கொண்டு பேசினேன்.

"ஏன் தம்பி இளையராஜாங்கற பேரு உன்னோட அப்பா, அம்மா வச்சதுதானே"

"ஆமாங்க ஐயா"

அந்தத் தம்பி பரிதாபமாகச் சொன்னான்.

"அப்புறம் எதுக்கு அத மாத்தணும்"

"நம்ம தலைவரோட விருப்பத்த நிறைவேற்றத்தான்."

எனக்கு இப்போது கோபம் தலைக்கேறி விட்டது.

"ஏண்டா அப்பா, அம்மா உனக்கு ஆசையா வச்ச பேர மாத்தணும்னு சொல்றியே. உன் தலைவன் என்னா பெத்தவங்கள விட பெரிய புடுங்கியா"

நான் இப்படி ஒருமையில் அதுவும் திட்டுகிற விதமாகப் பேசியதைக் கேட்டதும் அவன் ஒரு கணம் திகைத்துப் போனவனைப் போல என்னைப் பார்த்தான். நான் இவ்விதம் பேசுவேன் என்று அவன் எதிர்பார்க்கவில்லை. என் மீது

அவனுக்கு நல்ல அபிப்ராயம் இருந்திருக்க வேண்டும். அதற்கு மாறாக நான் இருந்தது கண்டு அதிர்ச்சி அடைந்தவன் சமாளித்துக் கொண்டு பேசினான்.

"அதுக்கில்லைங்க ஐயா நம்ம பேரு தாய்மொழி தமிழ்ல இருந்தா நல்லது இல்லீங்களா"

நான் பொறுமையாக இருந்தேன். மேலும் கோபமாகப் பேசி அவன் மனதைப் புண்படுத்த எனக்கு விருப்பமில்லை. அது அவனுக்கு சாதகமாக இருந்திருக்க வேண்டும். தயங்கித் தயங்கி கேட்டான்.

"என்ன செய்யலாம் ஐயா"

"தோ பார் தம்பி. இளையராஜாங்கற பேர்ல பேரும் புகழுமா ஓர் இசையமைப்பாளர் நம்ம காலத்தில வாழறாரு இல்லையா"

"ஆமாங்க ஐயா"

"அதனால நீயும் அந்தப் பேர்லயே இருந்துடு"

அந்தத் தம்பி அமைதியாக இருந்தான். நான் சொன்னது அவனுக்கு உடன்பாடாகத் தெரியவில்லை. தன் பெயரை மாற்றியே தீருவது என்கிற முடிவோடு அவன் இருப்பது தெரிந்தது. அதனால் அவனை சரிப்படுத்தும் விதமாகப் பேசினேன்.

"உன்னோட பிறந்த பதிவில உன் பேர் இளையராஜான்னு தானே இருக்குது"

"ஆமாங்க"

"அப்புறம் எப்படி அத மாத்த முடியும். வேணும்னா நொத்தேரியன் கிட்ட போய் அப்பிடாவிட் தயார் பண்ணி புதுசா உன் பேர மாத்திக்கலாம்"

"அதெல்லாம் இப்ப முடியாதுங்க"

"வேற என்ன செய்யலாங்கற"

"இளையராஜாங்கற பேரு என்னோட பிறந்த பதிவில அப்படியே இருக்கட்டும். அதில் வர்ற ராஜாவ மட்டும் தமிழ்ல மாத்தி வச்சிக்குவோம்"

"அது எதுக்கு"

“நம்ம தலைவருக்காக”

“அப்ப தமிழுக்காக இல்லையா”

நான் இந்த விதமாக கேட்டதும் அவனால் பதில் சொல்ல முடியவில்லை. ஓர் அசட்டுச் சிரிப்பு சிரித்தான். அவனை ஓங்கி அறைய வேண்டும் போல் இருந்தது.

“சரி என்ன பேர் மாத்தப் போற. சொல்லித் தொலை”

“ராஜாங்கறதுக்கு தமிழ்ல அரசன் இல்லையா”

“ஆமாம்”

“அதனால இளையராஜாங்கறத இளையரசன்னு மாத்திக்கலாம் இல்லீங்களா”

“இளையரசனா”

“ஆமாங்க. இளைய அரசன் இளையரசன்”

“இந்தப் பேர கேட்டா நீ சொல்ற அர்த்தம் வர்ற மாதிரி தெரியல. ஏதோ இலைய எடுக்கிற அரசன் இல்லன்னா இலைக்கு அரசன் என்கிறது போலத்தான் அதனோட ஒலி அமைப்பு இருக்குது. இது உனக்குத் தேவையா”

“இருக்கட்டும் ஐயா”

“எது இலைய எடுக்கிறதா”

அவனுக்கு அதற்கு மேல் மறுத்துப் பேச முடியவில்லை. பரிதாபமாகப் பார்த்தான்.

“தோ பார் தம்பி. உன் பேர மாத்தறதுக்காக இத்தனை முயற்சி பண்ணி நேரத்த விரயமாக்கி உன் வாழ்க்கைய பாழ்படுத்திக்காத. பொழைக்கிற வழிய பாரு. உன் பேராவது பரவாயில்ல, இளையராஜா. கிறிஸ்தவங்கள்ல சிலர் பேரு ஜான். அத ‘சான்’னு தமிழாக்குவியா. இஸ்லாமியர்கள்ல ரஷீத்னு சிலருக்குப் பேரு. அத ‘ரசீது’ன்னு தமிழ்ப் படுத்துவியா. முடியாது இல்ல. ஒவ்வொருத்தங்க பேரும் தமிழா இல்லையான்னு பார்த்துகிட்டு இருக்கிறதா நம்ம வேலை”

அந்தத் தம்பி அமைதியாக இருந்தான். என்னுடைய இந்த விளக்கம் அவனுக்குள் வேலை செய்திருக்க வேண்டும்.

“தம்பி அவங்கங்க பேர அவங்கவங்களுக்குப் பிடிச்ச மாதிரி வச்சுக்கலாம். அதுக்கு யாரும் தடை சொல்ல முடியாது. தடைபோடவும் கூடாது. தமிழ்மொழிய தாய் மொழியா

கொண்ட ஒவ்வொருத்தரும் தமிழ்லதான் பேர் வச்சுக்கணும்கிறத நான் மறுக்கல. அதுக்காக ஜோதின்னு இருக்கிற பேர சோதின்னு தமிழ்ல மாத்தக் கூடாது. ஏன்னா ஜோதி வேற. சோதி வேற. ஜோதின்னா பிரகாசம். வெளிச்சம். ஆனா சோதின்னு தமிழ்ப்படுத்தினா அந்தப் பேரோட அர்த்தத்துக்கு நேர் விரோதமா என்னை வந்து 'சோதி'ன்னு சொல்றது மாதிரி பொருள் வந்துடும் இல்லையா"

"ஆமாங்க"

"இப்படிச் சொல்றதால என்னைத் தமிழ்த் துரோகின்னு கூட சில பேர் சொல்லுவாங்க. அத பத்தி எனக்குக் கவலை இல்ல. ஏன்னா அவங்களுக்குத் தமிழும் தெரியாது. பிற மொழி அறிவும் கிடையாது. ஆனா மொழிய வச்சு மட்டமான அரசியல் பண்ற சுயநலமும், சூழ்ச்சியும் மட்டும் நல்லா தெரியும்"

அவனுக்கு என்னிடத்தில் ஏண்டா வந்தோம் என்று ஆகிப் போனது நன்றாகத் தெரிந்தது. அந்த சந்தர்ப்பத்தை இழக்க எனக்கு விருப்பம் இல்லை. தவிரவும் எந்தத் திசையில் பயணப்படுவது என்று தெரியாமல் தவித்துக் கொண்டிருக்கிற ஒருவனை நல்வழிப்படுத்த வேண்டும் என்றும் தோன்றியது. சொன்னேன்.

"அங்க எதிர்க்க பார் தம்பி வரிசையா சேட்டுக் கடைகள். எல்லாம் ஜெயின்கள் நடத்துவது. அதன் போர்டுகள்ல எதிலும் தமிழ் இல்ல. பக்கத்தில நம்ம ஊர்க்காரப் பயல்களின் மருந்துக் கடைகள். பல்பொருள் அங்காடிக் கடைகள். அதிலும் தமிழ் இல்ல. வட்டிக் கடைக்காரங்கள குற்றம் சொல்ல முடியாது. அவங்க வட நாட்டில இருந்து இங்க பொழப்பு தேடி வந்தவங்க. நம்ம தமிழர்களுக்கு எங்க அறிவு போச்சு. அவங்க நடத்தற எந்தக் கடை விளம்பரத்திலாவது தமிழ் இருக்குதா. அவங்கள யார் கேட்கிறது. அவங்களோட ஒரே நோக்கம் பணம் சேர்க்கணும். வசதி படைச்சவங்களா மாறணும். கொழுத்துத் திரியணும். ஆனா உன்னைப் போலவும் என்னை மாதிரியும் இருக்கிறவங்க மட்டும் எப்பவும் ஏழைங்களா இருக்கணும். அதுவும் தமிழ் ஏழைங்க"

இவ்வளவு நேரமும் நான் சொன்னவற்றை எல்லாம் பொறுமையாக கேட்டுக் கொண்டிருந்த அந்தத் தம்பி இளையராஜா என்கிற இளையரசன் சட்டென்று எழுந்து கொண்டான். எனக்கு மனசு கேட்கவில்லை.

"தம்பி நான் மறுபடியும் சொல்றேன். தமிழ வச்சு ஏமாத்தறவங்க கிட்ட எச்சரிக்கையா இரு. தமிழ்ல பேர் மாத்தறேன்னு சொல்லி உன் வாழ்க்கைய தாரா வாத்துடாத. தமிழ்தான் தமிழர்களாகிய நம்ம எல்லோருக்குமே மூச்சு. அப்புறம் எதுக்கு அத வச்சு எப்பப் பாரு தேவையில்லாத அரசியல் பேச்சு"

அவன் ஆளை விட்டால் போதும் என்பதைப் போல என்னை ஏற இறங்கப் பார்த்தபடி சொல்லாமல் கொள்ளாமல் கிளம்பினான். இத்தனை நேரம் நீ சொன்னதைக் கேட்டதே பெரிய விஷயம் என்கிற மாதிரி இருந்தது அவன் செய்கை. அவனைப் பொறுத்தவரை நான் தமிழ்ப் பற்று இல்லாதவன். மொழி உணர்ச்சி அற்றவன். அவனும், அவனைப் போன்றவர்களும், அவனைச் சேர்ந்தவர்களும் அப்படித்தான் நினைப்பார்கள். நினைக்கட்டும். அதற்காக மொழி பற்றிய உண்மையை, அதன் நிலைமையை, எனக்குத் தெரிந்த யதார்த்தத்தை சொல்லாமல் இருக்க முடியுமா. யார் என்ன நினைப்பார்களோ என்று அதற்காக கவலைப்பட்டு பேசாமல் இருக்க முடியாது. ஊதுகிற சங்கை ஊதித்தான் ஆக வேண்டும்.

இத்தனை சமாச்சாரங்களையும் என் மனத் திரையில் ஓடவிட்டு அதிலேயே லயித்திருந்தவன் ஏதோ விழிப்பு வந்தவனைப் போல எதிரே இருந்த சபாபதியைப் பார்த்தேன். அவன் எனக்கும் முன்பாக வேறொரு உலகத்தில் சஞ்சரித்துக் கொண்டிருந்தான். அவனுடைய கைபேசியில் யாரிடமோ நீண்ட நேரமாகப் பேசுவது தெரிந்தது. அவன் முடிக்கட்டும் என்று காத்திருந்தேன்.

"ஏன் சபாபதி நீ இவ்வளவு நேரமும் என்கிட்ட பேசுனதிலும் உன் கைபேசியில பேசுனதிலும் பிற மொழிச் சொற்கள் எவ்வளவு கலந்திருக்குதுன்னு உனக்குத் தெரியுமா"

சபாபதி கைபேசியைத் தன் சட்டையின் மேல் பாக்கெட்டுக்குள் வைத்தபடியே என்னை ஒரு மாதிரியாகப் பார்த்தான். தன் முகத்தின் இரண்டு புருவங்களையும் மேலே உயர்த்தி பழைய சினிமா படத்தில் சிவாஜி கணேசன் சிகரெட் பற்ற வைத்துக்கொண்டே அலட்சியமாகப் பார்ப்பது போன்று இருந்தது அவன் பார்வை. அவ்வளவும் திமிர். அரசியல் செல்வாக்குள்ள குடும்பத்தில் பெண் எடுத்திருக்கிறோம் என்கிற கர்வம். வசதியான வாழ்க்கை வாய்த்துவிட்டது என்று மிதப்பு. இயக்கத்தில் பெரிய ஆளாகிவிட்டோம் என்கிற மமதை. இவன்

அர்த்த ராத்திரியில் நிர்க்கதியாக என்னைத் தேடி வந்த சபாபதி இல்லை. என் ஆதரவில் திருமணம் செய்து கொண்ட ஏழை இல்லை. இப்போது வேறொருத்தன்.

நான் அதைப் பெரிதுபடுத்தாமல் அவனிடத்தில் கேட்டேன்.

"என் கேள்விக்கு நீ இன்னமும் பதில் சொல்லலையே சபாபதி"

அவனுக்கு அதெல்லாம் ஒரு பொருட்டாகத் தெரியவில்லை. சாதாரணமாக சொன்னான்.

"தலைவர் அடுத்த வாரம் தமிழர் உரிமை மாநாடு நடத்தப் போறாரு. அப்ப தமிழ்ல பேர் மாத்திகிட்டவங்கள எல்லாம் மேடையில ஏத்தி அவர் கையால சிறப்புச் செய்யலாம்னு இருக்கிறோம். ஐயா நீங்க என்ன பேர் வச்சுக்கப் போறீங்கன்னு சொன்னா நான் குறிச்சுக்குவேன்"

சபாபதி சொல்லிக் கொண்டே சின்னதாய் ஒரு டைரியை தன் பாக்கெட்டிலிருந்து எடுத்தான். எனக்கு அவன் செய்கையும், பேச்சும் இனம் தெரியாத எரிச்சலை ஏற்படுத்தி இருந்தது. இவனுக்கு எப்படி சொல்லிப் புரிய வைப்பது என்று மனதுக்குள் நினைத்துக் கொண்டிருந்தேன். அதற்குள் அவனாகவே இரண்டு, மூன்று தமிழ்ப் பெயர்களை சொன்னான்.

"நிறுத்து. எனக்குப் பேர் வைக்க நீ யாரு"

"இது என் விருப்பம் இல்லைங்க ஐயா. தலைவரோட கட்டளை"

"அதுக்கு நீ கீழ்ப்படிஞ்சு போ. மத்தவங்களும் போகட்டும். நான் எதுக்கு உடன்படணும்"

"நீங்க நம்ம பண்பாட்டு இயக்கத்தோட கவிஞர்"

"அப்படி இருந்தது உண்மைதான். இப்ப இல்ல"

"இருந்தாலும் நீங்க தமிழ்லதான எழுதுறீங்க. உங்க பேர தமிழ்ல மாத்திக்கலாமே"

"எந்தப் பேர்ல எழுதணும்னு முடிவு பண்றது நான். நீயோ, உன் தலைவனோ இல்ல. இத்தனை வருஷமா எந்தப் பேர்ல எழுதினேனோ அதே பேர்லதான் என் ஆயுசு முழுக்க எழுதுவேன்"

"தமிழ்ப் பற்று இல்லாம பேசுறீங்க."

என்னிடத்தில் கோபமும், சிரிப்பும் ஒன்று சேர்ந்து வெளிப்பட்டன.

சபாபதியை ஆழமாக ஊடுருவிப் பார்த்தேன். தமிழை விற்றுப் பிழைப்பு நடத்துகிறவனுடைய கைக்கூலி. தமிழே வாழ்வாக இருக்கிற என்னைப் பார்த்து கேலி செய்கிறான். பொறுத்துக் கொண்டு கேட்டேன்.

"உனக்கு சொரிமுத்துவ தெரியுமா"

'யார் அந்த சொரிமுத்து' என்பது மாதிரி சபாபதி நின்றிருந்தான்.

"சரி போகட்டும் விடு. மூக்காண்டியாவது தெரியுமா"

இந்த முறை தெரியாது என்று ஒப்புக் கொண்டான். நான் சொன்னேன்.

"இரண்டு பேரும் ஒருவர்தானப்பா. அவர்தான் கம்யூனிஸ்ட் கட்சித் தலைவர் தோழர் ஜீவானந்தம்"

அப்படியா என்பது போல பார்த்தான் சபாபதி. நான் தொடர்ந்தேன்.

"ஜீவானந்தம் ஒரு சமயம் 'நாடும் இளைஞரும்' என்ற தலைப்பில ஓர் இலக்கியக் கூட்டத்தில கலந்துகிட்டு ஒரு மணி நேரத்துக்கும் மேல பேசினார். அவ்வளவும் தமிழ். அதுவும்; தனித்தமிழ். அதுலயும் செந்தமிழ். பிற மொழிச் சொல் ஒண்ணு கூட இல்ல. அவ்வளவு சிறப்பான அந்தக் கூட்டத்துக்கு தற்செயலா வந்திருந்தார் வ.ரா."

"யார் அண்ணாதுரையால 'அக்ரஹாரத்து அதிய மனிதர்'னு பாராட்டப்பட்டாரே அந்த வ.ரா.வா"

"ஆமாம் அவரேதான். அவர் ஜீவானந்தத்தோட அந்த அருமையான இலக்கியச் சொற்பொழிவ பார்த்து 'இந்தமாதிரி பிரசங்கத்த என் வாழ்நாளில நான் கேட்டதே இல்லை'ன்னு ரொம்ப உணர்ச்சி வசப்பட்டு பாராட்டிட்டு அங்க வேறொண்ணையும் சொன்னார்"

"என்னது."

"கூட்டத்தையும், ஜீவானந்தத்தையும் பார்த்து 'உங்கள நான் மன்றாடி கேட்டுக்கிறேன். தமிழ்நாட்டின் நன்மையை

கருதி, தமிழ் மொழியின் வளர்ச்சிக்காக தயவுசெஞ்சு இனிமே தனித்தமிழை விட்டுடுங்க. நீங்க என்னதான் அபூர்வமா பேசினாலும் உங்களுடைய தனித்தமிழ படிக்காத பாமரர்களால புரிஞ்சுக்க முடியாது. ஏன்னா இது ஜனங்களுடைய மொழி அல்ல' அப்படின்னார்"

இதை நான் சொன்ன போது சபாபதியின் முகம் கருத்துப் போய் ஏற்கெனவே கருப்பாய் இருந்தவன் தீய்ந்து போன கரிக்கட்டையைப் போல காட்சியளித்தான். அவனுக்கு 'வ.ரா.ஒரு பிராமணர். அதான் அப்படி தனித்தமிழைப் பற்றி சொல்லியிருக்கிறார்' என்ற நினைப்பு வந்திருக்க வேண்டும். அது எனக்குத் தெரிந்து விட்டது. சொன்னேன்.

"சபாபதி அந்தக் கூட்டத்தில பேசுறப்போ ஜீவானந்தம் தனித்தமிழ் இயக்கத்திலதான் இருந்தார். அதனால தன்னோட பேர அதாவது ஜீவானந்தம் என்கிறத 'உயிர் இன்பன்'னு நல்ல தமிழ்ல மாத்தி வச்சுகிட்டார்"

சபாபதிக்கு ஆச்சரியமாக இருந்தது. இதெல்லாம் அவனுக்குத் தெரியாது. அப்படித்தானே அவன் இயக்கமும், தலைவனும் சபாபதி போன்றவர்களை வைத்திருக்கிறார்கள். இத்தகையவர்கள் அறிவற்ற அடிமைகளாக இருந்தால்தானே அவர்கள் முதுகின் மேல் ஏறி இவர்கள் சொகுசாக சவாரி செய்ய முடியும். அந்தத் தன்மை கொஞ்சமும் மாறாமல் சபாபதி கேட்டான்.

"அதுக்கு காரணமா இருந்தது யார்"

"தனித்தமிழ் இயக்கத்த தொடங்கி வச்ச நம்ம மறைமலை அடிகள்தான். அவர் வீட்டுக்கு ஜீவானந்தம் போனப்போ 'யாரது போஸ்ட் மேனா'ன்னு கேட்டார் மறைமலை அடிகள். ஜீவானந்தத்துக்கு தூக்கிவாரிப் போட்டது. இருந்தாலும் அதைக் காட்டிக்காம அவர் கிட்ட போனார். 'என்ன காரணம் பற்றி வந்தீங்க'ன்னு மறைமலை அடிகள் கேட்டதும் 'காரணம் என்பது தமிழ்ச் சொல்லா பிற மொழிச் சொல்லா'ன்னு திருப்பிக் கேட்டார் ஜீவானந்தம்.

'எந்த மொழிச் சொல் என்று இன்னும் உறுதி செய்யப்படல' என்றார் அவர்.

ஜீவானந்தம் மறுபடியும் கேட்டார். 'ஏது, மூலம் எனும் சொற்கள் தமிழ்ச் சொற்கள்தாமே'. 'ஆம்' என்று மறைமலை

அடிகள் சொன்னதும் 'அங்ஙனமாயின் ஏது, மூலம் எனும் சொற்களைப் புழங்குதல் அன்றோ சால்புடைத்து' என்று ஜீவானந்தம் சொல்ல 'ஆம்'னு ஒத்துகிட்டார் மறைமலை அடிகள்.

சொல் ஒண்ணும் செயல் ஒண்ணுமா இருக்கிறவங்கள புரிஞ்சுகிட்டு அன்னையோட ஜீவானந்தம் தனித்தமிழ தலை முழுகிட்டார். 'உயிர் இன்பன்' என்கிற பேரையும் தூக்கிக் கிடாசிட்டு மறுபடியும் ஜீவானந்தம்னு இயங்கி தோழர் ஜீவான்னு நம்ம மத்தியில இப்பவும் வாழ்ந்துகிட்டிருக்கார்"

சபாபதிக்கு எல்லாம் பிரமிப்பாக இருந்தது. தமிழ் பற்றிய இந்த குறுக்கு விசாரணையின் பரிமாணங்கள் எதுவும் அவனுக்குத் தெரியாது. கண்ணை கசக்கிக் கொண்டு பார்த்தான்.

"ஐயா நீங்க சொல்றது புது செய்தியா இருக்கே"

"இல்ல. இது பழைய செய்திதான். எல்லாருக்கும் இந்த உலகத்துக்கும் தெரிஞ்ச செய்திதான். இது தெரியாம சில பேர் நம்ம ஊர்ல ஜீவானந்தம் மலர் வெளியிட்டப்போ ஜீவா என்கிற பேர 'சீவா'ன்னு தனித்தமிழ் படுத்திட்டாங்க. ஜீவாவ அவமானப்படுத்துற இந்த காரியம் எவ்வளவு பெரிய கொடுமை தெரியுமா. 'சீவா'ன்னா 'சீ, வா'ன்னு கூப்பிடுற மாதிரி ஆகிடுமே. தமிழ்ல அவர் பேர மாத்தணும் என்கிறதுக்காக நிஜமான அர்ப்பணிப்போட தமிழுக்காகவும், தமிழர்களுக்காகவும் உழைச்ச தலைவர் ஜீவாவ நாம சிறுமைப்படுத்தலாமா. சபாபதி உனக்கு ஒண்ணு சொல்றேன். எப்பவுமே நம்ம தமிழ் மொழிய வளர்க்கிறவங்க, அதுல புதிய புதிய வார்த்தைகள புழக்கத்துக்குக் கொண்டு வர்றவங்க பாமரர்களே ஒழிய படிச்சவங்களோ, பண்டிதர்களோ இல்ல. பண்டிதர்கள் இஷ்டப்படி தமிழ் வளராது. மக்களுடைய தேவைக்குத் தக்கபடி மக்களேதான் மொழிய வளர்க்கிறாங்க"

நான் இப்படி வெளிப்படையாகச் சொன்னதும் வேறு யாரிடத்திலோ பேசுகிறேன் என்பதுபோல சபாபதி தன் முகத்தை இறுக்கமாக வைத்திருந்தான்.

சுயமை அதில் அப்பட்டமாக வெளிப்பட்டது. இதுவரையிலும் என் கருத்துக்களை எல்லாம் வேறு வழி இல்லாமல் ஆமோதிப்பது போல அவன் இருந்திருக்கிறான். நான் சொல்வதை அப்படியே சபாபதி ஏற்றுக் கொள்ள வேண்டும்

என்கிற அவசியம் இல்லை. அதை அவன் மறுக்கலாம். அதற்கான உரிமையும் அவனுக்கு இருக்கிறது.

ஆனால் அவற்றை மறைத்துவிட்டு என் மொழிக் கொள்கையோடு இணங்குகிறவன் போல அவன் நடிப்பது எனக்குப் புரிந்து விட்டது. வந்த வேலையை முடிப்பதற்காக வேண்டி ஒப்புக்கு என்னிடத்தில் பேசுகிறான். இருக்கட்டும்.

“சபாபதி நான் உனக்கு இன்னொரு விஷயத்தையும் சொல்லணும். எந்தத் தனித் தமிழ் இயக்கத்து மறைமலை அடிகளால ஜீவாவுக்கு மயக்கம் தெளிஞ்சு மக்கள் தமிழ்னா என்னன்னு புரிஞ்சதோ அந்த மறைமலை அடிகள் தன்னோட கடைசிக் காலம் வரைக்கும் கிட்டதட்ட அம்பது வருஷமா டைரி எழுதினார். அத்தனையும் தமிழ்ல எழுதினார்னா நெனைக்கிற. அதுதான் இல்ல. எல்லாம் இங்கிலீஷ்தான். அவ்வளவு ஏன். ‘தமிழ் எங்கள் உயிருக்கு நேர்’னு பாடினாரே நம்ம பாரதிதாசன். அவர் புதுச்சேரியில சட்டமன்ற உறுப்பினரா ஆனப்போ தன்னோட லெட்டர் பேட இங்கிலீஷ்லதான் அச்சடிச்சிருக்கிறார். இப்பவும் அது பெருமாள் கோயில் வீதி பாரதிதாசன் நினைவில்லத்தில பார்வைக்கு இருக்கு”

என்னுடைய இந்த தர்க்கரீதியான நிலைப்பாட்டை கொஞ்சமும் எதிர்பார்க்காத சபாபதி உடனே கேட்டான்.

“அப்ப அவங்க ரெண்டு பேரையும் தமிழ் விரோதிங்கன்னு சொல்றீங்களா.”

“இல்ல சபாபதி ஒரு நாளும் நான் அப்படி சொல்ல மாட்டேன். இன்னைய தேதி வரைக்கும் தமிழர்களுக்கும் கொஞ்சமாவது தமிழ் உணர்ச்சி இருக்குதுன்னா அதுக்கு இவங்கள மாதிரியானவங்கதான் பிரதானமான காரணம்”

“அப்புறம் எதுக்குங்க ஐயா அவங்கள குற்றப்படுத்துறது போல பேசுனீங்க”

“உனக்கும் உன்னைப் போன்றவங்களுக்கும் மொழி பற்றின சரியான புரிதல் வரணுங்கிறதுக்காகத்தான்”

“அப்ப நீங்க உங்க பேர தமிழ்ல மாத்திக்க விரும்பல. அப்படித்தானே”

சபாபதி ஒரு முடிவுக்கு வந்தவனைப் போல கறாராகப் பேசினான். அவனுக்குத் தெரிந்து விட்டது. நான் அவனுடைய

தலைவனுக்கும், அவனுக்கும் சரிப்பட்டு வரமாட்டேன் என்பது. அதனால் இனி இவனிடத்தில் மேற்கொண்டு பேசுவது எந்த பிரயோஜனத்தையும் தராது என்று தீர்மானித்து விட்டான். நானும் என் முடிவில் உறுதியாக இருந்தேன்.

"சபாபதி நம்ம தமிழ்நாட்டில கிறிஸ்தவ மதத்த பரப்பறதுக்காக இத்தாலியில இருந்து கான்ஸ்தன்ஸ் ஜோசப் பெஸ்கின்னு ஒருத்தர் வந்தார். அவர்தான் நம்ம தமிழ் நெடுங்கணக்கில எழுத்துச் சீர்திருத்தம் செய்தவர். இப்ப நாம பயன்படுத்தற அகராதிய உருவாக்கினவர். அவர் தன்னோட பேர தைரியநாதன்னு தமிழ்ப்படுத்திகிட்ட வீரமா முனிவர். இன்னொருத்தர் சூரிய நாராயண சாஸ்திரி. தமிழ் செம்மொழின்னு இந்த உலகத்துக்கு முதல் முதலா சொன்ன அவரும் தன் பேர பரிதிமால் கலைஞன்னு தூய தமிழில் மாத்திகிட்டார். இவங்கள்லாம் அப்படி செய்தத ஒரு பயலும் குறை சொல்ல முடியாது. ஏன்னா அந்த அளவுக்கு அவங்க மொழி வளர்ச்சியில உண்மையா இருந்தாங்க. நான் கேட்கிறேன். தமிழ வச்சு பொறுக்கித் தின்ற எவனாவது இவங்கள மாதிரி தமிழுக்கு ஏதாவது நல்லது செய்திருப்பான்களா. அப்புறம் எதுக்கு தமிழுக்காக உயிரையே விடுகிறவன்கள போல ஊர ஏமாத்தணும். இப்ப சொல்றேன். நம்ம தமிழ மேம்படுத்தின எல்லாருமே அதுக்காக தங்களோட உடல், பொருள், ஆவிய தந்தவங்க. ஆனா உன் தலைவரும், அவர போன்றவர்களும் தமிழோட உடல வெட்டிச் சாய்ச்சு, அத வித்து பொருள் சேர்க்கறதுக்காக, ஆவியா அலையற படுபாவிங்க."

"அதுக்கும் இவ்வளவு தூரம் நீங்க பேசுறதுக்கும் என்னங்க ஐயா சம்பந்தம்."

"இருக்கு. உங்க தலைவர் சொல்றாரேன்னுதான் நீங்கள்லாம் உங்க பேர தமிழ்ல மாத்தி வச்சுக்க முன் வந்திருக்கீங்க. அவர் எதுக்காக இப்படி ஒரு திட்டத்த வச்சு இத பெரிய அரசியலா ஆக்கியிருக்காரு தெரியுமா."

"எல்லாம் தமிழ்மேல இருக்கிற பற்று."

"மசுரு. உனக்கு உண்மை தெரிஞ்சா உடனே அவனை உதைக்கப் போவ."

"போதும் நிறுத்துங்க. ஏதோ உங்கள மதிச்சு வந்து கேட்டேன். அதுக்காக நாங்க எங்க உசுருக்கு மேலா மதிக்கிற

தலைவரையே அவமரியாதையா பேசுறீங்க. இது நீங்களா இருக்கறதாலதான் விடறேன். இல்லன்னா நடக்கிறதே வேற. கொஞ்சம் கூட தமிழ் உணர்வும், தமிழ்ப் பற்றும் இல்லாம தமிழ்ப் பகைவனா இருக்கிற உங்கள பத்தி சரியா தெரிஞ்சுக்காம வந்தேன் பாரு. அது என் தப்புதான். இனிமே உங்க மூஞ்சுலேயே முழிக்க மாட்டேன். வர்றேன்"

*ச*பாபதி எல்லை மீறிய கோபத்தில் என்னைத் திட்டிக் கொண்டே போனது தெரிந்தது. அவனுக்கு என்னைப் போன்று உண்மையைப் பேசுபவர்களைக் கண்டால் கோபம் வரத்தான் செய்யும். யதார்த்தவாதி வெகுஜன விரோதி என்று சும்மாவா சொன்னார்கள். அதிலும் மொழி பற்றிய விவகாரம் ரொம்பவும் உணர்ச்சி மயமானது. அப்படி சொல்லிச் சொல்லியே சம்பந்தப்பட்ட மொழிக்காரர்களை மூளைச் சலவை செய்து தயார்படுத்தி வைத்திருக்கிறார்கள். அதற்கு மாறாக வேறு யார் பேசினாலும், செயல்பட்டாலும் அவர்களை மன்னிக்கவோ அல்லது அவர்கள் தரப்பு நியாயத்தை ஏற்றுக்கொள்ளவோ எவரும் முன்வருவதில்லை.

மொழியை வைத்து அதிகாரத்தை கைப்பற்றுவதற்காக காலம் காலமாக திட்டமிட்டு வடிவமைக்கப்பட்ட கேவலமான அரசியல் இது. இதில் பாவம் சபாபதி போன்றவர்கள் எளிதில் பலியாகி விடுகிறார்கள். அவனுடைய தலைவன் வடமொழியில் இருந்த தன் பெயரை 'தமிழ்நம்பி' என்று தமிழில் மாற்றிக் கொண்டது உண்மைதான். அது தமிழை நம்பிச் செய்த காரியமில்லை. தன்னை நம்பி இருக்கிற பண்பாட்டு இயக்கத் தமிழர்களை படுகுழியில் தள்ளிய பச்சைத் துரோகம். அவன் தலைவன் கிடையாது. அவரவர் மனங்களில் இயல்பாக இருக்கிற தாய்மொழிப் பற்றைத் தன் ஆதாயத்திற்காகத் தூண்டிவிட்டு, அதன்மூலம் மனிதர்களைப் பிளவுபடுத்துகிற பேரழிவுச் செயல்களைச் செய்கிறவன். அவனுடைய இந்த கபட நாடகத்தின் பின்னணியில் மற்றவரை ஏமாற்றும் மாய்மாலம் மறைந்திருக்கிறது.

அந்தத் தலைவன் தமிழன்பர்கள் என்கிற கோட்டாவில் பண்பாட்டு இயக்கத்திற்கு ஒரு நியமன எம்.எல்.ஏ. தரவேண்டும் என்று அரசாங்கத்தை நீண்ட காலமாகக் கேட்டுக் கொண்டு வருகிறான். அப்படி கிடைத்தால் அது தனக்குத்தான் கொடுக்கப்படவேண்டும் என்று குறுக்கு வழியில் ஆள்பிடித்து அதை அடைவதற்கான எல்லா வேலைகளையும்

சாமர்த்தியமாக செய்து வருகிறான். அதற்குத் தோதாக இப்போது அமைந்துவிட்டது வால் இழந்த நரியின் கதை.

வெள்ளரிப் பழத் தோட்டத்தில் திருடித் தின்ற நரியின் வாலை தோட்டக்காரன் வெட்டியதால், தான் செய்த குற்றத்தை மறைக்க மற்ற எல்லா நரிகளையும் தன்னைப் போலவே வாலை வெட்டிக் கொள்ளச் சொன்ன ஒரு திருட்டு நரியின் வஞ் சகமான யோசனையைப் போலத்தான் சபாபதியின் தலைவனும் செய்திருக்கிறான். நியூமராலஜிபடி தன் பெயரை மாற்றிக் கொண்டால் எதிர்பார்க்கும் நியமன எம்.எல்.ஏ. பதவி நிச்சயம் கிடைக்கும் என்று யாரோ ஒரு ஜோசியக்காரன் சொல்ல அதற்கேற்ப எண்ணியல் கணக்கை வைத்து தமிழிலேயே பெயர் இருந்தால்தான் எதிர்கால நன்மைகளை அறுவடை செய்து கொள்ள முடியும் என்று பிற்போக்குத்தனமாக எடுத்த மிகவும் சூழ்ச்சியான முடிவு அது.

தன் குரூரமான அரசியல் ஆசைக்கு, பதவி வெறிக்கு, எப்போதும் தன்னையே முன்னிலைப்படுத்திக் கொள்ள வேண்டும் என்கிற முழு மோசடிக்கு இப்போது தமிழ் ஒரு முகமூடியாக இருக்கிறது. இந்த உண்மையை மாதம் தோறும் ஓட்டலில் வந்து தங்குகிற நியூமரலாஜிஸ்ட் எப்படியோ என்னை நம்பி சொல்லி விட்டான். எனக்குத் தெரிந்த இந்த ரகசியம் சபாபதிக்கும், அவன் இயக்கத்தவர்களுக்கும் தெரியாது. அதுதான் தமிழைப் பற்றி அறியாத தற்குறிகள் எல்லாம் தமிழ்ப்பெயர் வைத்துக் கொள்ளப் போகிறோம் என்று சொல்லி தமிழை வைத்து ஏய்க்கிற தமிழ்நம்பியின் பின்னே சுற்றிக் கொண்டிருக்கிறார்கள். எனக்கு இப்போது வருகிற கோபமெல்லாம் திருவிளையாடல் புராணத்தில் நரிகளை பரிகளாகவும், பரிகளை நரிகளாகவும் மாற்றிய சிவபெருமான் இந்த வால் இழந்த நரிகளை எல்லாம் வௌவால்களாக மாற்றி தலைகீழாக தொங்கவிட மாட்டாரா என்பதுதான்.

- புதிய கோடாங்கி, மே, ஜூன் 2020.

*

மழை வெயில்

கலைச்செல்வன் படிக்கிற காலத்தில் மிகவும் நல்லவனாக இருந்தான். நெல்லித்தோப்பு மேரிக்கு எதிரே இருந்த நடுப்பள்ளிக்கூடத்தில் அவன்தான் கிளாஸ் லீடர். அப்போதெல்லாம் வார விடுமுறை முடிந்து பள்ளிக்கூடம் போனால் திங்கள் கிழமையன்று காலை முதல் பீரியட் நீதிபோதனை வகுப்பு. எந்தப் பாடமும் நடத்தமாட்டார்கள். அந்தச் சமயங்களில் நல்ல நல்ல கதைகளும், செய்யுள்களும் சொல்லி மாணவர்கள் மனதை பண்படுத்துவதற்கு பெரும் முயற்சிகள் மேற்கொள்ளப்பட்டன. கரும்பலகையில் கூட அன்றைய நாள், வகுப்புப் பிரிவு, மாணவர் வருகை என்று எழுதுகிற போதும் நன்மொழி என்று தனியே ஒன்றை எழுதி வைப்பார்கள். அவை பெரும்பாலும் தமிழ்ச் செய்யுள்களில் இருந்து எடுக்கப்பட்ட வாழ்வின் அறம் சார்ந்த வரிகளாகவே இருக்கும். அந்த சந்தர்ப்பங்களை பயன்படுத்திக் கொண்டு கலைச்செல்வன் 'தர்மம் தலைகாக்கும்', 'தாய் சொல்லைத் தட்டாதே' என்று எம்.ஜி.ஆர். படங்களின் தலைப்புகளையே நன்மொழியாக எழுதிவைப்பான். அவனுக்கு எம்.ஜி.ஆர். என்றால் அத்தனை இஷ்டம். அவன்பாட்டுக்கு இப்படி கரும்பலகையில் வாரம் ஒரு முறை எழுதிவைப்பதற்குக் காரணம் தமிழ்வாத்தியார் திருவேங்கடம். அந்தக் காலத்திலேயே வித்துவானுக்குப் படித்தவர். பெரும்புலவர். அவருக்கும் எம்.ஜி.ஆரைப் பிடிக்கும். அவருடைய தெம்பில்தான் கலைச்செல்வன் எம்.ஜி.ஆர். பைத்தியமாக அலைகிறான் என்று சக வாத்தியார்களும், மாணவர்களும் பேசிக்கொள்வார்கள்.

கலைச்செல்வன் படித்த பள்ளிக்கூடத்தின் அருகிலேதான் முல்லைநகர் இருக்கிறது. இப்போது அப்படி அழைக்கப்பட்டாலும் கூட முன்பெல்லாம் மாடு அடிச்சான் தோப்பு என்றே அக்கம் பக்கம் முழுக்க பிரசித்தமாய் இருந்தது. சவானா மில்லின்

நீண்ட மதில் சுவர்களை ஒட்டிய மூங்கில் புதர்களும், பூவரச மரங்களும், தேன்காய் மரங்களும் நிறைந்த காலியான இடத்தின் நடுவே குறுக்கும், நெடுக்குமாக நீண்ட கழிகளைக் கட்டி அதில் மாடுகளை அறுத்து தொங்கவிட்டு விடுவார்கள். இரவு முழுக்க ரத்தம் சொட்டிக் கிடக்கும் இறைச்சிகளையெல்லாம் விடிந்ததும் அங்கேயே விற்பனை செய்ய நாளடைவில் அந்த இடம் மாடு அடிச்சான் தோப்பு என்று ஆகிவிட்டது.

அதற்கும் எதிரே அலீம்பாய் தோட்டம். நிறைய தென்னை மரங்கள் அடர்ந்த பகுதி. அதன் நடுவே எங்கு திரும்பினாலும் குவியல் குவியலாய் சாம்பல் மேடுகளைப் போல் நிலக்கரி சிட்டங்கள். சவானா மில்லின் பாய்லரில் எரிக்கப்பட்டு மீந்து போனவை. ஆண்களும், பெண்களும், சின்னஞ்சிறுசுகளுமாய் மேலே சாம்பல் புழுதி படிய அவற்றை சலித்துக் கொண்டிருப்பார்கள். அங்கே இருக்கிற மரங்கள், வழிகள் எல்லாம் கரிப் புகையில் வேஷம் போட்டதுபோல் இருக்கும். பக்கத்திலேயே கீற்றுக் கொட்டகையால் ஆன புத்து மாரியம்மன் கோயில். பின்புறம் அழகிய குளம். அதை ரசித்தபடி நாவற்பழ மரம். இப்போது குடிசைமாற்று வாரியம் இருக்கிற இடத்திற்கும் பக்கத்தில் இருந்த அலிம்பாய் தோட்டம் காலப்போக்கில் பெரியார் நகர் என்று பெயர் மாறி ரொம்ப நாளாகிறது.

பெரியார் நகரில் சின்னதும் பெரிதுமாய் நிறைய வீடுகள். தீப்பெட்டிகளை ஒன்றின் மீது ஒன்றாக வரிசை ஒழுங்கின்றி அடுக்கி வைத்திருப்பது போன்ற தோற்றம். ‘கச கச’ என்று இடநெருக்கடியில் கிடந்த ஒரு வீட்டுக்குள்ளிருந்து கலைச்செல்வன் வெறி பிடித்தவனைப் போல கத்திக் கொண்டிருந்தான். “நாய குளிப்பாட்டி நடுவீட்ல வச்சாலும் அது வாலை குழைச்சுகிட்டு எதையோ தின்னப் போகும்னு சொன்னது சரியாப் போச்சுடி.” தவமணிக்கு என்ன பேசுவதென்று புரியவில்லை. அழுது அழுது அவள் கண்கள் சிவந்து போயிருந்தன. மிரட்சியோடு கலைச்செல்வனைப் பார்த்துக் கொண்டிருந்தாள். அவன் அவ்விதம் சொன்னது தவமணிக்கு ‘சுருக்’ என்று’ தைத்தது. அதுவும் இதயத்திலேயே கூரிய முள்ளால்; குத்தியது போன்ற ஓர் உணர்வு. வலி. அதை அவள் வெளிப்படுத்தாமல் இருந்தாலும் கூட கலைச்செல்வன் விடுவதாக இல்லை. “எச்சில் இலைன்னு தெரிஞ்சுருந்தும் எடுத்துகிட்டு வந்து கழுவிட்டு சாப்பிட்டம் பாரு என் புத்திய செருப்பால அடிக்கணும்.” சொல்ல முடியாத

கோபத்தில் இருந்தவன் தவமணி எதிர்பாராத நேரமாகப் பார்த்து தன்னிடமிருந்த புத்தகத்தினால் அவளை ஓங்கி அடித்தான். சரியாக அது அவள் நெற்றிப் பொட்டில் பட்டு சமையலறையில் அடுக்கி வைத்திருந்த பாத்திரங்களின் மீது மோதி விழுந்தது. அதே வேகத்தில் அவை கீழே சரிந்து விழ வீடு முழுக்க சத்தம்.

தவமணிக்கு பயத்தில் உயிரே போய்விடும் போல் இருந்தது. கிடைத்த இந்த ஒரு நல்ல வாழ்க்கையும் இப்போது பறி போய் விடுமோ என்கிற குற்ற உணர்ச்சியில் தலையைத் தாழ்த்திக் கொண்டு கலைச்செல்வனைப் பரிதாபமாகப் பார்த்தாள். "என்னடி பத்தினியாட்டம் பார்க்கிற." கேட்டுக் கொண்டே கலைச்செல்வன் 'சடார்' என்று தவமணியின் தலைமுடியைக் கொத்தாகப் பிடித்து இழுத்து சுவரின் மேல் நெட்டித் தள்ளினான். நிலைகுலைந்து போனவள் அந்தப் பக்கமாக போய் விழுந்தாள். கலைச்செல்வனுக்கு அப்போதும் ஆத்திரம் தீரவில்லை. கொலை செய்து விடுகிறவனைப் போல கையில் கிடைத்ததையெல்லாம் எடுத்து தவமணியின் மீது எறிந்து அவளை துவம்சம் பண்ணினான். வலி பொறுக்காமல் அவள் அலறிய போது கலைச்செல்வன் அருவருப்பாய் தன் முகத்தை வைத்துக் கொண்டு தவமணியின் மேல் அடித்தொண்டையிலிருந்து எச்சிலைக் காறித் துப்பினான். அது அவள் கன்னத்தில் போய் விழுந்தது. ஒரே சாராய நெடி. தாங்கமுடியவில்லை. குடலைப் புரட்டியது.

தவமணி எதுவும் பேசவில்லை. இது சமீப காலமாகவே நடக்கிற கதைதான் என்பது அவளுக்குத் தெரிந்திருந்ததால் அமைதியாக கலைச்செல்வன் துப்பிய எச்சிலைத் தன் முந்தானையால் துடைத்த போது அவன் நக்கலாக சிரித்துக் கொண்டே அவள் எதிரே வந்து நின்றான். முகமெல்லாம் குடித்து குடித்து வெம்பிப் போன மாம்பழம் போல வீங்கியிருந்தது. "எத்தனையோ ராத்திரியில எத்தனையோ பேரால ஏத்தி ஏத்தி அணைஞ்சு போன மெழுகுவத்திடி நீ. இப்ப என்னை விட்டுட்டு இன்னொருத்தன் வீட்டுக்குப் போயி குத்து விளக்கா ஆயிடலாம்னு பார்க்கிற. அதான் காறி முழிஞ்ச உன் கதைய எவன் கிட்டயோ சொல்லி அவனும் அத அப்படியே புஸ்தகமா எழுதியிருக்கிறான்." தவமணிக்கு கண நேரத்தில் எல்லாம் புரிந்துவிட்டது. கண்களைத் துடைத்துக் கொண்டே எழுந்து சென்று கலைச்செல்வனால் பிரச்சனை ஆக்கப்பட்ட கதை புத்தகத்தை கையில் எடுத்தாள்.

அது மட்டமான தாளில் அச்சிடப்பட்டிருந்த ஒரு மாத நாவல். அட்டைப்படம் மட்டும் ஆர்ட் பேப்பர். ரொம்பவும் அழகாக இருந்தது. தவமணி தலைப்பைப் பார்த்தாள். 'மழை வெயில்' என்று அருமையான பெயர். தவமணிக்கு ஆர்வம் தாங்க முடியவில்லை. கலைச்செல்வனிடம் வாங்கிய அடியும், உதையும், வாய் கூசும்படியான வசவுகள் எதுவுமே அவள் நினைவில் இல்லை. அவன் கேவலமான ஒரு முடிவுக்கு வரும்படியான நிகழ்வு அதுவும் மறைக்கப்பட்ட தம்முடைய வாழ்வின் களங்கம் எப்படி கதையாக வந்திருக்கும் என்ற சந்தேகத்துடனேயே அதை படிக்க தொடங்கினாள்.

நாவலின் முதல் அத்தியாயமே 'பெங்களூர்' என்று ஆரம்பித்திருந்தது. தவமணிக்கு தூக்கிவாரிப் போட்டது. அந்த ஊரை விட்டு அவள் கலைச்செல்வனோடு இங்கே வந்து இரண்டு ஆண்டுகளுக்கும் மேலாகப் போகிறது. ஆனாலும் யாராவது, எப்போதாவது ஒரு பேச்சுக்குக் கூட 'பெங்களூர்' என்று சொல்லிவிட்டால் போதும். அவளுக்கு முகமெல்லாம் வேர்த்துப் போகும். நெஞ்சு படபடக்கும். பயத்தில் ஒன்றும் புரியாது. யாரையோ கொலை செய்துவிட்டு இங்கே ஓடிவந்து தலைமறைவாக இருக்கிற ஒரு குற்றவாளியைப் போல அவள் தன்னை உணருவாள். அதே உணர்ச்சியுடன் அவள் அந்த நாவலைத் தொடர்ந்து படித்த போது, தான் நடத்திய பாவ வாழ்க்கையை யாரோ ஒளிந்திருந்து பார்த்துவிட்டு அதை அப்படியே கதையாக எழுதியிருக்க வேண்டும் என்று அவளுக்கு உறுதியாகத் தெரிந்தது.

தவமணி தன் அடிவயிற்றைப் பிடித்துக் கொண்டு அப்படியே ஒருக்களித்து சுவரின் மேல் சாய்ந்துகொண்டாள். அவள் பெருமூச்சுவிட்டபடி கண்களை லேசாக மூடிய போது பெங்களூரின் அசிங்கங்கள் ஒவ்வொன்றும் அவள்முன் நின்று தலைவிரி கோலத்தில் பிசாசுகளாய் குதியாட்டம் போட்டன. அந்த நரகத்திலிருந்து கலைச்செல்வன் அழைத்து வந்து தன் ஆசைகளையெல்லாம் தீர்த்துக்கொண்ட பிறகு எப்படியாகிலும் தன்னைக் கழற்றிவிட்டுவிட வேண்டும் என்று சமயம் பார்த்திருந்தவனுக்கு இந்தப் புத்தகத்தில் வந்திருப்பது சாதகமாகிவிட்டது. 'இது நம்ம கதையைப் போலத்தான் இருக்கிறது என்று நமக்கே தெரிகிற போது நாசமாய் போன அந்த கலைச்செல்வனுக்கா தெரியாது' என்று தவமணி மனதுக்குள் புலம்பிய போது கலைச்செல்வன் உளறிக்கொண்டே தட்டுத்

தடுமாறி வீட்டுக்குள் நுழைந்தான். அவன் முன்னைவிடவும் அதிகமாய்க் குடித்துவிட்டு வந்திருந்தான். “ஏண்டி தேவடியா சிறுக்கி இன்னுமா இங்க இருக்கிற. உன்னோட சேர்ந்து குடும்பம் நடத்துறேன்னு எவனை விட்டு என்னை ஊர் சிரிக்க வச்சுயோ அவன் கூடவே நீ போயிடுடி. இனிமே இங்க உனக்கு இடமில்ல.” கலைச்செல்வன் மிருகத்தனமாய் மறுபடியும் அடித்து உதைத்து வண்டை வண்டையாய் திட்டிக் கொண்டே அவளை வீட்டிலிருந்து இழுத்துவந்து வெளியே தள்ளி கதவை ‘படார்’ என்று சாத்தினான்.

வெளியே ஒரே இருட்டு. மழை கொட்டிக் கொண்டிருந்தது. தெருவில் எந்த நடமாட்டமும் இல்லை. தவமணி தொப்பரையாக நனைந்தபடி மூடியிருந்த ஒரு கடை ஷட்டரின் கீழ் நின்று கொண்டிருந்தாள். அவளுக்குப் பயத்திலும், நம் வாழ்க்கை இப்படி ஆகிப் போய்விட்டதே என்கிற பரிதவிப்பிலும் உடம்பு நடுங்கிக் கொண்டிருந்தது. ‘இந்த நிலைமையில் இனி என்ன செய்வது எவரிடத்தில் போய் தஞ்சம் கேட்பது ’ என்று தவமணி செய்வதறியாது இருந்த போது “யாரும்மா அது இங்க வந்து நிற்கிறது” என்ற குரல் மிக அருகில் கேட்டது. தவமணி திரும்பிப் பார்த்தாள். யார் என்பது இருட்டில் சரியாகத் தெரியவில்லை. ஆனால் அவரிடமிருந்து வெளிப்பட்ட ஏதோ ஒரு வகையான பரிவுணர்ச்சி அந்த நேரத்தில் அவளுக்கு ஆறுதலாக இருந்தது. ஆனாலும் தவமணி பதில் பேசவில்லை. “ஏம்மா கேட்கிறேன் இல்ல.” அப்போதும் அவள் ஒன்றும் சொல்லவில்லை. “தப்பா நினைச்சுக்காத. வீட்ல யார்கிட்டயாவது சண்டை போட்டுகிட்டு வந்துட்டியா.” அந்த மனிதர் இன்னும் நெருங்கி வந்து கேட்ட போதும் தவமணி எதுவும் பேசாமல் அப்படியே நின்ற வண்ணம் இருந்தாள். “உங்க வீடு எங்க இருக்குதுன்னாவது சொல்லும்மா போய் விட்டுடறேன்.” அவர் உதவ வேண்டும் என்கிற நோக்கத்தோடு கெஞ்சுவது போல பேசியதும் தவமணிக்குத் தாங்க முடியவில்லை. இதுவரை அடக்கி வைத்திருந்த உணர்ச்சிகள் எல்லாம் பீறிட்டுக் கிளம்ப அவள் வாய்விட்டுக் கதறி அழத் தொடங்கினாள். அந்த மனிதருக்கு ஒன்றும் புரியவில்லை.

அவர் தவமணியையே பார்த்துக் கொண்டிருந்தார். நேரம் ஆக ஆக அவள் அழுகை அதிகமாகிக் கொண்டே போனது. அவர் பதறிப் போனார். “அழுது பிரச்சனை பண்ணாதம்மா. உன்னை பார்த்தா பாவமா இருக்குது. எது கேட்டாலும்

பதில் வேற பேச மாட்டேங்கற. இப்படி மழை அடிக்கிற இந்த ராத்திரி நேரத்தில நீ எங்க போவ. ஒண்ணு செய். மேலதான் என் வீடு இருக்குது. அங்க வந்து இரு. எதுவா இருந்தாலும் விடிஞ்சதும் பேசிக்கலாம்." அந்த மனிதர் ஆதரவாக இதைச் சொன்ன போது தவமணிக்கு அவரோடு போவதா வேண்டாமா என்று தயக்கமாக இருந்தது. முன்பின் தெரியாதவரிடத்தில் அதுவும் அகால நேரத்தில் எப்படி போய்த் தங்குவது என்று பயமாகவும் இருந்தது. கலைச்செல்வனுக்கு இது தெரிந்தால் இதற்கும் ஒரு கதை கட்டி விடுவான். அது பெரிய வம்பிலே போய் முடியும் என்று தவமணிக்குத் தெரிந்திருந்ததால் அவள் பேசாமல் இருந்தாள். அதே சமயம் அவளுக்கு வேறு வழியும் தெரியவில்லை. மழை வேறு முன்னைக் காட்டிலும் மும்முரமாய்ப் பெய்து கொண்டிருந்தது.

அவர் தவமணிக்கு நம்பிக்கை வரும் வகையில் மிகவும் அமைதியாகப் பேசினார். "இங்க பாரும்மா. நீ யாருன்னு எனக்குத் தெரியாது. ஏதோ வயசான பெரியவன் கூப்பிடுறேன். நம்பிக்கை வச்சு என் வீட்டுக்கு வா. எல்லாம் நல்லபடியா நடக்கும்." அதற்கு மேலும் தவமணியால் ஒன்றும் செய்ய முடியவில்லை. 'வருவது வரட்டும். இனி எல்லாம் கடவுள் விட்ட வழி' என்று அவள் மௌனமாக பின்னே நடக்க இருவருமாக அவர் வீட்டின் மாடிப்படிகளைக் கடந்து உள்ளே போனார்கள்.

அந்த மனிதர் கதவைத் திறந்ததும் லைட்டைப் போட அறை முழுக்க வெளிச்சம் 'பளீர்' என்று பரவியது. தவமணி அவரைப் பார்த்தாள். தலைமுடிகள் நரைத்துப் போய் சிரித்த முகத்தோடு பெருந்தன்மை மிக்கவராகத் தெரிந்தார். அவர் போட்டிருந்த ஜிப்பா போன்ற சட்டையும், வேட்டியும் மழையில் நனைந்து உடலோடு உடலாக ஒட்டிக் கொண்டிருந்தன. அவர் எதையும் பொருட்படுத்தவில்லை. தவமணி தலை துவட்டிக் கொள்ள டவல் எடுத்துக் கொடுத்து, அவள் சாப்பிடுவதற்கு ரொட்டியும், வாழைப்பழமும் வைத்துவிட்டு "நீ இந்த ஹாலில் படுத்துக்கம்மா. காலைல பார்க்கலாம்" என்று சொல்லியபடி தன் அறைக்குள் போய் கதவைத் தாளிட்டுக் கொண்டார். தவமணிக்கு 'அப்பாடா' என்றிருந்தது. வந்த இடத்தில் எந்தப் பிரச்சனையும் இல்லை. அவசர அவசரமாய் புடவையைப் பிழிந்து, ஈரத்தைத் துடைத்து ஃபேன் காற்றில் உட்கார்ந்து சாப்பிடத் தொடங்கியவள் அப்படியே தூங்கிப் போனாள்.

பொழுது விடிந்தது. காலை ஆறு மணி இருக்கும். தவமணி அரக்கப் பரக்க எழுந்து தன் சேலையைச் சரி செய்து கொண்டிருந்த போது கதவுகள் திறந்திருக்க எதிரே இருந்த அறையில் அந்த மனிதர் எதையோ தீவிரமாக எழுதிக் கொண்டிருப்பது தெரிந்தது. அவர் முன்பு நிறைய புத்தகங்கள் இறைந்து கிடந்தன. உட்கார்ந்திருந்த மேஜைக்கும் எதிரே 'புலவர் திருவேங்கடம்' என்கிற பெயர்ப்; பலகை. தவமணி அதை உற்சாகமின்றி பார்த்தது திருவேங்கடம் வாத்தியாருக்குப் புரிந்து போயிற்று. "என்னம்மா அப்படி பார்க்கிற. நீ கலைச்செல்வனோட மனைவிதான்னு ரூமுக்கு வந்து லைட்ட போட்டதுமே தெரிஞ்சுகிட்டேன். அத பத்தி அப்ப பேசினா உனக்கு சங்கடமா இருக்குமேன்னுதான் விட்டுட்டேன்." தவமணிக்கு தூக்கிவாரிப் போட்டது. 'கலைச்செல்வனை தெரியும் என்பது போல பேசுகிறாரே' எப்படி என்று யோசித்த போதே அவர் சொன்னார். "கலைச்செல்வன் என்கிட்ட படிச்ச பையன். பழைய ஸ்டூடண்ட். நான் அவனுக்கு தமிழ் வாத்தியாரா இருந்த காலத்திலிருந்தே நல்ல பழக்கம். நீயும், கலைச்செல்வனும் நான் இருக்கிற இந்தப் பள்ளிவாசல் தெரு வழியா ஒண்ணா போறத பல தடவை பார்த்திருக்கிறேன். நம்ம அன்பில வளர்ந்த புள்ள மனைவி, குடும்பம்னு நல்லா இருக்கிறானேன்னு சந்தோஷப்பட்டேன். ஆனா அது நிலைக்கல. அவன் நிறைய தடவ தண்ணி அடிச்சுட்டு ரோட்ல தாறுமாறா திட்டிகிட்டுப் போறத பார்த்தப்போ மனசு ரொம்ப கஷ்டப்பட்டது. படிக்கிற காலத்தில இருந்த அந்த கலைச்செல்வனா இப்படி ஆயிட்டான்னு வேதனைப்பட்டேன். இப்ப அத நினைச்சுப் பார்த்தா அந்தக் காலத்தில நீதிபோதனை வகுப்பில என்ன பாடம் நடத்தினோம்; என்ன தமிழ் சொல்லிக் கொடுத்தோம்; என்ன மாணவர்கள உருவாக்கினோம்னு எனக்கே அவமானமா இருக்குது." திருவேங்கடம் வாத்தியார் மன பாரத்தோடு இதைச் சொல்லிக் கொண்டே தவமணியைப் பார்த்தார்.

அவள் 'கலைச்செல்வனின் பாதி கதைதான் இவருக்குத் தெரிந்திருக்கிறது. தற்போதைய மீதி கதை தெரிந்தால் எப்படி வேதனைப்படுவாரோ' என்று நினைத்த போதே அவர் சொன்னார். "வாத்தியார் வேலையில் இருந்து ரிடையர் ஆயிட்ட நான் புலவர் திருவேங்கடம் என்கிற என் சொந்தப் பெயர விட்டுட்டு சமீப காலமா தமிழ்நிலவன்னு புனைபெயர்ல சில விஷயங்கள எழுதிகிட்டிருக்கேன். இப்ப கூட ஒரு மாத நாவல் வெளியீட்ல 'மழை வெயில்'னு என்னோட முதல் நாவல் வந்திருக்கு." தவமணிக்கு

என்ன சொல்வதென்றே தெரியவில்லை. விரக்தியும், வேதனையும் ஒருசேர வந்து அவளுக்குள் ஆயிரம் ஆயிரம் கடல் அலைகளாக அடித்து மோதின. 'எந்த நாவலைப் படித்து கலைச்செல்வன் மிருகமாகி தம்மை மிதித்து தூக்கி எறிந்துவிட்டானோ அந்த நாவலை எழுதியவர் வீட்டிலேயே வந்து தங்கியிருக்கிறோமே' என்று அவள் அழுதுகொண்டே தன் கதையை ஒன்று விடாமல் சொன்ன போது திருவேங்கடம் வாத்தியார் பெரும் அதிர்ச்சிக்கு உள்ளாகி இருந்தார். மிகப் பெரிய தவறு செய்துவிட்டதாக அவர் நினைத்தார். அந்தக் குற்ற உணர்ச்சி நீங்காதவராய் தன் நெற்றியைச் சுருக்கிக் கொண்டு வருத்தத்தோடு பேசினார்.

"**ம**ழை வெயில்' என்கிற நாவலை நான் கற்பனையாத்தான் எழுதினேன். ஆனா அதுவே உன் வாழ்க்கையோட நிஜமா இருக்கும்னு நான் கொஞ்சம் கூட எதிர்பார்க்கல"

"என்ன செய்யலாம் சொல்லுங்க. என் தலைவிதி அப்படி"

"இல்லம்மா உன்னோட இந்த நிலைமைக்கு என்னோட எழுத்தும் ஒரு காரணமா அமைஞ்சுட்டுது. அதுக்குப் பிராயச்சித்தமா நானே கலைச்செல்வன பார்த்துப் பேசி உன்னை அவனோட சேர்த்து வைக்கிறேன்"

"அது உங்களால முடியாது"

"நிச்சயமா முடியும். கலைச்செல்வனுக்கு தமிழ் நிலவனைத்தான் தெரியாது. பிடிக்காது. ஆனா இந்த திருவேங்கடம் வாத்தியார்னா எது சொன்னாலும் கேட்பான். என் மேல அவனுக்கு அத்தனை பிரியம். உன்னை அவன் கிட்ட அழைச்சுகிட்டுப் போயி 'கலைச்செல்வன் நீ படிச்ச அந்த நாவலை எழுதினவன் நான்தான். அதுக்கும் உன் மனைவியோட கடந்த கால வாழ்க்கைக்கும் எந்த சம்பந்தமும் இல்லை'ன்னு பக்குவமா எடுத்துச் சொல்றேன்"

'எல்லாம் காலம் கடந்து போய்விட்டது. இனி எது செய்தும் பயனில்லை' என்கிற உறுதியோடு தவமணி இருந்தது திருவேங்கடம் வாத்தியாருக்குத் தெரியாது. அவள் முடிவை கேட்பதற்கு நேரம் இல்லாதவரைப் போல அவர் அவசர அவசரமாக எழுந்தார். "கொஞ்சம் இரும்மா. போயி காலை டிபன வாங்கிட்டு வந்துடுறேன். ரெண்டு பேருமா சாப்பிட்டுட்டு கலைச்செல்வன் கிட்ட போகலாம்." அவர் சொல்லிக் கொண்டே வெளியே போகத் தயாரான போது தவமணி அவரை கலங்கும் கண்களோடு பார்த்துக் கொண்டிருந்தாள்.

ஒரு மணிநேரம் போயிருக்கும். திருவேங்கடம் வாத்தியார் டிபன் பொட்டலங்களை வாங்கிக் கொண்டு அந்தோணியார் கோயிலை கடந்து சின்ன சந்துக்குள் நுழையும் நேரம். அவர் எதிரே கொஞ்சம் பேர் பள்ளிவாசல் தெரு வழியாக ஓட்டமும், நடையுமாகப் போய்க் கொண்டிருந்தார்கள். திருவேங்கடம் வாத்தியார் கூட்டத்தில் கலந்திருந்த ஒரு பையனை வழிமறித்து நிறுத்தினார்.

"எங்க தம்பி எல்லாரும் அந்தப் பக்கமா ஓடுறீங்க"

"பெரியார் நகர்ல கலைச்செல்வன்னு ஒரு ஆளு தூக்கு போட்டுகிட்டாராம். அதான் பார்க்கறதுக்குப் போறோம்"

திருவேங்கடம் வாத்தியாருக்கு மனசு வெடித்துச் சிதறிய இலவம் பஞ்சு போல் ஆனது. ஏதோ இனந்தெரியாத சோகம் தன்னையும் அறியாமல் வந்து அவர் நெஞ்சைப் பிசைய பரபரப்போடு கேட்டார்.

"எப்பப்பா இது நடந்தது."

"ஒரு அரை மணி நேரத்துக்கு முன்னாடிதான். அவரோட மனைவி விபச்சாரியாம். தெரிஞ்சுருந்தும் அழைச்சுகிட்டு வந்து குடும்பம் நடத்தி இருக்கிறாரு. அவ அவருக்கு துரோகம் பண்ணிட்டு யாரோ ஒருத்தன்கூட கள்ளத் தொடர்பு வச்சுகிட்டதும் இல்லாம அதையே ஒரு கதையா எழுதறதுக்கு காரணமாயிட்டா. அத படிச்சுப் பார்த்துட்டு அந்த மனுஷன் அவமானம் தாங்காம இந்தக் காரியத்த செஞ்சுகிட்டு இருக்கிறான்"

"இப்ப அவரோட நெலம எப்படி இருக்கு"

"அட நீங்க ஒண்ணுங்க. மனுஷனுக்கு நாக்கு வெளியில தொங்கிட்டதாமில்ல"

அவன் ஒன்று விடாமல் எல்லாவற்றையும் சொல்லிக் கொண்டே அரக்கப் பரக்க ஓடினான். திருவேங்கடம் வாத்தியாருக்கு உடம்பெல்லாம் வேர்த்துப் போய்விட்டது. பயந்து போன அவர் 'கலைச்செல்வனின் மனைவி நம் வீட்டில் இருக்கிறாளே; அவளுக்கு இந்த விஷயம் தெரியுமா; தெரியாவிட்டால் அவளிடத்தில் போய் எப்படி சொல்வது; இந்நேரம் அவள் அங்கே இருப்பாளா' என்றெல்லாம் பல்வேறு குழப்பங்களுடன் பதறி அடித்துக் கொண்டு தன் வீடு வந்து சேர்ந்தார். அவர் அவதி பவதியாய் மாடியேறி ஹாலுக்குள்

அடியெடுத்து வைத்த போது ஏதோ ஒன்று அவர் மனசுக்குள் நெருடியது.

திருவேங்கடம் வாத்தியார் ஹால் முழுக்க தேடினார். தவமணி அங்கு இல்லை. கண்களில் மிரட்சியோடு உள் அறையின் வெளியே இருந்து எட்டிப் பார்த்தார். தவமணி இல்லை. வீடு முழுக்க தேடினார். 'ஏம்மா ஏம்மா ' என்று அவள் பெயர் தெரியாததால் சத்தமாக கூப்பிட்டுக் கொண்டே எல்லா இடத்திலும் சுற்றிச் சுற்றி வந்தார். தவமணி எங்குமே இல்லை.

தூரத்திலிருந்து உள் அறைக்குள் பார்த்த போது மேஜையின் மேல் இருக்கும் புத்தகத்தில் ஏதோ ஒன்று இருப்பது போல் திருவேங்கடம் வாத்தியாருக்குத் தெரிந்தது. ஓடிப் போய் எடுத்தார். அது அவர் எழுதிய 'மழை வெயில்' நாவல். அதில் ஒரு கடிதம் எழுதி நீளவாக்கில் மடித்து வைக்கப்பட்டிருந்தது. திருவேங்கடம் வாத்தியார் நடுங்கும் கைகளோடு கடிதத்தை எடுத்துப் பிரித்துப் படிக்க ஆரம்பித்தார்.

'அன்புமிக்க ஐயாவுக்கு வணக்கம். நீங்கள் என்னுடைய கணவர் கலைச்செல்வனுக்கு வேண்டுமானால் திருவேங்கடம் வாத்தியாராக இருக்கலாம். ஆனால், எனக்கு தமிழ்நிலவன்தான். நீங்கள் ஒரு நாவல் எழுதப் போய் அது என் கதையாகி விட அதனால் எனது வாழ்வே இப்போது விடுகதையாகி இருக்கிறது. அதன் விளைவாக விடை தெரியாத விதியின் புதிராகி இந்தச் சமூகத்தில் நான் எந்த ஆதரவும் இன்றி தனித்து விடப்பட்டிருக்கிறேன்.

நீங்கள் உங்கள் 'மழை வெயில்' நாவலில் விபச்சார விடுதியில் இருக்கும் ஒருத்தியை வழக்கமாக வரும் கஸ்டமர் ஒருத்தர் விரும்பி திருமணம் செய்து கொண்டு கொஞ்ச நாள் போனதும் அடித்து உதைத்துத் துன்புறுத்தி வீட்டை விட்டு துரத்திவிட, அவள் வேறு வழியின்றி மறுபடியும் அந்த இடத்திற்கே போய்விடுவதாக எழுதியிருக்கிறீர்கள். இந்தச் சமூகத்தில் தவறு செய்கிறவள் மறுபடியும் அதே தவறைத்தான் செய்ய வேண்டும். இல்லையென்றால் தற்கொலை செய்துகொள்ள வேண்டும். இது மட்டும்தானா இதற்குத் தீர்வு. இல்லை. இல்லவே இல்லை. திருந்தி வாழ இங்கே ஆயிரம் ஆயிரம் வழிகள் இருக்கின்றன. அவற்றில் எந்த ஒன்றிலும் பயணப்படாமல் இப்போது என் ஆன்மாவையே தொலைத்துவிட்டு பெரும் பழியைத் தேடிக் கொண்டேன்.

இனி இங்கே நான் இருந்தால் என்னை பாலியல் தொழிலுக்கே அழைப்பார்கள். என் கதை அநேகமாய் எல்லோருக்கும் தெரிந்து விட்டது. அதனால் யாரிடமும் சொல்லாமல் பழையபடி என் சொந்த ஊரான பெங்களூருக்கே போகிறேன். அங்கே கூலி வேலை செய்து, பத்துப் பாத்திரம் தேய்த்து, கிடைக்கிற வேலை எதுவானாலும் பார்த்து மானத்தோடு வாழ்வேன். மறந்தும் உடலை விற்கிற பாவத்தை என் உயிர் உள்ளவரை செய்யமாட்டேன். சந்தர்ப்ப வசத்தால் சந்திப் பிழையைப் போல ஆகிப் போனவள் எனத் தெரிந்திருந்தும் எனக்கொரு நல்ல வாழ்க்கையை ஏற்படுத்திக் கொடுக்க முன்வந்த கணவருக்கு நான் எந்த வகையிலும் தகுதி இல்லாதவள். இனியும் அவருக்குப் பாரமாக இருந்து அவருடைய மன அமைதியை, நிம்மதியை, மதிப்பைக் கெடுக்க விரும்பவில்லை. நீங்கள் எனக்கொரு உதவி செய்ய வேண்டும். என் அன்புக் கணவர் கலைச்செல்வனை நல்வழிப்படுத்தி அவருக்கு மீண்டும் ஒரு புதிய வாழ்க்கையை ஏற்படுத்தித் தர வேண்டும். உங்கள் மகளைப் போல என்னை நினைத்து இதைச் செய்வீர்கள் என்கிற நம்பிக்கையுடனே நான் போகிறேன். உங்கள் ஊருக்கு அபலையாக வந்தவள் நான். அப்படியே மீண்டும் யாருமற்ற அநாதையாகத் திரும்பிப் போகிறேன் இனி மறுபடியும் இங்கு வரக் கூடாது என்கிற உறுதியுடன்.

இப்படிக்கு
தவமணி'

திருவேங்கடம் வாத்தியார் கடிதத்தையும், நாவலையும் தூக்கியெறிந்து விட்டு 'தவமணி' என்று உரத்த குரலில் கத்தியபடி புது பஸ் ஸ்டாண்;டை நோக்கி ஓடினார். மழை பெய்து கொண்டிருந்த அந்த நேரத்திலும் வெயில் 'சுளீர்' என்று அடித்துக்கொண்டிருக்க டிராபிக் தடுப்புக் கட்டைகளையும், எம்.ஜி.ஆர். சிலையையும் தாண்டி பெங்களூர் பஸ் நிற்கிற இடத்துக்கு போன போது அங்கே ஒரு பஸ்ஸும் இல்லை. வேர்க்க விறுவிறுக்க திருவேங்கடம் வாத்தியார் அங்கும் இங்குமாய் தேடி அலைந்த சமயம் பக்கத்தில் நின்றிருந்தவன் சொன்னான்:

"பெங்களூர் பஸ் போய் கால்மணி நேரம் ஆகப் போகுது."

- புதிய கோடாங்கி, ஜனவரி, 2020
- தளம், ஜூலை - செப்டம்பர், 2022

*

ஆதலினால் காதல் செய்வீர்

குப்புசாமி ஐயர் அந்நாளில் பெரிய செல்வந்தராய் திகழ்ந்தவர். வெளிநாடுகளில் வைர வியாபாரமும், நகை வியாபாரமும் செய்து பேரும், புகழுமாக இருந்த காலத்தில் வாங்கிப் போட்ட இடம். அப்போது முத்தியால்பேட்டை முழுக்க மரங்கள் அடர்ந்த பெரும் காடாக இருந்ததில் ஐயர் வாங்கி வீடு கட்டிய அந்த இடம் அவர் பெயரிலேயே குப்புசாமி ஐயர் பங்களா என்றாகிப் போனது. பெயர்தான் பங்களா. மற்றபடி ஐயர் உண்மையிலேயே பங்களா கட்டிக் கொண்டு ஆடம்பரமாக வாழ்ந்தாரா என்று தெரியவில்லை. ஆனால் அவர் காலத்தில் அவர் வருவோர் போவோருக்கெல்லாம் சத்திரமாக இருந்ததில் குப்புசாமி ஐயர் சத்திரம் என்று காலத்துக்கும் நிலைத்துவிட்டது.

அந்த இடத்தை ஐயரின் வாரிசுகள் வாடகைக்கு விட்டிருந்தார்கள்.

வாசலில் துருப்பிடித்த இரும்பு கேட். அதற்கும் பக்கத்தில் பெரிய மகிழம் பூ மரம். உள்ளே நுழைந்தால் அழகிய தோட்டம். பவழமல்லி, செம்பருத்தி, செண்பகம் என்று நிறைய பூக்கள். மருதாணி, அந்தி மல்லி, அரளி என வித விதமான செடிகள். நடுவே யாரோ எழுதி வைத்த ஒரு கவிதையைப் போல வில்வமரம். அதன் கீழ் அமைதியே வடிவான பிள்ளையார்.

வலது புறத்தில் சத்திரத்தின் பழைய மதில் சுவரை ஒட்டி 'நெடு நெடு' என வளர்ந்திருந்தது நாகலிங்கப் பூ மரம். லேசான தலை வலியை உண்டாக்கும் அதன் வாசம் எங்கும் வியாபித்திருக்க எதிரே எப்போதும் வற்றாத குளம். கொஞ்ச

தூரம் தள்ளி கிணறு. வாளியில் தண்ணீரை இறைத்துக் குளித்துக் கொண்டிருந்தான் சங்கர். அவன் குனிந்து நிமிர்ந்து உடம்பைத் தேய்த்துக் கொண்டிருந்த போது தன்னையும் அறியாமலேயே நிமிர்ந்து பார்த்தான். நாகலிங்கப் பூ மரத்தின் மதில் சுவருக்கும் மேலே கல்லூரி கட்டடத்தின் விசாலமான ஜன்னல்கள். தனித்தனி வகுப்பறைகளில் பெண்கள் படித்துக் கொண்டிருந்தார்கள். அங்கேயிருந்து பார்த்தால் இந்தக் குப்புசாமி ஐயர் சத்திரத்தின் தோட்டம் முழுமையாகத் தெரியும். அது மாணவியருக்கு இடைஞ்சலாக இருக்குமே என்று பெரிய மதில்களை எழுப்பி தோட்டம் கண்களில் தென்படாதவாறு செய்யலாம் என்று கல்லூரி நிர்வாகம் முதலில் நினைத்திருந்தது.

ஆனால் அங்கே அவ்வளவாக மனித நடமாட்டம் இல்லாததாலும், வெறும் தோட்டமாக இருந்ததாலும் அப்படியே விட்டு விட்டார்கள். அதற்கேற்ப குப்புசாமி ஐயர் சத்திரத்தில் ஐந்தாறு குடித்தனங்கள்தான். அதுவும் வாசலைச் சுற்றியே இருந்து விட்டதால் சௌகரியமாய்ப் போய் விட்டது.

பி.ஏ. பிரெஞ்சு இரண்டாம் ஆண்டு படித்துக் கொண்டிருந்தாள் ழான்மரி. அவள் அழகை வார்த்தைகளால் விவரிக்க முடியாது. எல்லாப் பெண்களின் ஒட்டு மொத்தமான அத்தனை அம்சங்களையும் ஒருசேர அள்ளிக்கொண்டு வந்திருந்தாள். அவ்வளவு வனப்பு. ழான்மரிக்கு பிரெஞ்சு மொழியின் மேல் அளவிட முடியாத காதல். அவளுடைய அப்பா பிச்சேரியில் சாந்த்ரு பெதாகொழ் என்கிற டீச்சர் ட்ரெயினிங்கில் பிரெஞ்சு ஆசிரியருக்கான பயிற்சி முடித்தவர்.

பிரெஞ்சு ஆசிரியராகிப் படிப்படியாக திரெக்தர் ஆனதும் அவர் செய்த முதல் வேலை, தன் மகள் ழான்மரியை பிரெஞ்சு படிக்க வைத்தது. தொடக்கத்தில் அலியான்ஸ் பிரான்ஸேவில் படித்த ழான்மரி, தன் அப்பாவின் காலத்துக்குப் பிறகு இங்கே வந்து பிரெஞ்சு படிக்கிறாள்.

கல்லூரியின் இரண்டாவது மாடிக் கட்டடத்தில்தான் பிரெஞ்சு கிளாஸ் இருந்தது. எப்போதாவது போரடிக்கிற சமயம் கிளாஸில் அமர்ந்தபடி ழான்மரி, குப்புசாமி ஐயர் சத்திரத்து தோட்டத்தைப் பார்த்து ரசிப்பது வழக்கம். அப்படி ஒரு நாள் அங்கே உட்கார்ந்து புத்தகம் படிக்கிற சங்கரை கவனிக்கப் போய் அதுவே வாடிக்கையாகிப் போக ழான்மரிக்கும்,

சங்கருக்கும் மெல்ல தொடர்பு ஏற்பட்டுப் போனது. சங்கர் அங்கே குடியிருப்பதனால் அடிக்கடி தோட்டத்துக்கு வரவும் அதே சமயம் ஜான்மரி கல்லூரியிலிருந்து பார்ப்பதுமாக இருக்க அவர்களுக்குள் நல்ல நட்பும், தோழமையும் நீண்ட நாட்களாக இருந்தன. அடிக்கடி நேரில் பார்த்துப் பேசிக்கொள்வது மட்டுமின்றி இப்படியாக கண்களால் பேசிக்கொள்வதும் அவர்களுக்குள் சகஜமாக நடக்கிற காரியம்.

இப்போதும் ஜான்மரி அப்படித்தான் சங்கரை பார்க்க அவனும் அவளைப் பார்த்தும், பார்க்காதவனைப் போல இருந்தான். மாடியிலிருந்த ஜான்மரிக்கு அவன் செய்கை சிரிப்பை வரவழைத்தது. அங்கேயிருந்தபடி கண்களை ஒரு விதமாக மூடித் திறந்து லேசாக சிரித்தாள்.

பதிலுக்குச் சிரிப்பதா, வேண்டாமா என்பது போல சங்கர் பார்த்தான்.

வகுப்பறையில் இருந்த ஜான்மரி தன்னை தோழிகள் கவனிக்கிறார்களா என்பதை ஒரு முறை அக்கம் பக்கம் பார்த்துவிட்டு யாரும் அப்படி இல்லை எனத் தெரிந்தவுடன் தைரியமாக சிரித்துக் கொண்டே அவனுக்கு சைகை செய்தாள்.

‘நான் தோட்டத்துக்கு வரலாமா’ என்பது போல கையை அசைத்துக் கேட்கவும், சங்கர் ஒரு கணம் யோசித்தவனைப் போல் இருந்துவிட்டு ‘சரி வா’ என்று தலையசைத்தான். ஜான்மரிக்கு சொல்ல முடியாத சந்தோஷம். அவள் முகம் ஒரே சமயத்தில் ஆயிரம் பூக்கள் மலர்வதைப் போல் ஆகிப் போனது.

நாகலிங்கப் பூ மரத்தின்கீழ் ஜான்மரியும், சங்கரும் உட்கார்ந்து பேசிக் கொண்டிருந்தார்கள். பாம்பின் தலை மட்டும் தனியே அறுபட்டுக் கிடக்கிறதைப் போல நாகலிங்கப் பூக்கள் கீழே உதிர்ந்து கிடந்தன. அடர்த்தியான மஞ்சள் மகரந்தமும், தடித்த இதழ்களும் கொண்ட சிகப்புப் பூக்கள். அதில் ஒன்றை எடுத்து முகர்ந்து பார்த்தபடியே ஜான்மரி பேசினாள்.

“இன்னைக்கு நீங்க காலேஜிக்குப் போகலையா”

“இல்ல”

“ஏன்”

“மனசு சரியில்ல”

'நான் உன் பக்கத்துல இருக்கிறப்போ மனசு எப்படி சரியில்லாம போகும்'னு பூான்மரி கேட்க நினைத்தாள். ஆனால் முடியவில்லை. அவள் எதுவும் பேசாமல் எதிரே இருந்த குளத்தைப் பார்த்த போது அதில் நிறைய தாமரைப் பூக்கள் சிரித்துக் கொண்டிருந்தன. எரியும் சிகப்பு தீபங்களை ஏற்றி வைத்திருப்பதைப் போன்ற ரம்யம்.

அங்கே இருந்த மௌனத்தை சங்கர்தான் கலைத்தான்.

"இந்தத் தோட்டத்தில இருக்கிற முதலியாரோட பொண்ணுக்கு இன்னைக்கு திவசம்"

"அதுக்கும் உங்க மனசு சரியில்லாம போனதுக்கும் என்னங்க சம்பந்தம்"

"உனக்கு அதெல்லாம் தெரியாது பூான்மரி. அவ ரொம்ப நல்ல பொண்ணு. பாவம்"

சங்கரின் மனநிலை நன்றாக இல்லை என்பது பூான்மரிக்கு தெரிந்து விட்டது. எப்படியாகிலும் அவனை உற்சாகப்படுத்த வேண்டும் என்று அவள் தன்னுடைய பேச்சை வேறு பக்கமாகத் திருப்பினாள்.

"ஏதாவது பேசிகிட்டு இருக்கலாம்னு வந்தேன்"

"ரொம்ப நாளாத்தான் நாம பேசுறோம், பழகுறோம்"

"பேசுறோம்னு மட்டும் சொல்லுங்க"

பூான்மரி சட்டென்று இப்படி சொல்லிவிட்டு சங்கரை பார்த்து அர்த்தத்தோடு சிரித்தாள். சங்கருக்கும் சிரிப்பு வந்து விட்டது.

"நீங்க லாஸ்பேட்டையில இருக்கிற கலைக் கல்லூரியில பி.ஏ. தமிழ் படிச்சும், அருமையா கவிதைகள் எழுதியும் பேசுறதுக்கும், பழகறதுக்கும் வித்தியாசம் தெரியலையே"

சங்கர் மீண்டும் சிரித்தான்.

"நீங்க உங்க கல்லூரி ஆண்டு மலர்ல ஒரு கவிதை எழுதி இருந்தீங்க இல்ல"

'எந்தக் கவிதை' என்பது போல பார்த்தான் சங்கர்.

"அதான் 'காதல்' என்கிற தலைப்பில எழுதினது"

“ஆமாம்”

“அது ரொம்பவும் யதார்த்தமான கவிதை”

சங்கர் முகத்தை இயல்பாக வைத்துக் கொண்டு பூான்மரியைப் பார்த்தான்.

“ஒரு முறைதான்
காதல் வரும் என்பதை
ஒப்புக்கொள்ள
முடியவில்லை
ஒரு முறை மலர்வதற்குப்
பெயர் பூ
மறு முறையும்
மலர்வதற்குப் பெயர்
என்ன மரமா’

அப்படின்னு அந்தக் கவிதையில நீங்க கேட்டிருக்கிறீங்க இல்ல. அது எனக்குப் பிடிச்சிருக்கு”

“அதாவது ஒரு முறைக்கு மறு முறை வந்தாலும் அதுக்குப் பேரும் காதல்தான்னு நான் எழுதியிருக்கிறத சொல்ற”

“ஆமாம்”

“அது மலருக்காக எழுதின கவிதை பூான்மரி”

“எதுக்காக எழுதினா என்ன. அதுல இருக்கிறது உண்மைதான”

“இருக்கலாம். ஆனா, அது நம்ம தமிழர் பண்பாடு இல்ல”

“தமிழர்களும் மனிதர்கள்தான சங்கர். ஒரு முறை காதல்ல தோல்வி அடைஞ்சவங்க அத மறந்துட்டு மறுபடியும் காதலிக்க முடியாதா இல்ல காதலிக்கக் கூடாதா”

சங்கர் இதற்குப் பதில் சொல்லவில்லை. அல்லது சொல்ல விருப்பம் இல்லாதவனைப் போல இருந்தான். அவன் பார்வை தோட்டத்தின் மையமாய் இருந்த கிணற்றுக்குள் போய் விழுந்து கிடந்தது.

முதலியாருக்கு வயது ஐம்பதுக்கும் மேல் இருக்கும். அவருடைய சின்ன வயதிலிருந்தே இங்கிருக்கிறார். தோட்டத்தில் இருக்கும் மரம், செடி, கொடிகளுக்கெல்லாம் தண்ணீர்

ஊற்றுவது, ராத்திரியானால் கேட்டை இழுத்துப் பூட்டுவது என்று அவருக்கு வேலை.

குப்புசாமி ஐயரின் குடும்பம் அவரைத் தன் சொந்த உறவு போல பாவித்திருந்தது. முதலியாரிடத்தில் அவர்கள் வாடகை எதுவும் வாங்கியதில்லை.

முதலியாருக்கு ஒரே ஒரு பெண். பக்கத்தில் பூான்மரி படிக்கிற காலேஜில்தான் அவளும் படித்துக்கொண்டிருந்தாள். சாதுவான பெண். யாரென்றே தெரியவில்லை. எவனோ ஒருத்தனை ஒரு தலையாகக் காதலித்திருக்கிறாள். அந்தக் காதல் தோல்வியில் போய் முடிந்திருக்கிறது . அதைத் தாங்கிக் கொள்ள முடியாத அவள் தோட்டத்துக் கிணற்றில் விழுந்து தற்கொலை செய்து கொண்டாள்.

குப்புசாமி ஐயர் சத்திரமே ஆடிப் போனது. அன்றிலிருந்து யாரும் அந்தப் பெண் விழுந்த கிணற்றைப் பயன்படுத்துவதில்லை.

சங்கர்தான், தன் அப்பாவின் மூலமாக அதற்கு ஏதேதோ பூஜை, புனஸ்காரங்கள், பரிகாரமெல்லாம் செய்து சுத்தப்படுத்தினான். மோட்டர் பம்ப் வைத்து கிணற்றிலிருந்த தண்ணீர் அனைத்தையும் வெளியேற்றி பின் மீண்டும் புதுத் தண்ணீர் ஊறும்படிச் செய்தும் ஒருவரும் கிணற்றை ஆளவில்லை. சங்கர் மட்டும்தான் இப்போதும் அதில் குளித்துக் கொண்டிருக்கிறான்.

காலேஜ் கேண்டீன். பூான்மரியும், சங்கரும் அருகருகே உட்கார்ந்திருந்தார்கள். பூான்மரிக்கு உள்ளுக்குள் பதற்றமாய் இருந்தது. கேட்டாள்.

“பெண்களுக்கான கல்லூரி ஆச்சே இது. ஆம்பள நீங்க எப்படி இங்க வரலாம்”

சங்கர் பேசாமல் இருந்தான்.

“கேட்டதுக்குப் பதில் இல்ல”

“என்ன சொல்லணும்”

“ஏதாச்சும்”

“இங்க ஆம்பளைங்க வரக் கூடாதுன்னா வாட்ச்மேனும், ஆபிஸ்ல வேலை பார்க்கிறவர்களும் தோ கேண்டீன்ல நமக்கு டீ தர்றவரும் யாருன்னு உனக்குத் தெரியாதா”

“அவங்கள்லாம் காலேஜ்ல வேலை பார்க்கிறவங்க”

“உனக்கு அவங்கள்லாம் ஆம்பளைங்க இல்ல. என்னை பார்த்தா மட்டும்தான் அப்படி தெரியுது”

மூான்மரி கேண்டீன் என்பதையும் மறந்து போய் பெரிதாகச் சிரித்தாள். அந்தச் சிரிப்பு சங்கருக்குப் பிடித்திருந்தது. ரசித்தான்.

“நீங்க பெரிய ஆளுதான்”

“எதுக்கு அப்படி சொல்ற”

சங்கர் கேட்டதுக்கு மூான்மரி உடனே பதில் சொல்லவில்லை. கொஞ்ச நேரம் அவனையே பார்த்துக் கொண்டிருந்தாள்.

“பின்ன என்ன மூான்மரி. உன் கிளாஸ்ல பிரெஞ்சு பாடம் நடத்தற பேராசிரியரும் ஓர் ஆம்பளதான”

‘ஆமாம்’ என்பது போல தலையசைத்தாள் மூான்மரி.

“அப்புறம் ஏன் என்னை மட்டும் கேட்கிற”

“நீங்க வெளியில இருந்து வர்றவரு”

மூான்மரி சங்கரை சமாதானப் படுத்துவது போல பேசிக் கொண்டே டீ ஆறுகிறது என்பதை ஜாடையாகக் காண்பித்தாள். சங்கர் டீயை எடுத்து ஒரு மிடறு குடித்தபடியே மூான்மரியிடத்தில் பேசினான்.

“நீதான் என்னை இங்க வரச் சொன்ன மூான்மரி”

“அதுக்காக இப்படி வந்துடறதா. எங்க பிரின்ஸ்பால் மேடத்துக்குத் தெரிஞ்சா என்ன ஆகும் தெரியும் இல்ல”

“ஒண்ணும் ஆகாது. ஏன்னா ‘கண்ணின் கடைப் பார்வை காதலியர் காட்டி விட்டால் மண்ணில் குமரர்க்கு மா மலையும் ஓர் கடுகாம்’ அப்படின்னு பாடினவரு பேர்லதான் உங்க கல்லூரியே இருக்குதுன்னு அவருக்கும் தெரியும்”

சொல்லிவிட்டு சங்கர் சிரிக்க, அவனோடு சேர்ந்து மூான்மரியும் சிரித்தாள்.

உடனே ‘உன் பேச்சு ரொம்ப ரொம்ப அழகா இருக்குது’ன்னு அவள் தனக்குத் தானே பிரெஞ்சு மொழியில் சொல்லிக் கொள்ள ‘என்ன, என்ன, என்ன சொன்ன’ என்று சங்கர் மிகுந்த ஆவலோடு கேட்டான். அவனுக்கு மூான்மரி பேசிய பிரெஞ்சு

பிடித்திருந்தது. உலகத்தில் எத்தனை மொழிகள் இருந்தாலும் பிரெஞ்சு மொழிக்கு நிகராக வேறு இல்லை என்பது அவன் அபிப்ராயம். அது மூான்மரிக்கும் தெரியும். சொன்னாள்.

“பிரெஞ்சு காதலர்கள் பாஷை”

“ஆமாம் மூான்மரி. அது காதலர்களுக்காக மட்டுமில்ல. காதலுக்குன்னும் பிறந்த மொழி”

“ஆனா, உங்களுக்குத்தான் அந்தக் காதல் புரிய மாட்டேங்குது”

மூான்மரி அர்த்தத்தோடு சொல்லி விட்டு சட்டென்று நிறுத்தினாள். சங்கர் அவள் பார்வையைத் தவிர்த்தவனாய் டீ குடித்துக் கொண்டிருந்த டம்ளரை அப்படியே வைத்துவிட்டு உடனே எழுந்து கொண்டான்.

ஒரு வாரம் போயிருக்கும். மூான்மரி காலேஜுக்கு வரவில்லை. அவளைப் பார்க்காமல், பேசாமல் சங்கருக்கு என்னவோ போல் இருந்தது.

சங்கர் வீட்டு வாசலில்தான் காலேஜ் பஸ் நிற்கிற நிறுத்தம். பஸ் வந்து நின்றது. ஒரு பூக்கூடையிலிருந்து பூக்கள் சிதறி விழுவதுபோல அழகழகான மாணவிகள் விதவிதமான ஆடைகளில் இறங்கிக்கொண்டிருந்தார்கள்.

சங்கர் அந்த மலர் நந்தவனத்துக்குள் மூான்மரி இருக்கிறாளா என்று பார்த்தான். இல்லை. கொஞ்ச நேரம் போயிருக்கும். ஓடிப் போய் தோட்டத்தில் நின்று கொண்டு காலேஜின் இரணடாவது மாடியைப் பார்ப்பதும், மூான்மரி அங்கு தென்படுகிறாளா என்று தேடுவதுமாக இருந்தான்.

அப்போதுதான் அங்கு முதலியார் வந்தார்.

“சங்கர் தம்பி காலையில வைத்திக்குப்பம் அக்காசாமி மடத்து பக்கம் ஒரு வேலையா போயிருந்தேன்”

அவர் ஏதோ சொல்ல வருகிறார் என்பது சங்கருக்குப் புரிந்தது. அவன் கவனமாகக் கேட்டான்.

“அங்க நம்ம மூான்மரிய பார்த்தேன்”

“மூான்மரியா”

“ஆமாங்க தம்பி”

"ஏன் காலேஜுக்கு வரலையாம்"

"அதான் தம்பி உங்ககிட்ட சொல்ல வந்தேன்"

"சொல்லுங்க"

"அந்தப் பிள்ளைக்கு கல்யாணம் ஏற்பாடு பண்ணியிருக்காங்களாம். உடனடியா உங்கள வந்து பார்க்கச் சொல்லி என்கிட்ட சொல்லி அனுப்பியிருக்கு"

சங்கருக்கு பெரும் அதிர்ச்சியாக இருந்தது. ஆனால் அதைக் காட்டிக்கொள்ளவில்லை. முதலியாரிடத்தில் அமைதியாகக் கேட்டான்.

"வேற ஏதாவது சொல்லுச்சா"

"அந்தப் பிள்ளை தேம்பித் தேம்பி அழுவுது தம்பி"

சொல்லிவிட்டு முதலியார் சங்கரை பரிதாபமாக பார்த்தார். அவன் எச்சிலை கூட்டி விழுங்கிய படியே பற்களை இறுக்கமாகக் கடித்துக் கொண்டு நிலை கொள்ளாமல் இருந்தான். எதிரே கிணறு தெரிந்தது. தன்னை மனதார காதலித்த முதலியாரின் மகள் யாருக்கும் காட்டிக் கொடுக்காமல் விழுந்து செத்த கிணறு. அதன் மேல் அவள் எழுந்து உட்கார்ந்திருப்பதைப் போல சங்கருக்கு தோன்றியது. தன் மகள் சாவுக்கு காரணமானவன் எனத் தெரியாமல் முதலியார், மூன்மரிக்காக அனுதாப்பட்டு பேசியது சங்கர் மனதை அறுக்க, அவன் அந்தக் கனமே அவரிடத்தில் மேற்கொண்டு பேசுவதற்குப் பயந்துகொண்டு காலேஜின் இரண்டாவது மாடியை நோக்கி தன் முகத்தை திருப்பிக்கொண்டான்.

- தினமணி கதிர், 12.04.2009.

*

அவரவர் பாடு

திருளக்கேணி கள்ளுக்கடை எதிரே நின்றிருந்தான் பெருமாள். அந்தக் காலத்தில் ரொம்பவும் புகழோடு இருந்தது அந்த ஊர். அதை விடவும் அங்கே கிடைத்த கள்ளு தண்ணிக்கு மவுசு அதிகம். பெருமாளுடைய அப்பா நெறக்க குடிச்சிட்டு வர்றப்பல்லாம் திருளக்கேணி மகத்துவத்த பத்திப் பேசினத அவன் சின்ன வயசில் கேட்டிருக்கிறான்.

திருவளர்க்கேணி என்கிற ஊர்தான் இப்படி திருளக்கேணி ஆகிவிட்டது. திரு விளங்கக் கூடிய அதாவது செல்வம் பெருகக் கூடிய கேணிகள் நிறைய இருந்த இடம் அது. பச்சைப் பயிர்களுக்கு மத்தியில் தோப்பும், தொரவுமாக எங்கு பார்த்தாலும் கிணறுகள். பம்ப் செட்டுகள். அதனால் திருவளர்க்கேணி. இப்போது சிலர் திருவல்லிக்கேணி என்கிறார்கள். இது சென்னையில் இருக்கிற ஊர். திருவளர்க்கேணிதான் திருளக்கேணி ஆகிவிட்டது என்பது தெரியாதவர்கள் நிறைய பேர் வந்து விட்டிருந்தார்கள்.

அவர்கள் கட்டியிருந்த வீடுகளுக்கும் எதிரே நடைபாதை. அதன் இணையாக ராஜீவ்காந்தி சிலையை நோக்கிச் செல்லும் மெயின் ரோடு. அந்தத் திசையைப் பார்த்தபடி ஆண்களும், பெண்களுமாக நின்று கொண்டிருந்தனர். பெருமாள் அருகே இருந்த மஞ்சள் கொன்றை மரத்தை ஒட்டிய சிமெண்ட் கட்டையின் மீது உட்கார்ந்திருந்தான்.

காலடியில் ஒரே திட்டமாக உருக்கி வார்த்த பொன்னை வாரி இறைத்தது போல மஞ்சள் நிறத்தில் கொன்றைப் பூக்கள்

சிதறிக் கிடந்தன. அதில் ஒன்றை எடுத்து மெல்லிய இதழைப் பிய்க்க மனமில்லாமல் கைகளில் வைத்து உருட்டிக் கொண்டே அதனைப் பார்ப்பதும், மேஸ்திரி வருகிறாரா என்று ரோட்டை கவனிக்கிறதுமாக இருந்தான். பக்கத்தில் ரெண்டு வீடு தள்ளி 'இங்கு வைக்கோல் கிடைக்கும் என்று கிரெய கட்டியால் எழுதியிருந்தது தெரிந்தது.

மரிக்கொழுந்து கட்டுப் போல கொஞ்சம் கைப்பிடி அளவு வைக்கோலைக் கட்டி ஒன்றின் மீது ஒன்றாக அடுக்கியிருந்ததைப் பார்க்க வரிசையாய்ப் பிஞ்சுக் குழந்தைகளின் கையைக் காலைக் கட்டிப் படுக்க வைத்திருப்பதைப் போலத் தோன்றியது.

முன்பெல்லாம் வைக்கோலை தூக்க மாட்டாமல் தூக்கிக் கொண்டு போர்போராக கொண்டு வந்து மாடுகளுக்குப் போடுவார்கள். இப்போது நிலைமை இப்படி ஆகிவிட்டது. அடர்த்தியான கேசம் உடைய பெண் ஒருத்தி அந்த வைக்கோல் கட்டுகளில் ஒன்றை எடுத்துத் தன் கூந்தலில் சொருகிக் கொள்ளலாம். கைப்பிடி அளவே இருந்த வைக்கோல் கட்டினை சுருட்டுப் போல வாயில் வைத்துப் பற்றவைத்துப் பார்க்கலாமா என்று நினைத்தபடியே வேலைக்கு நின்றிருந்த பொக்கிலையைப் பார்த்தான் பெருமாள்.

பொாக்கிலை மேஸ்திரியோட ஆள். பாவாடை தாவணியில் லட்சணமாக இருந்தாள். நல்ல அழகு. குடிசையிலிருந்து வந்தவள் என்று யாரும் சொல்லிவிட முடியாத தோற்றம். அவளுக்கு எப்போதும் வெத்தலை போட்டுச் சிவந்த உதடு. அதைப் பார்க்கிற போதெல்லாம் வேலியில் பழுத்துத் தொங்கிய கோவைப் பழத்தைப் பறித்துத் தின்ற நினைப்பு வந்துவிடும் பெருமாளுக்கு.

கட்டடங்களுக்கு கொலுத்து வேலை செய்கிற போது பெருமாள் பொக்கிலையோடு நெருங்கிப் பழகியிருக்கிறான். எப்போதும் கொண்டையை அள்ளி முடித்தபடியே சிரிக்கச் சிரிக்கப் பேசுவாள். வேலை செய்யும் போது அவள் கூட இருந்து விட்டால் அந்த இடமே அமர்க்களமாக இருக்கும். அலுப்பே தெரியாது. நல்லது கெட்டது தெரியாத ரெண்டும் கெட்டான் பருவத்தில் பொக்கிலை மேஸ்திரியிடம் வசப்பட்டுக் கிடந்தாள்.

அந்தக் கிழவன் என்ன மாயம் செய்தானோ வசியம் செய்தானோ தெரியாது. பொக்கிலை குளிர்காலத்தில் இழுத்துப்

போர்த்திக் கொள்கிற போர்வையைப் போல மேஸ்திரிக்கு இருந்தாள்.

மழை அன்றுதான் லேசாக விட்டிருந்தது. கடந்த ஒரு வார காலமாக அடைமழை. வானத்தின் மதகுகளை யாரோ திறந்து விட்டது மாதிரி எப்பப் பார்த்தாலும் பெய்து கொண்டிருந்தது. இருண்டு போய் கருமேகங்களுடன் ஆழமான பெரும் கடலைப் போல் இருந்தது வானம். சூரியனை ஒரு நாளும் பார்க்க முடியாதபடிக்கு தொடர்ந்து மழை. இப்போதுதான் போனால் போகட்டுமென்று கொஞ்சம் வெயில் எட்டிப் பார்த்தது.

இத்தனை நாளும் வீட்டில் முடங்கிக் கொண்டு வேலைக்குப் போகாமல் இருந்த பெருமாள் தோணித் துலங்கி இன்றைக்கு வந்தும் மேஸ்திரி இன்னும் வந்தபாடில்லை. அவனுக்கும் முன்பாகவே நிறைய பேர் வந்து காத்துக் கிடக்கிறார்கள்.

சில்வர் கேரியரில், பித்தளை டிபன் பாக்ஸில் பழையதும், சுடு சோறுமாகத் துணிப் பைகளில் வைத்து வரிசையாக அடுக்கப்பட்டிருந்தன. வெத்தலையை மடித்து வாய்க்குள் வைத்தபடியே பேசிக் கொண்டு சிலர். பீடியின் புகையை 'தம்'கட்டி இழுத்து எச்சிலை ரோட்டில் கொத்தாகத் துப்பிக் கொண்டு பராக்குப் பார்த்தபடி சிலர். அவர்கள் அன்றாடங்காய்ச்சிகள். வாழ்க்கையைப் பற்றி எந்தக் கவலையும், பயமும் இல்லாதவர்கள். இதற்கு நேர் மாறான யாவும் வசதியானவர்களுக்கும், நடுத்தர வர்க்கத்தினருக்கும்தான். சராசரிகள் எதைப் பற்றியும் அலட்டிக் கொள்வதில்லை. அவர்களுக்கு அன்றன்றைய பொழுதுக்குத் தேவையானது அன்றன்றைக்கு கிடைத்து விட்டால் போதும். நாளைக்கு வேண்டியதை நாளைக்குப் பார்த்துக் கொள்ளலாம் என்று கருதக் கூடியவர்கள். அப்படியே வாழ்ந்தும் பழகி விட்டவர்கள்.

பெருமாள் அங்கிருந்தவர்களைப் பார்த்தான். முன்பெல்லாம் கொலுத்து வேலை செய்கிறவர்கள் ராஜா டாக்கீஸ் தண்ணீர் டேங்க்கின் கீழே இருக்கும் புன்னை மரத்தடியில்தான் கும்பலாக நின்று கொண்டிருப்பார்கள். அது பட்டாணிக்கடை ஜங்ஷன். யாருக்காவது கட்டட வேலைக்கு ஆட்கள் வேண்டுமென்றால் அங்கே போனால் போதும். இப்போது அப்படி இல்லை. அந்தந்த இடத்தில் கும்பலாகக் கூடி நின்று அப்படி அப்படியே வேலைகளைப் பகிர்ந்து கொள்கிறார்கள். அவர்களுக்கும் சங்கம்

வந்துவிட்டது. கொலுத்து வேலைக்காரர்கள், கூலிஆள், சித்தாள் என்பதெல்லாம் மாறிப் போய் விட்டன. எல்லோரும் கட்டடக் கலைஞர்கள். சரிதான். சினிமாவில் வீடு போன்று செட் போடுகிறவர்கள் ஆர்ட் டைரக்டர் என்று அழைக்கப்படுகிற போது நிஜமாகவே மனிதர்கள் வாழ வீடு கட்டுகிறவர்களை கட்டடக் கலைஞர்கள் என்று சொல்வதில் என்ன தப்பு இருக்கிறது.

மேஸ்திரி சைக்கிளில் இருந்து இறங்குவது தெரிந்தது. எல்லோரும் ஓடிப் போய் அவரைச் சூழ்ந்து கொண்டார்கள். ஆளாளுக்கு மேஸ்திரியைத் தொட்டுப் பேசுவதும், உரிமையோடு அதே சமயம் கிண்டலாகவும் ஏதோ சொல்லிக் கொண்டிருக்க பெருமாள் எழுந்து போய் அவர் சைக்கிளை வாங்கி ஸ்டேண்ட் போட்டு நிறுத்தினான்.

மேஸ்திரிக்கு தடிமனான உடம்பு. நல்ல கருப்பு. கிடா மாதிரி வளர்ந்திருந்த நரைத்த மீசையை நன்றாக முறுக்கி விட்டிருந்தார். ஐயனார் சிலைக்கும் பக்கத்தில் கொண்டு போய் மேஸ்திரியை உட்கார வைத்து விட்டால் அவரும் ஒரு சிலை மாதிரியேதான் இருப்பார். பெருமாள் அவரின் இந்தத் தோற்றத்தைப் பார்த்துப் பலமுறை ரசித்திருக்கிறான். அதனால்தான் அவர் கிழவனாக இருந்தாலும் பொக்கிலை மடங்கி விட்டாளா என்று கூட அவன் நினைத்திருக்கிறான்.

"இன்னைக்கு அவ்வளவா ஆளுங்க தேவைப்படாது. நாலு பேர் மட்டும் போதும்"

மேஸ்திரி சொன்னதும் எல்லோருக்கும் பயங்கர அதிர்ச்சி. அவர்கள் முகம் சட்டென்று மாறியது. பெருமாளும் மேஸ்திரியின் சைக்கிளைப் பிடித்தபடி 'என்ன இப்படிச் சொல்லிப்புட்டாரு இந்த மனுஷன்' என்பது மாதிரி அவரையே பார்த்துக் கொண்டிருந்தான்.

'இத்தனை நாள் மழைக்குப் பிறகு இன்னைக்குத்தான் பொழப்பு தேடி வந்திருக்கிறோம். ஏதோ கிடைக்கிற கூலிய வச்சு வயித்த கழுவிக்கிலாம்னு பார்த்தா அதுக்கும் வழி இல்லாமப் போயிடும் போலிருக்கே'ன்னு அங்கிருந்தவர்கள் நினைத்தது மேஸ்திரிக்குப் புரிந்து போயிருக்க வேண்டும்.

“நான் என்ன செய்ய முடியும் சொல்லுங்க. வேலைக்குத் தக்க மாதிரிதான ஆளுங்க எடுக்க முடியும். யாரும் கோவிச்சிக்க வேணாம். இப்ப தேவையானவங்க வேலை நடக்கிற இடத்துக்கு சீக்கிரமா வந்துடுங்க”

சொல்லிவிட்டு பெருமாள் கையிலிருந்த சைக்கிளை வாங்கி அதன்மேல் ஏறி தன் காலை தரையில் ஊன்றி நின்றிருந்தவர்கள் பக்கம் ஒரு பார்வை பார்த்தார். அதற்கென்று காத்திருந்தவள் போல பொக்கிலை ஓடிப் போய் சைக்கிளின் பின்னே கேரியரில் உட்கார்ந்து கொண்டதும் சைக்கிள் சடுதியில் போய் மறைந்து விட்டது. நின்றிருந்தவர்கள் அலட்டிக் கொள்ளவில்லை. இது வழக்கமாக நடக்கிற காரியம்தான் என்று பேசாமல் இருந்தார்கள்.

அவர்களுக்குத் தெரியும். மேஸ்திரி மனது வைத்தால்தான், அவருக்கு விருப்பமானால்தான் யாராக இருந்தாலும் வேலை கிடைக்கும். கட்டட வேலையைப் பொறுத்தவரையில் மேஸ்திரிதான் ராஜா, மந்திரி எல்லாம். அவருடைய ராஜ்ஜியத்தில் எம்.எல்.ஏ–க்களே கிடையாது. சட்டமன்றமும் கிடையாது. அதனால் அவரை யாரும் கேள்வி கேட்கவும் முடியாது.

பொக்கிலை சின்ன வயசுக்காரி. மற்ற பெண்கள் எல்லாம் கிழடுகள். மேஸ்திரிக்கு இன்னொரு பொக்கிலை எப்போது கிடைப்பாளோ அப்போதுதான் அவருடைய மனசு மாறும். ஆனால் அது அவ்வளவு சீக்கிரத்தில் நடக்கக் கூடியதில்லை என்பது மாத்திரம் பெருமாளுக்குத் தெரிந்திருந்தது. பொக்கிலை இன்னும் கட்டுக் குலையாமல், யௌவனம் மாறாமல் ‘துறு துறு’ என்று அப்படியே இருக்கிறாள்.

பெருமாள் வேலை செய்கிற இடத்திற்குப் போய்ச் சேர்ந்திருந்தான். வழியெங்கும் வளர்ந்து கிடக்கிற முட்புதரைப் போன்று சந்து பொந்துகளிலெல்லாம் நிறைய கட்டடங்கள். மனிதர்களால் வெட்டிக் சாகடிக்கப்பட்ட மரங்கள் மண்ணில் போய் விழுந்து அவர்களைச் சபிப்பதற்கென்று மறுபடியும் கட்டடங்களாக முளைத்திருக்கின்றனவோ என்று பெருமாளுக்குத் தோன்றியது.

சமீபத்தில் பெய்திருந்த கன மழையால் ரோடு முழுக்க முழங்கால் அளவு தண்ணீர். பெருமாள் அதில் நடந்து வந்த போது அவன் படிக்கிற காலத்தில் அந்தப் பகுதிக்கு எதற்கோ வந்தது ஞாபகத்திற்கு வந்தது.

அப்போது இந்த இடம் வயல் வெளியாக இருந்தது. 'பச்சைப் பசேல்' என்று முப்போகம் விளைகிற கழனிகள். சுற்றிலும் நீர் நிலைகள் நிரம்பிய வாய்க்கால்கள். ஓடைகள். அதில் பனிக்காலத்தில் மலர்கிற டிசம்பர் பூக்களைப் போல் பார்க்கிற போதெல்லாம் சிரித்துக் கொண்டிருக்கிற நீலத் தாமரைப் பூக்கள். அதை ஆகாசத் தாமரை என்கிறார்கள் சிலர். இன்னும் சிலர் வெங்காயத் தாமரை என்கிறார்கள். எருமைகளுக்கு அது பற்றியெல்லாம் கவலையில்லை. அவைகள் சங்குப் புஷ்பங்களைப் போல் ஊதா நிறத்தில் காற்றில் படபடக்கும் ஆகாயத் தாமரைப் பூக்களின் மெல்லிய இதழ்களையும், அழுத்தமான பச்சை நிறத் தாழைகளையும், தண்டுகளையும் 'மற மற' என்று கடித்துத் தின்பதைப் பார்க்க ஆசையாக இருக்கும்.

அழகு, ரசனை, வெளிப்பாடு எல்லாம் பசியின் முன்பாகப் பறந்தோடி விடும் என்பது நம்மை விட எருமை மாடுகளுக்கு நன்கு தெரிந்திருக்கிறது.

பெருமாள் தேங்கியிருந்த தண்ணீரில் நடந்து கட்டடத்தின் அருகில் போய் நின்றான். உள்ளே மேஸ்திரியும், பொக்கிலையும் வேலை செய்து கொண்டிருந்தார்கள்.

வெயில் கொஞ்சம் கொஞ்சமாக மேலேறி வந்து கொண்டிருந்த நேரம். மஞ்சளைக் கரைத்து ஊற்றியது போல் வெயிலின் பிம்பம் தண்ணீரில் பட்டுப் பளபளத்தது. மழை பெய்து ஓய்ந்த பின்னும் இருந்த குளிருக்கு அந்தச் சூழல் இதமாக தோன்றினாலும், அதையும் மீறி 'சுளீர்' என்று நெருப்புச் சூடு வைத்தது போல் தோல் மீது லேசாக எரிச்சல் வர அதுவும் ஒரு தனி சுகமாகத் தெரிந்தது பெருமாளுக்கு. அவன் மேஸ்திரிக்கு வணக்கம் வைத்துவிட்டு சிமெண்ட் கலவையைக் கலப்பதற்குத் தயாரானான். கட்டடம் ஏறக்குறைய முடிந்துவிட்ட நிலையில் இருந்தது. இன்னும் பூசு வேலை ஒன்றுதான் பாக்கி. ஏற்கெனவே மீதமான கலவையில் ஒரு பாண்டு எடுத்து மேஸ்திரியிடம் கொடுத்தபோது பொக்கிலை ஒதுங்கிக்கொண்டாள்.

டீ வாங்கி வர அவள் போவதாகத் தெரிந்ததும் மேஸ்திரி பீடி வேணும் என்பது போல பொக்கிலையைப் பார்த்தார். அவருக்கு டீ குடித்த உடனே பீடி பிடிக்க வேண்டும். அதுவும் கணேஷ் பீடி. மங்களூரில் இருந்து தயாரித்து இங்கு வந்து விற்கிறார்கள். ரோஸ் நிறத் தாள் சுற்றிய கட்டுக்குள் பிள்ளையார்

உட்கார்ந்தபடி சிரித்திருக்க வரிசையாய் அடுக்கிய அந்தப் பீடிக்குத்தான் அதிக மவுசு. அப்புறம் 305 ஜாடி பீடி, அது ரொம்ப காட்டமானது. மேஸ்திரி கணேஷ் பீடி ரசிகர். தன் காதில் சொருகி வைத்திருந்த நைந்து போன பீடியை எடுத்துப் பற்றவைத்தபடியே பெருமாளிடம் பேச்சுக் கொடுத்தார்.

"இன்னா பெருமாளு இந்த மழை விடாது போலிருக்கே. இப்படியே பேய்ஞ்சுகிட்டு இருந்தா நம்ம பொழப்பு என்னாகிறது"

"அவ்ளோதான். சாதாரண நாள்லயே நம்மளோட கஷ்டம் இங்கிருக்கிற மனுஷர்களுக்கு தெரியறதில்ல. இதுல இந்த மழை வேற அவங்களோட சேர்ந்துகிட்டுப் பழிவாங்கற மாதிரி இல்ல பெய்யுது"

"ஆமாம் பெருமாளு. ஒரு நாளா ரெண்டு நாளா வாரம் பூராவும் மழையாச்சே"

"அதுக்குன்னு இந்த அளவுக்கா"

"ஐப்பசியில அடைமழைன்னு சொல்றதுதானே. நீ கேள்விப்பட்டதில்ல. இந்த சீசன்ல அஞ்சாறு வருஷமா மழையே கெடையாது. இப்ப என்னடான்னா இப்பிடி கொட்டு கொட்டுன்னு கொட்டுது. எங்க பார்த்தாலும் தண்ணி. கால் வைக்க முடியல. வீடெல்லாம் 'ஜிலு ஜிலு'ன்னு இருக்குது. தரையில ஓதம் வந்து ஒரே ஈரம்"

"வீட்டுக்குள்ள படுக்க முடியல மேஸ்திரி. எப்பப் பாரு மழையா இருந்தா ஒரு கடை கண்ணிக்கு எப்படிப் போறது. சமைக்கிறது. சாப்பிடுறதுன்னு ரொம்ப கஸ்தியா இருக்கு. இதோட இந்த மழை விட்டா தேவல"

மேஸ்திரி கொலுரால் சிமெண்ட்டை வைத்துப் பூசியபடி எச்சிலை சுவற்றுக்கும் பக்கத்தில் இருந்த சின்ன சந்துக்குள் துப்பிவிட்டு பீடியை மறுபடியும் இழுத்தார். புகை 'குப்' என்று வந்தது. அதை அப்படியே தொண்டை வழியாக வாய்க்குள் இறக்கி, மெல்ல விழுங்கினார். அத்தனைப் புகையும் உள்ளே போய் விட்டது. எஞ்சியிருந்த கொஞ்சமான புகை மேஸ்திரியின் மூக்கு வழியாக வெளியே வந்ததைப் பார்த்தபடி பெருமாள் செங்கல்லை எடுத்து அவரிடத்தில் கொடுத்தான். மேஸ்திரி முகத்தைச் சுற்றி புகையாக இருந்தது.

அந்தக் காலத்தில் புதுச்சேரியிலிருந்து விழுப்புரம் போகிற ரயில் புறப்படுகிற போது இப்படித்தான் ஒரே புகையாக இருக்கும். அது வெந்நீரிலிருந்து வெளிவரும் ஆவி. நிலக்கரியைப் போட்டு எஞ்சினில் கொளுத்தி அந்த நீராவியால் ரயில் கிளம்பும் சமயம் பிஸ்டன்களில் இருந்து நீராவி சீறிக் கொண்டு வெளியே வரும். பார்ப்பதற்கு புகையைப் போலவே இருக்கும். இப்போது பெருமாளுக்கு அது ஞாபகத்திற்கு வந்துவிட்டது.

"மேஸ்திரி நாளைக்கும் இங்கதான் வேலையா. இல்ல வேற எடமா"

"இல்ல பெருமாளு. இன்னும் ஒரு வாரத்துக்கு இங்கதான். இத முடிச்சதுக்கு அப்புறம்தான் மத்தது. ஆமாம் நம்ம ஆளுங்க ரெண்டு பேரு வரணுமே எங்க"

மேஸ்திரிக்கு அன்றைய வேலைக்கு எடுத்திருந்த நான்கு பேரின் பெயரும் நினைவிலேயே இருந்தது. பொக்கிலையும், பெருமாளும் போக இன்னும் இரண்டு பேர். அவர்களைத்தான் அவர் கேட்டார்.

"அவங்க நடந்துதான வரணும் மேஸ்திரி. நம்மகிட்ட சைக்கிள் இருக்குது வந்துட்டோம். அதுவும் இல்லாம நாம வேலை செய்ற இந்த இடம் ரொம்ப தூரம்"

"வாஸ்தவம்தான் பெருமாளு. பாவம் எல்லாரும் நம்மள போலவே ஏழை, பாழைங்க. மெதுவா வரட்டும். ஆமாம் இந்த ஏரியா ஆளுங்கெல்லாம் வீட்ல அவ்வளவா இல்லையே எங்க போயிட்டாங்க"

குனிந்து வேலை செய்து கொண்டிருந்த பெருமாள் கொஞ்சமாய் நிமிர்ந்து இடுப்பில் கை வைத்தபடி அங்கிருந்த வீடுகளையெல்லாம் பார்த்தான். அவை கடலில் தத்தளித்துக் கொண்டிருக்கும் கட்டு மரங்களைப் போல மழைத் தண்ணீரில் மூழ்கிக் கிடந்தன.

எந்த ரோடு எங்கே இருக்கிறது என்பதே தெரியவில்லை. எல்லா இடமும் தண்ணீர். வீடுகளின் வாசல்வரை சில இடமும், வீட்டுக்குள்ளேயே பல இடமும் வெள்ளக் காடு. மழை வாசனையோடு ஏதோ வேறு வகையான துர்நாற்றமும் அடிப்பது போல் தெரிந்தது.

“பெருமாளு நாத்தத்த பார்த்தியா”

“அத ஏன் கேட்கிற மேஸ்திரி. மழைத் தண்ணி வீட்டு உள்ளார பூந்துட்டதால லெட்ரின்லாம் மூழ்கிடுச்சு. ஈரத்தில ஊறிப் போயி செப்டிக் டேங்க் ஒடைச்சுகிட்டு வெளிக்கி எல்லாம் தண்ணியில மெதக்க ஆரம்பிச்சுட்டுது. ஒரே நாத்தம். எப்படி வீட்ல இருக்க முடியும். அதான் எல்லாரும் மந்திரிகள பார்க்கப் போயிருக்காங்க”

“எங்க அசெம்பிளிக்கா”

“அது தெரியாது. மந்திரிங்க எங்க இருக்காங்களோ அங்க போயி உடனே மழைத் தண்ணிய வெளியேத்த வழி செய்யணும்னு கேட்டதா செய்திய நேத்து டி. வி. யில பார்த்தேன்”

மேஸ்திரிக்கு பீடி இல்லாமல் போய் விட்டிருந்தது. பொக்கிலை வாங்கிக் கொண்டு வருகிறாளா என்று அவள் வரும் வழியைப் பார்த்தார்.

பொக்கிலை ரொம்ப தூரம் தள்ளி மழைநீர் தேங்காத இடத்தில் இருந்த டீக்கடைக்குப் போய் இவர்களை நோக்கித் திரும்பி வருவது தெரிந்தது. கையில் டீ சொம்போடு பாவாடையை இன்னொரு கையால் தூக்கிப் பிடித்துக் கொண்டு அவள் வருகிற அழகு தண்ணீரில் வண்ண மயமான ஒரு பூ மிதந்து வருவது போல் தோன்றியது. மேஸ்திரியின் கண்கள் சந்தோஷத்தில் மின்னின.

“மந்திரிங்கள பார்க்கப் போனாங்கன்னு சொன்ன பெருமாளு. எம்.எல்.ஏ.க்களும், அதிகாரிகளும் எங்க போயிட்டாங்க”

“அவங்க வீடுகளும் பெரும்பாலும் இங்கதான இருக்குது மேஸ்திரி. பீ நாத்தத்த பொறுக்க முடியாம தண்ணிய வெளியேத்தறதுக்குத்தான் அவங்களும் கூட போயிருக்காங்க”

“நாமதான் சேரியில அழுக்கிலயும், குப்பையிலயும் கெடக்கிறோம். மழை வந்தா நாறுது”

“மழை வராட்டினா மட்டும் மணக்குதா. அப்பவும்தான் நாறுது. நம்ம பொழப்பே நாத்தமெடுத்த பொழப்புதான மேஸ்திரி”

“நான் அத சொல்ல வரல பெருமாளு. எம்.எல்.ஏ., அதிகாரிங்க எல்லாம் செல்வாக்கு உள்ளவங்க. அவங்க இருக்கிற

இந்த இடம் டவுன் பிளானிங் அப்ரூவல் படிதான கட்டினது. அப்புறம் எப்படி மழைத் தண்ணி தேங்கிச்சு”

“ம்கூம் எங்க டவுன் பிளானிங் அப்ரூவல் வாங்கினாங்க. இந்தக் கழனிய பிளாட் போட்டதும் ஒருத்தருக்கும் தெரியாம ஒண்ணு கூடி ஆளுக்கு ஒரு பிளாட் என்னா ரெண்டு மூணு கூட வாங்கி அவங்க அவங்க இஷ்டத்துக்கு வீடு கட்டிகிட்டாங்க. இப்ப தண்ணி போக வழியில்லாம அடைச்சுகிட்டுது. விவசாய விளைநிலங்கள்னு தெரிஞ்சிருந்தும் அத பிளாட் போடறது தப்பு. அத அதிகாரத்தில இருக்கிறவங்களே இப்படி வாங்கிகிட்டது அத விடவும் தப்பு. எப்பவும் இவங்கள மாதிரி ஆளுங்கதான் தப்பு மேல தப்பு பண்ணுவாங்க. அவங்கள யாரு கேக்கிறது. பணமும், பதவியும் இருக்கிற திமிரு”

“சரியா சொன்ன பெருமாளு. இதையே நம்மள மாதிரி ஏழைங்க செய்ய முடியுமா. இல்ல செய்யத்தான் வுடுவாங்களா. அதுதான் கடவுளா பார்த்து இப்படிப் பண்ணிப்புட்டாரு”

“நீங்க சொல்றது புரியல மேஸ்திரி”

“இன்னா பெருமாளு இது கூடவா புரியல. சாகற வரைக்கும் வாழ்க்க முச்சூடும் நாம சேத்துலயும், சாக்கடையிலும் நாத்தத்திலதான் வாழறோம். நம்ம ஊரு பக்கம் வந்தா எல்லாப் பயல்களும் மூக்க புடிச்சுகிட்டுதான வர்றானுங்க. போறானுங்க. இப்பப் பாரு இந்த மழையால இவனுங்க வீடே நாறிப் போயிடுச்சு. அத சொல்ல வந்தேன்”

“அதுக்குக் காரணம் மழைத் தண்ணி வெளிய போக வழி இல்லாததுதான். எல்லாரும் வீடு மேல வீடு கட்டிகிட்டாங்க. அது போதாதுன்னு பொறம்போக்கு இடத்திலயும், சாக்கடை வாய்க்கா போற இடத்திலயும் ஆக்கிரமிச்சுகிட்டா தண்ணி எப்படிப் போகும். அடைச்சுகிட்டுது”

“அப்பல்லாம் நம்ம ஊர்ல மழை பேய்ஞ்சுதுன்னா தண்ணி அப்படியே கோத்துகிட்டு அங்கயே நிக்கும். மழை விட்டு செத்த நேரத்துக்கெல்லாம் ஒரு சொட்டு தண்ணி கூட இல்லாம எல்லாம் வடிஞ்சுடும். பிரெஞ்சுக்காரங்க அப்படி வாய்க்கால்கள கட்டி, சாக்கடைங்கள உருவாக்கி மழை பேய்ஞ்ச தண்ணியெல்லாம் உடனே கடல்ல போயி கலக்கற மாதிரி ஊர நிர்மாணிச்சு வச்சாங்க. இப்ப இருக்கிறவங்க நாம ஓட்டு

போட்டுத் தேர்ந்தெடுத்தவங்க இல்லையா. அதுவும் ரொம்ப நல்லவங்க பாரு. ஜனங்க எக்கேடு கெட்டா நமக்கென்னன்னு அவங்க சௌகரியத்த மட்டும் பார்த்துக்கிறாங்க"

"அதனால இன்னா விபரீதம் ஆகும்னு இப்ப தெரிஞ்சு கிட்டிருப்பாங்க இல்ல. தலைவலியும், வயித்து வலியும் தனக்கு வந்தாத்தான தெரியும்"

"அட நீ ஒண்ணு பெருமாளு. இவனுங்களாவது திருந்தறதாவது. இன்னும் கொஞ்ச நேரத்தில தாசில்தாரோ, கலெக்டரோ வந்துடுவாரு. பொதுப்பணித்துறைய சேர்ந்த ஆளுங்க இல்லாட்டி ரோட்டு வசதி வாரியத்த சேர்ந்தவங்க யாராச்சும் கூட வருவாங்க. மோட்டர் போட்டு பைப் வச்சு தண்ணிய எல்லாம் வெளியேத்திடுவாங்க. சம்பந்தப்பட்ட மந்திரி வந்து பார்ப்பாரு. நிலமை சரியாப் போயிடும். உடனே டி. வி. யிலயும், பேப்பர்லயும் செய்தி வரும்"

"இதுவே நமக்குன்னா எவனும் திரும்பிக் கூட பார்க்க மாட்டான். எருமாட்டு மேல மழை பேய்ஞ்ச மாதிரி எல்லாம் முடிஞ்சதுக்கப்புறமா ஆடி அசைஞ்சு வருவானுங்க. அப்பதான எலெக்ஷன் வந்தா நம்மகிட்ட ஓட்டு கேட்க முடியும்"

பெருமாள், மேஸ்திரியிடம் எல்லா செங்கல்லையும், சிமெண்ட் கலவையையும் எடுத்துக் கொடுத்திருந்தான். கொஞ்சம் கலவை தரையோடு தரையாக சிதறிக் கிடந்தது. பெருமாள் கொலுரால் மீதமாய்க் கிடந்த அதைச் சுரண்டி பாண்டில் வைத்த போது மேஸ்திரி சொன்னார்.

"இந்த மழை இத்தோட விட்டா போதும்பா"

'வேணாம் மேஸ்திரி. இன்னும் நெறைய பெய்யணும். இந்த மாதிரி முறை தவறி நடக்கிற அரசியல்வாதிங்க, நேர்மையற்ற அதிகாரிங்க, அதிகாரத்த தங்களுக்கு சாதகமா துஷ்பிரயோகம் பண்ணிக்கிற ஆட்சியாளருங்க, அக்ரமம் புடிச்ச பணக்காரங்க இவங்கள்லாம் இருக்கிற ஊருங்க தண்ணியில மூழ்கணும். செப்டிக் டேங்க் ஒடைஞ்சு போய் அவங்க பீ நாத்தத்தில தவிக்கணும். குடுமபம் நடத்த முடியாம அல்லாடணும். என்னடா இவன் ஈவிரக்கம் இல்லாம இப்படிச் சொல்றானேண்ணு நெனைக்காத மேஸ்திரி. அப்பதான் இந்த கம்மனேட்டிப் பசங்களுக்கெல்லாம் நம்மள மாதிரி ஏழைங்க மழைக்காலம் வந்தா எப்படியெல்லாம்

கஷ்டப் படறோம்னு தெரியும். அதுக்காகவாவது இந்த மழை நிக்கக் கூடாது'

மேஸ்திரியிடம் இதனை சொல்ல நினைத்த பெருமாள் கோபமாக மனதுக்குள் கறுவிக் கொண்டிருந்த போதே பொக்கிலை அங்கு வந்து நின்றாள். அவள் கையில் சொம்பு நிறைய சுடச்சுட டீ. கணேஷ் பீடிக் கட்டு.

மேஸ்திரி பீடியை அவசர அவசரமாக வாங்கிப் பற்றவைத்து ஒரு இழுப்பு இழுத்தார். பொக்கிலை டீயை டம்ளரில் ஊற்றிப் பெருமாளிடம் கொடுத்தபடியே ரகசியமாய் அவனுக்கு மட்டுமே தெரியும் விதமாகச் சிரித்துக் கொண்டே மெல்ல அவன் கைகளைப் பற்றினாள். வெளியே மழை 'சட சட' என்று பெய்யத் தொடங்கியது.

- புதிய கோடாங்கி, ஏப்ரல் 2014.

*

அலிபாபாவும் 30 திருடர்களும்

ஊர் முழுக்க கெடி கெடியாக இருந்தது. எல்லோரும் கூடி கூடி பேசிக்கொண்டார்கள். அமைதிக்குப் பேர் போன நம்ம புதுச்சேரியிலா இப்படி நடக்க வேண்டும். எவர் பொருளுக்கும் ஆசைப்படாத, எவர் வாழ்வுக்கும் தீங்கு நினைக்காத மக்கள் இருக்கிற இடமல்லவா இது. இங்கு எப்படி இத்தகைய கேடுகள் நடக்கமுடியும். காலம் ரொம்ப கெட்டுப் போய் விட்டது. அதற்காக மனிதர்கள் கூடவா மாறிப் போக வேண்டும். ஜீவாவுக்கு மனம் வலித்தது. எப்படி இருந்த ஊர். இப்பொழுது இப்படி ஆகிப் போனதற்கு யார் காரணம். எது இந்த நிலைமைக்கு பின்னணியாக இருக்கிறது. ஜீவா நினைத்து நினைத்து பார்த்தும் அவனுக்கு எந்த ஒரு பதிலும் கிடைக்கவில்லை. ஆனால் எல்லாம் திருட்டுத் தனங்களுக்குள் ஒளிந்து கிடக்கின்றன என்பது மட்டும் நன்றாகத் தெரிந்தது.

ஜீவா எதிரே நின்று கொண்டிருந்த ரம்போ தேவநாதனை பார்த்தான். வயதான தோற்றம். கசங்கிய சட்டை. தொள தொள பேண்ட். கையில் சாதாரண வாட்சை கட்டிக் கொண்டு 'என்ன ஆகுமோ' என்று பரிதவிப்போடு இருந்த அவர் முகத்தில் பயம் அப்பட்டமாகத் தெரிந்தது. ஒரு மஞ்சள் பை நிறைய டாக்குமெண்ட்களை வைத்து கெட்டியாகப் பிடித்திருந்தார். ஜீவாவை நம்பி வந்திருக்கிறோம் என்பது அவர் பார்வையில் வெளிப்பட்டது. எப்படியும் அவன் அவருக்கு நியாயம் வாங்கித் தருவான் என்று ரம்போ தேவநாதன் உறுதியாக இருப்பதாக ஜீவாவுக்கு தோன்றவே மிகுந்த அனுதாபத்தோடு அவரைப் பார்த்தான். இப்போது ரம்போ தேவநாதன் முன்னைக் காட்டிலும் அதிக பரிதாபமாக காணப்பட்டார்.

தேவநாதனுக்கு உண்மைப் பெயரே அதுதான். ரம்போ என்பது குடும்பப் பெயர். இந்தப் பெயரில் அவர் ஃபமிலியை சேர்ந்தவர்கள் நிறைய பேர் ஊரில் இருக்கிறார்கள். என்ன புண்ணியம். எல்லாம் சொல்தா பணத்தோடும், சகல சௌகரியங்களோடும் தாம் உண்டு தம் வேலையுண்டு என்று வாழ்கிறவர்கள். ரம்போ தேவநாதன் உறவுக்காரர் என்று தெரிந்தும் அவருக்கு உதவி செய்ய ஒருவரும் முன் வரவில்லை. குடும்பத்தினரே இப்படி என்றால் பிறகு மற்றவர் எப்படி இருப்பார்கள். ரம்போ தேவநாதன் அலைந்து அலைந்து அவமானப்பட்டு எவரும் அவரை கண்டு கொள்ளாததால் கடைசியில் ஜீவாவிடம் வந்திருக்கிறார்.

ஜீவா துணிச்சலானவன். அந்தத் துணிச்சலை அநியாயத்துக்கும், அக்கிரமத்துக்கும் பயன்படுத்தாதவன். முடிந்த எல்லா நன்மைகளையும் பிறருக்குச் செய்ய வேண்டும் என்று நினைக்கிறவன். இது அவனுடைய பிறவிக் குணம். ரத்தத்தில் ஊறிப் போனது. காரணம் குடும்பத்தின் பாரம்பரியம். ஜீவாவின் பெரியப்பா முருகசாமி கிளமான்சோ. அவர் அந்தக் காலத்து கம்யூனிஸ்ட் ஆக பேரோடும், புகழோடும் இருந்தவர். அவர் பெயரைச் சொன்னால் தெரியாதவர் ஒருவரும் இல்லை என்று சொல்லும் அளவுக்கு அவருடைய வாழ்க்கை அமைந்திருந்தது.

புதுச்சேரியின் விடுதலைக்குப் பாடுபட்ட நிஜமான சுதந்திரப் போராட்ட வீரர். மக்கள் தலைவர் வ. சுப்பையாவுக்கு நெருங்கிய தோழர். அவருக்கு எண்ணற்ற நன்மைகள் செய்து தோளோடு தோள் நின்று அவர் சார்ந்த கட்சியை பல்வேறு நெருக்கடிகளுக்கும், சோதனைகளுக்கும் மத்தியில் வளர்த்தவர். எந்த எதிர்ப்பார்ப்பும் இல்லாமல் மக்களுக்காக உழைத்தவர். அப்படிப்பட்ட முருகசாமி கிளமான்சோவுக்கு ஒரு தம்பி. பெயர் தங்கவேல் கிளமான்சோ. அவரும் அண்ணனைப் போலவே போராளி. சமூக மேம்பாட்டுக்காகத் தன்னை அர்ப்பணித்துக் கொண்டு அதே கட்சியையும், அதன் வளர்ச்சியையுமே தனது லட்சியமாக்கிக் கொண்டவர்.

அந்த தங்கவேல் கிளமான்சோவின் மகன்தான் ஜீவா. இது இப்போது பல பேருக்குத் தெரியாது. எந்த கட்சிக்காக, இயக்கத்துக்காக முருகசாமி கிளமான்சோவும், தங்கவேல் கிளமான்சோவும் தம் வாழ்நாள் முழுதும் பாடுபட்டார்களோ அவர்களுக்குக் கூட இது தெரியாது. காசு, பணம் சேர்க்கிற கட்சி

அரசியலில் ஜீவாவின் பெரியப்பாவும், அப்பாவும் காணாமல் போய் விட்டார்கள். குறைந்த பட்சம் இந்த விவரத்தைக் கூட அந்தக் கட்சி அடுத்த தலைமுறையிடத்தில் கொண்டு போய்ச் சேர்த்ததா என்றால் அதுவும் இல்லை. அதற்குக் காரணமாக இருந்த அஸ்திவாரங்கள் அடியோடு மறைக்கப்பட்டு விட்டன. இப்படித்தான் புதுச்சேரியின் கருவடிக்குப்பம் பகுதியில் தமிழ்ஒளி என்று ஒரு கவிஞன் இருந்தான். பாரதிக்கு பின் வந்தவன் பாரதிதாசன் காலத்தில் வாழந்தவன். சில வேளைகளில் அவர்கள் இருவரையும் கூட மிஞ்சியவன். ஒரு மகா கவிக்குரிய அத்தனை அம்சங்களும் அவனிடத்தில் இருந்தன. அந்தத் தமிழ்ஒளி செய்த தவறு தோழர்கள் முருகசாமி கிளமான்சோவும், தங்கவேல் கிளமான்சோவும் இருந்த இயக்கத்தில் இருந்ததுதான். 'முதலாளித்துவ மாயையால் நிழலடிக்கப்பட்டவர் கவிஞர் தமிழ்ஒளி' என்று இப்போது சொல்கிறார்கள். அது அத்தனையும் அப்பட்டமான பொய். தொழிலாளர் வர்க்கத்தினர் என்று சொல்லிக் கொள்கிற முதலாளித்துவம் செய்த மோசடி அது. ஆனானப்பட்ட தமிழ்ஒளிக்கே இந்த கதி ஏற்பட்டுவிட்டது என்று சொன்னால் முருகசாமி கிளமான்சோவும், தங்கவேல் கிளமான்சோவும் என்ன செய்வார்கள். அவர்கள் இருவரும் இப்போது ஜீவாவின் வீட்டில் மட்டும் படங்களாக வாழ்ந்து கொண்டிருக்கிறார்கள்.

ஜீவா இத்தகைய நிலைமைக்காக ஒரு நாளும் வருத்தப்பட்டுக் கொண்டது கிடையாது. சென்றதைக் குறித்துப் பேசுவதாலோ, வருத்தப்படுவதாலோ இனி ஆகப் போவது ஒன்றும் இல்லை என்பது அவனுக்குத் தெரிந்திருந்தது. ஜீவாவின் இப்போதைய எண்ணம் எல்லாம் தம்மிடம் உதவி என்று கேட்டு வந்திருக்கிற ரம்போ தேவநாதனுக்கு எப்படியாவது உரிய நிவாரணத்தை வாங்கித் தந்துவிட வேண்டும் என்பதுதான்.

ரம்போ தேவநாதன், ஜீவா என்ன சொல்லப் போகிறான் என்று பார்த்துக் கொண்டிருந்தார்.

"மிஸே உங்கள போல நெறைய பேர் இப்படி பாதிப்புக்கு உள்ளாகி இருக்காங்க. ஆனா முதல் முதலா மரி லூயிஸ் என்கிறவர்தான் இதுக்கு பலியானவர்"

எடுத்த எடுப்பிலேயே ஜீவா இப்படி சொன்னதும் ரம்போ தேவநாதனுக்கு ஒன்றும் புரியவில்லை. அவர் வெளுத்துப்

போன தன் கண்களால் ஓர் ஆட்டுக் குட்டி மிரண்டு மிரண்டு பார்ப்பது போல ஜீவாவைப் பார்த்தார். ஜீவா தன் பேச்சைத் தொடர்ந்தான்.

"அந்த மரி லூயிஸ் வீடு சாதாரணமானது இல்ல. ஒயிட் டவுன்னு சொல்ற பகுதியில கடற்கரைக்குக் கிட்ட ரூய் கப்பித்தான் வீதியில இருந்தது. மரி லூயிஸ் குடும்பத்தோட பிரான்ஸ்ல தங்கிட்ட சமயம் பார்த்து அவர் வீட்டுக்குள்ள எப்படியோ புகுந்து ஆக்கிரமிச்சுட்டாங்க. அதுதான் புதுச்சேரியில நடந்த முதல் வீடு அபகரிப்பு"

ரம்போ தேவநாதன் கேட்டார்.

"அப்ப எந்த நடவடிக்கையும் எடுக்கலையா"

"சும்மா பேருக்கு அத பத்தி பேசிட்டு அப்படியே எல்லாரும் கண்டுக்காம விட்டுட்டாங்க"

"அந்த வீட்டோட கதி"

"அதோ கதிதான்"

"அப்புறம்"

"பாவம் மரி லூயிஸ். எங்கெங்கோ அலைஞ்சார். யார் யாரையோ பார்த்தார். ஆனாலும் அவருக்கு வீடு கிடைக்கல"

"ஏன்"

"ரொம்ப நாளா யாரும் இல்லாம சும்மா கிடந்த அவர் வீட்ட ஒரு குரூப் தீவிரமா கண்காணிச்சுகிட்டு வந்தது. வீட்டு ஓனரான மரி லூயிஸ் இங்க வர்றதுக்கு நாளாகும்னு தெரிஞ்சதும் அவங்க பேருக்கு எழுதி மாத்திகிட்டாங்க"

"எப்படி ஒருத்தர் வீட்ட அவர் அனுமதி இல்லாம கையெழுத்து போடாம இத செய்ய முடியும்"

ரம்போ தேவநாதன் அப்பாவியாகக் கேட்டதும் ஜீவா சிரித்தான்.

"இப்ப உங்க வீட்ட இழந்திருக்கிறீங்களே அப்படித்தான்"

ரம்போ தேவநாதனுக்கு அதிர்ச்சியாக இருந்தது. பிரான்ஸில் இருந்து வந்த நம்முடைய புதுச்சேரி வீட்டை

மட்டும்தான் ஏமாற்றி எடுத்துக் கொண்டு விட்டார்கள் என்று நினைத்திருந்தார். ஆனால் அவருக்கும் முன்பே இதுமாதிரி நடந்திருக்கிறது என்று ஜீவா சொன்னதும் வெறுத்துப் போய் விட்டது. கேட்டார்.

"இதெல்லாம் எப்படி நடக்குது"

"திருட்டுப் பசங்க உங்களுக்கும், எனக்கும் ஊர்ல இருக்கிறவங்களுக்கெல்லாம் சொல்லிட்டா இப்படி செய்றானுங்க. எல்லாம் காதும் காதும் வச்ச மாதிரிதான் நடக்குது"

ஜீவாவின் இந்த வார்த்தைகளை கேட்டதும் ரம்போ தேவநாதன் தன் காதுகளை தடவிப் பார்த்துக் கொண்டார். ஒரு காதில் அவர் போட்டிருந்த தங்கக் கடுக்கன் அவரைப் பார்த்து சிரிப்பது போன்று இருந்தது. ஜீவா சொன்னான்.

"மிஸே வீட்ட பறிகொடுத்த அந்த மரி லூயிஸ் மன உளைச்சலுக்கு ஆளாகி இனி புதுச்சேரிக்கே வர்றதில்லன்னு முடிவெடுத்து பிரான்ஸுக்கு போனவர் போனவர்தான். திரும்பி வரவே இல்ல"

"அடக் கொடுமையே. இத இங்கிருக்கிறவங்க யாருமே கேட்கலையா"

"எப்படி கேட்பாங்க. பூட்டின வீட்ட உடைச்சவங்கள்லாம் அரசாங்கத்தில செல்வாக்கு உள்ளவங்களாச்சே. அவங்க பதவிய பயன்படுத்தி, அதிகாரத்த வச்சு, நெடுக்க இந்த மாதிரி அட்டூழியம் பண்ணத எல்லோரும் பார்த்துகிட்டுதான் இருந்தாங்க"

"அப்ப அரசாங்கம் எதுக்கு"

"அப்படி கேளுங்க. அங்க இருக்கிறவங்களோட வாரிசுங்கதானே இந்த அநியாயத்த, அக்கிரமத்த முதல் முதலா நம்ம ஊர்ல அரங்கேற்றி வச்சவங்க. ரிஜிஸ்ட்ரார கையில போட்டுகிட்டு உடையவங்க இல்லாத வீடுகளா பார்த்து எல்லாத்தையும் பொய்ப் பத்திரம் பண்ணி அவங்களுக்கு சொந்தமா ஆக்கிகிட்டாங்க"

"இத பார்த்துகிட்டு போலீஸ் சும்மாவா இருந்தது"

"அவசரப்படாதிங்க மிஸே. உங்க விஷயமா நீங்களும், நானும் அங்கதான போகப் போறோம். அப்ப தெரிஞ்சுக்குவிங்க"

ஜீவா முற்றுப் புள்ளி வைக்கிறது போல தன் பேச்சை முடித்தான். ரம்போ தேவநாதன் பிரான்ஸுக்கு போய்விட்டு லீவில் வந்தவர். வந்து பார்த்த இடத்தில் அவர் வீடு திறந்திருந்தது. உள்ளே போய் விசாரித்தால் அங்கிருந்தவர்கள் வீட்டை வாங்கி விட்டதாக சொன்னார்கள். எல்லோரும் ரவுடிகள். அவர்களிடமிருந்து தடிப்பான வார்த்தைகளைக் கேட்ட ரம்போ தேவநாதன் பயந்து போனார். எதுவும் அவரால் செய்ய முடியவில்லை. யாரைப் போய்ப் பார்ப்பது எவரிடத்தில் முறையிடுவது என்று கூட தெரியவில்லை. அப்போதுதான் ஜீவாவின் நினைவு அவருக்கு வந்தது. ஜீவா அவரின் தூரத்து உறவு முறை. ஏதோ ஒரு வகையில் சொந்தக்காரன். அதை வைத்துத்தான் அவனிடத்தில் வந்திருக்கிறார்.

புதுச்சேரியில் பெரும்பாலும் வீடுகள் கேட்பாரற்றுதான் கிடக்கின்றன. காலியான மனைகளும் கூட அப்படித்தான். யாரும் எதுவும் செய்துவிட மாட்டார்கள் என்கிற நம்பிக்கைதான் அதற்குக் காரணம். அடுத்தவர் வீட்டை அவருக்குத் தெரியாமல் அபகரிப்பது தலைமுறை பாவத்துக்கு வழி வகுக்கும் என்பது இங்கிருக்கிறவர்கள் எண்ணமாக நீண்ட காலம் இருந்து வந்தது. அதை நம்பி அவரவர் போக்கில் அவரவர் இருக்க பிரெஞ்சு நேஷனாலிட்டி உள்ளவர்களும், பிரான்ஸ் நாட்டில் வேலை பார்க்கிறவர்களும், சொல்தாக்கள் என்று சொல்லக் கூடியவர்களும் இங்கிருப்பவர்களுக்கு ஒரு படி மேலே போய் தங்கள் வீடுகள் புதுச்சேரியில் இருக்கின்றன என்பதையே மறந்து போனவர்களைப் போல மாறிப் போனார்கள்.

வருஷக் கணக்கில் பிரான்ஸிலேயே அவர்கள் தங்கி விட இங்கே அவர்களது வீடுகளும் யாருமற்ற அனாதைகளைப் போலத்தான் இருக்கும். பார்த்தார்கள். சமூக விரோதிகள். ரவுடிகள். அரசியல் புள்ளிகள். எல்லோரும் கூட்டணி சேர்ந்து கொண்டு யாரும் இல்லாத பிரெஞ்சுக்காரர்களின் வீடுகளை குறிவைத்து மடக்கிப் போட பிரச்சனை பெரிதாக எழத் தொடங்கியது.

வீடுகளைப் பறி கொடுத்தவர்களுக்கு திரும்ப அவை கிடைக்காததாலும், ரவுடிகள் கொலை மிரட்டல் விடுவதாலும் பயந்து போனவர்கள் பிரான்ஸ் நாட்டுக்கு பிராது செய்து விட்டார்கள். தம் மக்களுக்கு ஒன்று என்றால் பிரான்ஸ்

நாடு பார்த்துக் கொண்டு சும்மா இருக்காது. அது உடனே இந்திய அரசாங்கத்திடம் முறையிட கடுமையான நடவடிக்கை தொடங்கியது. அங்கொன்றும் இங்கொன்றுமாக விசாரணைகள் என்ற பேரில் போலி பத்திரம் தயாரித்ததாக சொல்லி பதிவாளர்கள், ஊழியர்கள் மீது நடவடிக்கை என்று பலரும் பேசிக் கொண்டார்கள். வீடு அபகரிப்பு விஷயம் கொஞ்சம் அடங்கியது போல தெரிந்தது. இனி இது போன்று நடக்காது என்று எல்லோரும் நினைத்திருந்த போதுதான் ரம்போ தேவநாதன் தன் வீட்டை காவு கொடுத்துவிட்டு திரும்பவும் அது கிடைக்காத ஏமாற்றத்தில் ஜீவாவிடம் வந்திருக்கிறார்.

ரம்போ தேவநாதனிடத்தில் இருந்து வருத்தம் நிறைந்த வார்த்தைகள் வந்தன. அவர் மிகவும் சோர்ந்து போயிருந்தார்.

“ஜீவா உனக்கெதுக்கு சிரமம்னு நேத்து நான் மட்டும் தனியா போலீஸ் ஸ்டேஷனுக்கு போயிருந்தேம்பா”

ஜீவா பதறிப் போய் அவரிடத்தில் கேட்டான்

“தனியாவா போனீங்க”

“ஆமாம் தம்பி”

“எந்த ஸ்டேஷனுக்கு”

ரம்போ தேவநாதனுக்கு அவர் போன போலீஸ் ஸ்டேஷன் இருக்கும் இடம் உடனே ஞாபகத்துக்கு வரவில்லை. அவர் இந்த ஊரிலிலேயே பிறந்து வளர்ந்திருந்தும் பல வருஷங்களாக பிரான்ஸிலயே இருந்து விட்டதால் எல்லாம் மறந்து போய் விட்டிருந்தது, ஏதோ கொஞ்சம் கொஞ்சம் நினைவில் இருந்தது.

அந்தக் காலத்து சினிமா தியேட்டர். தகரத்தால் ஆன மேற்கூரை அங்கங்கே துருப்பிடித்துப் போய் பாழடைந்து கிடந்தது. எதிரில் பெரிய மைதானம். அதனைச் சுற்றிலும் வரிசையாய் ஒதிய மரங்கள். அங்கொன்றும் இங்கொன்றுமாக கொடுக்காப் புளி மரங்கள். அவற்றுக்கும் நடுவில் போலீஸ் ஸ்டேஷன். அங்கே போனவரிடம் அவர் சொல்தா என்று தெரிந்து கொண்டு அவருக்கு உதவி செய்வதாக நடித்து நிறைய பணத்தைப் பிடுங்கிக் கொண்டு ‘உங்க வீடு இருக்கிற இடம் எங்க ஸ்டேஷன் லிமிட்ல வராது. அதனால அந்த ஸ்டேஷனுக்கு போய் கம்ப்ளெய்ண்ட கொடுங்க. நாங்களும் சொல்றோம். உங்க

வீடு கெடைச்சிடும்'னு பசப்பு வார்த்தைகள் பேசி அனுப்பி வைத்திருக்கிறார்கள். அப்புறம் ரம்போ தேவநாதன் நிறைய கடைகள் இருக்கும் பக்கமாக போயிருக்கிறார். ஏதோ நினைவு வந்திருக்கிறது. அங்கிருந்த போலீஸ் ஸ்டேஷனுக்கு சென்று பிராது கொடுத்தால் யாரும் அவரை சட்டை செய்யவில்லை. அவரும் எவ்வளவோ சொல்லிப் பார்த்திருக்கிறார். அழாத குறையாக அவர் கெஞ்சிய போது 'சொல்தா தானய்யா நீ, எக்கச் சக்கமா பணம் வச்சுருக்கிற. பனாதி பய போல வந்து வீட்ட திருடிகிட்டாங்கன்னு ரிப்போர்ட் பண்றியே. ஒரு வீடு போனா உன் குடியா முழுகிப் போயிடும்'னு கிண்டலாக பேசி சிரித்துவிட்டு வேண்டா வெறுப்பாக அவரிடம் எழுதி வாங்கிக் கொண்டு 'ஆகட்டும் பார்க்கலாம்' என்று சொல்லி வெளியே அனுப்பி விட்டார்கள்.

ரம்போ தேவநாதன் முகம் பேயறைந்தது போல் இருந்தது. லட்சக் கணக்கான ரூபாய் மதிப்புடைய வீடு. அது அவருக்கு சொந்தமானது. பறிகொடுத்திருக்கிறார். அவரிடமிருந்து வஞ்சகமாகத் திருடியிருக்கிறார்கள்.

பிரான்ஸில் மழையிலும், பனியிலும், குளிரிலும் கஷ்டப்பட்டு சம்பாதித்த பணத்தில் வாங்கியது. அதை மீட்டுக் கொடுங்கள் என்று முறையிட வந்தால் அவமானம். அலைக்கழிப்பு. எப்படி உருப்படும் இந்த ஊர். ரம்போ தேவநாதனுக்கு சொல்ல முடியாத கோபம். பேசாமல் பிரான்ஸூக்கே திரும்பிப் போய்விடலாமா என்று கூட அவருக்குத் தோன்றியது. வெறுப்பின் உச்சியில் இருந்தார். கோழியும் திருடு போய் குரலும் பறி போன கதையாக இருந்தது அவர் நிலைமை.

ஜீவா, ரம்போ தேவநாதனுக்காக மிகவும் பரிதாபப்பட்டான்.

"என்ன மிஸே நீங்க. தனியா எதுக்கு போலீஸ் ஸ்டேஷனுக்கு போனீங்க. என்னை அழைச்சுகிட்டு போயிருக்கலாமில்ல"

"இல்ல ஜீவா. எனக்கு உதவி செய்றதுக்காக முன் வந்திருக்கிற நீயே எல்லாத்தையும் எடுத்து செய்யணும்னு எதிர்பார்க்கிறது தப்பு. நான் பிரெஞ்சு நேஷனாலிட்டிக்காரனா இருக்கலாம். ஆனா எனக்கு இந்த ஊர்தான் சொந்த ஊர். என்னாலயும் என்னை மாதிரியான சொல்தாக்களாலயும் நம்ம ஊருக்கு நல்ல சகாயம் கிடைக்குது. கோடிக்கணக்கான ரூபா வருஷா

வருஷம் அந்நிய செலாவணியா வருது. அப்படி இருக்க எனக்கு நியாயம் வேணும்னு கேட்க இந்த ரம்போ தேவநாதனுக்கு உரிமை இல்லையா"

அவர் கேட்டது ஜீவாவின் சட்டையைப் பிடித்து உலுக்கியது போல் இருந்தது. தர்க்க ரீதியாக எவ்வளவு அருமையாகப் பேசுகிறார். ரம்போ தேவநாதன் கேட்பது நூற்றுக்கு நூறு நியாயம்தான். ஆனால் அதற்கான தீர்வை அநியாயக்காரர்களிடம் இருந்து எப்படி எதிர்பார்க்க முடியும்.

"மிஸே நீங்களாவது பரவாயில்ல. உங்களுடையது வீடுதான். முதலியார்பேட்டையில ஒரு மைதானத்தையே சுருட்ட பார்க்கிறானுங்க"

ரம்போ தேவநாதனுக்கு தூக்கிவாரிப் போட்டது.

"என்னது மைதானமா"

"ஆமாம் மிஸே. முதலியார்பேட்டை மேரிக்கு எதிர வானொலி பூங்கா இருக்குது இல்ல. அத 1950ஆம் வருஷம் செல்வந்தர் ராகவ செட்டியார் என்பவர் முதலியார்பேட்டை கொம்யூனுக்கு தானமா கொடுத்தார். அன்னையில இருந்து அந்த இடம் 'ராகவ செட்டியார் வானொலி பூங்கா'ன்னுதான் அழைக்கப்படுது. சாயந்திரமானா புது ஆலைத் தொழிலாளிங்களும், பொது ஜனங்களும் உட்கார்ந்து பேசுறதுக்கும், வானொலியில செய்திகளும், பாட்டும் கேட்கிறதுக்கும் அந்தப் பூங்கா இருந்தது. அங்க வ. சுப்பையா, பெரியார், எம்.ஜி.ஆர். னு பெரிய பெரிய அரசியல் தலைவர்கள் எல்லாம் கூட்டத்தில பேசியிருக்காங்க. அரசாங்கத்துக்கு சொந்தமான அத்தனை சிறப்புடைய அந்த வானொலி திடல இப்ப பிளாட் போட்டு விற்கிறதுக்கு சூழ்ச்சிகள் நடக்குது"

"உண்மையாவா சொல்ற தம்பி"

"ஆமாம் மிஸே. நான் எதுக்கு பொய் சொல்றேன். அந்தத் திடல்ல விளையாடறதுக்கு வர்ற சின்னப் பசங்களுக்குன்னு இருந்த ஊஞ்சலையும், சறுக்கு மரத்தையும் திருடிகிட்டவனுங்க கொஞ்சம் கொஞ்சமா திடலையே ஆக்கிரமிச்சு இப்ப முழுசா விற்கப் போறானுங்க"

ரம்போ தேவநாதனுக்கு அதிர்ச்சியில் மாரடைத்துக் கொண்டது போல் ஆனது. பயங்கரமான பெரிய கொள்ளைக்கூட்டத்தில் நிராயுதபாணியாக வந்து மாட்டிக் கொண்டோமோ என்று நினைக்கத் தொடங்கினார்.

'ஒரு திடலையே திருடுகிறவர்கள் கொஞ்ச காலம் போனால் இந்த ஊரையே அல்லவா திருடி விடுவார்கள்' என்று அவருக்குப் பயமாக இருந்தது. அந்த மிரட்சியோடு ஜீவாவை பார்த்தார். அவன் இன்னொரு தகவலையும் சொன்னான்.

"கருவடிக்குப்பத்தில சித்தானந்தா சாமி கோயில ஒட்டி குயில் தோப்பு இருந்தது. மாமரங்களும், புதர்களும், தென்னை மரங்களும் சூழ்ந்த ரம்யமான பகுதி. இயற்கை எழில் மிகுந்த இடம். பாரதியார் நம்ம ஊர்ல இருந்தப்போ அங்கதான் அடிக்கடி போவார். அவர் 'குயில் பாட்டு' எழுதுறதுக்கு அந்த குயில் தோப்புதான் காரணம். அத பிளாட் போட்டு விற்கப் போறதா கேள்விப்பட்டதும் அப்ப காங்கிரஸ் கட்சியைச் சேர்ந்த மூத்த தலைவர் குமரி அனந்தன் தமிழ்நாட்டில இருந்து நடைப் பயணமா புதுச்சேரி வந்து அந்த இடத்த மீட்டு பழையபடி குயில் தோப்பா ஆக்கறதுக்கு ரொம்பவும் போராடினார். அவரால அது முடியல. மேற்கே சிறு தொலைவில் மேவுமொரு மாஞ்சோலையான குயில் தோப்பு பிளாட் போட்டு குடியிருப்பா மாறிப் போயிட்டுது. அங்க நடு ரோட்டில ஒரு நடிகனுக்கு சிலை வச்சு பெருமைப்படுத்தின அரசாங்கத்துக்கு தமிழ்ல அமர காவியங்கள் படைச்ச பாரதி என்கிற மகா கவிஞன் பெருசா தெரியல. அதனால அவன் பாடின குயில் தோப்பு தேவையில்லாம போயிட்டுது"

ஜீவா இதை நெகிழ்ச்சியோடு குறிப்பிட்டுவிட்டு கொஞ்ச நேரம் எதையோ யோசிக்கிறவனைப் போல இருந்தான். இத்தனை விஷயங்களையும் சொல்லி ரம்போ தேவநாதனை பயம்கொள்ள வைத்திருப்போமோ என்று அவனுக்குத் தோன்றியது.

மறு நொடியே பேசினான்.

"இதெல்லாம் தெரிஞ்சிக்கணும் என்கிறதுக்காகத்தான் சொன்னேன். அதுக்காக நீங்க கவலைப் படாதீங்க மிஸே. உங்க வீட்ட மீட்கிறதுக்கு என்ன செய்யணுமோ அத நாம செய்யலாம்"

ஜீவா தீர்மானமாக சொல்லிவிட்டு அதற்கான திட்டத்தையும் ரம்போ தேவநாதனிடத்தில் வெளிப்படுத்தினான். அதுதான் கடைசி முயற்சி என்பது அவர்கள் இருவருக்கும் தெரிந்திருந்தது. அதை நடைமுறைப்படுத்துவது என்று முடிவெடுத்து ஆளுக்கொரு பக்கமாக பிரிந்து போனார்கள்.

கவர்னர் மாளிகை. எதிரே ஆயி மண்டபம் அமைந்த பாரதி பூங்கா. ரம்போ தேவநாதன் நீண்ட நேரமாக ஜீவாவுக்காக காத்திருந்தார். அவன் அப்போதுதான் சைக்கிளில் வந்து இறங்கினான். இருவரும் பக்கத்து பக்கத்தில் உட்கார்ந்தார்கள். பூங்காவில் இருந்த மஞ்சள் கொன்றை மலர்களும், காகிதப் பூக்களும் காற்றில் தலையசைத்து சிரித்த வண்ணம் இருந்தன. ஜீவாவிடம் புதிய நம்பிக்கை தெரிந்தது.

"மிஸே நீங்க வச்சுருக்கிற வீட்டு டாக்குமெண்ட்ஸோட ஜெராக்ஸ் காப்பிகள எல்லாம் என் கிட்ட கொடுங்க. நான் எழுதி எடுத்துகிட்டு வந்திருக்கிற மனுவோட சேர்த்து அசெம்பிளிக்கு போய் அமைச்சர் கிட்ட கொடுத்து நீங்க மோசம் போனத எடுத்து சொல்வோம். உங்க வீடு மறுபடியும் கிடைக்கிற வரைக்கும் போராடுவோம்"

ஜீவா சொன்னதைக் கேட்டு அப்பாவியாக ரம்போ தேவநாதனும், தான் கொண்டு வந்திருந்த பையில் இருந்து ஒவ்வொரு தாளாக எடுத்து சரிபார்த்துக் கொண்டிருந்தார். அப்போதுதான் அந்தக் கிழவர் அவர்கள் இருவரும் அமர்ந்திருக்கும் இடத்தின் அருகே வந்தார். பஞ்சு போல் நரைத்த தலைமுடி. பொக்கை வாய். கண்கள் இடுங்கிப் போய் தளர்ந்த உடம்போடு இருந்தார். அவர் கையில் அழுக்கேறிய சாக்குப் பை. பூங்காவுக்கு வருகிறவர்கள் சாப்பிட்டு விட்டு போட்ட அட்டை ஜூஸ் பெட்டிகளையும், பிளாஸ்டிக் பாட்டில்களையும் பொறுக்கி சாக்குப் பைக்குள் திணித்துக் கொண்டிருந்தவர் ஜீவாவும், ரம்போ தேவநாதனும் இருந்ததைப் பார்த்து அப்படியே நின்று விட்டார். கிழவருக்கு அவர்கள் பேசிக் கொண்டதன் அர்த்தம் புரிந்து விட்டதோ என்னவோ. சிரித்தபடி தனக்குத் தானே முணகுவது போல் பேசினார்.

"புதுச்சேரிக்கு வீதி ஒழுங்குதானே தவிர நீதி ஒழுங்கு இல்லைன்னு அப்ப இருந்த ஜனங்க பேசிக்குவாங்க. அப்பவே இந்த நெலைமன்னா இப்ப கேட்கவா வேணும். இங்க எப்பவும் 'அலிபாபாவும் 30 திருடர்களும்' கதைதான் நடக்குது"

ஜீவா திகைத்துப் போனான். போலியாக பத்திரம் தயாரித்து ரம்போ தேவநாதனின் வீட்டை ஒரு கும்பல் அபகரித்துக் கொண்டதற்கும், தாள் பொறுக்கும் இந்தக் கிழவர் பேசுவதற்கும் ஏதோ சம்பந்தம் இருப்பது போல் தெரிந்தது. ஆனால் கணக்கு இடிக்கிறதே என்று சந்தேகம் வந்தது. 'அலிபாபாவும் 40 திருடர்களும்' என்பதுதான் ஜீவா பார்த்த படத்தின் டைட்டில். அரபு நாட்டின் புகழ்பெற்ற நாடோடிக் கதையான அந்தப் படம் தமிழில் இரண்டு முறை வெளியானது. முதலில் கலைவாணர் என்.எஸ்.கிருஷ்ணன்தான் கதாநாயகனாக நடித்தார். அது முழுக்க முழுக்க நகைச்சுவை படம். அப்புறம்தான் எம்.ஜி.ஆர். நடித்த 'அலிபாபாவும் 40 திருடர்களும்' வந்து பெரிய புகழை அவருக்கு பெற்றுத் தந்தது. அப்படி இருக்க ஏதோ அசரீரி போல அந்த கிழவர் 'அலிபாபாவும் 30 திருடர்களும்' எனச் சொல்கிறாரே என்று மீண்டும் மீண்டும் ஜீவாவுக்குப் புரியாமல் இருந்தது. அவனுக்கு குழப்பம் தீரவில்லை.

ரம்போ தேவநாதன் வீட்டு பத்திரங்களோடு 'தேமே' என்று உட்கார்ந்திருக்க அருகே கம்பீரமான தோற்றத்துடன், இடதுகையில் புத்தகத்தை வைத்தபடி அம்பேத்கர் சிலையாக நின்று கொண்டிருந்தார். மேற்குத் திசையைப் பார்த்த வண்ணம் அவர் தன் வலது கையின் ஆள்காட்டி விரலை வெடிக்கத் தயாராக இருக்கும் ஒரு துப்பாக்கி முனையைப் போல வைத்து அடையாளம் காட்டியும், எதிரே என்ன இருக்கிறது என்பது கூட தெரியாமல் ஜீவாவும், ரம்போ தேவநாதனும் இழந்த வீட்டை எப்படியும் மீட்டு விடலாம் என்கிற நப்பாசையோடு இருந்தார்கள்.

- புதிய கோடாங்கி, ஜூலை 2014.

* * *